வால்மீகி ராமாயணம்

இளம் பிள்ளைகள் படிக்க, படித்துக் கேட்க

(Valmiki Ramayanam for Youngsters and Elders Alike)

பாகம் – 2 (Book 2 of 2)

(சுந்தர காண்டம், யுத்த காண்டம், உத்தர காண்டம்)

☀

சி. வி. ராஜன்

(C.V.Rajan)

Title: வால்மீகி ராமாயணம் – இளம் பிள்ளைகள் படிக்க, படித்துக் கேட்க
(Valmiki Ramayanam for Youngsters and Elders Alike)
பாகம் 2 (Book 2 of 2)

Subtitle: சுந்தர காண்டம், யுத்த காண்டம், உத்தர காண்டம்)
(Sundara Kandam, Yuddha Kandan, and Uttara Kantam)

Author: சி.வி. ராஜன் (C.V. Rajan)

Language: Tamil (தமிழ்)

Edition: First Edition 2024-25

சமர்ப்பணம்

இந்தப் புத்தகம், தேவி பராசக்தியின் அவதாரமும் எனது சத்குருவுமான அம்மா மாதா அமிர்தானந்தமயி தேவிக்கு சமர்ப்பணம்.

"யா தேவி சர்வ பூதேஷு மாத்ரு ரூபேண சம்ஸ்திதா
நமஸ்தஸ்யை நமஸ்தஸ்யை நமஸ்தஸ்யை நமோ நமஹ "

எந்த தேவி அனைத்துயிர்களிலும் தாயின் உருவமாய் விளங்குகிறாரோ அவருக்கு நமஸ்காரம்; அவருக்கு நமஸ்காரம்; அவரையே போற்றுகிறோம்.

-=()=-

உங்கள் உடனடி கவனத்துக்கு

மற்ற ராமாயண நூல்களை ஒப்பிட்டுப் பார்க்கும் போது இந்த நூலின் தனித்தன்மை என்ன?

- இது முற்றிலும் வால்மீகி ராமாயணத்தை அடிப்படையாய்க் கொண்டது. வேறு ராமாயணக் கதைகளின் கலப்பு இல்லாதது. உத்தர காண்டமும் உள்ளடக்கியது.
- இளம் பிள்ளைகளோடு உரையாடும் விதத்திலான ஒரு அமைப்பு. முதலில் ஒலி வடிவில், நேரே இளம் பிள்ளைகளுக்குக் கதை சொல்வது போல வந்த கதைத் தொடரின் மின்புத்தக வடிவம் இந்த நூல்.
- நல்ல, எளிய, திருத்தமான தமிழ். (ஒலி நூலில் வந்தது போல் பேச்சுத் தமிழ் அல்ல).
- பெற்றோர்களும் பெரியவர்களும் தாமே படிக்கவும், தமிழ் படிக்கத் தெரியாத பிள்ளைகளுக்குப் படித்துக் காட்டவும் ஏற்ற விதத்தில் ஓரளவு விரிவாகவே சொல்லப்படும் கதை.
- ஆங்காங்கே சில ராமாயணக் காட்சிகள், படங்களாய்.
- ஒவ்வொரு காண்டத்தின் தொடக்கத்திலும், பிள்ளைகள் சொல்லிப் பழக மூன்று பிரார்த்தனை துதிகள்.
- கதையில் இக்காலச் சிறார்களுக்குப் புரியாத சில விஷயங்கள் வரும்போது, அவற்றிற்கான கூடுதல் விளக்கங்கள்; சிறுவர்களின் சிந்தனையைத் தூண்டும் விதத்தில் சில அவசியமான கூடுதல் தகவல்கள்.
- இக் கதையைப் படிக்கும் சிறார்களின் நினைவாற்றலை சோதிக்கும் விதத்தில் ஆங்காங்கே சில கேள்விகள்.
- கதையின் சில சம்பவங்களைப் பற்றிக் குழந்தைகளை பெற்றோர்களுடன் கலந்து பேச உற்சாகப் படுத்தும் விதத்தில் சில தூண்டுதல்களும் உண்டு.
- ஏற்கனவே இக் கதையை ஒலி வடிவில் கேட்ட குழந்தைகள், சற்று வளர்ந்ததும் தாமே முன்பு கேட்டதைப் படித்துப் பார்க்க உதவும் அமைப்பு.

பொருளடக்கம்

பொருளடக்கம்

-=()=-

5. சுந்தர காண்டம்

ஸ்ரீ ஆஞ்சனேயர் துதி

குழந்தைகளே! சுந்தர காண்டம் தொடங்கும் முன் ஸ்ரீ ஆஞ்சனேயரைத் துதித்து சில ஸ்லோகங்களைச் சொல்லலாமா?

புத்திர் பலம் யசோ தைர்யம் நிர்பயத்வம் அரோகதாம்
அஜாட்யம் வாக் படுத்வம் ச ஹநுமத் ஸ்மரணாத் பவேத்

(Buddhir Balam Yasho Dhairyam Nirbhayatvam Arogatam
Ajadyam Vak patutvam cha Hanumat smaranat bhavet)

(பொருள்: "ஹனுமானை எப்போதும் நினைந்து வணங்கினால், புத்தி பலம், புகழ், தைரியம், பயமின்மை, நோயற்ற உடல், மனத்திண்மை, பேச்சுத் திறன் இவற்றையெல்லாம் அடைவோம்".)

யத்ர யத்ர ரகுநாத கீர்த்தனம் தத்ர தத்ர க்ருதமஸ்தகாஞ்சலீம்
பாஷ்பவாரி பரிபூர்ண லோசனம் மாருதிம் நமத ராக்ஷஸாந்தகம்

(yatra yatra raghunātha kiirtanam tatra tatra krtamastakāmjalim
Bāshpavāri paripuurnālochanam mārutim namata rāksasāntakam)

(பொருள்: "எங்கெல்லாம் ராமரைத் துதித்துப் பாடப் படுகிறதோ அங்கெல்லாம் கூப்பிய கரங்களோடும், ஆனந்தக் கண்ணீர் சொரியும் கண்களோடும் இருப்பார் ஹனுமார், ராட்சசர்களுக்கு முடிவு கட்டும் அந்த மாருதியை வணங்குகிறேன்.")

ஆஞ்சனேயமதிபாடலானனம் காஞ்சனாத்ரி கமனீய விக்ரஹம்
பாரிஜாத தருமூல வாஸினம் பாவயாமி பவமான நந்தனம்

(Anjaneyamati pāTalānanam kānchanādri kamaneeya vigraham
Pārijāta taru moola vāsinam, bhāvayāmi pavamāna nandanam)

(பொருள்: "ஆழ்ந்த சிவப்பு நிற முகம் கொண்டவரும், பொன் மலை போன்ற அழகிய உடம்பு கொண்டவரும், பாரிஜாத மரத்தின் வேரில் வசிப்பவரும், வாயுவின் மகனுமான ஹனுமாரைப் போற்றி வணங்குகிறேன்.")

அத்தியாயம் 53 (5.1)

இலங்கையை நோக்கி

குழந்தைகளே, உங்கள் எல்லாருக்குமே ஹனுமாருடைய வீர தீர பராக்கிரமம் பற்றிய கதைகளைக் கேட்பதென்றால் மிகவும் பிடிக்கும் இல்லையா? ஹனுமார் குரங்கு ரூபத்தில் இருந்தாலும், அவருடைய தோற்றமே ஒரு அழகுதான்! அவருடைய காரியங்களோ அதைவிட அழகு. 'அழகு' என்பதைக் குறிக்கிற சம்ஸ்கிருத வார்த்தை தான் 'சுந்தரம்'. இனி ஹனுமார் செய்யப்போகிற அற்புதமான, அழகான காரியங்களையெல்லாம் நாம் பார்க்கப் போகிறோம். அதனாலேயே இந்த காண்டத்துக்கு 'சுந்தர காண்டம்' என்று பெயர் சூட்டியிருக்கிறார் வால்மீகி முனிவர்!

இலங்கையை நோக்கிக் கிளம்புவதற்கு முன் ஹனுமார் நான்கு திசைகளையும் நோக்கிக் கும்பிட்டு, சூரியன், பிரம்மா, வாயு தேவன், பிற தேவதைகள் எல்லாருக்கும் மரியாதை செய்து வணங்கினார்.

தன் கால்களையும் கைகளையும் மலைப் பாறைகள் மேல் அழுத்தமாக ஊன்றிக்கொண்டு குந்தி உட்கார்ந்தார்; வாலைச் சுருட்டி ஒரு உலுக்கு உலுக்கினார்; தலையைச் சிலுப்பிக்கொண்டார்; தாவுவதற்குத் தயாராய் தோள்களையும் மார்பையும் முன்பக்கம் சாய்த்தார்.

அவர் கைகளும் கால்களும் கொடுத்த அழுத்தம் தாங்காமல் அந்த மலையே குலுங்க ஆரம்பித்தது. எல்லா மரங்கள் மேலும் இருந்த பூக்கள் உதிர்ந்து விழுந்தன. நசுங்கின பாறைகளின் இடுக்கு வழியாக அங்கங்கே தண்ணீர் ஊற்று பீய்ச்சியடித்தது. மலைக் குகைகளெல்லாம் நசுங்கியதால் அவற்றில் வாழ்ந்த மிருகங்கள் அலறிக்கொண்டு வெளியில் ஓடி வந்தன. பாம்புகளெல்லாம் புற்றுகளிலிருந்து வெளியே வந்து விஷத்தைக் கக்கின. பாறைகள் ஒன்றோடொன்று உரசி தீப்பொறி பறந்தது. பறவைகள் எல்லாம் பயத்தில் கத்திக்கொண்டே அங்கேயும் இங்கேயுமாய்ப் பறந்தன.

அத்தியாயம் 53 (5.1)
இலங்கையை நோக்கி

ஹனுமார், மூச்சை இழுத்து விட்டார். சிங்கம் மாதிரி ஒரு உறுமல் உறுமிவிட்டு, இரைந்த குரலில் சொன்னார்,

"வானரர்களே, ராமருடைய வில்லிலிருந்து அம்பு பாய்கிற மாதிரி நான் இப்போது இலங்கையை நோக்கிப் போகப் போகிறேன். அங்கே சீதையைக் கண்டு பிடித்து வெற்றியுடன் திரும்புவேன். ஒருவேளை இலங்கையில் சீதையை நான் பார்க்கவில்லையென்றால், அதே வேகத்தோடு வானுலகம் போய் அங்கே சீதை இருக்கிறாளா என்று பார்ப்பேன். இல்லையென்றால், அவ்வளவுதான். அந்தப் பொல்லாத ராட்சசன் ராவணனையும், அவனுடைய இலங்கை நகரையும் ஒரு சங்கிலியால் கட்டி என் கூடவே தூக்கிக்கொண்டு வந்துவிடுவேன்"

அதைக்கேட்டு வானரர்களெல்லாம் சந்தோஷத்தோடு கூக்குரலிட்டார்கள்.

அவ்வளவுதான். ஹனுமார் ஒரு உதை உதைத்து, ஜிவ்வென்று ஆகாயத்தில் தாவினார். பிரும்மாண்டமாய் இருந்த அவருடைய உடம்பு கிளம்பிய வேகத்தில், நிறைய மரங்கள் வேருடன் பிய்த்துக்கொண்டு அவர் கூடவே ஆகாயத்தில் பறந்தன! புயல் மாதிரி காற்று அவர் கூடவே போனதால், ஏராளமான பூக்களும், இலைகளும் அவர் கூடவே காற்றில் அடித்துக்கொண்டுப் போயின.

கொஞ்ச தூரம் மரம், கற்கள், பூக்கள் எல்லாம் பறந்து போய், பிறகு எல்லாம் பொத்து பொத்தென்று கடலில் விழுந்தன. ஆகாயத்தில் தங்கம் மாதிரி ஜொலித்துக்கொண்டு, மின்னல் வேகத்தில் ஹனுமார் இலங்கையை நோக்கிப் போய்க்கொண்டே இருக்கிறார். அவருடைய பிரம்மாண்டமான நிழல் கடலில் பிரதிபலித்தது.

அவர் போகிற அற்புதமான காட்சியைப் பார்க்க ஆகாயத்தில் கூடிவிட்ட தேவர்களும், கந்தர்வர்களும் "பலே, பலே!" என்று சொல்லி மாருதியைப் பாராட்டிப் புகழ்கிறார்கள்; அவர் மேல் பூமாரி பொழிகிறார்கள்.

இப்படி ஆகாயத்தில் அவர் போவதைக் கடல் பார்க்கிறது. ராமருடைய காரியமாய்ப் போகிற ஹனுமாருக்கு தன்னாலான உபசாரம் ஏதாவது செய்யவேண்டுமென்று கடலுக்குத் தோன்றுகிறது. காரணம், ராமருடைய இக்ஷ்வாகு

குலத்தில் முன்னொரு காலத்தில் வந்த சாகரன் என்கிற மன்னன் தான் சாகரம் என்று சொல்லப் படுகிற கடல் உருவாகக் காரணமாயிருந்தவன். அதனால், சாகரன் எனப் பெயர் பெற்ற கடல் தேவன், கடலுக்குள்ளே இருந்த மைனாக பர்வதம் என்கிற ஒரு மலையிடம், "நீ ஒரு காரியம் செய்யவேண்டும். ராமருடைய வேலையாய் ஹனுமார் இலங்கையை நோக்கிப் பறந்து போய்க் கொண்டிருக்கிறார். போக வேண்டிய தூரமோ அதிகம். அவர் வழியில் கொஞ்சம் தங்கி ஓய்வெடுத்துக்கொண்டு போனால், அவருக்கும் நன்றாக இருக்கும்; நமக்கும் ஒரு திருப்தி. அதனால் நீ கடகடவென்று உயரமாய் வளர்ந்து, தண்ணீருக்கு மேலே வா. ஹனுமார் உன் பக்கமாகப் பறந்து வரும்போது, உன் மேல் இறங்கி, கொஞ்சம் ஓய்வெடுத்துக் கொண்டு போகவேண்டுமென்று மரியாதையுடன் அவரிடம் கேட்டுக்கொள்" என்று கேட்டுக்கொண்டான்.

உடனே அந்த மைனாக மலையும் சரி என்று ஒப்புக்கொண்டு, கிடுகிடுவென்று ஆகாயத்தை நோக்கி வளர ஆரம்பித்தது. பறந்து வரும் ஹனுமாருடைய நெஞ்சு அளவுக்கு வளர்ந்துவிட்டது.

ஹனுமார் அந்தப்பக்கம் வந்த உடனே, அந்த மலை, ஹனுமாரைத் தன் மேல் இறங்கிக் கொஞ்சம் ஓய்வெடுத்துக்கொண்டு போகவேண்டுமென்று வேண்டிக்கொண்டது. "என் மேல் ஏராளமான பழ மரங்கள் இருக்கின்றன; கிழங்குகள் இருக்கின்றன. நீங்கள் கொஞ்சம் தங்கி அதையெல்லாம் சாப்பிட்டு, உடம்புக்கு இன்னும் சக்தியைக் கூட்டிக்கொண்டு இலங்கையை நோக்கிப் பயணிக்கலாம்" என்று உபசாரம் செய்தது.

ஆனால் ஹனுமார் நிற்கவே இல்லை. "உன்னுடைய உபசாரத்துக்கு மிக்க நன்றி. எனக்கு ஒரு நிமிடம் கூடத் தாமதிக்க முடியாது; ஏனென்றால் நான் போகிற காரியம் அவ்வளவு முக்கியமானதும் அவசரமானதும்" என்று சொல்லிவிட்டு ஹனுமார் பறந்து போய்க்கொண்டே இருந்தார்.

ஆகாயத்திலிருந்து அதைப் பார்த்துக்கொண்டிருந்த கந்தர்வர்களுக்கும், சித்தர்களுக்கும், ரிஷிகளுக்கும் ஹனுமாருடைய அந்த செயலைப் பார்த்து மிகவும் திருப்தி. ஆனாலும், இதைவிடக் கடுமையான ஒரு சோதனை வந்தாலும்

அதை சமாளிக்கும் திறமை ஹனுமாருக்கு இருக்கிறதா என்று பரிசோதிக்க அவர்கள் ஆசைப்பட்டார்கள்.

அவர்கள், கடலுக்கு அடியில் படுத்துக்கொண்டிந்த ஸுரஸா என்கிற பிரம்மாண்டமான பாம்பிடம், "நாகர்களின் தாயான ஸுரஸாவே! இந்த வழியாக ஹனுமார் ஆகாய மார்க்கமாகப் போய்க் கொண்டிருக்கிறார்; நீ ஒரு பயங்கர ரூபம் எடுத்து, பிரும்மாண்டமாய் வளர்ந்து, அந்த ஹனுமாரை எப்படியாவது தடுக்கப் பார்க்கவேண்டும்" என்று கேட்டுக் கொண்டார்கள்.

நாக தேவதையான ஸுரஸாவும் ஒப்புக்கொண்டு, புஸ்ஸென்று கடலுக்கடியிலிருந்து ஒரு பெரிய மலை மாதிரி, ஆகாயத்தையே அடைக்கிற விதமாய் ஒரு கோர உருவத்தோடு எழுந்து வந்தாள்.

'ஆ' என்று பெரிதாக வாயைத் திறந்துகொண்டு, "ஏ ஹனுமான், தேவர்கள் உன்னை எனக்கு இன்று ஆகாரமாய் அனுப்பி வைத்திருக்கிறார்கள்; வா, வா, உன்னைக் கடித்துத் தின்கிறேன்" என்று கொக்கரித்தாள்.

ஹனுமார், கை கூப்பி அவளைக் கும்பிட்டு, "தாயே, ராமருடைய மிக முக்கியமான காரியத்திற்காக, அவர் மனைவி சீதையைத் தேடி நான் இலங்கைக்குப் போய்க் கொண்டிருக்கிறேன். அதனால் இப்போது என்னைத் தடை செய்ய வேண்டாம்; நான் சீதையைச் சந்தித்து, என் காரியத்தை சரியாக முடித்துவிட்டுத் திரும்பிவரும்போது வேண்டுமானால் நீ என்னை உன் ஆகாரமாக்கிக்கொள். அப்போது நான் மறுப்பு சொல்ல மாட்டேன்" என்றார். ஹனுமார் அவளைத் தவிர்த்துவிட்டு சுற்றிப் போக ஆரம்பித்தார்.

ஆனால் அவள் விடவில்லை. "நீ என் வாயில் நுழைந்துதான் ஆகவேண்டும். அப்படி ஒரு வரத்தை எனக்குப் பிரம்மா கொடுத்திருக்கிறார்" என்றாள் ஸுரஸா.

ஹனுமாருக்கு கோபம் வந்துவிட்டது. அவர் தனது உருவத்தை அவள் வாயைவிட பெரிதாக ஆக்கிக்கொண்டார். என்ன ஆச்சரியம்! ஸுரஸாவும் அதைவிட பெரிதாகத் தன் வாயை ஆக்கிக்கொண்டு ஹனுமாரை விழுங்கப் பார்த்தாள்.

ஹனுமார் இன்னும் பெரிதாக வளர்ந்தார்; ஸுரஸாவும் இன்னும் பெரிதாக வாயைத் திறந்தாள். இப்படி இரண்டு பேருக்கும் போட்டா போட்டியாய் ஆகிவிட்டது!

இப்படியே போனால் கால விரயம் தான் ஆகும் என்று ஹனுமாருக்குத் தெரிந்தது. அவர் ஒரு காரியம் செய்தார்; சட்டென்று தனது உருவத்தை மிகச் சிறியதாய், ஒரு கட்டை விரல் அளவுக்குச் சுருக்கிக்கொண்டு ஸுரஸாவின் வாய்க்குள்ளே ஒரு ஈ மாதிரி நுழைந்து, வேகமாக ஒரு சுற்று சுற்றிவிட்டு, வெளியே வந்துவிட்டார்!

"பார், பிரம்மதேவர் உனக்குக் கொடுத்த வரப்படி, நான் உன் வாய்க்குள்ளே நுழைந்தாயிற்று. அதனால் உன் பிரச்சனை தீர்ந்துவிட்டதல்லவா? இனி நான் என் காரியத்தைப் பார்க்கப் போகிறேன்" என்று சொல்லிவிட்டு, ஹனுமார் இன்னும் வேகமாகப் பறந்து போகிறார்.

ஸுரஸாவும் சிரித்துக்கொண்டே, "போய் வா ஹனுமார்! சீதையை நீ சந்திப்பாய்; ராமரோடு சேர்ந்து சீதையை மீட்டுக்கொண்டும் வருவாய்" என்று ஹனுமாரை ஆசீர்வாதம் செய்துவிட்டு கடலுக்குள்ளே திரும்பப் போய்விட்டாள்.

ஆகாயத்தில் கூடியிருந்த ரிஷிகளும், கந்தர்வர்களும், "பலே, பலே! ஹனுமார் எவ்வளவு கெட்டிக்காரன்!" என்று பாராட்டினார்கள்.

கடலில் ஸிம்ஹிகா என்ற பேருள்ள ஒரு ராட்சசி இருந்தாள். அவளுக்குப் பயங்கரப் பசி. பிரம்மாண்டமான உருவத்தோடு ஹனுமார் பறந்து வருவதை அவள் பார்த்தாள். "அப்பா! இன்று நம் பசிக்கு சரியான தீனி கிடைத்துவிட்டது!" என்று சந்தோஷப் பட்டுக்கொண்டே, அவள் கடலில் விழுந்த ஹனுமாருடைய நிழலைப் பிடித்து ஹனுமாரை நிறுத்தப் பார்த்தாள்.

தனது நிழலை யாரோ பிடித்திருக்கிறார்கள் என்று ஹனுமாருக்குத் தெரிந்தது.

அவர் சுற்றும் முற்றும் பார்த்தார். அப்போது ஒரு பிரம்மாண்டமான ராட்சச உருவம் கடலிலிருந்து எழும்பி வருவதைப் பார்த்தார். ஏற்கனவே ஹனுமார் ராட்சசி ஸிம்ஹிகாவைப் பற்றி சுக்ரீவன் சொன்னதைக் கேட்டிருந்தார். 'ஓ அவள் தான் இது?' என்று ஹனுமாருக்குத் தெரிந்து போயிற்று.

உடனே ஹனுமார் தனது உருவத்தை இன்னும் பெரிதாக ஆக்கிக் கொண்டார். ஸிம்ஹிகாவும் ஹனுமாரின் உருவத்துக்கு ஏற்ற மாதிரி தனது வாயை ஆவென்று திறந்துகொண்டு அவரைக் கவ்வ வந்தாள்.

அத்தியாயம் 53 (5.1)
இலங்கையை நோக்கி

அவள் வாய் வழியே அவள் வயிற்றுக்குள்ளே இருக்கிற எல்லா பாகங்களும் ஹனுமாரின் கண்களுக்குத் தென்பட்டன!

ஹனுமார், தாம் முன்னால் ஸுரஸாவிடம் செய்த மாதிரியே சட்டென்று தனது உருவத்தைக் சிறியதாய் மாற்றிக்கொண்டார்.

அப்படியே அவளுடைய வாய்க்குள்ளே நுழைந்து உள்ளே போனார்! தனது கூரிய நகங்களால் அவளது வயிற்றைக் கீறி, அப்படியே அவள் உடம்பைக் கிழித்துக்கொண்டு வெளியே வந்துவிட்டார்! ஸிம்ஹிகா செத்து விழுந்தாள். ஹனுமார் தொடர்ந்து பறந்தார்.

குழந்தைகளே, எப்போதுமே நாம் ஒரு முக்கியமான காரியத்தில் இறங்கினால், அது என்ன ஒரு நல்ல காரியமாய் இருந்தாலும் கூட, அதிலும் சில தடைகள் வரத்தான் செய்யும். உலகத்தின் நியதி அப்படித்தான் இருக்கிறது. தடைகளும் எதிர்ப்புகளும் வந்தாலும், அவற்றையெல்லாம் தாண்டி ஒருவன் ஜெயிப்பதில்தான் இருக்கிறது அவனுடைய திறமை.

இப்படியாக ஹனுமார் தொடர்ந்து 100 யோஜனை தூரம் பயணம் செய்ததும், அவர் கண்ணுக்கு ஒரு பெரிய தீவின் நிலப் பகுதியும், அதை ஒட்டிய வளைகுடாவும், ஏராளமான மரங்களும், மலைப்பகுதியும் காடும் கண்ணில் பட்டன.

"ஆ! இலங்கை வந்துவிட்டது என்று தெரிகிறது! இவ்வளவு பெரிய உருவத்தோடு நான் அங்கே போய் இறங்கினால், ராட்சசர்கள் கண்ணில் பட்டுவிடுவேன். அதைத் தவிர்க்க, நான் என்னுடைய பழைய வானர உருவத்துக்கே மாறிக்கொள்வதுதான் நல்லது" என்று நினைத்தார் ஹனுமார்.

அப்படியே தம் உருவை மாற்றிக்கொண்டு அங்கே இருந்த லம்பா என்கிற மலையின் முகட்டில் போய் இறங்கினார்.

அங்கேயிருந்து சுற்றும் முற்றும் பார்த்த போது, திரிகூட மலை என்கிற மலையில் அமைத்திருந்த இலங்கை நகரம் அவர் கண்ணில் தெரிந்தது.

-=()=-

அத்தியாயம் 54 (5.2)
ஆஞ்சனேயர் சீதையைத் தேடுகிறார்

ஹனுமார், இலங்கை நகரத்தை தொலை தூரத்திலிருந்து நோட்டம் விடுகிறார். அந்த அழகான நகரத்தில் பூஞ்சோலைகளும் மரங்களும் நிறைய இருக்கின்றன. பளபளவென்று பல அடுக்கு மாளிகைகள் தெரிகின்றன. நகரின் மதில் சுவர்களெல்லாம் தங்கத்தில் ஜொலிக்கின்றன. சாலைகளின் நுழைவாயில்களில் இருக்கிற அலங்கார வளைவுகள் தங்கத்திலும், நகைக் கற்கள் பதித்தும் ஜொலிக்கின்றன.

பயங்கரமான ராட்சசர்கள் நகரைக் காவல் காப்பது தெரிகிறது.

ஹனுமார் யோசித்தார், "நான் பெரிய உருவத்தோடு நகரில் நுழைந்து சீதையைத் தேட ஆரம்பித்தால் நிச்சயம் மாட்டிக்கொள்வேன். அதனால், என் உருவத்தை சிறியதாய் ஒரு பூனை அளவுக்கு மாற்றிக்கொண்டு, ராத்திரியில் நகரத்துக்குள்ளே நுழைந்து தேடுவதுதான் சரியாயிருக்கும்" என்று தீர்மானித்தார்.

இரவு வந்தது. ஆகாயத்தில் நிலா எழும்பி வந்தது. நிலா வெளிச்சத்தில் இலங்கை தனி அழகுடன் ஜொலித்தது.

ஹனுமார் சிறிய உருவத்தை எடுத்துக்கொண்டு, பறந்து போய் இலங்கை மாநகரில் இறங்குகிறார்.

ஊரை சுற்றிப் பார்த்து சீதையை தேடலாமென்று அவர் கிளம்பியபோது, திடீரென்று அவர் கண் முன்னால், ஒரு பயங்கர தோற்றம் கொண்ட ஒரு பெண் உருவம் வந்து நின்று, "ஏய், யார் நீ? எப்படி இவ்வளவு காவல் இருக்கிற இந்த இலங்கைக்குள் வந்தாய்? எதற்காக வந்தே சொல்லு...."என்று அதட்டியது.

அத்தியாயம் 54 (5.2)
ஆஞ்சனேயர் சீதையைத் தேடுகிறார்

"நீ யார் என்று நான் தெரிந்து கொள்ளலாமா?" என்று கேட்டார் ஹனுமார்.

"நான்தான் இந்த இலங்கை நகரின் தேவதை லங்கிணி. எனக்குத் தெரியாமல் யாரும் இங்கே வரமுடியாது: ராவணனுடைய ஆணைப்படி யார் கண்ணிலும் படாமல், காவலாய் இருப்பவள் நான். நீ யாரென்று சொல்லு!"

"நான் சாதாரணமான ஒரு வானரம்தான். சும்மா இந்த இலங்கையை சுற்றிப் பார்க்க வந்தேன். சுற்றிப் பார்த்துவிட்டு நான் பாட்டுக்கு வந்த வழியே போய் விடுவேன்" என்றார் ஹனுமார்.

"அதற்கெல்லாம் அனுமதி கிடையாது. என்னை மீறி நீ போக முடியாது; அப்படிப் போக வேண்டுமானால், நீ என்னைத் தோற்கடிக்காதவரை அது சாத்தியமில்லை" என்று சொல்லியது லங்கா தேவதை. அதோடு நிற்கவில்லை. "இந்தா வாங்கிக்கொள், ..." என்று பெரிய குரலில் ஒரு கூச்சல் போட்டு, ஓங்கி ஹனுமாருக்கு ஒரு அறைவிட்டது. பளார் என்று சத்தம் பெரிதாக கேட்டது.

அடி வாங்கியதும் ஹனுமாருக்கு, சுறுசுறுவென்று ஒரு கோபம் வந்தது பாருங்கள், அவர் இடது கை விரல்களை மடக்கி, ஓங்கி அவள் மேல் ஒரு குத்து விட்டார்! "அடடா, இவள் ஒரு பெண்ணாயிற்றே" என்று மனதில் தோன்றியதால், சட்டென்று தன் கோபத்தைக் குறைத்துக்கொண்டார்.

ஆனாலும் அவர் கொடுத்த அந்த ஒரு அடியின் வேகத்தை தாங்காமல் லங்கா தேவதை நிலத்தில் தொப்பென்று போய் விழுந்தாள். அவள் முகம் இன்னும் கோரமாயிற்று. அந்த ஒரே அடியில் அவள் கர்வமெல்லாம் அடங்கிப் போயிற்று!

"வானரர்களில் சிறந்தவனே! நீ மகா பலசாலி. நான் உன்னிடம் தோற்றுவிட்டேன். முன்னொரு காலத்தில் பிரம்மா என்னிடம் வரம் கொடுத்தார். 'உன் இலங்கை நகரம் நீண்ட காலம் வளமாய், சிறப்பாய் இருக்கும். ஆனால் நீ என்றைக்கு ஒரு வானரன் கையால் அடி வாங்குகிறாயோ, அன்றிலிருந்து உன்னுடைய லங்கா நகருக்கு அழிவு ஆரம்பம்' என்றும், 'அப்படியே ராட்சசர்களுக்கும் அழிவு வரும்' என்றும் சொன்னார். அவர் சொன்னது இன்று சரியாகப் போயிற்று. அந்த பொல்லாத ராவணனுக்கும், எல்லா

ராட்சசர்களுக்கும் அழிவு வரத்தான் போகிறது. எல்லாம் அந்த சீதையயின் காரணமாகத்தான். சரி, எப்படியோ போகட்டும். இனிமேல் உன்னைத் தடுக்க நான் யார்? போ, இலங்கையைச் சுற்றிப் பார்" என்று சொல்லிவிட்டு அவள் மறைந்து போய்விட்டாள்.

ஹனுமாரும் நிலா வெளிச்சத்தில் இலங்கையைச் சுற்றிப் பார்க்க ஆரம்பித்தார். பல வீடுகளுக்குள்ளேயும் பிரகாசமாக தீபங்களும் எரிந்துகொண்டிருந்ததால், ஹனுமார் அங்கேயும் இங்கேயும் தாவித்தாவி ஏறி, எல்லா இடங்களுக்குள்ளேயும் எட்டிப் பார்த்துக்கொண்டே போனார். எங்கே பார்த்தாலும் பல மாடிக் கட்டடங்கள். எங்கே பார்த்தாலும் செல்வ வளம். அங்கங்கே பாட்டும், குடியும், கூத்துமாய் இருக்கிறது.

பிறகு ஹனுமார் ராவணனுடைய அரண்மனையைத் தேடிப் போனார். ஏராளமான குதிரைகளும், யானைகளும், கணக்கில்லாத வீரர்களும் அரண்மனையை சுற்றி இருந்தார்கள். சுவர், ஜன்னல், கதவு என்று எங்கே பார்த்தாலும் தங்கமும், வைர வைடூரியங்களும் ஜொலிக்கின்றன.

ராவணனுடைய உறவுக்காரர்கள் இருக்கற வீடுகள் எல்லாவற்றையும் உற்று உற்றுப் பார்த்துக்கொண்டே போனார் ஹனுமார்.

ராவணனுடைய அரண்மனையில் ஒரு மாடியில் புஷ்பக விமானம் இருந்தது. அதில் ஏறி உட்கார்ந்தால் நினைத்த போது நினைத்த இடத்துக்குப் பறந்து போகக் கூடிய சக்தியுள்ளது அந்த புஷ்பக விமானம். அதன் அலங்காரமும் அழகும் ஹனுமாரின் மனதை கொள்ளை கொள்கிற மாதிரி இருந்தது. குபேரனுக்கு சொந்தமானது அந்த விமானம். இலங்கையில் ஆண்ட குபேரனைத் துரத்திவிட்டுவிட்டு அந்த விமானத்தையும், இலங்கையையும் தனக்கு சொந்தமாக்கிக் கொண்டவன்தான் அந்த ராவணன்.

ஒரு இடத்தில் ஒரு பிரம்மாண்டமான மண்டபம் இருந்தது. அதில் ராவணனுடைய ஏராளமான அழகான மனைவிகள் இருந்தார்கள். பசுக்கூட்டத்துக்கு நடுவில் ஒரு பெரிய காளை மாடு இருக்கிற மாதிரி அங்கே ராவணனும் இருந்ததைப் பார்த்தார் ஹனுமார். ராவணனுடைய இத்தனை மனைவிகளில், யாராவது ஒருத்தி சீதையாய் இருப்பாளோ என்று யோசிக்கிறார்.

அத்தியாயம் 54 (5.2)
ஆஞ்சனேயர் சீதையைத் தேடுகிறார்

ராவணனுடைய மனைவிகளிலேயே ஒருத்தி மட்டும் மற்ற எல்லாரையும் விட நல்ல நிறமாகவும், மிகவும் அழகாகவும், மிகவும் அலங்காரமாகவும் இருப்பதை ஹனுமார் கவனிக்கிறார்.

"இவளது அழகையும், அலங்காரத்தையும் பார்த்தால், ஒரு வேளை இவள்தான் சீதையாயிருக்குமோ என்று தோன்றுகிறது" என்று நினைத்தார் ஹனுமார். அப்படி ஹனுமார் கவனித்துப் பார்த்தது உண்மையில் ராவணனுடைய பட்டத்து ராணியான மனைவி மண்டோதரியை.

ஒரு கணம் அவர், "ஆஹா, நாம் சீதையைக் கண்டு பிடித்துவிட்டோம்!" என்று நினைத்து சந்தோஷப்பட்டுத் துள்ளிக் குதித்தார்.

ஆனால் அடுத்த நொடியே அவருக்கு தான் நினைத்தது தப்பு என்று தோன்றிவிட்டது. "சேச்சே! சீதையாவது, இந்த பொல்லாத ராட்சசன் ராவணனுக்கு இணங்கி அவன் மனைவியாவதாவது! ஒரு நாளும் அப்படி நடக்காது. ராமர் எப்பேர்ப்பட்டவர்! அவருடைய மனைவி ஒரு நாளும் அப்படிச் செய்யமாட்டாள். அவள் எங்கயாவது சோகமே உருவமாய் ஆடையலங்காரம் எதுவுமே இல்லாமல், சாப்பிடவோ, தண்ணீர் குடிக்கவோ பிடிக்காமல் உட்கார்ந்துகொண்டிருப்பாளே தவிர, இப்படி ஒரு நாளும் இருக்கமாட்டாள்" என்று நினைத்துக்கொண்டார். பின்னர், அரண்மனை சமையற் கூடத்தையும் சுற்றிப் பார்த்துவிட்டு, அரண்மனையில் எங்கேயுமே சீதை இருப்பதாய் தெரியாததால் அங்கேயிருந்து வெளியே வந்துவிட்டார்.

இப்படியாக ஹனுமார் இலங்கையின் பல பகுதிகளிலும் சுற்றிச் சுற்றி சீதையைத் தேடுகிறார். நேரம் ஆக ஆக, ஹனுமாருக்குள்ளே கொஞ்சம் மனக்கலக்கம் வர ஆரம்பிக்கிறது.

"என்னாடா இது? ராவணனுடைய அரண்மனை முழுவதும் தேடிப்பார்த்தாயிற்று; ஆனால் சீதை கண்ணில் படவேயில்லையே? அவளுக்கு என்னதான் ஆயிற்று? ஒரு வேளை ராவணனுடைய கொடுமை தாங்காமல் சீதை உயிரைத் தியாகம் செய்து விட்டாளோ? இல்லை ராவணனே அவள் தன் ஆசைக்கு இணங்காததால் அவளைக் கொன்று போட்டுவிட்டானோ? இல்லை, ராவணன் ஆகாய மார்க்கமாகத்

தூக்கிக்கொண்டு வரும்போது சீதை அவன் பிடியிலிருந்து தப்பித்து, கடலில் விழுந்து செத்துப்போய்விட்டாளோ?

"ஐயோ? இப்படி ஏதாவது ஏடாகூடமாய் ஆகியிருந்தால் நான் என்ன செய்வேன்? நான் திரும்பிப் போய், அங்கதனிடமும், சுக்ரீவனிடமும் ராமரிடமும் என்ன பதிலைச் சொல்லுவேன்? சுக்ரீவன் என்னைக் கொன்று போடக் கூடத் தயங்க மாட்டானே?" என்று அவர் என்னென்னவோ யோசிக்கிறார்.

இப்படியெல்லாம் நினைத்து மனச்சோர்வு அடையக்கூடாது என்று தானே மனதை சமாதானம் செய்துகொண்டு, "நாம் இன்னும் பார்க்காத இடமெல்லாம் போய்த் தேடிப் பார்க்கவேண்டும். தொலைவில் இருக்கிற இடங்கள், தனியாகத் தள்ளி இருக்கிற வீடுகள், சோலைகள் எல்லா இடங்களையும் தேடவேண்டும். விடக்கூடாது" என்று தீர்மானித்து, தொடர்ந்து தேட ஆரம்பிக்கிறார்.

கடைசியாய் அவர் அசோக வனத்துக்கு வருகிறார். "இங்கே சீதை இருக்கிறாளா என்று நன்றாக தேடிப் பார்த்துவிடலாம். இங்கேயும் நிறைய ராட்சசர்கள் காவலாய் இருக்க வாய்ப்பிருக்கிறது. நாம் ஜாக்கிரதையாய் இருக்கவேண்டும்" என்று நினைத்துக்கொண்டே ஹனுமார் அந்த வனத்தின் வெளிச் சுவரைத் தாண்டிக் குதித்து உள்ளே போகிறார்.

ஹனுமார், "இங்கேயாவது சீதையை நான் கண்டு பிடிக்க அருள் செய்யவேண்டும்" என்று எல்லா தேவர்களையும் தெய்வங்களையும் பிரார்த்தனை செய்கிறார்.

அந்த சோலை மிகவும் அழகாக இருக்கிறது. பிரம்மாண்டமாய் வளர்ந்திருக்கிற ஏராளமான அசோக மரங்கள் அதில் இருக்கின்றன. தவிர வேறு விதம்விதமான மரங்களும், பல்வேறு பூச்செடிகளும், கொடிகளும் அழகழகாய் வளர்ந்திருக்கின்றன. நீர் நிலைகளில் தாமரைகள் பூத்திருக்கின்றன; தோட்டத்தில் அழகான நடை பாதைகள் இருக்கின்றன; அவற்றிலெல்லாம் கூட வெள்ளியும், வைர வைடூரியங்களும் நிலா வெளிச்சத்தில் ஜொலிக்கின்றன.

"கடவுளின் அருளால் நான் இங்கே சீதையைப் எப்படியும் பார்த்துவிடுவேன் என்று தோன்றுகிறது" என்று அவருக்குள்ளே ஒரு நினைப்பு ஓடியது.

அத்தியாயம் 54 (5.2)
ஆஞ்சனேயர் சீதையைத் தேடுகிறார்

இப்படியாக அசோக வனத்தின் நடுப்பகுதிக்கு ஹனுமார் வந்து சேர்கிறார். அங்கே ஒரு பிரம்மாண்டமான ஆயிரங்கால் மண்டபம் இருக்கிறது. வெள்ளை நிறத்தில் அது ஜொலிக்கிறது.

அங்கே சோகமே உருவமாய் ஒரு அழகான பெண்மணி உட்கார்ந்திருக்கிறாள். அவளைச் சுற்றியும் பயங்கரமான தோற்றம் கொண்ட ஏராளமான ராட்சசிகள் சூழ்ந்திருக்கிறார்கள்.

அந்த பெண்ணின் முகம் பிறை நிலா மாதிரி இருக்கிறது. அவள் மிகவும் பழைய ஆடை அணிந்திருக்கிறாள். அவளிடம் ஒரு அலங்காரமும் இல்லை. அவள் கண்கள் கலங்கி இருக்கின்றன. அடிக்கடி பெருமூச்சு விடுகிறாள். அவள் உடம்பு மெலிந்து சோர்வாய் இருக்கிறது. நெருப்பை புகை சூழ்ந்து அதன் வெளிச்சத்தை மறைப்பது போல அந்தப் பெண்ணை சோகம் சூழ்ந்து அவளுடைய அழகை மறைக்கிற மாதிரி தோன்றுகிறது.

"ஆ! இவள்தான் சீதை!" என்று ஹனுமாருக்கு உடனே தோன்றிவிட்டது.

கடைசியாய் ஹனுமார் சீதையைக் கண்டு பிடித்துவிட்டார்! எத்தனையோ கஷ்டப்பட்டு பல திசைகளிலும் வானரர்கள் போய் தேடினாலும், ஹனுமார்தான் சீதை இருக்கிற இடத்தை கண்டு பிடித்திருக்கிறார்.

குழந்தைகளே, இந்த வால்மீகி ராமாயணக் கதை, முதலில் ஒலிவடிவில் வாராவாரம் வெளி வந்தது என்பது உங்களுக்குத் தெரியுமல்லவா? அப்படி, ஹனுமார் சீதையைக் கண்டுவிட்ட இந்த அத்தியாயம் ஒலிபரப்பட்ட நாளுக்கு அடுத்த நாள், நம் தேசத்தில் பகவான் ராமரோடும் ராம பக்தியோடும் தொடர்புடைய ஒரு முக்கியமான, மங்களகரமான நிகழ்ச்சி நடந்தது. அந்த நிகழ்ச்சி நடந்த நாள்: 2024 ஜனவரி 22 ஆம் தேதி.

உங்களில் எத்தனை பேருக்கு அது என்ன என்று ஊகிக்க முடியும்? சரி, நானே சொல்லி விடுகிறேன்.

அயோத்தியில், ராமர் பிறந்த இடத்தில் ஒரு பிரம்மாண்டமான ராமர் கோவில் புதிதாய்க் கட்டப்பட்டு, அதன் துவக்க விழா அந்தத் தேதியில்தான் விமர்சையாய் நடந்தது. அந்தக் கோவிலில், 'ராம் லல்லா' என்று சொல்லப் படுகிற பால ராமருடைய விக்ரஹத்துக்குப் ப்ராணப்

ப்ரதிஷ்டை நடத்தப் பட்டது. ப்ராணப் ப்ரதிஷ்டை என்றால் சாஸ்திரப் படிமந்திரங்கள் ஓதி, ஹோமங்கள் எல்லாம் செய்து, ராமருடைய அந்த விக்ரஹத்துக்க்கு உயிரூட்டுகிற மாதிரியான சடங்கு.

அந்தக் கோவில் உருவானதற்குப் பின்னால் ஒரு நீண்ட சரித்திரமே இருக்கிறது. நீங்களும் அதைப் பற்றிக் கொஞ்சமாவது தெரிந்து வைத்துக் கொள்ளவேண்டும். அதனால், சுருக்கமாக உங்களுக்கு இப்போது இந்த அயோத்தி ராமர் கோவில் கதையை சொல்கிறேன். என்ன?

'ராமர் பிறந்த, ராமர் ஆண்ட அதே அயோத்தி மாநகரில், எத்தனையோ ஆயிரம் வருடங்கள் கடந்து போன பிறகு, இப்போதுதான் ராமருக்கு கோவில் கட்டினார்களா என்ன?' என்று உங்கள் சிலருக்கு சந்தேகம் வரலாம்.

அப்படி இல்லை; பல நூறு வருடங்களுக்கு முன்னாலேயே ராமர் பிறந்த இடத்தில் அவருக்கு ஒரு பெரிய கோவில் இருந்தது. காலம் காலமாய் கணக்கில்லாமல் ராம பக்தர்கள் அந்த கோவிலுக்கு வந்து கும்பிட்டுக் கொண்டிருந்தார்கள்.

காசி, ராமேசுவரம், புரி, மதுரா, மாதிரி, இந்தியாவில் மிகவும் புனிதமான தலமாகவும், மக்கள் வந்து தரிசிக்கும் ஒரு முக்கியமான நகரமாகவும்தான் அயோத்தியும் காலம் காலமாய் இருந்தது. ஆனால், கால ஓட்டத்தில் பல கொடுமையான நிகழ்ச்சிகள் நடந்தன.

நம் தேசத்தின் துரதிருஷ்டம், சுமார் ஐன்னூறு வருடங்களுக்கு முன்னால், முகலாய மன்னர்கள் வெளி நாட்டிலிருந்து நம் நாட்டிற்குள் படையெடுத்து வந்து, நம் நாட்டு மன்னர்களை போரிட்டு வென்று, பாரதத்தின் பல இடங்களைப் பிடித்துக்கொண்டு கொடுங்கோல் ஆட்சி செய்தார்கள். அவர்கள், இந்தியாவில் இருந்த எத்தனயோ கோவில்களில் இருந்த செல்வத்தைக் கொள்ளையடித்தார்கள்; அதோடு நிற்காமல் அந்த கோவில்களையெல்லாம் இடித்து உடைத்துத் தூள் தூளாக்கினார்கள். ஜனங்களை கத்தி முனையில் வைத்து பயமுறுத்தி நம் இந்து மதத்தைக் கைவிட்டு, அவர்களின் மதத்துக்கு மத மாற்றம் செய்தார்கள். ஒப்புக் கொள்ளாதவர்கள் பலரையும் கொல்லவும் அவர்கள் தயங்கவில்லை.

அத்தியாயம் 54 (5.2)
ஆஞ்சனேயர் சீதையைத் தேடுகிறார்

அப்படி அவர்கள் சிதைத்துப் போட்ட ஒரு கோவில் தான் அயோத்தி ராமர் கோவிலும். அதோடு நிற்கவில்லை அவர்கள். அயோத்தி ராமர் கோவில் இருந்த அதே இடத்தில், இடித்துப் போட்ட பிறகும் மிஞ்சி இருந்த பெரிய பெரிய கோவில் தூண்களையெல்லாம் மறைக்கிற மாதிரி சுவரெல்லாம் எழுப்பி, அதே இடத்தில் ஒரு மசூதியைக் கட்டினார்கள். அந்த மசூதிக்குப் பேர் பாபர் மசூதி. இது நடந்தது சுமார் 500 வருடங்களுக்கு முன்னால்.

அயோத்தி மக்கள் இதையெல்லாம் பார்த்துக் கொதித்தார்கள். அவ்வப்போது படை திரட்டி, கொடுங்கோல் ஆட்சி செய்த மொகலாய மன்னருடைய படைத்தலைவர்களோடும், போர்வீரர்களோடும் போரிட்டார்கள். பெரும்பாலும் தோற்றுப் போனார்கள். இப்படி அயோத்தி ராமர் கோவிலை மீட்டெடுக்க உயிரைக் கொடுத்தவர்கள் எத்தனையோ பேர்.

காலப்போக்கில் அயோத்தியின் அடையாளமே மாறிப்போயிற்று. அயோத்தி என்கிற பேரே மாறிப்போய் அதற்கு "ஃபைஸாபாத்"என்று பேர் வைத்துவிட்டார்கள். ஒரு காலத்தில் எவ்வளவோ பெருமையும் சிறப்பும் கொண்டிருந்த அந்த நகரம், அழுக்கும் தூசியும், குப்பையும் நிறைந்த ஒரு நகராய் மாறிப்போயிற்று.

காலம் ஓடியது; மொகலாய ஆட்சியை முறியடித்து பிரிட்டீஷ்காரர்களின் ஆட்சி இந்தியா முழுவதும் வந்தது. அப்போதும் அயோத்தியில் ராமர் கோவில் பிரச்சனை இருந்துகொண்டே தான் இருந்தது. அங்கே ராமர் கோவில் இருந்த இடம் 'எங்களுக்கு சொந்தமானது' என்று இந்துக்களுக்கும், 'எங்களுடையது' என்று மசூதி கட்டிய மதத்தவர்களுக்கும் இடையே நிலத் தகறாறு இருந்துகொண்டே இருந்தது.

அந்த மசூதிக்குள்ளேயே ஒரு தடுப்பு போட்டு, ஒரு பக்கம் முஸ்லீம்கள் தொழுகை நடத்தினார்கள்: இன்னொரு பக்கம் இந்துக்கள் ராமரை வழிபட்டார்கள். இப்படிச் சில காலம் போயிற்று.

அது சட்ட ரீதியிலான ஒரு பிரச்சனையாகவும் மத ரீதியிலான பிரச்சனையாகவும் ஆகிவிட்டது. அதனால் அந்த மசூதியை, 'சட்டச் சிக்கலில் சிக்கிய கட்டடம்' என்று

அறிவித்தார்கள். பாபர் மசூதியில் அந்த மதத்துக் காரர்கள் வழிபாடு செய்வதும் 1950 லிருந்து நின்று போயிற்று.

இந்தியாவுக்கு சுதந்திரம் கிடைத்த பிறகும் கூட ராமர் கோவில் பிரச்சனைக்கு தீர்வு வரவில்லை. நீதி மன்றங்கள், வழக்குகள் என்று பிரச்சனை இழுத்துக்கொண்டே போயிற்று. உத்திரப் பிரதேச மாநில அரசாங்கத்தின் அனுமதியுடன், அந்தப் பழைய மசூதிக்கு உள்ளேயே ராமர் விக்ரஹத்தை வைத்து இந்துக்கள் வழிபாடு செய்த ஆரம்பித்தார்கள். அதிலும் சட்டம் ஒழுங்கு என்று பிரச்சனை பெரிதாகியது. அந்த மசூதி, பாழடைந்த ஒரு கட்டடமாய் காலப்போக்கில் ஆகிப்போயிற்று.

நம் மதத்தைச் சேர்ந்த சில அரசியல் கட்சிகளும், கொஞ்சம் கூட தெய்வ நம்பிக்கையே இல்லாத வேறு சில அரசியல் கட்சிகளும், ராமர் பிறந்த பூமியை மீட்டெடுத்து இந்துக்களுக்குக் கொடுக்க எதிர்ப்பு தெரிவித்தார்கள். "ராமர் ஒன்றும் கடவுள் கிடையாது; ராமர் கதையே ஒரு கட்டுக் கதைதான்; ராமர் என்று யாரும் இருந்ததாய் சரித்திரம் கிடையாது. அதெல்லாம் வெறும் கற்பனைக் கதைதான்" என்று சொல்லி, இந்துக்களின் நம்பிக்கைகளை மட்டம் தட்டினார்கள். வீணாய் மதக்கலவரம் வந்துவிடுமோ என்று பயந்துகொண்டு, அரசாங்கங்கள் கூட, இந்தப் பிரச்சனையை வெறும் சட்டரீதியிலான நில உரிமைப் பிரச்சனை, அதை கோர்ட்டே தீர்மானிக்கட்டுமென்று விட்டுவிட்டு பெரும்பாலும் ஒதுங்கி நின்றார்கள்.

ஆனால், ராமர் கோவிலை எப்படியும் மீட்டெடுக்கவேண்டும் என்று ஒரு பெரும் இயக்கம் 1980லிருந்து ஆரம்பித்தது. அரசாங்கமும் கோர்ட்டுகளுமாய் பிரச்சனைகளை குழப்பிக்கொண்டே இருந்ததில் வெறுத்துப்போய், 1992 ஆம் வருடம் அங்கே கோவில் கட்டியே தீருவோமென்று பல்லாயிரக்கணக்கான மக்கள் கிளம்பி, வழிபாடு எதுவும் நடக்காத பாழடைந்த அந்த மசூதியை இடித்துத் தள்ளிவிட்டார்கள். இது பெரிய மதக்கலவரமாய் வெடித்து, நம் நாடு முழுவதும் நூற்றுக் கணக்கானவர்கள் சாகிற நிலைமை உண்டாயிற்று.

கடைசியாய் 2019 ஆம் வருடம் உச்ச நீதிமன்றம், தொல்பொருள் ஆராய்ச்சியாளர்கள் அந்த இடத்தில் ராமர்

கோவில் இருந்ததை உறுதி செய்து, அதை இடித்து மசூதி கட்டியதற்கான சரியான ஆதாரங்களைத் தந்ததன் அடிப்படையில், அந்த இடத்தில் இந்துக்கள் ராமர் கோவில் கட்டுவதற்காக நிலத்தை சட்ட ரீதியாக உறுதி செய்து தந்தார்கள்.

இப்படி எத்தனையோ காலமாய் நடந்த தர்மப் போராட்டத்தின் முடிவாய், அயோத்தியில் புதிதாய் பிரம்மாண்டமான ராமர் கோவில் உருவாயிற்று. அதோடு மட்டுமல்ல; அயோத்தியே இப்போது தலைகீழாய் மாறிவிட்டது. ஊர் படு சுத்தமாகிவிட்டது. சாலைகள் விசாலமாயின. சரயூ நதிக்கரை மிகவும் அழகான இடமாய் மாறிவிட்டது; பல பூந்தோட்டங்கள் உருவாகியிருக்கின்றன.

கோவிலை வந்து பார்த்து ராமரைத் தரிசிக்க, உலகின் எல்லாப் பாகங்களிலிருந்தும் மக்கள் பெருமளவில் வந்துகொண்டே இருக்கிறார்கள். ஃபைஸாபாத் ரயில் நிலையம் இப்போது அயோத்தி ரயில் நிலையமாகிவிட்டது. பார்க்கவே மிக பிரம்மாண்டமான அழகான ஸ்டேஷனாய் அது புதுப் பொலிவோடு மாறிவிட்டது. வெளி நாட்டு விமானங்கள் வந்து இறங்குற மாதிரி மகரிஷி வால்மீகியின் பெயர் தாங்கிய விமான நிலையம் பளபள என்று புதிதாய் வந்தாயிற்று.

காசி, ராமேசுவரம், திருப்பதி, பூரி, பண்டர்பூர், ஸ்ரீரங்கம், பழனி, குருவாயூர் போல அயோத்தியும் ஏராளமான தெய்வ பக்தர்கள் வந்து தரிசிக்கும் ஒரு புனிதஸ்தலமாக மீண்டும் உருவாகிவிட்டது!

இனி ஹனுமார் மேற்கொண்டு என்ன செய்தார் என்கிற கதையை அடுத்த அத்தியாயத்தில் பார்க்கலாம்.

-=()=-

அத்தியாயம் 55 (5.3)

சீதையை மிரட்டும் ராவணன்

சீதையைச் சுற்றிக் காவலாய் இருந்த ராட்சசிகளை உற்றுப் பார்த்தார் ஹனுமார். மேகம், எதுவும் மறைக்காமல், நிலா வெளிச்சம் நன்றாக அடித்ததால், அவரால் எல்லாரையும் நன்றாக பார்க்க முடிந்தது. ஐயோ! ஒவ்வொருத்தியும் ஒவ்வொரு பயங்கர தோற்றத்தோடு, சீதையை பயமுறுத்துவதற்காகவே அங்கே இருந்தார்கள்.

ஒருத்திக்கு ஒரு கண் தான் இருந்தது. ஒருத்திக்கு சங்கு மாதிரி ஒரே ஒரு காது இருந்தது. ஒருத்திக்கு நாக்கு வெளியில் தொங்கிக் கொண்டிருக்கிறது; ஒருத்தி பயங்கரக் குள்ளம், ஒருத்தி பயங்கர உயரம். ஒருத்திக்கு கழுத்து ஒட்டகச்சிவிங்கி மாதிரி நீளம்; இன்னொருத்திக்கோ கழுத்தே இல்லை; ஒருத்திக்கு பரட்டைத் தலை; ஒருத்திக்கு மொட்டைத்தலை. ஒருத்தியின் முகம் பன்றி மாதிரி; இன்னொருத்தியின் முகம் கழுதை மாதிரி! ஒருத்திக்குக் கால் யானை மாதிரி இருந்தது; இன்னொருத்தியின் கால் குதிரைக் கால் மாதிரி. சிலபேர் கையில் தடியும், கத்தியும், வேலும் வைத்துக்கொண்டு இருந்தார்கள்.

இவர்களுக்கு நடுவிலே, சோகமே உருவாய், தலையெல்லாம் கலைந்து, தூசி படிந்து, நிலாவை மேகம் மறைத்தமாதிரியாய், சீதை உட்கார்ந்திருக்கிறாள்.

சீதையோடு எப்படியாவது பேசவேண்டுமே, இந்த ராட்சசிகளை என்ன செய்வது என்று ஹனுமார் யோசித்துக்கொண்டே இருந்தபோது, கிட்டத்தட்ட இரவின் கடைசி பகுதியே வந்தாயிற்று.

திடீரென்று பார்த்தால், அசோக வனத்தின் வாசல் பக்கம் ஏதோ சலசலப்பு. ஹனுமார் மரக்கிளைகளுக்கும்,

இலைகளுக்கும் நடுவில் நன்றாக ஒளிந்துகொண்டு, என்ன நடக்கிறது என்று பார்க்கிறார்.

வேத மந்திரங்கள் முழங்கும் சப்தம் கேட்கிறது. மேள தாளம் முழங்க ராவணன் தனது மனைவிகள் எல்லாரும் புடை சூழ அசோகவனத்துக்குள்ளே நடந்து வந்துகொண்டிருக்கிறான். அவனுடைய மனைவிகள் சிலர், கைகளில் தங்க விளக்குகளை ஏந்திக்கொண்டு வருகிறார்கள். சில பேர் ராவணனுக்கு சாமரம் வீசிக்கொண்டு வருகிறார்கள். ஒரு மனைவி ராவணனுக்கு வெள்ளைக் குடை பிடித்துக்கொண்டு வருகிறாள்.

விளக்குகளின் வெளிச்சத்தில் ராவணன் முகம் ஹனுமாருக்கு தெளிவாத் தெரிகிறது. அவன் கண்ணெல்லாம் சிவந்திருக்கிறது. குடிபோதையில் இருக்கிறான் என்று தெரிகிறது.

அவன் சீதை இருக்கிற இடத்துக்கு வந்துவிட்டான். அவனைப் பார்த்ததுமே சீதைக்கு பயத்தில் உடம்பு நடுங்குகிறது. அவள் கண்ணிலிருந்து கண்ணீர் வழிகிறது.

அவள், புடவையால் தன்னை நன்றாக இழுத்து மூடிக்கொள்கிறாள்.

அவளைப் பார்த்து ராவணன் பேசுகிறான்:

"ஏ சீதே! எதற்காக என்னைப் பார்த்ததும் இப்படி பயப்படுகிறாய்? உடம்பையெல்லாம் மூடிக்கொள்கிறாய்? நீ என்னதான் பழைய அழுக்கான ஆடையில் இருந்தாலும், ஒற்றைப் பின்னல் பின்னிக்கொண்டு, உன் மேலெல்லாம் தூசி படிந்து இருந்தாலும், உன்னுடைய அழகு என்னை இப்போதும் மயக்குகிறதே! இதோ பாரு, ராட்சசர்கள் தாங்கள் ஆசைப் படுகிற பெண்ணை தங்கள் இஷ்டப்படி கவர்ந்துகொள்வதற்கு எல்லா உரிமையும் இருக்கிறது. அதில் சந்தேகமே கிடையாது. எனக்கு உன் மேல் கொள்ளை ஆசை; ஆனாலும், நீ சம்மதிக்காமல் நான் உன்னைத் தொடமாட்டேன். என்றைக்காய் இருந்தாலும் நீ தான் என் இதய ராணி. ஏன் இப்படி நீ பயப்படுகிறாய்? என் மேல் நீயும் ஆசைப்படவேண்டும். இப்படி ஒரு முட்டாள் பெண்ணாய் இருக்காதே.

"உன்னைப் போன்ற ஒரு பேரழகி எதற்காகப் பிடிவாதமாய், இதே பழைய ஆடையை அணிந்துகொண்டு, அழுக்காய் தரையில் படுக்கவேண்டும்? ஏன் ஒரு அலங்காரமும் செய்துகொள்ளாமல் தனியே கிடக்கவேண்டும்? நீ மட்டும் என் ஆசைக்கு இணங்கிவிட்டால் போதும். உனக்கு ஆடையலங்காரங்கள் என்ன, தங்க வைர வைடூரிய நகைகள் என்ன, வாசனைத் திரவியங்கள் என்ன, அருமையான சாப்பாடு, பானங்கள், ஆசனங்கள், படுக்கைகள் என்ன, பாட்டு, கூத்து என்ன என்று எதிலும் குறைவில்லாமல் நான் உன்னைப் பார்த்துக் கொள்வேன். என்னுடைய எல்லா மனைவிகளுக்கும், தலைவியாய் உன்னை ஆக்கிக் கொள்வேன். நான் எல்லா தேசங்களையும் வென்று சம்மாதித்துக் கொண்டு வந்த எல்லா செல்வங்களும் உனக்கே உரிமையாகும்.

"எனக்கு சமானமாய் மூன்று உலகத்திலும் எவனும் கிடையாது. போயும்போயும் கிழிந்த மரவுரியைத் தரித்துக்கொண்டு இருக்கும் அந்த ராமனைப் பிடித்துக்கொண்டு நீ தொங்குவதில் உனக்கு ஒரு பிரயோஜனமும் கிடையாது. ஒருநாளும் அந்த ராமன் என் செல்வச்செழிப்புக்கோ, பராக்கிரமத்துக்கோ, புத்திசாலித்தனத்துக்கோ, பேர் புகழுக்கோ இணையாகமாட்டான்.

"அதனால், நீ என் கூட வந்து மகிழ்ச்சியாய் இரு. என் செல்வத்தையெல்லாம் உன்னுடையதாய் அனுபவி. யாருக்கு வேண்டுமானாலும் தான தர்மம் செய். உன் உறவுக்காரர்களை வரவழைத்து அவர்கள் கூட ஆனந்தமாய்ப் பொழுது போக்கு. உன் இஷ்டம் போல என்ன வேண்டுமானாலும் நீ செய்யலாம். என்ன சொல்கிறாய்?"

என்று பேசி முடித்தான் ராவணன்.

தன் புருஷன் ராமனைத் தவிர வேறு எந்த நினைப்புமே இல்லாத சீதை, பெருமூச்சு விடுகிறாள். அவர் உடம்பு நடுங்குகிறது.

அவள் ஒரு துரும்பைக் கிள்ளி எடுத்து தன் முன்னால் வைக்கிறாள். அப்புறம், மெதுவாய், நிதானமாய் ராவணனிடம் பேசுகிறாள்:

அத்தியாயம் 55 (5.3)
சீதையை மிரட்டும் ராவணன்

"என் மீது இருக்கிற உன் ஆசையை விட்டுவிடு, ராவணா! உனக்கு எத்தனையோ அழகிய மனைவிகள் இருக்கிறார்கள். அவர்கள் மீது உன் மனதைத் திருப்பு. நான் உயர்ந்த குடும்பத்தில் பிறந்தவள். என் ராமனைத் தவிர வேறு யாரையும் நினைக்காதவள். நீ அடுத்தவன் மனைவிக்கு ஆசைப்படாதே. அது அதர்மம். நீ உன் மனைவிகள் உனக்கு விசுவாசமாக இருக்கவேண்டுமென்று தானே நீ நினைப்பாய்? அதே மாதிரிதானே மற்றவர் மனைவியும் தம் கணவன் மீது விசுவசமாய் இருக்கவேண்டும்? நீ மற்றவர்களுக்கு ஒரு முன்னுதாரணமாய் இருக்கவேண்டும்.

"நீ ஒரு ராஜா. நீயே இப்படி உன் மனதைக் கண்டபடி அலையவிட்டு, தப்பான வழியில் நடந்தால், நீயும் உன் நாடும் அழிந்துதான் போகும்.

"நீ ஒரு நாளும் பணத்தையும் செல்வத்தையும் காட்டி என் மனதைக் கலைக்க முடியாது. சூரியனும் அதன் கதிர்களும் போல, நானும் ராமரும் ஒன்றுதான். பிரிக்க முடியாது.

"அதனால் நீ செய்யவேண்டியது ஒன்றே ஒன்றுதான். மரியாதையாய் என்னைக் கூட்டிக்கொண்டுப் போய், ராமர் கூட சேர்த்து வைத்துவிடு. அவருடைய நட்பை பெறு. ராமருடைய மனது விசாலமானது. அவர் எப்போதுமே காப்பாற்றத்தான் பார்ப்பார். தேவையில்லாமல் அழிக்க விரும்பமாட்டார். தன்னிடம் அபயம் நாடி வருபவர்களை ராமர் எப்போதும் காப்பார். உனக்கு உன் உயிர் மேல் ஆசை இருந்தால், ராமரிடம் சமாதானம் செய்து கொள்வதுதான் நல்லது.

"இதை மட்டும் நீ செய்யவில்லையானால், நீ ஒழிந்தாய். ஒருவேளை நீ இந்திரனுடைய வஜ்ராயுதத்திலிருந்து தப்பிக்கலாம். ஒரு வேளை எமராஜன் கூட உன்னைப் போனால் போகிறது என்று விடலாம். ஆனால், ராமருடைய பகையை நீ சம்பாதித்துக்கொண்டால், அவருடைய அம்பிலிருந்து ஒரு நாளும் நீ தப்பிக்க முடியாது.

"எப்படி பகவான் விஷ்ணு வாமனராய் வந்து மூன்றே அடி வைத்து அசுரன் மகாபலியின் மூவுலகையும் எடுத்துக்கொண்டு, மகாபலியையும் அழித்தாரோ, அதேமாதிரி ராமர் வந்து உன்னை அழிப்பார்.

"ஜனஸ்தானத்தில் என்ன ஆயிற்று, உனக்கு நினைவில்லியா? அங்கேயிருந்த உன்னுடைய ராட்சசர்கள் வேரோடு அழிந்து போனார்கள் இல்லையா? உன்னால் என்ன செய்ய முடிந்தது? நீ ஒரு கோழை மாதிரி ராம லக்ஷ்மணர்கள் இல்லாத போது வந்து என்னைக் கடத்திக்கொண்டு வந்தாய்! ஒரு புலி நாயாய் ஆன கதையாய், நீ ராம லக்ஷ்மணர்களின் வாசனையை மோப்பம் பிடித்து, அவர்கள் இல்லாத போது வந்தாய். வெட்கக் கேடு!

"பார்த்துக்கொண்டே இரு. ஒரு நாள் ராமரும் லக்ஷ்மணரும் இங்கே வருவார்கள். ராமருடைய அம்புகள் வந்து உன் உயிரைக் குடிக்கும். பெரிய மரம் ஒன்றை மின்னல் தாக்கினால் அது எரிந்து சாம்பலாவது போல ஆகப்போகிறது உன்னுடைய நிலைமை." என்று சொல்லி முடித்தாள் சீதை.

சீதை இப்படியெல்லாம் சொன்னதும் வந்தது பாருங்கள் ராவணனுக்கு ஒரு கோபம்!

"ஏ சீதே! உன் மீது எனக்கு இருந்த அளவில்லாத ஆசையால்தான் என் கோபத்தை இதுவரைக்கும் அடக்கிக் கொண்டிருந்தேன். மனதில் ஆசை இருக்கிறவரைக்கும்தான் பேச்சில் இரக்கமும், அன்பும் இருக்கும். நாடோடியான ராமன் மேல் நீ இன்னமும் ஆசை வைத்திருப்பதற்காக நான் உன்னை அவமானப் படுத்திக், கொன்றாலும் தப்பில்லை. என்னிடம் இவ்வளவு கடுமையாய் அவமரியாதையாகப் பேசியதற்காகவே உனக்கு நான் கொடூரமான மரண தண்டனை கொடுக்க முடியும்.

அத்தியாயம் 55 (5.3)
சீதையை மிரட்டும் ராவணன்

"இது தான் நான் உனக்குத் தரும் கடைசி வாய்ப்பு. உனக்கு இரண்டு மாத காலம் அவகாசம் தருகிறேன். அதற்குள்ளே நீ மனதை மாற்றிக்கொண்டு என்னிடம் வந்தாக வேண்டும். இல்லையேல், உன்னைக் கொன்று, உன்னுடைய மாமிசத்தை நான் என்னுடைய காலை உணவாய்ச் சாப்பிடுவேன். நினைவு வைத்துக்கொள்" என்று மிரட்டினான்.

அதற்கெல்லாம் சீதை ஒன்றும் அசரவே இல்லை. அவள், தைரியமாய் ராவணனைப் பார்த்து, "ஏ பொல்லாத ராட்சசா! ராமருடைய பத்தினியைப் பார்த்து இப்படி பேசிய பாவத்திலிருந்து நீ எப்படித் தப்பிப்பாய்?

"மதம் பிடித்த யானை, ஒரு முயலைத் தன் காலால் நசுக்கிக் கொல்வதைப் போல இக்ஷ்வாகு குலத்தில் உதித்த மகா வீரரான ராமர் ஒரு நாள் வந்து உன்னை நசுக்கிக் கொல்லப் போகிறார்.

"அவ்வளவு ஏன்? நான் ஒரு சாபம் கொடுத்தால் போதும். நீ எரிந்து சாம்பலாகி விடுவாய். என் கணவர் அனுமதிக்காமல் நான் அதை செய்யமாட்டேன்; அதனால் நீ என்னிடமிருந்து தப்பித்தாய். நிஜமாகப் பார்த்தால், ராமருடைய மனைவியை நீ சாமானியமாக் கடத்திக்கொண்டு வர முடியாது. ராமர் இல்லாதபோது நீ அந்தக் கேவலமான காரியத்தை செய்தாய். அது ஏன் நடந்ததென்றால், உன் சாவு அதன் மூலமாகத்தான் நடக்கவேண்டுமென்று விதி" என்றாள் சீதை.

"ஒன்றுமே இல்லாமல் ஒரு பிச்சைக்காரி நிலைமையில் இருக்கிற சீதையே! உன்னுடைய இந்தத் திமிரான பேச்சுக்காக நான் உன்னை அழிப்பேன்" என்று கூவிய ராவணன், அங்கே காவல் காத்துக்கொண்டிருந்த ராட்சசிகளிடம் சொன்னான்:

"சாம, தான, பேத, தண்ட முறைகளை எல்லாம் நீங்கள் பயன்படுத்தி, எப்படியாவது சீதையை சம்மதிக்க வைக்கவேண்டியது உங்கள் வேலை" என்று கட்டளையிட்டான்.

குழந்தைகளே! இந்த சாம-தான-பேத-தண்டம் பற்றி நீங்கள் ஏற்கனவே கேள்விப்பட்டிருக்கிறீர்களா? சரி. கேள்விப்படாதவர்களுக்காக சொல்கிறேன்.

அதிகாரத்தில் உள்ளவர்கள், அடுத்தவர்களை தங்களுக்கு சாதகமாய் நடந்துகொள்ள வைக்க நான்கு முறைகளை, ஒன்றுக்கு அப்புறம் ஒன்றாய் பயன்படுத்த வேண்டுமென்று பெரியவர்கள் சொல்லியிருக்கிறார்கள்.

சாமம் என்றால் சாந்தமாய், அன்பாப் பேசி சம்மதிக்க வைப்பது. அது சரிப்படவில்லையென்றால், தானம் -- அதாவது ஏதாவது பணமோ, பரிசோ, லஞ்சமாகக் கொடுத்து அவர்களை மயக்கி சம்மதிக்க வைப்பது. அதுவும் சரிப்படவில்லையா, அப்போது பேதம். அதாவது தனக்கு எதிரானவர்களுக்குள்ளேயே ஒருத்தருக்கொருவர் முரண்பாடு வருகிற மாதிரி ஏதாவது செய்து மனதைக் கலைப்பது, அல்லது மிரட்டிப் பணியவைப்பது; அதுவும் சரிப்படவில்லையென்றால் கடைசியில் தண்டம் -- அதாவது தடியால் அடிப்பது -- அதாவது ஏதாவது கொடுமையான தண்டனை கொடுத்து அவர்களை சம்மதிக்க வைப்பது. அதுதான் சாம-தான- பேத-தண்டம்.

என்ன, உங்கள் வீட்டில் கூட உங்கள் அப்பா அம்மா, நீங்கள் முரண்டு பிடிக்கும்போதோ, பிடிவாதம் பிடிக்கும்போதோ, சாம-தான-பேத-தண்டம் உபயோகித்திருப்பார்கள். என்ன, சரிதானே?

ராவணன், காவல் காத்த ராட்சசிகளிடம் இப்படி சொன்னதும் அங்கே ஒரு தமாஷ் நடந்தது. அது என்ன தெரியுமா?

அங்கே இருந்த ராட்சசிகளில், தன்யமாலினி என்று பேர் கொண்ட ஒரு ராட்சஸி ராவணனிடம் வந்து அவனைக் கட்டி அணைத்துக்கொண்டு சொன்னாள், "மகாராஜா, எதற்காக அழகோ, நிறமோ இல்லாத இந்த மட்டமான மனுஷியான சீதைக்காக இப்படி ஏங்குகிறீர்கள்? உங்களுடைய செல்வத்தை அனுபவித்துக்கொண்டு உங்களுடைய மகிழ்ச்சியாய் வாழவேண்டுமென்று இவள் தலையில் பிரம்மா எழுதி வைக்கவில்லை; அது நிச்சயம். உங்களை விரும்பாத பெண்ணிடம் போய் நீங்கள் என்ன சுகம் அனுபவிக்க முடியும்? நீங்கள் என்னை உங்கள் கூட கூட்டிக்கொண்டுப் போங்கள்; நான் ஆசையாய் உங்கள் கூடவே வருவேன்!" என்று சொன்னாள்.

அதைக் கேட்ட ராவணன் சிரித்துக்கொண்டே, அங்கே இருந்து கிளம்பிவிட்டான். அவனுடன் வந்த எல்லாரும் அவன் கூடவே கிளம்பிப் போய்விட்டார்கள்.

இப்படி அங்கே நடந்ததையெல்லாம் ஹனுமார் மரக்கிளையில் மறைந்து உட்கார்ந்துகொண்டு பார்த்துக் கொண்டிருக்கிறார்.

அத்தியாயம் 55 (5.3)
சீதையை மிரட்டும் ராவணன்

ராவணன் அங்கேயிருந்து போனதும், சீதையைக் காவல் காத்திருந்த ஒரு ராட்சசி சீதையிடம் கோபமாகச் சொன்னாள்:

"ஏ சீதே, அறிவிருக்கிறதா உனக்கு? பௌலஸ்திய முனிவருடைய பரம்பரையில் வந்த ராவணனிடம் இப்படியா நீ பேசுவது?" என்று அதட்டினாள்.

தொடர்ந்து ஒவ்வொரு ராட்சசியாய், ராவணனுடைய குலப்பெருமை, வீரம், பராக்கிரமம், செல்வம், அது இது என்று பெரிதாகப் புகழ்ந்து பேசி, ராவணனை சீதை மறுப்பது சரியே கிடையாது என்று புத்தி சொன்னார்கள். அதோடு நிற்காமல் ராமரைப் பற்றி மட்டமாய் வேறு பேசினார்கள்.

சீதை இதையெல்லாம் காதில் வாங்கிய மாதிரியே தெரியாததால், ஒரு ராட்சசி சொன்னாள், "நீ மட்டும் எங்கள் பேச்சைக் கேட்கவில்லை என்றால், நான் உன் நெஞ்சிலிருந்து இதயத்தைப் பிடுங்கி எடுத்து சாப்பிட்டுவேன்"

வேறொரு ராட்சசி, தன் கையில் வைத்திருந்த வேலைக் காட்டி பயமுறுத்தி, "உன்னை மாதிரி ஒரு அழகியை ராவணன் தூக்கிக்கொண்டு வந்தபோது எனக்கு என்ன தெரியுமா தோன்றியது? உன் உடம்புக்குள்ளே இருக்கிற எல்லா உறுப்பையும் தின்று என் பசியைத் தீர்த்துக்கொள்ளவேண்டுமென்று தான் தோன்றியது!" என்றாள்.

"இவளிடம் என்ன வீண் பேச்சு? எதற்குக் காலம் கடத்துகிறீர்கள்? இவள் கழுத்தை நெறித்து உடனே கொல்லாமல்?" என்றாள் இன்னொரு ராட்சசி.

"இவள் செத்துப்போய்விட்டாள் என்று போய் நான் ராவணனிடம் சொன்னால், 'போய் இவளைத் தின்று பசியாறுங்கள்'" என்று தான் மன்னர் சொல்லுவார். ஏய், இவளைக் கொன்று இவள் உடம்பை சமபாகமாய் நம் எல்லாருக்கும் வரும் மாதிரி பங்கு போடுங்கள்" என்றாள் இன்னொருத்தி.

சீதைக்கு பொறுக்கவில்லை.

அவள், கண்ணீர் விட்டுக்கொண்டே அந்த ராட்சசிகளிடம் பேசுகிறாள்:

"நீங்கள்ளெல்லாம் எவ்வளவு பாவகரமான காரியத்தை என்னை செய்யச் சொல்கிறீர்கள் என்று உங்களுக்குத் தெரியவே இல்லையா? எத்தனை கஷ்டம் வந்தாலும், நாடே இல்லாமல்

போனாலும் ராமர் தான் என் கணவர். எனக்கு எப்போதும் அவர் மேல் மட்டும் தான் ஆசை. எப்படி சாவித்திரிக்கு சத்தியவானோ, எப்படி தமயந்திக்கு நள மகா ராஜாவோ, சசிக்கு இந்திரனோ, ரோஹிணிக்கு சந்திரனோ, அருந்ததிக்கு வசிஷ்டரோ அப்படித்தான் எனக்கு என் ராமரும். மானுடப் பெண்ணான நான் ஒரு நாளும் ஒரு ராட்சசனனுடைய ஆசைக்கு இணங்க மாட்டேன். நீங்கள் வேண்டுமானால் என்னைக் கொன்று தின்னுங்கள். ஒரு நாளும் நான் உங்கள் பேச்சைக் கேட்க மாட்டேன்".

இப்படி சொல்லிவிட்டு சீதை கண்ணீர் விட்டு அழ ஆரம்பிக்கிறாள். அவளை சோகமும், மனச்சோர்வும் வந்து அழுத்தின. சீதை தனது துக்கத்தையும் சோகத்தையும், வேதனையையும், சொல்லிப் பலவிதமாக புலம்புகிறாள்.

"ஹே ராமா, ஹே லக்ஷ்மணா, ஹே கௌஸல்யா தேவி! ஹே சுமித்ரா தேவி, நான் என்ன செய்வேன்? என்னுடைய நிலைமையைப் பார்த்தீர்களா? இந்த ராட்சசிகள் என்னை இப்படிக் கொடுமைப் படுத்துகிறார்களே? நான் ஏன் இன்னும் உயிரோடு இருக்கவேண்டும்? எல்லாரிடமும், இனிமையாகப் பேசுகிற, தாமரை போல கண் படைத்த, சிங்கம் போல நடை நடக்கிற என் ராமனை நான் இனி எப்போது பார்ப்பேன்? மற்றவர்களுக்கெல்லாம் கிடைக்கும் அந்த பாக்கியம் எனக்கு இனிமேல் கிடைக்காதா?

"புயல் காற்றில் சிக்கி கப்பல் கடலில் முழுகிப் போகிறமாதிரி, மகா பாவியான நான், அனாதையாய் இங்கே சாகப்போகிறேன். ஐயோ, நான் என் சொந்த விருப்பப்படி உயிரை விடக் கூட வழி இல்லாத மாதிரி இவர்கள் பிடியில் சிக்கியிருக்கிறேனே?

"சோகம் தாங்காமல் என் உயிர் தானே போயிருக்க வேண்டாமா? என் கணவர் கூட சேர்ந்து வாழ முடியாத நான் ஒரு மகா பாவி. என்ன ஒரு மோசமான மனைவி நான்? சே! வெட்கக் கேடு! நான் இன்னும் உயிரோடு இருந்து என்ன பிரயோஜனம்?

"ராவணனுடைய விருப்பத்துக்கு நான் சம்மதிக்க வேண்டுமா? சீச்சி! என் இடது காலால் கூட நான் அவனைத் தீண்டமாட்டேன். ஒரு வேளை ராமர் மனது கல் மனதாகிவிட்டதோ? பின் ஏன் பதினாலாயிரம் ராட்சசர்களை

அத்தியாயம் 55 (5.3)
சீதையை மிரட்டும் ராவணன்

ஜனஸ்தானத்தில் அனாயாசமாகக் கொன்ற ராமர், என்னைத் தேடி இன்னும் வரவில்லை?

"ஒரு வேளை, நான்கு பக்கமும் கடல் சூழ்ந்த இந்த இலங்கையில் நான் இருப்பது அவருக்குத் தெரியவே தெரியாதோ? தெரிந்திருந்தால், ராவணனை அழித்து என்னை மீட்டுக்கொண்டுப் போக அவர் வராமலா இருப்பார்?" இப்படியெல்லாம் சீதை புலம்புகிறாள். நடுவில் அவளுக்கு கொஞ்சம் நம்பிக்கையும் வருகிறது.

"எப்படியும் ராமர் நான் இங்கே இருப்பதைக் கண்டு பிடித்து வந்துவிடுவார். அவருடைய கோபத்தாலும், அம்புகளாலும் இந்த இலங்கையே தரைமட்டமாகப் போவது நிச்சயம். நான் எப்படி என் கணவரைப் பிரிந்து அழுகிறேனோ, அப்படி இந்த ராட்சசிகளெல்லாரும் ராமருடைய அம்பால் அடிபட்டு சாகிற தங்களது கணவன்மாரை நினைத்து அழுவார்கள். இது சீக்கிரம் நடக்கும். ராவணன் சாவான். என் ஆசை பலிக்கும்..." இப்படியெல்லாம் சொல்லி மனதைத் தேற்றிக் கொள்ளப் பார்த்தாள்.

ஆனால் அதுவும் அதிக நேரம் தங்கவில்லை. பழையபடி சந்தேகமும், அவநம்பிக்கையும் தான் அவளை வந்து முழுகடித்தது.

"யாராவது விஷம் இருந்தால் எனக்குக் கொடுங்களேன். நான் குடித்துவிட்டு யமராஜனுடைய உலகத்துக்குப் போய்விடுகிறேன். இல்லாவிட்டால் இந்த ராட்சசிகளில் யாராவது ஒருத்திக்கு நான் உணவாகத்தான் ஆகிவிடுவேன் போலிருக்கிறதே!" -- இப்படிப் பலவற்றையும் சொல்லிப் புலம்புகிறாள் சீதை.

-=()=-

அத்தியாயம் 56 (5.4) சீதையிடம் பேசுகிறார் ஹனுமார்

ராட்சசிகள் அப்போதும் சும்மா இல்லை. "உன்னைக் கொன்று தின்னத்தான் போறோம்" என்று தொடர்ந்து சீதையை மிரட்டினார்கள்.

அப்போது அந்த பொல்லாத ராட்சசிகள் நடுவில் திரிஜடை என்று ஒரு நல்ல ராட்சசியும் இருந்தாள்.

இத்தனை நேரம் அவள் தூங்கிக்கொண்டிருந்தாள். இப்போது விழித்து எழுந்து, சீதையை மிரட்டிக்கொண்டிருந்த மற்ற ராட்சசிகளைப் பார்த்து, "போதும். வாயை மூடுங்கள். நீங்கள் ஒரு நாளும் ஜனக மகாராஜாவின் மகளும், தசரத மகாராஜாவின் மருமகளுமான சீதையை கொன்று தின்ன முடியாது. நான் இப்போது ஒரு பயங்கரமான கனவு கண்டேன். அதை நினைத்தால் எனக்குப் புல்லரிக்கிறது!" என்றாள்.

அதைக் கேட்டதும் அந்த ராட்சசிகள் கொஞ்சம் அடங்கி, திரிஜடையிடம், "அப்படி என்னதான் நீ கனவில் கண்டே?" என்று ஆவலாய் விசாரித்தார்கள்.

"அதுவா? என் கனவில் ராமரும் லக்ஷ்மணரும் வெள்ளை ஆடை உடுத்தி, வெள்ளை நிற மாலைகளை அணிந்துகொண்டு, ஆயிரம் அன்னப்பறவைகள் இழுத்துக்கொண்டுவரும் ஒரு வெள்ளை ரதத்தில் ஆகாய மார்க்கமாக வருகிறார்கள்.

"அடுத்து அவர்கள், நான்கு தந்தம் உள்ள ஒரு பெரிய யானை மேல் ஏறிக்கொள்கிர்கள். சீதையும் வெள்ளை ஆடை அணிந்துகொண்டு, ஒரு வெள்ளை நிற மலையுச்சியில் இவர்களுக்காகக் காத்திருக்கிறாள். ராமர் அவளைத் தன் யானை மேல் ஏற்றிக்கொள்கிறார். அப்புறம் எல்லாருமாய் புஷ்பக விமானத்தில் ஏறி வட திசையில் பயணம் போகிறார்கள்.

அத்தியாயம் 56 (5.4)
சீதையிடம் பேசுகிறார் ஹனுமார்

"அதோடு மட்டுமில்ல. சிவப்பு ஆடை அணிந்து, எண்ணெயைக் குடித்துக்கொண்டு இருக்கும் ராவணன், அந்த புஷ்பக விமானத்திலிருந்து தடாலென்று கீழே புழுதியில் விழுகிறான். அவன் தலை மொட்டைத் தலையாய் இருக்கிறது. பைத்தியக் காரன் மாதிரி சிரித்துக்கொண்டும், அழுதுகொண்டும், ஆடிக்கொண்டும் இருக்கும் ராவணனை, கழுதைகள் பூட்டிய தேர் ஒன்று தென் திசையை நோக்கி இழுத்துக்கொண்டுப் போகிறது. அவன் அதிலிருந்து நரகம் மாதிரி இருக்கிற ஒரு இருட்டான சேற்றுக் குழியில் விழுந்து முழுகிப் போகிறான்.

"ராவணனுடைய பிள்ளை இந்திரஜித்தையும், தம்பி கும்பகர்ணனையும் கூடக் கனவில் பார்த்தேன். அவர்களையும் மிருகங்கள் தென் திசையை நோக்கித் தரதரவென்று இழுத்துக்கொண்டுப் போயின. அவர்களும் ஒரு சாணிக் குழியில் விழுந்து முழுகுவதாய்ப் பார்த்தேன்.

"ஆனால் தம்பி விபீஷணனோ, வெள்ளை ஆடை அணிந்துகொண்டு, வெள்ளை மாலைகள் தரித்துக்கொண்டு, வெண்கொற்றக் குடையுடன் இருப்பதைப் பார்த்தேன்.

"இந்த இலங்கை நகரமே சிதைந்து பாழடைந்து போவதாய்ப் பார்த்தேன். ராமருடைய தூதனாய் ஒரு வானரம் வந்து இலங்கையையே கொளுத்ததுவதாய் கனவில் பார்த்தேன்.

"போங்க, போங்க! ஏ ராட்சசிகளே! உங்களுக்கெல்லாம் அழிவுக் காலம் வந்துவிட்டது! பயங்கர கோபத்தோடு ராமர் வரப்போகிறார்; சீதையை நீங்கள் மிரட்டின பாவத்துகாக மற்ற ராட்சசர்களோடு சேர்த்து உங்களையெல்லாம் கொல்ல ஏற்பாடு செய்யத்தான் போகிறார். அதனால், ஒழுங்காய் மரியாதையுடன் சீதையிடம் பேசுங்கள்; என்ன புரியுதா?" என்று அதட்டினாள் திரிஜடை.

ராட்சசிகளுக்கு என்ன செய்வது என்று தெரியவில்லை. அவர்கள் கொஞ்ச நேரம் அமைதியாக இருந்தார்கள்.

சீதையின் துக்கம் என்னவோ குறைவதாய் இல்லை. அவள், தனது நீண்ட தலைமுடியையே ஒரு கயிறு போல உபயோகித்து, மரக்கிளையில் தூக்கு போட்டுக்கொண்டு உயிரை

விட்டுடலாமென்று தீர்மானித்து எழுந்து போய், ஒரு அசோக மரத்தடியில் போய் நின்றாள்.

அப்போது அவளுடைய உடம்பில் சில பாகங்கள் துடித்தன. அதெல்லாம் நல்ல சகுனம் என்று பெரியவர்கள் சொல்லுவார்கள். அது சீதைக்கும் தெரியும். அதனால், அவள் மரக்கிளையைப் பிடித்துக்கொண்டு பேசாமல் நின்றாள். அவளுக்கு உள்ளூற கொஞ்சம் நம்பிக்கை வர ஆரம்பித்தது.

இதையெல்லாம் பார்த்துக்கொண்டிருந்த ஹனுமார் யோசிக்கிறார்.

"நான் இலங்கை வந்தாயிற்று; சீதையையும் கண்டு பிடித்தாகிவிட்டது; இங்கே வந்து ராவணன் பேசியதையும், இந்த ராட்சசி தான் கண்ட கனவைப் பற்றி சொன்னதையெல்லாம் கேட்டும் விட்டேன். இனி நான் அடுத்து என்ன செய்யவேண்டும்? நான் கண்டிப்பாய் சீதையிடம் பேசி அவளுக்கு ஆறுதல் தரவேண்டும். அதை செய்யாமல் போனால், நான் வந்த வேலை அரை குறையாகத்தான் ஆகும். சீதை தன் உயிரையே விட்டுவிடுவதற்கும் வாய்ப்பு இருக்கிறது. ஆனால், எப்போது பேசுவது? எப்படிப் பேசுவது? இந்த ராட்சசிகளின் நடுவில் சீதையுடன் பேசுவதற்கு எப்படி சந்தர்ப்பம் கிடைக்கும்? இவை கொஞ்சம் தூங்கினால், நான் என்னுடைய இந்த சிறிய குரங்கு ரூபத்தில் அவளிடம் போய் சம்ஸ்கிருத பாஷையில் பேசலாம். ஆனால் அப்படிப் பேசினால் அவள் குழம்பிவிடுவாள். ராவணன்தான் அவளை ஏமாற்றுவதற்காக குரங்கு ரூபத்தில் வந்திருக்கிறான் என்று நினைத்து பயந்துவிடுவாள். அவள் மிரண்டு கூக்குறல் கொடுத்தால், போயிற்று.

"இந்த ராட்சசிகளும் மற்ற காவலாளிகளும் ஓடி வந்துவிடுவார்கள். நான் அவர்களிடமிருந்து தப்பிப்பதே பெரிய காரியம் ஆகிவிடும். பின்னர் எப்படித்தான் சீதை கூடப் பேசுவது? ஒரு வழியும் தெரியவில்லையே?" என்று பலவிதமாக ஹனுமார் யோசித்தார்.

"சரி, ஒன்று செய்யலாம். சீதைக்கு என் மேல் நம்பிக்கை வரவேண்டும். அதனால் நான் ராமரைப் போற்றிப் புகழ்ந்து, அவருடைய கதையை மெல்ல சீதை காதில் விழுகிற மாதிரி சொல்கிறேன். அதை அவள் கேட்டால் என் மீது நம்பிக்கை வரும்" என்று தீர்மானித்தார்.

அத்தியாயம் 56 (5.4)
சீதையிடம் பேசுகிறார் ஹனுமார்

ஷிம்சுபா மரத்தில் மறைந்து உட்கார்ந்து கொண்டு ஹனுமார் சொல்ல ஆரம்பித்தார்:

"இக்ஷ்வாகு குலத்தில் தசரதர் என்று ஒரு பெரிய மகா ராஜா இருந்தார். அவர் மிகவும் மேன்மையான குணமும், பராக்கிரமும் கொண்டவர். இரக்க குணம் நிறைந்தவர். அவருடைய மூத்த பிள்ளை ராமர். அந்த ராமருக்கு நிலவு போன்ற முகம். வில் வித்தையில் கை தேர்ந்தவர். சகல ஜீவராசிகள் மேலும் கருணை கொண்டவர். தன் தேச மக்களைக் காத்து எதிரிகளை அழிப்பவர்; தர்மத்தை எப்போதும் பாதுகாப்பவர். அப்பா தசரதர் கொடுத்த வாக்கைக் காப்பாற்றுவதற்காக அவர் நாட்டைத் துறந்து, தன் மனைவி சீதையோடும், தம்பி லக்ஷ்மணனோடும் காட்டில் வாழ்வதற்காக வந்தார்.

"ஜனஸ்தானத்தில் தவம் செய்யும் ரிஷிகளுக்குக் கொடுமை செய்து வாழ்ந்த கரன் தூஷணன் எனும் ராட்சச சகோதரர்களையும், அவர்களுடனிருந்த ஆயிரக் கணக்கான ராட்சசர்களையும் கொன்று அழித்தார். அப்படி அழித்ததற்காகவும், தனது சகோதரி சூர்ப்பனகையின் நாசி, காதுகளை வெட்டியதற்காகவும் அவர் மீது கோபம் கொண்ட ராட்சச மன்னன் ராவணன், ஒரு மாய மானை அனுப்பி ராமரை திசை திருப்பி, தனியாக இருந்த சீதையைக் கவர்ந்துகொண்டு வந்துவிட்டான்.

"சீதையைத் தேடி காட்டில் அலைந்த ராமர், வானர மன்னர் சுக்ரீவனை சந்தித்தார். அவனை நண்பனாய் ஏற்றுக்கொண்ட ராமர், சுக்ரீவனனுடைய அண்ணன் வாலியைக் கொன்று, வானர ராஜ்ஜியத்தை சுக்ரீவனுக்குத் தந்தார்.

"சுக்ரீவனுடைய கட்டளைப் படி, ஆயிரக் கணக்கான வானரர்கள் எல்லாத் திசைகளிலும் போய் சீதையைத் தேட ஆரம்பித்தார்கள்.

"சம்பாதி என்கிற கழுகு சொன்ன தகவலை வைத்துக்கொண்டு, வானரனாகிய நான் நூறு யோஜனை தூரம் கடலைத் தாண்டி, சீதையைத் தேடி வந்தேன்.

"ராமர் சொன்ன அடையாளங்களின் படி, அதே மாதிரி தோற்றமும், நிறமும், வடிவமும் கொண்ட பெண்ணை நான் இங்கே பார்த்துவிட்டேன்." என்று முடித்தார் ஹனுமார்.

இதெல்லாம் சீதையின் காதில் விழுந்துவிட்டது. அவள் ஆவலுடன் ஹனுமாருடைய குரல் வந்த ஷிம்சுபா மரத்தை உற்றுப் பார்த்தாள். ராமரைப் பற்றிக் கேட்டதுமே அவள் முகத்தில் சந்தோஷம் பரவிவிட்டது. மரத்தின் மேலும், கீழயும், பக்கவாட்டிலும் உற்று உற்றுக் கவனித்துப் பார்த்தபோது சீதையின் கண்களில் ஹனுமார் பட்டுவிட்டார். பார்த்ததும் சீதை திடுக்கிட்டுப் போனாள்; "அடடா! பார்க்க வானரனாகவல்லவா இருக்கிறது? பயமாய் இருக்கிறதே?" என்று நினைத்துக் குழம்பினாள்.

அவளுக்கு ஒரு கணம் மயக்கமே வந்துவிட்டது. கொஞ்ச நேரத்தில் கண் விழித்து, பழையபடி ஹனுமாரைப் பார்க்கிறாள்.

"இன்று நான் கொஞ்சம் கண் அசந்தபோது வந்த கனவில், ஒரு குரங்கு வந்தது. கனவில் குரங்கு வந்தால் அது மோசமான சகுனமாச்சே; பகவானே, ராம லக்ஷ்மணர்கள் பத்திரமாய் இருக்கணுமே என்று நினைத்துக் கொண்டேன். ஆனால் இப்போது நான் காண்பது கனவு இல்லையே? நான் எங்கே நிம்மதியாய்த் தூங்கினேன்? மனசெல்லாம் சதா ராமர்தான் இருக்கிறார். ராமரையே இப்படி நினைத்துக் கொண்டிருப்பதால், எனக்கு இந்த மாதிரி கற்பனையில் எல்லாம் தோன்றுகிறதோ?

பகவானே! பிரம்மதேவரே, தேவேந்திரா! இப்போது இந்தக் குரங்கு சொல்லி நான் கேட்டதெல்லாம் நிஜமாக இருக்கணுமே!" என்று பிரார்த்திக்கிறாள் சீதை.

ஹனுமார் இப்போது மரத்திலிருந்து கீழே இறங்கி, தன் இரண்டு கைகளையும் தலை மேல் தூக்கி சீதையைக் கும்பிட்டபடியே, மிகுந்த பவ்யமாய், "தேவி, நீங்கள் யாரென்று நான் தெரிந்துகொள்ளலாமா? உங்களிடம் தெய்வாம்சம் இருக்கிறது; ஆனாலும் நீங்கள் துக்கத்தில் அழுதுகொண்டிருப்பதைப் பார்த்தால், நீங்கள் ராஜ குலத்தைச் சேர்ந்த ஒரு மானுடப் பெண் தான் என்று தெரிகிறது. நீங்கள்தான் சீதை இல்லையா? தயவு செய்து சொல்லுங்கள்" என்று சொன்னார்.

சீதை, ஹனுமாரப் பார்த்து, "ஆமாம், நான் தான் சீதை. தசரதருடைய மருமகள். அயோத்தியில் ராமருடன் பன்னிரண்டு வருடங்கள் மகிழ்ச்சியாய் வாழ்ந்தேன். பதிமூன்றாவது வருடம்,

அத்தியாயம் 56 (5.4)
சீதையிடம் பேசுகிறார் ஹனுமார்

ராமருக்கு பட்டாபிஷேகம் நடத்த ஏற்பாடு நடந்தது; அப்போது என்ன ஆயிற்று என்றால்...." என்று சீதை தான் ராவணனால் கடத்தப்பட்டு இலங்கைக்கு வந்து சேர்ந்த கதையை ஹனுமாரிடம் சுருக்கமாகச் சொன்னாள்.

"பொல்லாத ராவணன், எனக்கு இன்னும் இரண்டு மாதம் தான் கால அவகாசம் தந்திருக்கிறான். அதற்கு பிறகு என் உயிர் என் உடம்பில் இருக்காது" என்றும் சொன்னாள் சீதை.

"தாயே, கவலைப் படாதீர்கள். ராமர் உங்களுடைய நலத்தை விசாரிக்கச் சொன்னார். லக்ஷ்மணர் தனது பணிவான வணக்கத்தை உங்களுக்கு தெரிவிக்கச் சொன்னார்." என்று சொன்ன ஹனுமார், சீதை தயக்கமில்லாமல் தன்னிடம் பேசியதைக் கவனித்ததால், சீதையிடம் கொஞ்சம் நெருங்கி வரலாமென்று அடியெடுத்து முன்னால் வந்தார். ஆனால் உடனே சீதைக்கு பயம் பிடித்துக்கொண்டது. "ஐயோ, இவன் ஒரு வேளை மாறு வேஷத்தில் வந்த ராவணனாயிருந்தால்? இவனிடம் நான் இவ்வளவும் பேசியதே தப்பு" என்று நினைத்து, சோர்ந்து போய் அப்படியே அந்த அசோக மரத்தடியிலேயே உட்கார்ந்து விட்டாள்.

ஹனுமார் பணிவோடு திரும்பத் திரும்ப சீதையைக் கும்பிடுகிறார். ஆனால் சீதையோ, பயத்தினால் ஹனுமார் பக்கமே திரும்பவில்லை.

ஆனாலும் அவள் பேசினாள், "நீ மட்டும் மாறு வேஷத்தில் வந்திருக்கிற ராவணனாய் இருந்தால், இப்படியெல்லாம் நயமாகப் பேசி, என் துக்கத்தைத்தான் கிளறி விடுகிறாய். அதனால் ஒரு பிரயோஜனமும் இல்லை. இல்லை, நீ ராவணன் இல்லை, உண்மையில் ராமருடைய தூதன் தான் என்றால், உனக்கு என்னுடைய ஆசிகள். வானரர்களில் மேன்மையானவனே, ராமரைப் பற்றிய பழைய நிகழ்ச்சிகளைக் கேட்பதே எனக்கு ஆனந்தமாக இருக்கிறது. நீ இன்னும் ஏதாவது சொல்லேன்" என்றாள்.

"தாயே! ராமர் சூரியனைப் போல தேஜஸ் கொண்டவர். சந்திரனைப் போல எல்லாருக்கும் பிரியமானவர். விஷ்ணுவைப் போல சகல லோகங்களுக்கும் அவர் தான் தலைவர். அவர் சத்தியத்தை மட்டுமே பேசுகிறவர். இனிமையான குரல் கொண்டவர்; மன்மதனைப் போல அழகான தோற்றம்

உள்ளவர். ராஜ கம்பீரம் கொண்டவர். சரியான சமயத்தில் மட்டும் தான் அவருக்கு கோபம் வரும். மாய மானைக் கொண்டு ராமரை உங்களிடமிருந்து பிரித்து, அந்த ராவணன் உங்களைத் தூக்கிக்கொண்டு வந்தான். அதற்கான தண்டனையை ராமர் அவனுக்கு கொடுக்காமல் விடமாட்டார்.

"ராமர் விட்ட அம்பு மாதிரி நான் உங்களைத் தேடி வந்திருக்கிறேன். உங்களைப் பிரிந்த வேதனையில் ராமரும் தவித்துக்கொண்டுத்தான் இருக்கிறார். என் மன்னர் சுக்ரீவனும் உங்களுடைய நலத்தை விசாரிப்பதாய் சொல்லச் சொன்னார். கூடிய சீக்கிறம் நீங்கள் ராம லக்ஷ்மணர்கள், சுக்ரீவனுடைய ஆயிரக்கணக்கான வானர படை சூழ இங்கே வருவதைப் பார்க்கதான் போகிறீர்கள்.

"நான் சுக்ரீவனுடைய மந்திரி. என் பெயர் ஹனுமான். கடலைத் தாண்டி நான் இந்த இலங்கைக்கு வந்திருக்கிறேன். என்னை ராவணன் என்று கற்பனை செய்து வீணாகக் கலங்காதீர்கள். எந்த சந்தேகமும் வேண்டாம். என்னை நீங்கள் முழுவதுமாய் நம்பலாம்."

ஹனுமாருடைய இந்த வார்த்தைகளைக் கேட்டதும் பழையபடி சீதைக்கு நம்பிக்கை வந்தது.

"நீ ராமரைப் பற்றியும் லக்ஷ்மணன் பற்றியும் இன்னும் சொல்லுவாயா? அவரை எப்போது முதலில் சந்தித்தாய்? ராமருடைய தோற்றம் எப்படி இருக்கும்?? கொஞ்சம் சொல்லேன், கேட்கிறேன்" என்றாள் சீதை.

"தாயே, ராமருக்கு அகலமான மார்பு. நீளமான கைகள். கழுத்து எலும்பு துறுத்திக்கொண்டு இருக்காமல் அழகாக மறைந்திருககும். கண் தாமரை இதழ் மாதிரி இருக்கும். லேசாய்ச் சிவந்திருக்கும். சங்கு மாதிரி கழுத்து இருக்கும். தோல் பளபளவென்று ஜொலிக்கும். அவருடைய அங்கங்கள் எல்லாமே சரியான அளவோடு இருக்கும். அவருடைய நிறம் கரும்பழுப்பாய் இருக்கும்..."என்று இன்னும் பலவற்றையும் சொல்லி ராமருடைய தோற்றத்தை விவரிக்கிறார். அதோடு ராமருடைய உயர்ந்த குணங்களைப் பற்றி பழையபடியும் எடுத்துச் சொல்கிறார்.

அப்புறம், தான் முதன் முதலில் ராமரை சந்தித்ததில் ஆரம்பித்து, தான் இலங்கைக்கு வந்து சேர்ந்தது எப்படி என்பது

அத்தியாயம் 56 (5.4)

சீதையிடம் பேசுகிறார் ஹனுமார்

வரை ஹனுமார் நடந்த எல்லா சம்பவங்களையும் விவரமாய் விளக்கி, "தாயே, நீங்கள் கவலையே படாதீர்கள். ராவணன் வைத்த இரண்டு மாதக் கெடுவுக்குள் ராமர் நிச்சயமாய் இங்கே வந்து சேர்ந்து, ராவணனை அழித்து, உங்களை மீட்டுக்கொண்டு போவார்" என்று நம்பிக்கை தந்து அழகாகப் பேசினார்.

இதையெல்லாம் கேட்கக் கேட்க சீதையின் ஆனந்தம் தாளவில்லை. அவள் கண்ணிலிருந்து ஆனந்தக் கண்ணீர் வழிகிறது. ஆனாலும் ஹனுமார் இப்போது இருக்கிற தோற்றத்தை வைத்துக்கொண்டு, சீதை அவரை ஒரு சாதாரண வானரமாகத்தான் நினைத்தாள்.

அது புரிந்ததாலோ என்னவோ, ஹனுமார் சீதையிடம் சொன்னார், "தாயே, நான் கிளம்பும் நேரம் வந்தாயிற்று. நான் உங்களுக்காக ஏதாவது செய்ய வேண்டுமானால், தயங்காமல் சொல்லுங்கள். நான் வாயுதேவனுடைய புத்திரன். வாயு தேவனுக்கு சமமான சக்தி கொண்டவன்.

"அதோடு மட்டுமல்ல. பாருங்கள்; ராமர் தன் கையாலேயே என்னிடம் கொடுத்துவிட்ட அவருடைய பேர் தாங்கிய மோதிரத்தை அவர் அடையாளமாக் கொண்டு வந்திருக்கிறேன். இது உங்களுக்கு நம்பிக்கையைத் தரும் இல்லையா? இனிமேல் நீங்கள் துக்கப் படத் தேவையே இல்லை" என்றார்.

மோதிரத்தைப் பார்த்ததும் சீதைக்கு எவ்வளவு சந்தோஷமும் நம்பிக்கையும் வந்திருக்குமென்று நீங்களே கற்பனை செய்து பார்க்கமுடியும், இல்லையா, குழந்தைகளே?

-=()=-

அத்தியாயம் 57 (5.5)
சீதைக்கு ஆறுதல் தருகிறார் ஹனுமார்

ராமருடைய முத்திரை மோதிரத்தைக் கையில் வாங்கிப் பார்த்ததும் சீதைக்கு மட்டில்லா மகிழ்ச்சியாகிவிட்டது. அவள், ஹனுமானை மிகவும் பாராட்டிப் பேசுகிறாள்:

"ஏ ஹனுமான், நீ ஒரு சாதாரணமான வானரமே இல்லை. நீ மிகவும் பராக்ரம சாலி, தைரியசாலி, புத்திசாலி. இந்த ராட்சசர்களிடமும், ராவணனிடமும் உனக்குப் பயமே இல்லையே! ஏதோ ஒரு சிறியப் பள்ளத்தைத் தாண்டிக் குதிப்பது மாதிரியல்லவா நீ நூறு யோஜனை தூரம் கடலைத் தாண்டிக் குதித்து இங்கே வந்திருக்கிறாய்! ராமருக்கு உன்னுடைய பராக்கிரமம் தெரியாமலா உன்னை குறிப்பாகத் தனது தூதனாய்த் தேர்ந்தெடுத்து இங்கே அனுப்பித்திருக்கிறார்?"

இப்படியெல்லாம் பாராட்டிய சீதை, தொடர்ந்து, "அது சரி, ஏன் இன்னும் ராமர் என்னைத் தேடி வரவில்லை? அவர் என்னைப் பிரிந்த துக்கத்தில் தளர்ந்து போயிருக்கிறாரா? இல்லை, குழம்பிப் போயிருக்கிறாரா? இந்தப் பொல்லாத ராட்சசன் ராவணனை அழித்து, என்னைக் காப்பாற்ற அவர் மனித முயற்சியை செய்யாமல், என்னைக் கடவுள்தான் காப்பாற்றவேண்டுமென்று விட்டுவிட்டாரா என்ன? " என்று கொஞ்ச நேரம் தன் வேதனையினால் புலம்பினாள்.

அப்புறம் கொஞ்சம் மனது தேறி, "இல்லை, இல்லை. அவர் கண்டிப்பாய் வந்து என்னைக் காப்பாற்றுவார். அவசியமானால் பரதன் கூடத் தனது பெரும் போர்ப் படையை அனுப்புவான். உன்னுடைய ராஜாவான சுக்ரீவன் கூடத் தனது பெரும் வாரப்படையை அனுப்புவான்;

இல்லையா?" என்றாள் சீதை. அப்புறம் ஒன்றும் பேசாமல் மௌனமாகிவிட்டாள்.

உடனே ஹனுமார் சீதை கேட்டதெற்கெல்லாம் பதில் சொன்னார்:

"தாயே, இப்போது நான் தேடி வந்து உங்களை இங்கே பார்த்த பிறகுதானே, நீங்கள் இங்கே இருக்கிறீர்கள் என்பதே தெரிய வந்தது? நான் திரும்பிப்போய் ராமரிடம் தகவல் சொன்ன பிறகுதானே அவர், சுக்ரீவனுடைய வானர சேனையைத் திரட்டிக்கொண்டு இங்கே படையெடுத்து வரமுடியும்? அதனால் நீங்கள் கவலையே படாதீர்கள். கூடிய சீக்கிரம் இங்கே ராம லக்ஷ்மணர்கள் வருவார்கள். நீங்கள் பழையபடி ராமரைப் பார்ப்பீர்கள். கூடிய விரைவில் ராமர் ராவணனையும், ராட்சசர்களையும் இந்த இலங்கையையும் அழித்து உங்களைக் கூட்டிக்கொண்டு போவார்.

தாயே! உங்களைப் பிரிந்து ராமர் மட்டும் என்ன நிம்மதியாகவா இருக்கிறார்? அவருக்கு எப்போதும் சதா உங்கள் நினைப்புதான். அவர் சரியாகவே சாப்பிடுவது கிடையாது; காட்டில் கிடைக்கிற பழம், கிழங்கு முதலானவைகளை மட்டும் தான் சாப்பிடுகிறார்; மாமிசத்தைத் தொடுவது கூடக் கிடையாது. சதா மனது உங்கள் நினைப்பிலேயே இருப்பதால், தன்னைக் கடிக்கும் ஈ, கொசுக்களைக் கூட விரட்டுவது கிடையாது; அவர் ஒழுங்காகத் தூங்கி நான் பார்க்கவே இல்லை! அப்படியே கொஞ்சம் கண் அசந்தாலும், தூக்கத்தில் கூட வாய், "சீதே, சீதே" என்று தான் புலம்புகிறது. ஒரு பூவையோ, இல்லை அழகான ஒரு பொருளையோ பார்த்தால் கூட, அவருக்கு உங்கள் நினைப்பு வந்து, "சீதா, சீதா" என்று சொல்லிப் பெருமூச்சு விடுகிறார்."

இப்படியெல்லாம் ஹனுமார் சொன்னதும் சீதைக்கு ராமருடைய வேதனையை நினைத்து இன்னமும் துக்கம் தான் வந்தது. "ஹனுமான், என் மீது இருக்கிற அன்பால் ராமர் படுகிற வேதனையைக் கேட்கும்போது, அம்ருதத்தையும் விஷத்தையும் சேர்த்துக் குடித்தமாதிரி எனக்கு இருக்கிறது. ராமரைப் பிரிந்து பத்து மாத காலம் ஆகிவிட்டது. ராவணன் எனக்கு இன்னும் இரண்டு மாதம் தான் கெடு கொடுத்திருக்கிறான். அதற்குள் ராமர் இங்கு வந்து சேரணுமே?" என்று சொல்லி அழுதாள்.

"தாயே! கண்டிப்பாய் ராமர் அதற்குள்ளே இங்கே வானர சேனையுடன் வந்து உங்களை மீட்பார். ஒரு வேளை அவ்வளவு நாள் உங்களால் வேதனையைத் தாங்கிக்கொண்டு இருக்க முடியாதென்றால், ஒன்று செய்யலாம். நானே உங்களை இங்கேயிருந்து என் முதுகில் தூக்கிக் கொண்டு போய் ராமரிடம் சேர்த்துவிடுகிறேன். என்னால் முடியுமா என்று நினைக்காதீர்கள். நான் நினைத்தேன் என்றால் ராவணனையும், இந்த இலங்கை நகரையுமே கூட தூக்கிக்கொண்டு ஆகாயத்தில் பறந்து போக முடியும். அத்தனை சக்தி எனக்கு உண்டு. உடனே என் முதுகில் ஏறிக்கொள்ளுங்கள். எப்படி நான் இங்கே கடலைத் தாண்டி பறந்து வந்து சேர்ந்தேனோ, அதே மாதிரி உங்களையும் கூட்டிக்கொண்டுத் திரும்பிப்போவேன். ஒரு பயலாலும் என்னைத் தடுக்க முடியாது" என்றார் ஹனுமார்.

அதைக் கேட்டதும் சீதைக்கு சிரிப்பு வந்துவிட்டது. "ஹனுமான், இப்போதுதான் நீ உன்னுடைய இயற்கையான குரங்கு புத்தியுடன் பேசுகிறாய் என்று தோன்றுகிறது! பார்க்க இத்தனை சிறியதாய் இருக்கும் நீ, எப்படி என்னை முதுகில் சுமந்து கொண்டுப் போவாயாம்?"

கேட்டதும் ஹனுமார், "சே, என்னை இப்படி அவமானப் படுத்துகிறமாதிரி சீதை பேசிவிட்டாளே? நான் உண்மையில் யார், என் சக்தி என்ன என்று இப்போது காட்டியே ஆகவேண்டும்" என்று தீர்மானித்தார்.

உடனே மரக்கிளைலிருந்து கீழே குதித்தார். கடகடவென்று தனது உடம்பை பெரிதாக்கிக்கொண்டே போனார். மலை மாதிரி வளர்ந்து கம்பீரமா நின்றுகொண்டு ஹனுமார சொன்னார், "தாயே, இப்போது தெரிகிறதா? நான் நினைத்தால் இலங்கையையே கூடத் தூக்கிக்கொண்டுப் போய்விடலாம் என்று? சரி, கிளம்புங்கள், நாம் ராமரிடம் போகலாம்!" என்றார் ஹனுமார்.

ஹனுமாருடைய பிரமாண்டமான தோற்றத்தைப் பார்த்து வியந்து போனாள் சீதை. "ஹனுமான்! நீ சாமானியப்பட்டவனில்லை! உன்னால் எப்படி கடலைத் தாண்டி வந்து சேர முடிந்தது என்று இப்போதுதான் புரிந்தது. போகட்டும். நான் உன் முதுகில் ஏறிக்கொண்டு உன் கூட வருவதெல்லாம் சரிப்படாது. என கணவர் ராமர் வந்து

என்னைக் கூட்டிக்கொண்டு போவதுதான் சரியான காரியமாய் இருக்கும். அதுதான் அவருக்கும் பெருமை. அதோடு மட்டுமில்ல, ஹனுமான். நீ என்னைத் தூக்கிக்கொண்டு வாயு வேகத்தில் ஆகாயமாகப் போகும் போது, நான் பயத்தில் கைப் பிடி நழுவி கடலில் விழுந்தாலும் விழுந்துவிடுவேன்.

"நீ என்னைத் தூக்கிக்கொண்டுப் போனால், இந்த ராட்சசர்கள் சும்மா விடமாட்டார்கள். உன்னைக் கொல்வதற்காக அவர்களும் பாய்ந்து பின்னாலேயே துரத்திக்கொண்டு வருவார்கள். அது உனக்கும் எனக்கும் ஆபத்தில்தான் போய் முடியும். அதோடு, என்னால் வேறு எந்த ஒரு ஆணையும் தொட முடியாது. அதனால் உன்னுடைய முதுகில் ஏறி வருதை என்னால் நினைத்துக்கூடப் பார்க்க முடியாது. படுபாவி ராட்சசன் என்னை வலுக்கட்டாயமாகப் பிடித்துத் தூக்கி வந்ததால்தான் நான் அவன் பிடியில் சிக்கி வரும்படி ஆகிவிட்டது. எனக்குத் தப்பிக்க வேறு வழியே இல்லை. ராவணன் செய்த அந்தப் பாவத்திற்காக ராமர் அவன் கதையை முடித்தால்தான் சரியாக இருக்கும்.

"அதனால், ராமரே வந்து என்னை மீட்டுக்கொண்டுப் போவதுதான் சரி. நீ உடனே திரும்பிப்போய், என்னைப் பற்றிய சேதியை ராமருக்குத் தெரிவித்தால் போதும்" அப்படி என்றாள் சீதை.

அதைக் கேட்டதும் ஹனுமார் சந்தோஷத்தோடு, "சீதா தேவி, பதிவிரதையான ஒரு நல்ல பெண்மணி என்ன சொல்வாளோ, அதைதான் நீங்கள் சொன்னீர்கள். உங்கள் மீது எனக்கு இருக்கும் பிரியத்தாலும், பக்தியாலும்தான் நான் உங்கள் கஷ்டத்தை சீக்கிரம் போக்கிவிடவேண்டுமென்னும் ஆசையால் என் முதுகில் வைத்துத் தூக்கிக் கொண்டுப் போகிறேன் என்று சொன்னேனே தவிர வேறு எண்ணம் ஏதுமில்லை. அதனால், நான் திரும்பிப்போய், நடந்ததையெல்லாம் ராமரிடம் விரிவாய்ச் சொல்லுவேன். நான் உங்களை வந்து சந்தித்ததற்கு ஒரு அடையாளமாக நீங்கள் ஏதாவது சொன்னாலோ, தந்தாலோ நான் ராமரிடம் அதைக் கொண்டுபோய் சேர்ப்பேன்" என்று சொன்னார்.

அதற்கு சீதை, "எங்கள் இரண்டு பேருக்கும் நடந்த ஒரு சம்பவத்தைப் பற்றி நான் உன்னிடம் சொல்கிறேன். நீ அதை ராமரிடம் சொன்னால், நீ என்னை சந்தித்ததுக்கு நிரூபணமாய்

அது இருக்கும்" என்று சீதை சொல்லிவிட்டுத் தொடர்ந்து பேசினாள்; அவள், ராமரிடம் தான் நேரே பேசுகிற மாதிரியே பேசினாள்:

"ராமா, சித்ரகூட மலையில் நாம் வசித்தப்போது, ஒரு நாள் நானும் நீங்களும், பூவனங்கள் வழியாகத் தனியாக நடந்து சுற்றிக் கொண்டிருந்தோம். பூக்கள் மணம் பரப்பும் அழகான இடம் அது. உங்களது ஆடையெல்லாம் அப்போது ஈரத்தில் நனைந்திருந்தன. இரண்டு பேரும் ஒரு பாறையில் உட்கார்ந்து ஓய்வெடுத்துக் கொண்டிருந்தோம். அப்போது ஒரு காக்கை வந்து என் மேல் கொத்த ஆரம்பித்தது. நான் கொஞ்சம் மண்ணை எடுத்து அதன் மேல் வீசி அதை விரட்டப் பார்த்தேன். ஆனால் அது அங்கேயே ஒளிந்துகொண்டிருந்து, திரும்பத் திரும்ப வந்து என்னைக் கொத்தியது.

"எனக்குக் கோபம் கோபமாய் வந்தது. ஒரே சோர்வாயும் இருந்தது. நான் உங்களிடம் நெருங்கி வந்து உங்கள் மடியில் படுத்துத் தூங்க ஆரம்பித்தேன். நீங்களும் கொஞ்சம் கண் அயர்ந்தபோது, அந்த பொல்லாத காக்கை திரும்பி வந்து என் நெஞ்சின் நடுவில் அலகால் கொத்த, எனக்கு ரத்தம் வர ஆரம்பித்தது. அது உங்கள் மேல் சொட்ட, நீங்கள் விழித்துவிட்டீர்கள். எனக்கு ரத்தம் வருவதைப் பார்த்ததும், நீங்கள் பயங்கர கோபத்தோடு, "உன்னைக் காயப்படுத்தியது யார்?" என்று கேட்டீர்கள். சுற்றும் முற்றும் பார்த்தீர்கள். கொஞ்சம் தள்ளி, அந்தக் காக்கை, தன் அலகில் ரத்தக் கறையோடு இருப்பதைப் பார்த்துவிட்டீர்கள்.

"உடனே ஒரு குசப்புல்லை எடுத்து, பிரம்மாஸ்திர மந்திரத்தை சொல்லி, அதைக் கோபத்தோடு அந்தக் காகத்தின மேல் வீசினீர்கள். அந்தப் புல் பற்றி எரிந்துகொண்டே அந்தக் காகத்தின் மேல் பாய்ந்தது.

'காகம் பயத்தில் எழுந்து பறக்க ஆரம்பித்தது. அந்த குசப்புல் காகத்தைத் துரத்த ஆரம்பித்தது. அந்தக் காகம் எவ்வளவு வேகமாகப் பறந்தாலும் அந்தப் புல்லும் விடாமல் துரத்தியது. காகம் இந்த பூமியையே ஒரு சுற்று சுற்றிப் பறந்தது; ஆனாலும் ப்ரம்மாஸ்திரம் மந்திரம் தாங்கிய அந்தப் புல்லும் பின்னாலேயே துரத்திக்கொண்டு வந்தது. மூன்று லோகத்துக்கும் பறந்து போயும், இந்திரனிடம் அடைக்கலம் கேட்டும் ஒன்றுமே நடக்கவில்லை. வேறு வழியில்லாமல் அந்தக்

அத்தியாயம் 57 (5.5)
சீதைக்கு ஆறுதல் தருகிறார் ஹனுமார்

காகம் திரும்ப உங்களிடமே பறந்து வந்து உங்கள் காலடியில் விழுந்து அடைக்கலம் தேடியது.

"உங்களிடமே சரணடைந்து விட்டதால், நீங்கள் அதைக் கொல்லவில்லை. ஆனால் அந்தக் காக்கையிடம் சொன்னீர்கள், "நான் அனுப்பியது ப்ரம்மாஸ்திரம். அது இலக்கை தாக்காமல் விடாது. நீ சொல்லு, இப்போது அது உன்னை எங்கே தாக்கவேண்டும் என்று" என்று. அதற்குக் காகம், "இது என் வலது கண்ணைத் தாக்கட்டும்; பரவால்லை; ஆனால் நான் உயிர் பிழைத்தால் அதுவே போதும்" என்று சொல்லிற்று. அப்படியே அந்தக் குசப்புல் காகத்தின் வலது கண்ணைத் தாக்கி அந்தக் கண்ணை மட்டும் குருடாக்கிவிட்டது.

"அந்தக் காகம், உங்களுக்கு நமஸ்காரம் செய்துவிட்டு அங்கேயிருந்து போய் விட்டது. ஹே ராமா! எனக்காக பிரம்மாஸ்திரத்தையே ஒரு காகம் மேல் ஏவிவிடுவதற்கு தயாராய் இருந்த நீங்கள், என்னையே கடத்திக்கொண்டு வந்த ராவணனை மன்னிக்கலாமா? ஆற்றலில் இந்திரனுக்கு சமானமான நீங்கள், மூன்று உலகங்களையும் ஜெயிக்கக் கூடிய நீங்கள், ஏன் இன்னும் என்னைக் காப்பாற்ற வரவில்லை?" என்று சொல்லி அழுதாள் சீதை.

ஹனுமார் பழையபடியும் சீதையை சமாதானப் படுத்துகிறார். சீதை தனது தலையில் இருந்த சூடாமணி என்கிற ஒரு ஆபரணத்தை கழற்றி அதை ஹனுமாரிடம் தந்து, ராமரிடம் தன்னை சந்தித்ததன் அடையாளமாகத் தரச்சொல்கிறாள். ஹனுமார் மிகுந்த பக்தியோடும் மரியாதையோடும் அதை தன் கையில் வாங்கிக்கொண்டு, சீதையை ஒரு தடவை வலம் வந்து வணங்குகிறார்.

"ஹனுமான், ராமரையும், லக்ஷ்மணரையும், சுக்ரீவனையும், மற்ற மந்திரிகளையும் வானரர்களையும் நான் மிகவும் விசாரித்ததாய்ச் சொல்லு. நீ புத்திசாலி. அடுத்து என்ன செய்யவேண்டும், என்ன சொல்லவேண்டுமென்று உனக்குத் தெரியும். என் நிலைமை பற்றி ராமரிடம் எப்படி எடுத்து சொல்லணுமோ அப்படிச் சொல்லி, என்னை கூடிய சீக்கிரம் வந்து கூட்டிக்கொண்டு போக ஏற்பாடு செய்."

ஹனுமார், "அப்படியே நடக்கும் தாயே" என்று சொல்லிவிட்டு, சீதையின் மனப்பூர்வமான ஆசிகளையும் பெற்றுக்கொண்டு அங்கேயிருந்து புறப்படுகிறார்.

கொஞ்ச தூரம் போனதும் ஹனுமார் யோசிக்கிறார்;

"நான் இலங்கைக்கு வந்தாயிற்று; சீதையை சந்திக்கிற காரியத்தையும் செய்து முடித்துவிட்டேன். இனி கிளம்புவதற்கு முன்னால், இந்த பொல்லாத ராட்சசர்களுக்கு புத்தி புகட்டுகிற மாதிரி ஏதாவது செய்துவிட்டுப் போகவேண்டும். இந்த முரட்டு ராட்சசர்களிடம் சாமம், தானம், பேதம் எல்லாம் வேலைக்காகாது. 'தண்டம்' தான் சரிப்படும். அவர்களுக்கு கொஞ்சம் தண்டனை கொடுத்துவிட்டுதான் போவோமே!

"நாளைக்கே ராமர் சுக்ரீவனுடைய வானரப் படையைத் திரட்டிக்கொண்டு வந்து ராட்சசர்களோடு போர் செய்தால், யார் கை ஓங்கியிருக்கப் போகிறது என்று இவர்களுக்கு கொஞ்சம் பயம் காட்டிவிட்டுப் போனால்தானே நாம் வந்த காரியம் முழுவதுமாய் முடிந்த மாதிரி இருக்கும்!

"என் பலம் என்ன என்று இந்த ராட்சசர்களுக்குக் காட்ட வேண்டாமா? ராவணன் என்னுடைய பெருமையைப் பற்றித் தெரிந்துகொள்ள வேண்டாமா? நானும் ராவணனையும் அவன் மந்திரிமார்களையும் நேரே சந்தித்துவிட்டுப் போக வேண்டாமா? இந்த ராட்சசர்கள் எந்த மாதிரி உத்தியெல்லாம் வைத்துக்கொண்டு போர் செய்வார்கள் என்று தெரிந்துகொண்டு போவதும் நமக்கு நல்லது தானே?

"என்ன செய்யலாம்? எங்கே ஆரம்பிக்கலாம்? சரி. இந்த அழகான அசோகவனத்திலேயே நம் கைவரிசையைக் காட்ட ஆரம்பிக்கலாமே? நான் என் சக்தி என்ன என்று இங்கே கொஞ்சம் காட்டித் தந்தால், ராவணன் சும்மா இருக்கமாட்டான்; ராட்சசர்களையும், தனது குதிரை, யானைப் படைகளையும் என்னைப் பிடிக்க அனுப்புவான். நிச்சயமாய் ஒரு போர் உண்டாகும். அதுதான் நமக்கு வேண்டியது!" என்று நினைத்துக்கொண்டு ஹனுமார் உற்சாகமாகத் தன் தொடைகளைத் தட்டிக்கொண்டார்.

அவ்வளவுதான்! குழந்தைகளே! இதோ ஆரம்பிக்கிறது பாருங்கள், ஹனுமாருடைய ஆட்டம்!

-=()=-

அத்தியாயம் 57 (5.5)
சீதைக்கு ஆறுதல் தருகிறார் ஹனுமார்

அத்தியாயம் 58 (5.6) ராவணன் சபையில் ஹனுமார்

ஹனுமார், இலங்கையில் தனது ஆட்டத்தை ஆரம்பித்துவிட்டார்!

அழகான அந்த அசோகவனத்தை, மொத்தமாக துவம்சம் செய்யும் வேலையில்தான் முதலில் இறங்கினார். பெரிய பெரிய மரங்களையெல்லாம் வேரோடு பிடுங்கிப் போட்டார். அழகான பூச்செடிகளையும் கொடிகளையும் பிய்த்துப் போட்டார். அங்கே உருவாக்கியிருந்த அழகான சிறியக் குன்றுகளையெல்லாம் உடைத்துத் தூள் தூளாக்கினார். அங்கிருந்த குளங்களின் கரைகளையெல்லாம் உடைத்து, தண்ணீரையெல்லாம் வற்ற வைத்தார்.

அங்கே மரங்களில் குடியிருந்த பறவைகளெல்லாம் கத்தி அலறிக்கொண்டு அங்கேயும் இங்கேயுமாகப் பறக்கின்றன. வனத்தில் குடியிருந்த மான் போன்ற மிருகங்கள் பயத்தில் ஓடின.

பாதித் தூக்கத்திலும், பாதி மயக்கத்திலும் இருந்த ராட்சசிகள் எழுந்து வெளியே ஓடிவந்து என்ன நடக்கிறது என்று குழம்பிப்போய் அங்கேயும் இங்கேயும் பார்க்கிறார்கள். அவர்களைப் பார்த்ததும் ஹனுமார் தனது உருவத்தை இன்னும் பிரம்மாண்டமாய் ஆக்கி அவர்களைப் பயமுறுத்துகிறார்!

ஒரு தடித்த பெரிய ராட்சசி சீதையிடம் திரும்ப ஓடி வந்து, "ஏ சீதே! நீ கொஞ்சம் முன்னால் அந்தக் குரங்கோடு ஏதோ பேசிக்கொண்டிருந்ததை கவனித்தோம். யார் அந்தக் குரங்கு? அது ஏன் இப்படி இந்த வனத்தை அழிக்கிறது? யார் அனுப்பி அது வந்திருக்கிறது? அது உன்னிடம் என்ன சொல்லியது? நீ பயப்படாமல் சொல்லு; உன்னை ஒன்றும் செய்யமாட்டோம்" என்று கேட்டாள்.

அத்தியாயம் 58 (5.6)
ராவணன் சபையில் ஹனுமார்

அதற்கு சீதை மிகுந்த சாமர்த்தியமாய், "எனக்கென்ன தெரியும்? பார்த்தீர்கள் அல்லவா, அது எத்தனை பெரிதாய் உருவம் எடுத்துக்கொண்டு ஆர்ப்பாட்டம் செய்கிறதென்று? ராட்சசர்கள்தானே இப்படி உருவத்தையெல்லாம் மாற்றிக்கொண்டு அலம்பல் செய்வார்கள்? பாம்பின் கால் பாம்பறியும். ராட்சசிகளான உங்களுக்குத் தெரியாதா என்ன? அது ஒரு ராட்சசனே தான்! அதைப் பார்த்தால் எனக்கும் பயமாய்த்தான் இருக்கிறது!" என்றாள்!

சில ராட்சசிகள் பயந்துகொண்டு அங்கேயும் இங்கேயும் ஓடினார்கள். ஒரு சிலர் சீதைக்கு காவலாய் அங்கேயே நிற்க, வேறு சில ராட்சசிகள் ராவணனைப் பார்த்து தகவல் சொல்ல ஓடினார்கள்.

அவர்கள் ராவணனைப் பார்த்து, "மன்னாதி மன்னா! பயங்கர உருவம் கொண்ட வானரம் ஒன்று நம் அசோக வனத்துக்குள்ளே புகுந்து மரங்களையெல்லாம் பிடுங்கி அழித்துக் கொண்டிருக்கிறது. அப்படி அது செய்ய ஆரம்பிப்பதற்கு முன்னால் அதனிடம் சீதை ஏதோ பேசிக்கொண்டிருந்தாள்! அது இந்திரன் அனுப்பி வந்ததா, குபேரன் அனுப்பி வந்ததா, இல்லை ராம லக்ஷ்மணர்கள் அனுப்பி வந்த தூதனா என்று தெரியவில்லை. சீதை இருக்கும் சும்சுபா மரத்தடியத் தவிர மற்ற எல்லா இடத்தையும் அது அழித்துப் போட்டுவிட்டது; நீங்கள் அந்த வானரத்தைப் பிடிக்க உடனே ஏதாவது செய்ய வேண்டும்" என்றார்கள்.

கேட்டதும் ராவணனுக்கு பயங்கர கோபம் வந்தது. அவனிடம் கிங்கரர்கள் என்று சொல்கிற ஒரு ராட்சசர்களின் படை இருந்தது. அதில் ஒவ்வொருவனும் பெரிய தொப்பையுடன், பயங்கர உருவம் கொண்டவர்கள்; இரும்புத் தடிகள், ஈட்டிகள், கத்திகளையெல்லாம் ஆயுதமாகப் பயன்படுத்துவார்கள். எப்போதும் சண்டை என்றால் ஆவலாய்க் கிளம்பி முரட்டுத்தனமாகப் போர் செய்கிறவர்கள். "கிங்கரர்களே! உடனே அசோகவனத்துக்குப் போய், அந்த வானரத்தைப் பிடித்து இழுத்துக்கொண்டு வாருங்கள்!" என்று கட்டளையிட்டான் ராவணன்.

கிங்கரர்களும் தங்களது ஆயுதங்களைத் தூக்கிக்கொண்டு உற்சாகமாய் அசோகவனத்துக்குப் போனார்கள்.

நாலா பக்கத்திலிருந்தும் ஹனுமாரை சூழ்ந்து கொண்டு, தங்களது ஆயுதங்களை கொண்டு பயங்கரமாய்த் தாக்கி சண்டை போட ஆரம்பித்தார்கள்.

அவர்களைப் பார்த்ததும் ஹனுமாருக்கு ஒரே குஷி! "ஜெய் ஶ்ரீ ராம்! ஜெய் லக்ஷ்மண்! ஜெய் சுக்ரீவா! வாங்கடா வாங்க! நான் யார் தெரியுமாடா? நாந்தான் வாயு புத்ர ஹனுமான்! ராமருடைய தூதன்! நான் பலத்தில் ஆயிரம் ராவணனுக்கு சமானமானவன்; இந்த இலங்கையை அழித்துவிட்டு, சீதையைக் கும்பிட்டு வணங்கிவிட்டுத்தான் நான் இங்கேயிருந்து போவேன்!" என்று சவால் விட்டார்.

கிங்கரர்கள் நாலா பக்கத்திலிருந்தும் ஹனுமாரைத் தாக்கினார்கள். ஹனுமார் அசோக வனத்தின் இரும்பு வாசல் கதவிலிருந்து ஒரு பெரிய இரும்புத் தண்டை உருவி எடுத்தார்.

அதைக் கொண்டு அந்த கிங்கரர்களைத் தாக்க ஆரம்பித்தார். பல பேரையும் கொன்று அழித்தார். ஒரு சில பேர் தப்பித்து ராவணனிடம் ஓடினார்கள். ஹனுமார் அசோக வனத்திலிருந்து கையில் அந்த பெரிய இரும்புத் தண்டோடு, வீதியில் கம்பீரமாய் நடக்க ஆரம்பித்தார். எவன் இனி சண்டைக்கு வரப்போகிறான் என்று ஆசையாகப் பார்த்துக்கொண்டே நடந்தார்.

நடந்ததையெல்லாம் ராவணன் கேட்டதும் அவனுக்கு இன்னும் கோபம் அதிகமாகிவிட்டது. ராவணன் தனது மாமன் ப்ரஹஸ்தனுடைய மகனான ஜம்புமாலியைக் கூப்பிட்டான். ஜம்புமாலி, வீரத்துக்கும், போர் செய்யும் திறமைக்கும் பேர் போனவன். "ஜம்புமாலி, அசோகவனத்தை அழிக்கும் ஒரு வானரத்தைப் பிடிக்க நீதான் சரியான ஆள்; போய் வெற்றியுடன் திரும்பி வா!" என்று சொல்லி அனுப்புகிறான்.

கழுதைகள் இழுத்துக்கொண்டு வரும் ஒரு தேரில் ஏறிக்கொண்டு ஒரு படையோடு தன்னை நோக்கி வரும் ஜம்பு மாலியைப் பார்த்ததும். ஹனுமாருக்கு ஒரே குஷி!

தனது வில்லில் அம்புகளைப் பூட்டி ஹனுமாரைத் தாக்கினான் ஜம்புமாலி. ஹனுமாரோ, தான் பிடுங்கி எடுத்த மரங்களைக் கொண்டும், பெரிய பாறைகளைக் கொண்டும், இரும்புத் தடியைக் கொண்டும் ஜம்புமாலியை எதிர்த்தாக்குதல்

செய்கிறார். கடைசியில் அவனை ஹனுமார் கொன்று போட்டுவிட்டார் என்று சொல்லவும் வேண்டுமா?

தொடர்ந்து ராவணன் தனது மூத்த மந்திரியும் மாமனுமான ப்ரஹஸ்தனுடைய இன்னும் ஏழு பிள்ளைகளைப் போருக்கு அனுப்புகிறான்.; அடுத்து தனது ஐந்து முக்கிய படைத் தளபதிகளை அனுப்புகிறான். ஆனால் ஹனுமார் எல்லாருடைய கதையையும் முடித்துவிடுகிறார்.

ராவணனுக்கு அதிர்ச்சி மேல் அதிர்ச்சி. அடுத்து அவன் தனது பிள்ளையான அக்ஷனையே ஹனுமாருடைய போர் செய்ய அனுப்புகிறான். ஹனுமார் அவனோடு பயங்கரமாய் சண்டை போட்டு அவனையும் மேலுலகத்துக்கு அனுப்பிவிடுகிறார். ஹனுமார் போரில் அழித்து ஒழித்த யானைகளுக்கும் குதிரைகளுக்கும் அளவே இல்லை.

ராவணனுக்கு என்ன செய்வது என்றே தெரியவில்லை. தனது மூத்த பிள்ளையான இந்திரஜித்தைக் கூப்பிடுகிறான்.

"இந்த்ரஜித்! நீ ஒரு சாமானியமான ராட்சசன் இல்லை. மாய ஜாலங்கள் செய்து போர் புரிவதில் உனக்கு நிகராய் யாரும் கிடையாது. ப்ரம்மாஸ்திரம் உள்பட விதம்விதமான அஸ்திரங்களை ஏவத் தெரிந்தவன். நீ இந்திரனையே போரில் ஜெயித்தவன். பெரும் தவம் செய்து ஏராளமாக ஆற்றலை சேகரித்து வைத்திருப்பவன். தவத்திலும் போர்த் திறமைலும் எனக்கு நிகரானவன் நீ. உனக்குத் தெரிந்திருக்கும் -- அசோக வனத்துக்கு வந்திருக்கும் ஒரு வானரத்தோடு போர் செய்து, நம் கிங்கரர்களும், ஏழு மந்திரி குமாரர்களும், ஐந்து படைத்தலைவர்களும், உன் தம்பி அக்ஷனும் எல்லாரும் மாண்டு போய்விட்டார்கள். அந்த வானரத்தை எப்படியாவது பிடித்து அடக்க ஒரு சரியான ஆள் இப்போது உன்னைத் தவிர வேறு யாரும் இல்லை. உன்னை அனுப்ப எனக்குத் தயக்கமாகத்தான் இருக்கிறதென்றாலும் வேறு வழியில்லை.

"அந்த குரங்கின் ஆற்றல் சொல்லமுடியாத அளவு இருப்பதாய்த் தெரிகிறது. அவனைக் கொல்லவே முடியாதோ என்று கூடத் தோன்றுகிறது. அதனால் நீ அவன் கூடப் போர் செய்யும்போது, எப்படி அவனை மடக்கிப் பிடிக்கலாமென்று சரியாக் கணக்குப் போட்டு, அப்படி செய்து அவனைப் பிடித்துக் கொண்டு வா. வெற்றியுடன் திரும்பி வா!" என்று சொன்னான் ராவணன்.

இந்திரஜித்தும் ராவணனை சுற்றி வந்து வணங்கி, மிகுந்த உற்சாகமாய் ஹனுமார் இருக்கிற இடத்துக்குப் போகிறான்.

இரண்டு பேருக்கும் பயங்கரமான யுத்தம் நடக்கிறது. என்னென்ன அஸ்திரங்களை விட்டாலும் ஹனுமார் எப்படியோ நெளிந்து வளைந்து அதன் தாக்கத்திலிருந்து தப்பித்துவிடுகிறார். போரில் இரண்டு பேர் கையுமே சமமாகத்தான் ஓங்கியிருக்கிறது.

இந்த்ரஜித் யோசித்தான். "இப்படியே போய்க் கொண்டிருந்தால் சண்டை முடிவுக்கே வராது போலிருக்கிறது. இந்த வானரத்தை பிரம்மஸ்திரத்தை விட்டுக் கட்டிப்போட்டு விடுவோம்" என்று தீர்மானித்து பிரம்மாஸ்திரத்தை விடுகிறான் இந்திர ஜித்.

ஹனுமார் ப்ரம்மாஸ்திரம் தன்னை நோக்கி வருவதைப் பார்க்கிறார். அவர் யோசிக்கிறார்: "படைப்புக்கே கடவுளான பிரம்மாவின் அஸ்திரமே என்னிடம் வருகிறதென்றால், நான் அதற்கு மரியாதை கொடுத்துக் கட்டுப்படுவதுதான் சரி. ப்ரம்மா, இந்திரன், வாயு எல்லாருடைய பாதுகாப்பும் எனக்கு எப்போதும் உண்டு. என்னை இந்த அஸ்திரம் கொல்லாது. அதனால் நான் அதை எதிர்க்காமல் பேசாமல் அதற்குக் கட்டுப்பட்டுப் போவேன். பின்னால் அதிலிருந்து எப்படி விடுபடுவது என்று பார்த்துக் கொள்ளலாம்" என்று நினைத்து, ஹனுமார் ப்ரம்மாஸ்திரம் தன்னை அசைக்க முடியாமல் கட்டிப்போட விட்டுவிடுகிறார்.

கண்ணுக்கே தெரியாமல் இப்படி அந்த அஸ்திரம் ஹனுமாரை கட்டுப்படுத்தி அசையாமல் செய்ததைப் பார்த்ததும் இந்திரஜித்துக்கு மிகவும் மகிழ்ச்சியாகிவிட்டது. அவன் தன் படைத்தலைவர்களைக் கூப்பிட்டு, கயிறுகளாலும், கொடிகளாலும் ஹனுமாரை கட்டிப்போடச் சொல்கிறான்.

அங்கேதான் அவன் ஒரு தப்பு செய்தான். எல்லாவற்றுக்கும் மேலான ஒரு அஸ்திரம் ப்ரம்மாஸ்திரம். அது கட்டிப்போட்ட ஓராளை, வேறு பொருட்கள் கொண்டு கட்டிப்போட்டால், அப்புறம் பிரம்மாஸ்திரம் கழன்று திரும்பப் போய்விடும். பிரம்மாஸ்திரத்தைக் கொண்டு தாக்கிய பிறகு, வேறு அஸ்திரங்களைக் கொண்டு தாக்கமுடியாது; அதனால் பிரயோஜனமும் இருக்காது.

அத்தியாயம் 58 (5.6)
ராவணன் சபையில் ஹனுமார்

ஹனுமாரைக் கயிறுகளாலும் கொடிகளாலும் கட்டிப்போட்ட பிறகுதான் இந்திரஜித்துக்கு உறைத்தது. "அடடா! அவசரப்பட்டுத் தப்புப் செய்து விட்டோமே! நம் ராட்சச புத்திக்கு இது முன்னாலேயே தோன்றாமல் போயிற்றே! இப்போது பிரம்மாஸ்திரம் விடுபட்டுப்போயிற்றே! இனி இந்த வானரம் கட்டுகளை அறுத்துக்கொண்டு கிளம்பிவிட்டால் அவனை எந்த ஆயுதத்தாலும் ஜெயிக்க முடியாதே?" என்று அவன் மனதுக்குள்ளே நினைத்துக் கவலைப் பட்டான்.

ஆனால், ஹனுமாருக்கோ ராவணனை சந்தித்துப் பேசவேண்டுமென்று மனதில் எண்ணம் இருந்ததால், அவர் தப்பிப்பதற்கு எந்த முயற்சியும் செய்யவில்லை.

ஹனுமாரைத் தரதரவென்று இழுத்துக்கொண்டு இந்திரஜித் ராவணனுடைய அரண்மனைக்குப் போகிறான். வழியெல்லாம் ராட்சசர்கள் ஹனுமானை தடிகளாலும், கைகளாலும் அடித்துக்கொண்டே வருகிறார்கள். ஹனுமார் பேசாமல் அதையெல்லாம் பொறுத்துக்கொண்டு சும்மா வருகிறார்.

ராவணன் தன் மந்திரிமார்கள் புடை சூழ அரண்மனை சபா மண்டபத்தில் உட்கார்ந்திருக்கிறான்.

அங்கே கூடியிருந்தவர்கள் எல்லாம் குசுகுசு என்று தங்களுக்குள்ளே பேசிக்கொள்கிறார்கள்: "யார் இந்த வானரம்? எங்கேயிருந்து வருகிறான்? யார் அனுப்பி வருகிறான்? இவனுடைய நோக்கம் என்ன?"என்று.

வேறு சிலர், "இந்தப் பொல்லாத குரங்கை உடனே கொன்று, நெருப்பில் போட்டு வதக்கித் தின்னணும். அதுதான் இவன் செய்த அடாத காரியத்துக்கு தண்டனை!" என்று குரல் கொடுக்கிறார்கள்.

ராவணன் சிவந்த கண்ணோடு ஹனுமாரை விழித்துப் பார்க்கிறான்; ஹனுமாரும், பத்து தலையோடும் இருபது கைகளோடும், பிரமாதமான ஆடை ஆபரணங்களோடும் கம்பீரமாக ஒரு பெரிய சிம்மாசனத்தில் உட்கார்ந்திருக்கிற ராவணனைக் கோபத்தோடு பார்க்கிறார்.

ராவணன், சுற்றியிருக்கிற மந்திரிமார்களை ஒரு நோட்டம் விட்டுவிட்டு, "இந்தக் குரங்கு எதற்காக இங்கே வந்தது என்று விசாரணை செய்யுங்கள்" என்று உறுமினான்.

உடனே முதல் மந்திரியான ப்ரஹஸ்தன் ஹனுமாரைப் பார்த்து, "பயப்படவேண்டாம் வானரனே! தைரியமாய் பதில் சொல்லு. உன்னை இங்கே தேவேந்திரன் அனுப்பி வைத்தானா? அப்படி என்றால் உன்னை விடுதலை செய்துவிடுவோம். இல்லை, எங்கள் இலங்கையை மாறு வேஷத்தில் வந்து உளவு பார்க்க உன்னை குபேரன் அனுப்பி வைத்தானா, இல்லை யமதேவனோ, வருண தேவனோ, இல்லை விஷ்ணுவோ அனுப்பி வைத்தானா?

"பார்த்தால் நீ வானர ரூபத்தில் இருக்கிறாயே தவிர நீ வானரமாய் இருக்க முடியாது. நீ உண்மையை சொன்னால், உன்னை உயிரோடு விடுவோம். இல்லையென்றால் நீ செத்தாய். தைரியமாய் சொல்லு, நீ யார்?" என்று கேட்டான்.

ஹனுமார் ராவணனைப் பார்த்து நிதானமாய் பதில் சொன்னார். "இந்திரனோ, குபேரனோ, விஷ்ணுவோ யார் அனுப்பியும் நான் வரவில்லை. பிறந்ததிலிருந்து என் நிஜமான தோற்றமே இந்த வானர ரூபம்தான். ராட்சசர்களின் அரசனான ராவணனை சந்திப்பதென்பது எளிதான காரியமில்லை என்று கேள்விப்பட்டேன். அவரை எப்படியாவது நேரே கண்டு விடவேண்டும் என்றுதான் அசோக வனத்தை அழித்தேன். அதற்காக ராட்சசர்கள் என்னிடம் போருக்கு வந்தார்கள். நான் என்னைக் காப்பாற்றிக்கொள்ள அவர்களோடு போர் செய்கிறமாதிரி ஆகிவிட்டது.

"என்னை எந்த அஸ்திரமும் தாக்கி அழிக்கமுடியாது என்று பிரம்மதேவரே எனக்கு வரம் கொடுத்திருக்கிறார். உங்களை நேர சந்திக்கலாமே என்கிற ஆசையினால், நானாய்த்தான் பிரம்மாஸ்திரத்துக்குக் கட்டுப்பட்டேன். உங்கள் ஆட்கள் என்னைக் கயிறுகளாலும் கொடிகளாலும் கட்டிய பிறகு பிரம்மாஸ்திரம் கழன்று திரும்பப் போய் விட்டது என்பதும் எனக்குத் தெரியும்! ராட்சசர்களின் மன்னா! சகல சக்திகளும் கொண்ட ராமருடைய தூதனாய், என் மன்னர் சுக்ரீவன் கட்டளையிட்டப்படி உங்களை சந்திக்கவேண்டும் என்பதற்காகத்தான் இங்கே வந்து சேர்ந்திருக்கிறேன். உங்களுடைய நன்மைக்காக சில வார்த்தைகளை சொல்லப்போகிறேன்; அதைக் கேட்டால் உங்களுக்கு நல்லது!" என்று சொல்லி ஹனுமார் ராவணனிடம் பேச ஆரம்பித்தார்.

-=()=-

அத்தியாயம் 58 (5.6)
ராவணன் சபையில் ஹனுமார்

அத்தியாயம் 59 (5.7)

இலங்கையை எரிக்கும் ஹனுமார்

"ஹே ராவணா, வானர ராஜா சுக்ரீவனுடைய தூதனாய் நான் இங்கே வந்திருக்கிறேன். உன்னை சந்தித்து உன்னுடைய நலத்தை விசாரிக்கச் சொன்னார் சுக்ரீவன். நான் வாயு புத்திரன் ஹனுமான். " என்று தன்னை அறிமுகம் செய்துகொண்டார் ஹனுமார்.

அப்புறம், தொடர்ந்து, அயோத்தி மன்னர் தசரதருடைய புத்திரர் ராமர் தன் நாட்டைத் துறந்து, தன் மனைவியான ஜனகர் மகள் சீதையோடும் தம்பி லக்ஷ்மணனோடும் காட்டுக்கு வந்தது, சீதை தொலைந்து போனது, ராமர் சீதையை தேடிக்கொண்டுப் போகிறபோது, சுக்ரீவனை நட்பாக்கிக்கொண்டது, அவர், ராவணனின் பழைய நண்பனான வாலியை ஒற்றை அம்பை விட்டு அடித்துக் கொன்றுவிட்டு, சுக்ரீவனை வானர அரசனாக்கியது, சுக்ரீவன் ராமருக்கு உதவத் தனது வானர சேனையை எல்லா திசைகளிலும் அனுப்பி சீதையைத் தேடச் சொன்னது, அப்படி தான் இலங்கைக்கு வந்து சேர்ந்து, சீதையைப் பார்த்தது என்று எல்லாவற்றையும் கம்பீரமாய், சுருக்கமாகச் சொன்னார் ஹனுமார்.

"ராட்சசர்களின் மன்னா, நீ கடும் தவம் செய்தவன், எல்லையற்ற செல்வத்துக்கு அதிபதி என்பதெல்லாம் எனக்குத் தெரியும். நீ வேத சாஸ்திரங்களையெல்லாம் படித்த ஒரு புத்திசாலியும் கூட. எவ்வளவோ விஷயம் தெரிந்த நீ, ஒருக்காலும் அதர்மமான காரியங்களில் ஈடுபடக் கூடாது. அப்படிச் செய்து, ராமருடைய கோபத்துக்கு ஆளாகிவிட்டால், அவரென்ன, அவர் தம்பி லக்ஷ்மணன் விடுகிற ஒரு பாணத்துக்கு முன்னால் கூட உன்னால் உயிரைப் பிடித்துக்கொண்டு நிற்க

முடியாது. மூன்று உலகத்திலும் ராமரைப் பகைத்துக்கொண்டு எவனும் நிம்மதியாய் உயிர்வாழ முடியாது.

"ராவணா, நான் சீதையை சந்தித்தாயிற்று. அவள் எத்தனை வேதனையிலும், துக்கத்திலும் கோபத்திலும் இருக்கிறாள் என்று தெரிந்து போயிற்று. சீதை யார் என்று தெரியாமல் நீ அவளை அடையலாமென்று நினைத்துக் கொண்டிருக்கிறாய். பயங்கரமான விஷமுள்ள ஒரு ஐந்துதலைப் பாம்பைப் பிடித்துக்கொண்டு வந்தமாதிரி இருக்கிறது உன் நிலைமை. அவளை உன்னால் ஒரு நாளும் அடையவும் முடியாது, கொன்று தின்னவும் முடியாது. அப்படித் தின்றால், பயங்கர விஷத்தை சாப்பாட்டில் கலந்து தின்பது போலத்தான். வானுலக அசுரர்களாலும் கூட அதை ஜெரித்துக்கொள்ள முடியாது.

"தேவர்களாலும், அசுரர்களாலும் கூட உன்னைக் கொல்ல முடியாது என்று நீ நினைத்துக்கொண்டு இருந்தாயானால், அது தப்பு. சுக்ரீவன் தேவனும் கிடையாது அசுரனும் கிடையாது, தெரியுமில்லை? அவனே உன்னை அழிக்கக் கூடியவன்தான். ராமர் கூட அவசியமில்லை!

"நீ செய்த புண்ணியத்துக்கு ஏற்ற மாதிரி செல்வங்களும், சுக போகங்களும் வெற்றிகளையும் நீ அனுபவித்தாகி விட்டது. இனி நீ செய்த பாவங்களின் பலனை அனுபவிக்கப் போகிற காலம் வந்துவிட்டது.

"தண்டகாரண்யத்தில் ஆயிரக்கணக்கான ராட்சசர்களை ராமர் கொன்று அழித்தது உனக்குத் தெரியும். எப்பேர்ப்பட்ட பராக்கிரமசாலியாய் இருந்த வாலியை ராமர் ஒற்றை அம்பால் அடித்துக் கொன்றதும் உனக்குத் தெரியும். இனி நீ உன்னுடைய உயிரைக் காப்பாற்றிக்கொள்ள என்ன செய்ய வேண்டுமென்று யோசிப்பது நல்லது.

"நான் நினைத்தால் ஒண்டியாளாய் உன்னுடைய அத்தனை யானைப்படைகளையும் குதிரைப் படைகளையும், இந்த லங்காபுரியையும் ஒட்டு மொத்தமாக அழித்துவிடுவேன். ஆனால் ராமருடைய உத்தேசம் அது இல்லை. அவர் வானர சேனையுடன் இங்கே படையெடுத்து வந்து உன்னை நிர்மூலமாக்கப் போகிறார்.

சீதையின் கோபத்தால் இந்த லங்காபுரி பற்றி எரியப்போவதை நீ சீக்கிரமே பார்க்கப் போகிறாய்!" என்று சொல்லி முடித்தார் ஹனுமார்.

ஹனுமாரின் பேச்சைக் கேட்டதும் ராவணனுக்கு பயங்கரமாய்க் கோபம் வந்து, "உடனே இந்த வானரத்தைக் கொன்று போடுங்கள்!" என்று கூச்சல் போட்டான்.

அப்போது அந்த சபையில் இருந்த ராவணனின் தம்பி விபீஷணன் மிகவும் தர்மம் தெரிந்தவன். அவன் மெல்ல எழுந்து பணிவான குரலில் ராவணனிடம் சொன்னான்.

"ராட்சசர்களின் மன்னா, கொஞ்சம் பொறுமையாய் இருங்கள். கொஞ்சம் உங்கள் கோபத்தைத் தணித்துக் கொள்ளுங்கள். ராஜ தர்மத்தின் படி, தூதனாய் வந்த ஒருவனை ஒரு நாளும் கொல்லக் கூடாது. உங்களுக்குத் தெரியாத தர்மம் இல்லை." என்றார்.

ராவணனுக்கு கோபம் ஒன்றும் அடங்கவில்லை. "நீ சும்மா இரு விபீஷணா; பாவ காரியம் செய்தவர்களைக் கொல்வது தர்மம் தான். இந்த வானரம் பாவ காரியம் செய்திருக்கிறது" என்று சொன்னான்.

"மன்னா, இந்த வானரம், அடாத காரியமெல்லாம் செய்திருக்கிறது என்று நானும் ஒப்புக்கொள்கிறேன். ஆனாலும் தூதனைக் கொல்வது தர்மம் இல்லை. இது செய்த தப்புக்கு நாம் வேறு தண்டனை கொடுத்து, உயிரோடு அனுப்பிவிடலாம்"என்றான் விபீஷணன்.

ராவணனும் கொஞ்சம் யோசித்தான். அப்புறம், "விபீஷணா, நீ சொல்வது சரிதான். இந்தக் குரங்குக்கு ஒரு நல்ல தண்டனை கொடுப்போம். குரங்குக்கு மிகுந்தவும் பிரியமான உறுப்பு அதன் வால்தான். அதனால் இதன் வாலில் நெருப்பைக் கொளுத்தி எரிய விட்டு இதைத் துரத்திவிடுங்கள்" என்று கட்டளையிட்டான்.

குழந்தைகளே, அங்கே உங்களில் யாரோ ஒருவர், ஏதோ ஒரு கேள்வி கேட்க ஆசைப்படுகிற மாதிரி தெரிகிறதே! ஆ! தெரிந்து விட்டது.

'ராவணன், தன்னைப் பார்க்க வந்த தூதனான ஹனுமாருக்கு உட்கார ஆசனம் எதுவும் தராததால், ஹனுமார் தனது வாலை இன்னும் இன்னும் நீளமாக்கி அதை சுருட்டிச்

சுருட்டி ஒரு பெரிய ஆசனம் மாதிரி ஆக்கி, ராவணனுடைய சிம்மாசனத்தையும் விட உயரமாகப் செய்துகொண்டு அதில் கால் மேல் கால் போட்டு கம்பீரமாய் உட்கார்ந்து பேசினார்' என்று கதையில் வருமே, அதை நான் சொல்லாமல் விட்டுவிட்டேனோ என்பது தானே அந்த கேள்வி? சரியா?

குழந்தைகளே, நான் உங்களுக்கு சொல்வது, மூலக் கதையான வால்மீகி ராமாயணம். அதில் இந்த மாதிரி எதுவும் சொல்லவில்லை. பின்னால் ராமாயணத்தை எழுதியவர்கள், இப்படியெல்லாம் ஹனுமாரைப் பெருமைப்படுத்தும் விதமாக சிலவற்றை சுவாரசியமாய் சேர்த்து எழுதினார்களே தவிர, வால்மீகி முனிவர் அப்படி எதுவும் சொல்லவில்லை. சரியா? கதையை தொடருவோம்.

ராவணன் இப்படிக் கட்டளை இட்டதும், ராட்சச வீரர்கள் ஹனுமாரை அரண்மனையிலிருந்து வெளியே இழுத்துக்கொண்டு போனார்கள். ஹனுமாருடைய வாலில் பழைய துணிகளையெல்லாம் சுற்றி, அதில் நிறைய எண்ணையை ஊற்றி, கொளுத்தி விட்டார்கள். அப்படியே அவரை தரதரவென்று வீதிவழியாக ஊர்வலமாய் இழுத்துக்கொண்டு போனார்கள். அதை வேடிக்கை பார்க்க, குழந்தைகளும் பெண்களும் வயதானவர்களுமாக வீதிகளில் நிறையப் பேர் கூடிவிட்டார்கள்.

ஹனுமார் மனதுக்குள்ளே நினைத்துக்கொண்டார், "எந்த நிமிஷத்தில் வேண்டுமானாலும் நான் இந்தக் கட்டுகளை அறுத்துக்கொண்டு, இந்த ராட்சர்களையும் அடித்துப் போட்டுவிட்டு தாவிப் பறந்து போய்விட முடியும். ஆனாலும் கொஞ்சம் பொறுமையாய் இருப்போம். இந்த இலங்கையின் கோட்டை கொத்தளங்கள் எப்படி இருக்கின்றன, அதன் பலம் எப்படியிருக்கிறது என்று நேற்றிரவு சரியாக கவனிக்க முடியவில்லை. இப்போது பகல் வெளிச்சத்தில் நன்றாக பார்த்துக்கொண்டு போக முடிகிறதே! இதுவும் நல்லதுதான்."

ராட்சசர்கள், சங்குகளையும் கொம்புகளையும் ஊதிக்கொண்டும், தாரை தப்பட்டைகளை அடித்துக்கொண்டும் மிகவும் குஷியாய், ஹனுமாரை வீதி வீதியாய் ஊர்வலமாய் இழுத்துக்கொண்டுப் போகிறார்கள்.

ஹனுமார் ஊரை வேடிக்கை பார்த்துக்கொண்டே வருகிறார். சுற்றிலும் தோட்டம் உள்ள வீடுகள், மாட

மாளிகைகள் நெருக்கமாய் வீடுகள் அமைந்து கூட்டம் நெறியும் தெருக்கள், நாற்சந்துகள், ராஜ வீதிகள், எல்லாவற்றையும் கவனித்துப் பார்த்துக்கொண்டே நடக்கிறார்.

அசோக வனத்து ராட்சசிகள் சில பேரும் அவரை வேடிக்கை பார்க்கிற கூட்டத்தில் இருந்தார்கள். உடனே அவர்கள் ஓடிப்போய் சீதையிடம், "ஏ சீதே! சேதி தெரியுமா? உன்னை வந்து ரகசியமாய் சந்தித்ததே அந்த சிவந்த மூஞ்சிக் குரங்கு, அதன் வாலில் நெருப்பைக் கொளுத்தி வீதி வீதியாய் இழுத்துக்கொண்டு போகிறார்கள் எங்கள் ராட்சசர்கள்!" என்று சொன்னார்கள்.

அதைக் கேட்டதும் சீதைக்கு தாங்க முடியாத வேதனை. அவள் உடனே கண்ணை மூடி, கை கூப்பிக்கொண்டு நெருப்புக்கு அதிபதியான அக்னி தேவனிடம் பிரார்த்தனை செய்தாள்:

"அக்னி தேவா! நான் ஒரு பதிவிரதையாய் இருந்து, மனப்பூர்வமாக என் கணவருக்கு சேவை செய்திருக்கிறேன் என்றால், நான் கொஞ்சமாவது தவ வாழ்க்கை வாழ்ந்திருக்கிறேன், கொஞ்சமாவது புண்ணியம் செய்திருக்கிறேன் என்றால், தயவு செய்து ஹனுமாருடைய வாலுக்கு குளிர்ச்சியைக் கொடு. ராமருக்கு என் மீது கொஞ்சமாவது கருணை இருக்கிறதென்றால், ராமர் என்னை ஒழுக்கமே உருவானவளாய், அவரைப் பார்க்கவே சதா ஆசைப்படுகிறவளாய் இருப்பதை நம்பினால், தயவு செய்து ஹனுமாருடைய வாலுக்குக் குளிர்ச்சியைக் கொடு."

உடனே அக்னி தேவன் அவள் பிரார்த்தனையை ஏற்றுக்கொண்டதற்கு அடையாளமாக பளபள என்று தீ போல் ஜொலித்து அவளுக்குக் கண நேரம் காட்சி தருகிறார்.

அங்கே வீதியில் நடந்துகொண்டிருந்த ஹனுமார் யோசிக்கிறார், "என்ன இது, வாலில் நெருப்பை இவர்கள் கொளுத்தி விட்டும் ஒரு சூடும் உறைக்கவே இல்லையே? வாலில் தீ இவ்வளவு பெரிதாய் கொழுந்து விட்டு எரிந்தும், ஏதோ பனிக்கட்டியை வைத்தமாதிரியல்லவா ஜில்லென்று இருக்கிறது? இது என்ன அதிசயம்? ராமருடைய காரியமாய் நான் இதெல்லாம் செய்வதால் ஒரு வேளை அக்னி தேவன் எனக்காக மனமிரங்கி இப்படிச் செய்கிறாரோ? இல்லை சீதா தேவியின் கருணையினாலும், ராமருடைய சக்தியாலும், என்

இலங்கையை எரிக்கும் ஹனுமார்

தந்தை வாயுதேவனுடைய அன்பினாலும் தான் நெருப்பு சுடவில்லையோ?" என்று சிந்திக்கிறார்.

அவ்வளவு தான்! தனக்கு சுடவேயில்லை என்று நினைத்ததுமே ஹனுமாருக்கு ஒரே குஷியாகிவிட்டது!

சிங்கம் மாதிரி உருமிக்கொண்டு ஜிவ்வென்று அவர் எம்பிக் குதித்து, தனது உருவத்தை சரசரவென்று பெரிதாக்கிக்கொள்கிறார். அப்படிப் செய்ததும், அவர் மேல் இருந்த கட்டுகளெல்லாம் பட்டு பட்டென்று அறுந்து போகின்றன.

நகரத்தின் ஒரு வாயிற்கதவில் இருந்த ஒரு இரும்புத் தண்டை உருவி எடுத்து, அதைக் கொண்டு தன்னைப் பிடித்து இழுத்துக்கொண்டு வந்த ராட்சசர்களையும், கதவருகில் காவல் இருந்த காவல் வீரர்களையும் தாக்கி துவம்சம் செய்தார்.

அப்புறம் அங்கேயிருந்து ஒரே தாவாய், பக்கத்தில் இருந்த ஒரு வீட்டின் கூறை மேல் தாவி, தம் வாலால் அந்த வீட்டுக்கு நெருப்புப் பற்ற வைக்கிறார்.

அப்படியே அவர் ஒவ்வொரு வீட்டுக் கூறையாகத் தாவித் தாவிப் போய், அங்கே இருந்த வீடுகள் ஒவ்வொன்றாய்த் தீப்பிடித்து எரிய வைக்கிறார்.

அங்கேயிருந்து அவர் நேரே தாவி, ராவணனுடைய முக்கியமான உறவினர்களும், படைத்தலைவர்களும் அதிகாரிகளும் வாழ்கிற வீதிக்குப் போய், முதலில் ராவணனுடைய மந்திரியான பிரஹஸ்தனுடைய பெரிய மாளிகைக்கு நெருப்பு வைக்கிறார். அப்புறம் அடுத்தடுத்து ஒவ்வொருவனுடைய வீட்டு உச்சிக்குத் தாவித் தாவிப் போய், வரிசையாய் எல்லாவற்றையும் கொளுத்தி விடுகிறார். ராவணன் தம்பி கும்பகர்ணனுடைய வீடு, அவனுடைய பிள்ளைகளான கும்பன், நிகும்பனுடைய வீடு என்று ஒன்று விடவில்லை! ஆனால், பாருங்கள், அவர் நல்லவனான விபீஷணனுடைய வீட்டை மட்டும் கொளுத்தாமல் விட்டுவிடுகிறார்!

அடுத்து ஹனுமார் ராவணனுடைய அரண்மனையையும் விடவில்லை. அதன் மேல் ஏறி அங்கங்கே அந்த அரண்மனையின் எல்லாப் பக்கத்திலும் தீ வைக்கிறார்.

இப்படி அவர் கொளுத்திவிட்ட தீ, காற்று அடித்ததால், அக்கம் பக்கம் பல இடங்களிலும் பரவி, வீதி வீதியாக இலங்கை வீடுகள் எல்லாம் பற்றி எரிய ஆரம்பித்தன. ராட்சசர்களெல்லாம் பெண்டு பிள்ளைகளோடு அலறிக்கொண்டு வீடுகளிலிருந்து தப்பித்து ஓடி வீதிக்கு வருகிறார்கள். தீயில் கருகி சாகிறவர்களும் இருந்தார்கள்.

செல்வச் செழிப்பும் தங்கமும், வெள்ளியும் ஜொலிக்கிற மாளிகைகளெல்லாம் பற்றி எரிகின்றன. நெருப்பில் தங்கமும் வெள்ளியும் உருகி வெளியே வழிந்தோடி வருகின்றன.

எங்கே பார்த்தாலும் ஓலம். "ஐயோ, ஐயோ, என் வீடு பற்றி எரியுதே! யாராவது ஓடி வந்து தண்ணீரை ஊற்றி அணையுங்களேன். ஐயோ, என் சொத்தெல்லாம் போயிற்றே? தீ! தீ! வீட்டுக்குள்ளே இருப்பவர்கள் எல்லாரும் வெளியில் ஓடிவாருங்கள்!" என்று கத்தல்கள்.

"ஐயோ, என்ன ஒரு பயங்கரமான வானரம் இது? ஒருவேளை அக்னி தேவனே நேரே வந்து இந்த கோரதாண்டவம் ஆடுகிறானோ? தேவேந்திரன் தான் இப்படி குரங்கு வேஷம் போட்டுக்கொண்டு வந்து நம் நகரத்தைக் கொளுத்தி அழிக்கிறானோ? இல்லை இது குபேரனா? விஷ்ணுவா? கால தேவனா? நமக்கு ஏன் இந்தக் கெட்டகாலம் வந்தது?" என்று புலம்பி அழுகிறார்கள்.

நெருப்பு காற்றில் வேகமாகப் பறவுகிறது. ஆகாயம் வரைக்கும் தீயின் ஜுவாலை எகிறிப் பறக்கிறது.

காலம் காலமாய் ராவணனுடைய அடக்குமுறைகளாலும், அட்டஹாசங்களாலும் அவதிப் பட்டுக்கொண்டிருந்த வானுலக தேவர்களும், யட்சர்களும், கந்தர்வர்களும், சந்தோஷத்தோடு இலங்கை மாநகருக்கு மேல் ஒன்றாய்க் கூடி, இலங்கை பற்றி எரிவதை ஆனந்தமாகப் பார்த்து ரசிக்கிறார்கள். "பலே! ஹனுமான் என்றால் ஹனுமான் தான்! என்ன வேலை செய்துவிட்டான் பாருங்கள்!" என்று ஹனுமாரைப் பாராட்டிப் பேசுகிறார்கள்.

ஹனுமார் அமைதியாகத் திரிகூட மலையின் மேல் ஏறி நின்று கொண்டு இலங்கை பற்றி எரிவதை வேடிக்கை பார்க்கிறார். காற்று அடிக்கும் வேகத்தில் மரங்கள், சோலைகள் எல்லாம் பற்றிக்கொண்டு எரிகின்றன. இலங்கையில்

நெருப்புப் பற்றி எரியாத ஒரு இடம் கூட இல்லை என்று தோன்றியது.

ஹனுமார் ஒரு நொடி கண்ணை மூடிக்கொண்டு ராமரை தியானிக்கிறார். அப்போது அவர் மனதில் திடீரென்று ஒரு பயம் பூதாகாரமாய் எழுந்தது. "ஐயையோ! என்ன காரியம் செய்துவிட்டோம்! இப்படி இலங்கை முழுவதும் பற்றி எரிகிறதே? சீதை இருக்கும் அசோக வனமும் பற்றிக்கொண்டு எரிந்தால் சீதையின் கதியும் அதோகதி தானே? சே! இலங்கை மேல் எனக்கு இருக்கும் கோபத்தை இப்படி வெளிப்படுத்தி, எல்லா இடங்களையும் கொளுத்தி விட்டு, கடைசியில் நான் எந்த நோக்கத்துக்காக இங்கே வந்தேனோ, அதையே கெடுத்துக் குட்டிச் சுவராக்கி விட்டேனா? ஆத்திரக் காரனுக்கு புத்தி மட்டு என்று சொல்வது இப்போது நிஜமாகிவிட்டதே!

"அட ஆண்டவா! நான் இப்போது என்ன செய்வேன்? சீதையும் நெருப்பில் சிக்கி எரிந்து போயிருந்தால், என் நிலைமை என்ன? ராமருக்கு விஷயம் தெரிந்துவிட்டதென்றால், அவர் உயிரையே விட்டுவிடுவாரே! நான் செய்த தப்புக்காக நான் கொளுத்திய நெருப்பில் நானே விழுந்து உயிரை விடுவதுதான் சரியாக இருக்கும்" என்று நினைத்து ஹனுமார் நடு நடுங்குகிறார்.

-=()=-

அத்தியாயம் 60 (5.8)

வெற்றிகரமாய்த் திரும்பிய ஹனுமார்

போன அத்தியாய இறுதியில் சொன்னமாதிரி பலவற்றையும் நினைத்து பயந்து போன ஹனுமாருடைய மனதில், ஒரு மாறுதலான எண்ணமும் வந்தது.

"அது சரி, நாம் இலங்கை முழுவதும் வைத்த தீ, என்னுடைய வாலை மட்டும் சுடவே இல்லையே? அப்படி என்றால் அது ராமருடைய சக்தியினாலும், சீதையின் அருளாலும் தானே நடந்திருக்கவேண்டும்? ராமரையே சதா நினைத்துத் தவம் செய்கிற சீதா தேவி, தானே அக்னி மாதிரி ஜொலிக்கிற போது, நெருப்பு அவரை என்ன செய்யும்? நெருப்பை நெருப்பே எப்படி எரிக்க முடியும்? அதனால், சீதைக்கு ஒன்றும் ஆகியிருக்காது. எதற்காக நாம் வீணாய் இப்படி யோசித்துக் கவலைப் படவேண்டும்?"

அப்போது, வானுலகத்தை சேர்ந்த சாரணர் என்கிற தேவ லோகப் பறவைகள் இரண்டு பேசிக்கொள்வது ஹனுமார் காதில் விழுந்தது. "ஹனுமார் வைத்த தீயில் ராவணனுடைய அரண்மனையும் சேர்த்து எத்தனையோ ராட்சசர்களின் வீடுகளும், கடைத்தெருக்களும், நகர நுழைவாயில்களும் எரிந்து சாம்பலாகின்றன; ராட்சசர்களெல்லாம் குய்யோ முய்யோ என்று கத்திக்கொண்டு ஓடுகிறார்கள், எத்தனையோ பேர் தீயில் மாண்டு சாகிறார்கள்; ஆனால், என்ன ஆச்சரியம் பாரு, சீதா தேவிக்கு மட்டும் ஒன்றுமே ஆகவில்லையே?"

அது காதில் விழுந்ததும் ஹனுமாருக்கு பெரிய நிம்மதியாகிவிட்டது. அவர் உடனே ஒரே தாவாய்த் தாவி, அங்கேயிருந்து அசோக வனத்துக்குப் போய் சேர்ந்தார்.

அங்கே, அசோக மரத்தின் அடியில், சீதா தேவி நின்று கொண்டிருப்பதைப் பார்த்ததும் அவருக்கு ஒரே மகிழ்ச்சி! ஓடிப்

அத்தியாயம் 60 (5.8)
வெற்றிகரமாய்த் திரும்பிய ஹனுமார்

போய் சீதையை வணங்கி ஹனுமார், "தேவி, உங்களுக்கு ஒரு ஆபத்தும் இல்லாமல் நீங்கள் உயிரோடு இருக்கிறதைப் பார்த்துவிட்டேன். அதற்காக நான் தேவர்களுக்கெல்லாம் நன்றி சொல்ல வேண்டும்" என்று சொன்னார்.

சீதையும் ஹனுமானை சந்தோஷத்தோடு பார்த்து, "ஹனுமான், நீ எப்பேற்பட்ட பராக்கிரமசாலி என்று இன்று கண் முன்னால் பார்த்துவிட்டேன். நிஜமாக நீ ஒருவனே போதும், ராவணனையும் இலங்கையையும் அழித்து என்னை மீட்டுக்கொண்டு போவதற்கு. ஆனாலும் என் ராமர் வந்துதான் ராவணனைக் கொன்று, என்னைக் கூட்டிக்கொண்டு போகவேண்டும். அதுதான் எனக்கு வேண்டும். அது நடப்பதற்கு வேண்டியதை நீ செய், ஹனுமார்!" என்றாள்.

"கண்டிப்பாய் அப்படி நடக்கும் தாயே! நான் வரட்டுமா?" என்று சொல்லிவிட்டு ஹனுமார் சீதையை திரும்பத் திரும்ப வணங்கி, அங்கேயிருந்து நேராய் அரிஷ்டம் என்கிற ஒரு மலைமேல் ஏறினார்.

வழக்கம் போல, பிரும்மாண்டமாய் ஒரு உருவம் எடுத்துக்கொண்டு, அந்த மலையை ஒரு உதை உதைத்துக் கிளம்பி ஆகாயத்தில் வட திசை நோக்கிப் பறக்க ஆரம்பித்துட்டார். அவருடைய அந்த ஒரு உதை தந்த அழுத்தம் தாங்காமல் அந்த மலையே தரைமட்டமாகி, அதிலிருந்த காடுகளும், மிருகங்களும் அழிந்து போயின.

ஹனுமார் அதிவேகத்தில், மேக மண்டலங்களைக் கிழித்துக்கொண்டு ஆகாய மார்க்கமாகப் பறந்து போகிறார். வழியில் கடலில் எழும்பி நின்ற மைநாக பர்வதத்தை ஒரு கையால் தொட்டுவிட்டு, தொடர்ந்து போகும்போது, தூரத்தில் கரையும் அதில் மகேந்திர மலையும் தெரிகிறது. அங்கே மற்ற வானரர்கள் தனது வரவுக்காகக் காத்திருப்பார்கள் என்று நினைத்ததுமே ஹனுமாருக்கு ஒரே குஷி! அவர் சிங்கம் மாதிரி கர்ஜிக்கிறார்.

ஹனுமார் கிளம்பிப் போய் இரண்டு நாட்கள் ஆயிற்றே, அவர் இலங்கை போய் சேர்ந்தாரா, சீதையைப் பார்த்தாரா என்று ஒன்றுமே தெரியவில்லையே என்று வானரர்கள் எல்லாம் கவலைப் பட்டுக்கொண்டு அவ்வப்போது ஆகாயத்தையே வேடிக்கை பார்த்துக்கொண்டு உட்கார்ந்திருந்தார்களா,

அப்போது ஹனுமாருடைய கர்ஜனைக் குரல் அவர்கள் காதில் விழுந்துவிட்டது.

அவ்வளவுதான்! ஜாம்பவான் உற்சாகமாகத் துள்ளி எழுந்து, "கேட்டீர்களா, கேட்டீர்களா! ஹனுமாருடைய குரல்தான் அது. குரலில் என்ன ஒரு சந்தோஷம், கம்பீரம் தெரிகிறது கவனித்தீர்களா! அப்படியானால், அவன் போன காரியத்தை வெற்றிகரமாய் முடித்துக்கொண்டுதான் திரும்பி வருகிறான் என்று அர்த்தம்! எனக்கு சந்தேகமே இல்லை!" என்றார்.

வானரர்களெல்லாம் ஒரே உற்சாகமாய், ஆளாளுக்கு மரங்கள் மேல் ஏறி கிளைகளையெல்லாம் உலுக்குறார்கள். அதோ! ஹனுமார் பறந்து வருவது கண்ணில் பட்டுவிட்டது! ஹனுமார், ஜம்மென்று மகேந்திர மலை மேல் வந்து இறங்குகிறார்.

வானரர்களெல்லாம் ஆளாளுக்குக் கிழங்குகளையும் கனிகளையும் பறித்து, ஹனுமாருக்குப் பரிசாகக் கொடுக்க சந்தோஷக் கூச்சல் போட்டுக்கொண்டு அவரை நோக்கி ஓடி வருகிறார்கள்.

ஹனுமார், ஜாம்பவான், அங்கதன், மற்ற மூத்த வானரத் தலைவர்கள் எல்லாரையும் கும்பிட்டுப் பணிவுடன் வணங்குகிறார்.

"பெரியோர்களே, நான் இலங்கைக்குப் போயாயிற்று; சீதையை உயிரோடு பார்த்தாயிற்று!" என்று சுருக்கமாகச் சொன்னவுடன், எல்லாருக்கும் ஒரே சந்தோஷம்! நடந்த எல்லாவற்றையும் ஹனுமார் விரிவாக சொல்லவேண்டுமென்று கேள்வி மேல் கேள்வி கேட்கிறார்கள் எல்லோரும். ஹனுமார் அங்கதனுடன் சேர்ந்து ஒரு இடத்தில் அமர்ந்துகொள்கிறார்; எல்லா வானரர்களும் நெருக்கி அடித்துக்கொண்டு அவரை சுற்றி உட்கார்ந்துகொண்டார்கள்.

ஹனுமார், தான் கிளம்பியதிலிருந்து ஆரம்பித்து, நடந்த எல்லா நிகழ்ச்சிகளையும் ஒன்று விடாமல் விரிவாக எல்லாரிடமும் சொல்கிறார்.

எல்லாவற்றையும் கேட்டு முடித்த பிறகு அங்கதனும், மற்ற எல்லாரும் ஹனுமாரைப் வானளாவப் புகழ்ந்து பாராட்டுகிறார்கள்.

அத்தியாயம் 60 (5.8)
வெற்றிகரமாய்த் திரும்பிய ஹனுமார்

அங்கதன், "இவ்வளவு தூரம் ஹனுமாரைக் கொண்டு நாம் இதையெல்லாம் செய்த பிறகு, இப்படியே வெறுங்கையுடன் திரும்பாமல், நாம் எல்லாருமே இலங்கைக்குப் படையெடுத்துப் போய், ராவணனைக் கொன்று போட்டுவிட்டு, சீதையை அழைத்துக்கொண்டு வந்து, அவரை ராமரிடம் சேர்ப்பதுதான் சரியான காரியமாய் இருக்கும்" என்று சொல்கிறான்.

ஆனால், ஹனுமார் ஏற்கனவே சீதையின் விருப்பம் என்ன என்று சொன்னதைக் கேட்டிருந்த ஜாம்பவான், "அங்கதா, அது சரி கிடையாது; நமக்கு அந்த சாமர்த்தியம் இருந்தாலும் கூட, ராமரின் எண்ணம் என்ன என்று தெரிந்த பின்னரே நாம் அடுத்த நடவடிக்கையை எடுக்கவேண்டும்" என்று எடுத்துச் சொல்கிறார்.

அங்கதனும் ஒப்புக்கொண்டு, "சரி, நாம் எல்லாரும் உடனே, கிஷ்கிந்தைக்குப் புறப்பட்டுப் போய், மன்னர் சுக்ரீவனுக்கும், ராம லக்ஷ்மணர்களுக்கும் சீதை இலங்கையில் உயிரோடு இருக்கும் சேதியைப் போய் சொல்லலாம்" என்று சொல்ல, எல்லாருமாய், ஆகாய மார்க்கமாக கிளம்பினார்கள். ஹனுமார் முன்னால் போக, அவர் பின்னாலேயே மிகுந்த குஷியாகப் போனார்கள்.

கிஷ்கிந்தைக்கு சென்று சேர்வதற்கு கொஞ்ச தூரம் முன்னால், வழியில் மதுவனம் என்கிற ஒரு அழகான பூஞ்சோலை இருந்தது. அது சுக்ரீவனுக்கு சொந்தமானது; அது வாலி, அவனுடைய அப்பா, தாத்தா என்று பரம்பரையாய் வானர ராஜ குடும்பத்துக்கு சொந்தமானதுதான். சுக்ரீவனுக்கு அது மிகவும் பிடித்த இடம். அங்கே, ஏராளமான பூ மரங்கள் இருந்தன; ஏராளமாக அங்கே தேனை சேகரித்து பாதுகாத்து வைத்துக்கொள்வது வழக்கம். அந்த மதுவனத்தைப் பாதுகாப்பவன் சுக்ரீவனின் தாய் மாமன் ததிமுகன்.

வானரர்களுக்கோ தேனைக் குடிப்பதில் மிகவும் ஆசை! அந்த மதுவனம் கண்ணில் பட்ட உடனே, சில வானரர்களுக்கு அங்கே இறங்கித் தேனைக் குடிக்கலாமே என்று ஒரே ஆசை. காரணம் என்ன தெரியுமா? இத்தனை நாள் சீதையைத் தேடுவதில் அங்கே இங்கே சுற்றி நிறையக் கஷ்டமெல்லாம் பட்டாயிற்று; இப்போது ஹனுமார் வெற்றிகரமாய் சீதை இருக்கிற இடத்தைக் கண்டு பிடித்துத் திரும்பியும் வந்தாயிற்று. இது ஒரு மாபெரும் வெற்றி. இதை கொண்டாட வேண்டாமோ?

மகிழ்ச்சியாய் வேண்டிய அளவுக்குத் தேனைக் குடித்துக் கூத்தாடி, ஆட்டம் போட்டு கொண்டாடலாமே என்று ஆசை!

அதனால் வானரர்கள் அங்கதனிடம், "நாங்களெல்லாம் இந்த மதுவனத்துக்குள்ளே போய்க் கொஞ்சம் தேனைக் குடித்துவிட்டு வரட்டுமா?" என்று கேட்டார்கள்.

ததிமுகன் மிக ஜாக்கிரதையாய்க் காவல் காத்து வருகின்ற, வானர ராஜாவுக்கு சொந்தமான அந்த வனத்தில், வானரர்கள் இஷ்டம் போல நுழைந்து, தேன் குடித்து ஆட்டம் போடுவதென்பது சரியில்லை தான்.

ஆனால், ஹனுமாரே, தான் செய்து முடித்து வந்த காரியத்தை நினைத்து மிகுந்த சந்தோஷத்தில் இருந்தார். அவர், "நீங்கள் எல்லாரும் போய் தேனைக் குடித்துக் கொண்டாடுங்கள். யாராவது அடிக்க வந்தால் நான் பார்த்துக்கொள்கிறேன்" என்று சிரித்துக்கொண்டே சொன்னார்.

பார்க்கப்போனால், அங்கதன் இருக்கும்போது ஹனுமார் இப்படி சொல்லக் கூடாதுதான். ஆனாலும் அங்கதன் இதை பெரிதாக எடுத்துக் கொள்ளாமல், "சரி சரி, போய்க் குடியுங்கள்! எப்பேர்ப்பட்ட காரியம் செய்துவிட்டு வந்திருக்கிறார் ஹனுமார்! அவரே சரி என்று சொல்லிவிட்ட பிறகு நான் வேண்டாம் என்று சொல்ல மாட்டேன்; இது நிஜமாகவே கொண்டாடப்பட வேண்டிய ஒரு பெரிய காரியமாச்சே!" என்று சொல்லிவிட்டான்.

அவ்வளவுதான்! எல்லா வானரப் படைகளும் தடதட என்று அந்த மதுவனத்துக்குள்ளே ஓடினார்கள். அதன் மரங்கள் மேல் ஏறி உலுக்குவதும், அங்கங்கே சேர்த்து வைத்திருக்கும் தேனை மொண்டு மொண்டு குடிப்பதும், பூமரக் கிளைகளை ஒடித்துப் போடுவதுமாய் அலம்பல் செய்ய ஆரம்பித்துவிட்டார்கள்! தேனைக் குடித்த மயக்கத்தில் தலை கால் புரியவில்லை. சிலர் சிரிக்கிறார்கள்; சிலர் அழுகிறார்கள்; சிலர் கூச்சல் போடுகிறார்கள்; சிலர் நாட்டியம் ஆடுகிறார்கள்; சிலர் ஒருவரை ஒருவர் விளையாட்டாய்த் தள்ளிவிடுகிறார்கள்; அடிக்கிறார்கள். சிலர் கண்ணை மூடி மயக்கத்தில் சாய்ந்து படுத்துக்கொண்டார்கள். சிலர் தேனை கையில் அள்ளி அடுத்த வானரத்தின் முகம் கை கால்கள் மேல் பூசி விடுகிறார்கள். சிலர்

தேவையில்லாமல் தேனை பாத்திரத்தை அள்ளிக் கீழேயெல்லாம் கொட்டி வீணடிக்கிறார்கள்!

தோட்டத்துக் காவல்காரர்களெல்லாம் ஓடி வந்து இந்த வானரர்களைத் தடுக்கிறார்கள். ஆனால் இந்தக் குரங்குகள் தங்களுக்கு இருந்த குஷியில் அவர்களை அடித்துத் துரத்தினார்கள். காவலர்கள் ஓடிப்போய், ததிமுகனிடம் "அங்கதன், ஹனுமான் தலைமையில் ஒரு வானரக் கூட்டம் வந்து நம் தோட்டத்தை அதம் செய்கிறார்கள். கன்னா பின்னா என்று தேனையெல்லாம் எடுத்துக் குடிக்கிறார்கள்!" என்று சொன்னார்கள்.

ததிமுகனுக்கு பயங்கரமாய்க் கோபம் வந்துவிட்டது. தனது வீரர்கள் புடை சூழ அவனே நேரே வந்து பல வானரர்களைத் தடுக்கிறான்; ஆயுதங்களால் தாக்க ஆரம்பிக்கிறான். வானரர்களும் பாறைகள், மரங்களைப் பிடுங்கி அவனைத் தாக்க ஆரம்பித்தார்கள்.

இதைப் பார்த்துவிட்டு, ஹனுமாரும் அங்கதனும் சண்டை நடக்கிற இடத்துக்கு ஓடி வந்தார்கள். ததிமுகன் தனது வானர வீரர்களைத் தாக்குவதைப் பார்த்து கோபம் வந்து, அங்கதன், அது தன் அப்பாவின் தாய்மாமன் என்றும் பார்க்காமல் ததிமுகனை அடித்துத் தாக்க ஆரம்பிக்கிறான்.

இப்படியாக, வானரர்கள் கொண்டாட்டம் நடத்துகிறோம் என்று தேனைக் குடிக்க ஆரம்பித்து, இப்போது அது பெரிய கலவரத்தில் போய் முடிந்துவிட்டது! ததிமுகனுக்கு இப்போது எப்படியாவது தப்பிப்பதைத் தவிர வேறு வழியில்லை. அவன் எப்படியோ அங்கேயிருந்து தப்பி ஓடி தோட்டதுக்கு வெளியில் வருகிறான். கூடவே மற்ற காவல்கார வானரர்களும் ஓடி வருகிறார்கள். ததிமுகனுக்கு தாங்க முடியாத கோபம்; அவமானம்.

அவன் "இந்த வானரர்களை நம்மால் அடக்க முடியாது; இவர்கள் இங்கேயே இருக்கட்டும். நாம் எல்லாரும் நேரே சுக்ரீவனிடம் போய், இங்கே நடந்ததையெல்லாம் சொல்லுவோம். நிச்சயமாய் மன்னன் சுக்ரீவன், அங்கதனும் அவனுடைய வானரர்களும் செய்த இந்தக் அயோக்கியத்தனமான காரியத்தை ஒப்புக்கொள்ளமாட்டான்; அங்கதனுக்கு தண்டனை

கொடுக்காமல் விடமாட்டான்" என்று சொல்லிவிட்டு அவசர அவசரமாய், சுக்ரீவனைப் பார்க்கப் போகிறான்.

குழந்தைகளே! நான் இங்கே உங்களுக்கு இரண்டு மூன்று விஷயங்களை சொல்லப் போகிறேன்.

அதில் ஒன்று என்னவென்றால், குரங்குக் கூட்டங்களுக்கு ஒரு சந்தோஷம் வந்தால், பெரிதாக ஆர்ப்பாட்டம் செய்துக் கொண்டாடுகிற ஒரு குணாதிசயம் இயற்கையாகவே இருக்கிறது என்பதுதான்.

உங்களில் யாராவது ரமண மகரிஷி பற்றிக் கேள்விப்பட்டிருக்கிறீர்களோ?

போகட்டும், தெரிந்தவர்களுக்கும் தெரியாதவர்களுக்குமாகச் சேர்த்து சொல்லிவிடுகிறேன். ரமண மகரிஷி, திருவண்ணாமலையில் வாழ்ந்த ஒரு பெரிய ஞானி. அவர் நீண்ட காலம் திருவண்ணாமலை மேல் ஆசிரமம் அமைத்து குடியிருந்தார். ஒரு மகாத்மாவான அவரைப் பார்க்க பலபேரும் அவர் ஆசிரமத்துக்கு மலையேறி வருவார்கள். அவரை நாடி மனிதர்கள் மட்டுமில்லாமல், அணில்கள், குரங்குகள், நாய்கள், மாடுகள் எல்லாம் கூட தயக்கமில்லாமல் வந்து பழகும். மகான்களுக்கு சகல ஜீவராசிகளையும் கவர்ந்து இழுக்கும் தன்மை உண்டு. அவர்களுக்கு எல்லா ஜீவன்களிடமும் ஒரே சம பாவம் தான்.

மலையில் குரங்குகள் நிறைய உண்டு. அவையெல்லாம் கூட்டம் கூட்டமாத் திரியும். ஒவ்வொரு குரங்குக் கூட்டத்துக்கும் ஒரு ராஜாக் குரங்கு உண்டு. ரமணர், மலை மேல் ஸ்கந்தாசிரமம் எனும் அவருடைய ஆசிரமத்தில் இருந்தபோது, குரங்குகளின் நடவடிக்கைகள் எப்படியிருக்கும் என்பதெல்லாம் பார்த்துப் பார்த்து அவருக்கு அத்துப்படியாம்.

குட்டியாய் இருந்த காலத்திலிருந்தே ஒரு நொண்டிக் குரங்கு அவரிடம் வந்துகொண்டிருந்தது. அவர் தன் கையால் தருகின்ற பழங்களை வாங்கி சாப்பிடும். ரமணரிடம் அது கூடுதல் சுவாதீனமாய் நெருங்கிப் பழகும். ரமணரும் அது நொண்டியாய் இருந்ததால், அதனிடம் அதிகம் அன்பு காண்பித்தார்.

ஒரு நாளைக்கு அந்தக் சிறிய குரங்கு அவரிடம் வந்த போது, அதற்கு முதலில் பழம் கொடுக்காமல் வேறு ஒரு மிருகத்துக்கு

அத்தியாயம் 60 (5.8)
வெற்றிகரமாய்த் திரும்பிய ஹனுமார்

அவர் கொடுத்ததைப் பார்த்ததும் அதற்குப் பொறாமை வந்துவிட்டதாம்! அது கோபத்தில் ரமணருக்கு ஒரு அடி கொடுத்ததாம்!

ரமணர், அது அப்படிச் செய்தது தப்பு என்று அதற்குப் புரிய வைக்கவேண்டும் என்பதற்காக, "இதோ, பாரு, நீ என்னை அடித்தாய் இல்லையா, இனிமேல் நான் உனக்கு என் கையால் பழம், தின்பண்டம் எதுவும் கொடுக்கப் போவதில்லை" என்று சொல்லிவிட்டாராம்.

அந்தக் குரங்கு தினம் தினம் வழக்கம்போல வருமாம். அதை ரமணர் கண்டுகொள்ளாமல் இருப்பாராம். அது ஏதோ ஒருவிதத்தில், "நான் செய்தது தப்பு, என்னை மன்னித்துவிடுங்கள்" என்று ரமணருக்குப் புரியவைக்கிற மாதிரி, ஏதேதோ குட்டிக்கரணம் போட்டும், கும்பிட்டும், சேஷ்டைகள் எல்லாம் செய்து கொண்டே இருக்குமாம். ரமணரும் சிரித்துக்கொண்டே அதை மன்னித்து, வழக்கம் போல அதற்கு தின்பண்டமெல்லாம் கொடுக்க ஆரம்பித்து விட்டாராம்.

பொதுவாய், குரங்குகள் கூட்டத்தில், ராஜாக் குரங்கு, உருவத்தில் பெரியதாய், பலசாலியாய் இருக்குமாம். அப்படி இருந்தால்தான் ராஜா ஆக முடியும். ரமணரிடம் வந்து போன குரங்கு நொண்டியாக இருந்ததால், அதற்கு ராஜா ஆகிற வாய்ப்பெல்லாம் கிடையாது.

ஆனால், என்ன ஆச்சரியம் பாருங்கள், ரமணர் என்கிற ஒரு மகாத்மாவிடம் நெருக்கமாக இருந்த அந்த புண்ணியத்தாலோ என்னவோ, பிற்காலத்தில் ஒரு நாள் அந்த நொண்டிக் குரங்கு, குரங்குக் கூட்டத்துக்கே அரசனாகிவிட்டதாம். ஒரு குரங்கை அரசனாய் ஏற்றுக்கொண்டதற்கு அடையாளமாய், ஒவ்வொரு குரங்காக வந்து அந்தக் குரங்கைத் தொட்டுக் கும்பிட்டுவிட்டுப் போவது ஒரு வழக்கமாம். அப்படி அந்த நொண்டிக் குரங்குக்கு மற்ற குரங்குகள் மரியாதை செய்ததை ரமணர் கவனித்துவிட்டார்.

தான் அரசனானதில் அந்த நொண்டிக் குரங்குக்கு தாங்க முடியாத குஷி! அதைக் கொண்டாடுவதற்காக எல்லா குரங்குகளையும் கூட்டி ஸ்கந்தாஸ்ரமத்துக்கு வந்ததாம். ஆசிரமத்தில் நிறைய மரங்கள் உண்டு. எல்லாக் குரங்குகளும் வந்து, மரங்களில் ஏறி, இங்கேயும் அங்கேயுமாய்த் தாவிக்

குதித்து, பூக்களையும் காய்களையும் பிய்த்துப் போட்டு, மரக்கிளைகளை ஒடித்துப்போட்டு என்று அரை மணி கொட்டம் அடித்துவிட்டுத்தான் திரும்பிப் போயினவாம்! இதையெல்லாம் ரமண மகரிஷியே சொல்லியிருக்கிறார்.

ஆக, குரங்குகளுக்கு குஷி வந்தால் என்ன செய்யுமென்று ராமாயணத்தில் சொல்லியிருப்பது நிஜம்தான் என்று ரமணரிடமிருந்து தெரிகிறது இல்லையா?

நம்மை மாதிரி மனிதர்களுக்குக் கூட, ஏதாவது பெரிய வெற்றி கிடைத்ததென்றால், இல்லை நாம் ஆசையாய் எதிர்பார்த்தமாதிரியே பெரிய மகிழ்ச்சியான விஷயம் வாழ்க்கையில் நடந்ததென்றால் அதை உற்சாகமாய், ஆர்ப்பாட்டமாகக் கொண்டாட வேண்டுமென்று நினைக்கிறோம். உதாரணமாய், கிரிக்கெட்டில் நம் நாடு ஒரு உலக் கோப்பையை ஜெயித்ததென்றால், இல்லை ஒரு அரசியல் கட்சி தேர்தலில் பெரிய வெற்றியை சந்தித்ததென்றால் பலரும் அதை பெரிய அளவில் ஆட்டமும் கூத்துமாக் கொண்டாடுவதில் மிகவும் ஆர்வமாய் இருக்கிறார்கள்.

நம் சந்தோஷத்தை கொண்டாடுவதில் தப்பில்லை தான். ஆனால், அதிலும் ஒரு நிதானம் இருக்கவேண்டும். இல்லையா? கொண்டாட்டம் நடக்கும்போது, கட்டுபாடு இல்லாமல் ஆர்ப்பாட்டத்தில் இறங்குவது, எச்சரிக்கை, கவனம் இல்லாமல் பட்டாசுகளை வெடிப்பது, சாமான்களை உடைப்பது. பொதுச் சொத்துகளை நாசம் செய்வது என்று சில பேர் கண் மண் தெரியாமல் இறங்கிவிடுவார்கள். ஜெயித்த அணி, தோற்ற அணிக்காரர்களை கிண்டல் கேலி செய்வது என்று ஆரம்பித்து, அது கோஷ்டி சண்டையில் போய்க் கூட முடிந்துவிடும்.

வெளி நாடுகளில் கூட சில காற்பந்துப் போட்டிகள் நடக்கும்போது, கொண்டாட்டம் கட்டுக்கடங்காமல் போய், கலவரத்தில் முடிந்த சம்பவங்கள் உண்டு. சில புத்தாண்டு கொண்டாட்டங்கள் பெரிய தீவிபத்துகளில் போய் முடிந்திருக்கின்றன. அவ்வளவு ஏன், சில மதம் சார்ந்த, கோவில் சார்ந்த திருவிழாக் கொண்டாட்டங்கள் கூட விபத்துகளில் முடிந்து, நிறையப் பேர் செத்துப்போன நிகழ்ச்சிகள் கூட நடந்திருக்கின்றன.

குழந்தைகளே, இதை எதற்காக சொல்கிறேனென்றால், சந்தோஷத்தை வெளிப்படுத்திக் கொண்டாடுவதிலும் கூட

அத்தியாயம் 60 (5.8)
வெற்றிகரமாய்த் திரும்பிய ஹனுமார்

நமக்குக் கட்டுப்பாடும், ஒரு அளவும், நிதானமும் அவசியம் என்று புரிந்துகொள்வதற்குத் தான். என்னுடைய குரு மாதா அமிர்தானந்தமயி தேவி அடிக்கடி சொல்லுவார், "ஒரு சந்தோஷம் வந்தால் ஆகாயம் வரை எம்பிக் குதிப்பது, இல்லை ஒரு துக்கம் வந்தால் கப்பல் தண்ணீரில் முழுகுகிற மாதிரி துக்கத்தில் முழுகிப் போவது -- இரண்டுமே கூடாது" என்று.

பார்த்தீர்களல்லவா, இந்த ராமாயணக்கதையில், வானரர்கள் கட்டுப்பாடு இல்லாமல் கொண்டாட்டத்தில் இறங்கியதில், ஒரு தப்பும் செய்யாத ததிமுகனுக்கு அடியும் காயமும்தான் மிச்சம்!

இது நமக்கும் ஒரு பாடம், இல்லையா? இனிமேல், நாமும் ஒரு வெற்றி, அதைக் கொண்டாடவேண்டுமென்று நினைத்தால், இந்த சம்பவத்தை நினைவு வைத்துக்கொள்ளுங்கள்.

இன்னொன்றும் கூட எனக்குத் தோன்றுகிறது. மனிதர்களாகிய நமக்குள்ளே பல மிருகங்களின் குணாதிசயங்களும் இருக்கிறது என்று சொல்லுவார்கள். அடுத்த தடவை நமக்கு எதையாவது பெரிதாய், ஆர்ப்பாட்டமாக் கொண்டாடவேண்டும், ஆடவேண்டும் பாடவேண்டும், குதிக்கவேண்டுமென்று தோன்றினால், இதை நினைவு வைத்துக்கொள்ளுங்கள் -- அப்படி நாம் செய்ய நினைப்பது நமக்குள்ளே ஒளிந்திருக்கும், வேண்டாத குரங்குக் குணத்தால்தான் என்று! சரிதானே?

குரங்குகளுக்கு இருக்கிற கொண்டாடும் சுபாவத்தைப் பற்றி வேறொரு வியப்பான, சுவாரசியமான சம்பவத்தை உங்களுக்கு அடுத்த அத்தியாயத்தில் சொல்கிறேன்.

-=()=-

அத்தியாயம் 61 (5.9)
ராமரிடம் சேதி சொல்லும் ஹனுமார்

குரங்குகள் மிகவும் குஷியானால் கொண்டாடம் போடுகிற சுபாவத்தைப் பற்றி சொல்லும்போது, அது சம்பந்தமாக, சமீப காலத்தில் நடந்த ஒரு நிஜ சம்பவத்தை இப்போது பார்க்கலாம்.

குழந்தைகளே, நீங்கள் எல்லாம் கேள்விப்பட்டிருப்பீர்கள், ஹனுமார் ஒரு சிரஞ்சீவி -- அதாவது எப்போதும் மரணமே இல்லாமல் இருப்பவர் என்று. அவர் இப்போதும் கூட எங்கெல்லாம் ராமருடைய பேரும் புகழும் பாடப்படுகிறதோ, அங்கெல்லாம் கூப்பிய கைகளோடு கண்ணில் ஆனந்தக் கண்ணீர் வழிய வந்து நம் கண்ணில் படாமல் நின்றுகொண்டிப்பார் என்றும் சொல்லுவார்கள்.

ஹனுமார் மட்டுமில்லாமல், வானரர்கள் எல்லாருக்குமே ராமரிடம் இருந்த உறவும், ஒட்டுதலும், மரியாதையும், பக்தியும் நாம் ஏற்கனவே அறிந்தது தானே? அந்த ராம பக்தி, குரங்குகளிடம் பரம்பரை பரம்பரையாய்த் தொடர்ந்து உயிர் வாழ்கிறது என்று சொன்னால், உங்களால் நம்ப முடியுமா?

அதை நாம் நம்பலாம் என்று நிரூபிக்கிறமாதிரி நடந்த ஒரு நிகழ்ச்சியை இப்போது சொல்லப் போகிறேன்.

சில அத்தியாயங்களுக்கு முன்னால், அயோத்தியில் ராமர் கோவில் கட்டப்பட்டது பற்றியும், அதற்குப்பின்னே நீண்டகாலமாய் இருந்த உணர்ச்சிகரமான போராட்டங்களைப் பற்றியும், சட்டப் போராட்டம் பற்றியும் நான் உங்களுக்கு சொல்லியிருந்தது நினைவு இருக்கிறதல்லவா?

பல வருடம் கீழ் கோர்ட்டுகளில் நடந்த அந்த போராட்டம், கடைசியாய் உச்ச நீதிமன்றத்துக்கு வந்தப்போது, இந்துக்கள் சார்பாக, ராம ஜன்ம பூமியை மீட்டெடுக்கிற விஷயத்தில் வழக்கறிஞராய் இருந்து வாதாடியவர் பராசரன் என்கிற ஒரு

வயதான தமிழ் வக்கீல். அவர் ஒரு தீவிர ராம பக்தர். அந்த வழக்கு முடியும்போது அவருடைய வயது 91.

அவ்வளவு வயதானதால் உடம்பில் தளர்ச்சி இருந்தாலும், அவர் உச்ச நீதி மன்றத்தில், மணிக்கணக்காக நின்றவாறே தனது வாதங்களை அழுத்தம் திருத்தமாக வைத்து, வழக்கை நடத்தினார். நீதிபதிகளே கூட அவர் வயதுக்கு மரியாதை கொடுத்து, "நீங்கள் உட்கார்ந்து பேசலாமே?" என்று சொன்னார்கள்; ஆனாலும் அவர், அது கோர்ட் வழக்கம் இல்லை என்று சொல்லி ஏற்றுக் கொள்ளவில்லை.

கடைசியாய் இந்துக்கள் சார்பாக வழக்கு ஜெயித்து, ராம ஜன்ம பூமியை இந்துக்களுக்கு சொந்தமாக்கி, அங்கே கோவில் கட்டவும் அனுமதி தந்தார்கள் நீதிபதிகள். அந்த தீர்ப்பு வந்தது 2019 ஆம் வருடம் நவம்பர் 9 ஆம் தேதி, சனிக்கிழமை.

அதற்கடுத்த திங்கக் கிழமை இரவு, டெல்லியில் பராசரன் வாழ்ந்து கொண்டிருந்த வீட்டின் மொட்டை மாடியில் ராத்திரி எட்டே முக்கால் மணிக்கு ஏதோ பெரிய கலவரம் நடக்கிற மாதிரி சப்தம்!

என்னவென்று பார்த்தால், ஒரு முப்பது நாப்பது குரங்குகள் எங்கேயிருந்தோ அங்கே வந்து சேர்ந்து, அந்த மொட்டை மாடியில் குதித்து கும்மாளம் போட்டுக் கொண்டிருந்தனவாம்! பக்கத்தில் ஒரு வீடு கட்டுகிற வேலை நடந்து கொண்டிருந்ததாம். அதிலிருந்து மண்ணும் தூசியும் அக்கம் பக்கம் விழாமல் இருக்கத் தட்டி போட்டு மறைப்பார்கள் இல்லையா? அந்தத் தட்டிகளையெல்லாம் 'டொப்பு டொப்பு' என்று காலால் அந்தக் குரங்குகள் உதைத்து சத்தம் எழுப்பி, விளையாடினவாம். அவர்கள் வீட்டு வாசற் பக்கம் ஒரு முருங்கை மரம் இருந்ததாம். அதில் ஏறி, கிளை கிளையாகத் தாவிக் குதித்து, கிளைகளையெல்லாம் ஒடித்துப் போட்டு, கிட்டத்தட்ட அந்த மரமே மொட்டையாய்ப் போகிற அளவுக்கு ஒரே கலாட்டாவாம்!

பாருங்கள், டெல்லி எவ்வளவு பெரிய ஒரு மாநகரம்! அங்கே எவ்வளவு ஜன சந்தடியும் சாலைகளில் வாகனப் போக்குவரத்தும் இருக்கும்? அங்கே எப்படி ராத்திரி அந்த நேரத்தில் இவ்வளவு குரங்குகள் வந்து சேர்ந்தன? அவைகளுக்கு எப்படி, அந்த பராசரன் தான் ராம் ஜென்ம பூமி வழக்கை வென்று கொடுத்தவர் என்றும், அவரது வீடு அது தான் என்றும்

தெரியும்? இது மனித சக்திக்கும், அறிவுக்கும் எட்டாத விதத்தில் நடந்த ஒரு அற்புதமென்று நாம் எடுத்துக்கொள்ளலாம், இல்லையா குழந்தைகளே?

எத்தனையோ வருடங்களாய் நடந்த தார்மீகப் போராட்டத்துக்குப் பிறகு தங்களது ராமருக்கு கடைசியாய் அவர் பிறந்த பூமியில் கோவில் வரப்போகிறது என்றும் அதை கொண்டாட வேண்டுமென்றுதான் குரங்குகள் அங்கே வந்தன என்று நாம் எடுத்துக் கொள்ளலாமில்லையா?

இதெல்லாம் ஏதோ கற்பனைக்கதை, யாரோ சும்மா கிளப்பி விட்டிருக்கிறார்கள் என்று நினைக்க வேண்டாம். இது நடந்ததைப் பற்றி, வக்கீல் பராசரனே பேசிய ஒரு மேடைப்பேச்சு யூடியூபில் இருக்கிறது.

சரி, இனி ராமாயணத்துக்குத் திரும்ப வருவோம்.

மதுவனத்துக்குள்ளே புகுந்து, தேனையெல்லாம் குடித்து, ஆர்ப்பாட்டம் செய்து, ததிமுகனையும் அவன் ஆட்களையும் அடித்த செய்தியை உடனே சுக்ரீவனிடம் சொல்லி அந்த வானரப் படைகளுக்கும், அங்கதனுக்கும் தண்டனை வாங்கிக்கொடுக்கவேண்டுமென்று ததிமுகன் கிஷ்கிந்தைக்குக் கிளம்பிப் போனான் என்று போன பகுதியில் பார்த்தோமில்லையா?

கிஷ்கிந்தைக்கு ததிமுகன் வந்து சேர்ந்தப்போது, சுக்ரீவன் ராம லக்ஷ்மணர்களோடு உட்கார்ந்து பேசிக்கொண்டிருந்தான். நேரே சுக்ரீவன் காலில் வந்து விழுந்து அழுதான் ததிமுகன்.

"என்ன ஆயிற்று ததிமுகா?" என்று கவலையுடன் விசாரித்தான் சுக்ரீவன். ததிமுகன் வருத்தமும் கோபமுமாய், வானரர்கள் மதுவனத்துக்குள்ளே காவலை மீறி நுழைந்து, தேனையெல்லாம் அள்ளிக் குடித்து, பூமரங்களை ஒடித்துப் போட்டு, கலவரம் செய்ததையும், அதைத் தடுக்க வந்த தனது காவலாளிகளையும், தன்னையும் அடித்ததையும் பற்றிச் சொன்னான்; அதையெல்லாம் வானரர்களுக்கு தலைவனாய் இருந்த அங்கதன் கண்டிக்காததையும், வானரர்கள் இப்படி தேனைக் குடித்துக் கூத்தாடிக் கொண்டாடுவதை உற்சாகப் படுத்துகிற மாதிரி அவன் நடந்து கொண்டதையும் சொல்லிப் புலம்பினான்.

அத்தியாயம் 61 (5.9)
ராமரிடம் சேதி சொல்லும் ஹனுமார்

அதைக் கேட்டதும் சுக்ரீவனுக்கு பயங்கரமாய் கோபம் வரும் என்றுதான் ததிமுகன் நினைத்தான். ஆனால் நடந்ததே வேறு!

"என்ன சொல்கிறாய், ததிமுகா? அங்கதன் தலைமையில் தெற்கே சீதையைத் தேடப் போன வானரர்கள் திரும்பி வந்துவிட்டார்களா? எல்லாரும் மதுவனத்தில் தேனைக் குடித்து குஷியாக் கொண்டாடினார்களா? அட! நிஜமாகவா! அப்படி என்றால், நீ மிகவும் நல்ல சேதியைதான் கொண்டு வந்திருக்கிறாய்! இதற்கு என்ன அர்த்தம் என்றால், தேவி சீதையைத் தேடிப் போன அவர்கள் சீதையைப் பார்த்தாயிற்று, அவள் எங்கே எப்படி இருக்கிறாள் என்று கண்டுபிடித்தாயிற்று! அதுதான் விஷயம்! பலே பலே!" என்று சொல்லி சந்தோஷத்தில் பெரிதாகச் சிரித்தான்.

பக்கத்தில் இருந்த லக்ஷ்மணன், "என்ன ஆயிற்று சுக்ரீவா? இவன் என்ன சொல்கிறான்? என்ன நடக்கிறது இங்கே?" என்று கேட்க,

சுக்ரீவன், "லக்ஷ்மணரே! எனக்கு சந்தேகமே இல்லை! நிச்சயமாய், அங்கதன் தலைமையில், ஜாம்பவான், ஹனுமார் போன்ற மற்ற மகா வீரர்களோடு தெற்கே போன வானரப் படையினர், சீதையைக் கண்டு பிடித்துவிட்டார்கள் என்று தான் தோன்றுகிறது. அந்த வெற்றியைக் கொண்டாடத்தான் வானரர்கள் மதுவனத்துக்குள்ளே புகுந்து தேனைக் குடித்துக் கூத்தாடியிருக்கிறார்கள்! பரம பராக்கிரமசாலியான ஹனுமார்தான் நிச்சயமாய் சீதையைப் பார்த்திருப்பான் என்று எனக்குத் தோன்றுகிறது.

"ஒரு வேளை அங்கதனும் மற்றவர்களும் சீதையை கண்டுபிடிக்காமல் திரும்பியிருந்தால், முதலில் அங்கதனுக்கு என்னிடம் திரும்பி வந்து தோல்விச் செய்தியை சொல்வதற்கே தைரியம் இருக்காது! நடுங்குவான்! அப்படிப்பட்டவனுக்கு, எனக்கு சொந்தமான மதுவனத்துக்குள்ளே வானரர்களைப் புக விட்டு, தேனை இஷ்டம்போல அள்ளிக் குடிக்க அனுமதி கொடுக்க எங்கேயிருந்து தைரியம் வரும்? ஆக, அவர்கள் வெற்றிச் செய்தியோடுதான் வருகிறார்கள்! இது நிச்சயம்! ராமா! உன்னுடைய சீதையை கண்டுபிடித்தாயிற்று என்று வைத்துக்கொள்ள!" என்று சொன்னான்.

அதைக் கேட்டதும் லக்ஷ்மணனுக்கும் ராமருக்கும் தாங்கமுடியாத சந்தோஷம்!

சுக்ரீவன், ததிமுகனைப் பார்த்து "ததிமுகா! நிச்சயமாய் வானரர்கள் சீதையைக் கண்டுபிடித்துத் திரும்பி வந்திருக்கற குஷியில்தான் மதுவனத்தில் சேதம் உண்டாக்கியிருக்கிறார்கள். போனால் போகட்டும். நான் அவர்கள் தப்பை மன்னித்து விடுகிறேன். நீ உடனே திரும்பிப் போய், அவர்கள் எல்லாரையும் உடனே கிளம்பி இங்கே வரச்சொல்லு" என்று சொன்னான்.

பாவம் ததிமுகன்! அவன் நினைத்தது வேறு, நடந்தது வேறு என்று ஆகிவிட்டது!

சுக்ரீவனையும் ராம லக்ஷ்மணர்களையும் கும்பிட்டுவிட்டு, உடனே தன் கூட வந்தவர்களையும் கூட்டிக்கொண்டு அவசர அவசரமாய் மதுவனத்துக்குத் திரும்பிப் போனான் ததிமுகன்.

அங்கே இப்போது எல்லாம் அமைதியாக இருந்தது. வானரர்கள் வயிறு முட்டத் தேன் குடித்துவிட்டு அங்கே இங்கே அரை மயக்கமாக சாய்ந்திருந்தார்கள். அங்கதனும் மற்ற வானரத் தலைவர்களும் இதையெல்லாம் வேடிக்கை பார்த்துக்கொண்டு அங்கே உட்கார்ந்து பேசிக்கொண்டிருந்தார்கள்.

ததிமுகன் அங்கதனிடம் வந்து கும்பிட்டு, "அன்பனே, அறியாமல் எங்கள் காவற்காரர்கள் உங்கள் வானரர்களை தடுத்து சண்டை போட்டு விட்டார்கள். நீ அதை மனதில் வைத்துக்கொள்ளாதே! நீ இளவரசன்; அதனாலேயே இந்த மதுவனத்துக்கு சொந்தக்காரனும் கூட. எங்கள் மீது தான் தப்பு. சுக்ரீவரிடம் நடந்ததை சொன்னேன். நீங்கள் எல்லாரும் திரும்பி வந்துவிட்டீர்கள் என்று கேட்டதில் அவருக்கு மிகவும் சந்தோஷம். அவர் உடனே உங்கள் எல்லோரையும் கிளம்பி அங்கே வரச்சொன்னார்" என்றான்.

அங்கதன் தன் வானர சேனைத் தலைவர்களிடம், "கேட்டீர்களா? இப்போது ராமருக்கும் நாம் திரும்பி வந்த சேதி தெரிந்திருக்கும். அதனால் நாம் இதற்கு மேலும் இங்கேயே இருப்பது சரியில்லை. நாம் வந்த வேலை முடிந்தாயிற்றே? நம் வானரர்கள் எல்லாரும் நன்றாக தேனைக் குடித்து, ஓய்வும் எடுத்தாகிவிட்டது. நாம் உடனே கிளம்பி சுக்ரீவனைப்

போய் பார்ப்பது தான் சரி என்று எனக்குத் தோன்றுகிறது. நீங்கள் என்ன நினைக்கிறீர்கள்? நான் இளவரசனே தவிர நான் உங்களுடைய தலைவர் கிடையாது. அதனால் நான் உங்களுக்கு கட்டளை இட விரும்பவில்லை" என்று சொன்னான்.

இப்படி அங்கதன் மிகுந்த அடக்கத்தோடு பேசியதைக் கேட்டதும் வானர சேனைத் தலைவர்களுக்கு அவன் மேல் மிகவும் மதிப்பும் மரியாதையும் கூடிப்போயிற்று.

"அங்கதா, உண்மையான ஒரு தலைவனால் தான் இப்படி அடக்கத்தோடு பேச முடியும். திமிரும் அகங்காரமும் பிடித்தவர்கள்தான் 'நான் நான்' என்று பேசுவார்கள். உண்மையில் நீதான் எங்கள் தலைவன். நீ சொல்கிற படியே உடனே கிளம்பிப் போய், சுக்ரீவனைப் பார்த்து, நடந்த நல்ல சேதியை சொல்லுவோம்" என்றார்கள் அவர்கள் எல்லாரும்.

இப்படியாக அங்கதனும், ஹனுமாரும் முன்னால் எழுந்து தாவ, அவர்களைத் தொடர்ந்து மற்ற எல்லா வானரர் தலைவர்களும், வானரர்களும் புழுதியைக் கிளப்பிக்கொண்டு ஆகாய மார்க்கமாக, உற்சாகமாய் குரல் கொடுத்துக்கொண்டே சுக்ரீவனுடைய இடத்துக்குப் போனார்கள்.

அவர்கள் வந்து சேர்வதற்கு முன்னால், சுக்ரீவன் ராமரிடம் பேசிக்கொண்டிருந்தான்; "ராமா! மகிழ்ச்சியாய் இரு; இனிமேல் கவலையே கிடையாது. கண்டிப்பாய் என்னுடைய ஆட்கள் சீதையைப் பார்த்துவிட்டுத்தான் திரும்பி வருகிறார்கள்; சந்தேகமே இல்லை. ஹனுமாரைத் தவிர வேறு எவனும் சீதையைப் பார்த்திருக்க மாட்டான். நான் உறுதியாகச் சொல்கிறேன். ஏனென்றால் ஹனுமாருக்குத்தான் அசைக்க முடியாத புத்திக் கூர்மை, சாமர்த்தியம், விடாமுயற்சி, கடும் உழைப்பு எல்லாம் உண்டு. ஜாம்பவான் ஒரு சிறந்த தலைவர்; அங்கதனும் மற்றவர்களை வழி நடத்திக் கொண்டு போகிற திறமை உள்ளவன்தான். ஹனுமார் ஒரு செயல் வீரன். இவர்கள் மூன்று பேரும் சேர்ந்து காரியம் செய்யும்போது, அது வெற்றியில்தான் முடியும். இதோ, கேளு, கேளு! நம் வானரர்களின் சந்தோஷக் கூப்பாடு காதில் விழுகிறதா! இதோ ஆகாயமார்க்கமாக நம்மை நெருங்கி வந்து விட்டார்கள்!"

அங்கதனும் ஹனுமாரும் தலைமை ஏற்று வர, மற்ற வானரர்கள் எல்லாரும் அங்கே வந்து சேர்ந்து விட்டார்கள்.

அங்கதனும் ஹனுமாரும் சுக்ரீவன், ராம லக்ஷ்மணர்கள் முன்னால் வந்து இறங்கி பணிவோடு கும்பிட்டார்கள். அவர்கள் இரண்டு பேர் முகத்திலும் சந்தோஷம் ஒளிர்விட்டுக் கொண்டிருந்தது.

ஹனுமார் பணிவோடு ராமரைப் பார்த்து சொன்ன முதல் வாக்கு, "தேவி சீதையைப் பார்த்துவிட்டேன்" என்பதுதான்!

அதைக் கேட்டதும் ராமருடைய முகம் மகிழ்ச்சியில் பிரகாசமாகி, அவர் மிகுந்த அன்போடும் மரியாதையோடும் ஹனுமாரைப் பார்க்கிறார். லக்ஷ்மணனும் மிகுந்த சந்தோஷத்தோடு, விஷயத்தை முன் கூட்டியே சரியாக ஊகித்து சொன்ன சுக்ரீவனுடைய முகத்தைப் பார்க்கிறார்.

மற்ற வானரர்களுக்குத் தாங்களும் நடந்த சேதியை சொல்லவேண்டுமென்று ஒரே பரபரப்பு, ஆவல்! அதனால் ஆளாளுக்கு நடந்த நிகழ்ச்சிகளையெல்லாம், ஒரே சமயத்தில் சளசளவென்று சொல்ல ஆரம்பித்ததால், ராமர் காதில் ஒன்றுமே தெளிவாய் விழவில்லை!

ராமர், "சீதை எங்கே இருக்கிறாள்? அவள் என்னைப் பற்றி என்ன நினைக்கிறாள்? கொஞ்சம் தெளிவாக சீதையைப் பற்றி விவரமாய் சொல்லுங்கள், வானரர்களா!" என்று சொல்கிறார்.

உடனே வானரர்கள், "ஹனுமார், ஹனுமார்! நீதானே நடந்த எல்லாவற்றையும் நேரே பார்த்தவன்! நீயே நடந்ததையெல்லாம்

ராமருக்கு சொல்லு!" என்று கத்த, ஹனுமாரும் பேச ஆரம்பிக்கிறார்.

"ராமா, நான் நூறு யோஜனை தூரம் கடலைத் தாண்டி, தெற்கே இருக்கும் இலங்கைக்குப் போனேன். அங்கேதான் ராட்சச மன்னன் ராவணன் சீதையை சிறை வைத்திருக்கிறான். அங்கே அசோக வனம் என்கிற ஒரு பூங்காவில் பயங்கரமான தோற்றம் உள்ள பொல்லாத ராட்சசிகளின் காவலில் சீதையை வைத்திருக்கிறான்...." என்று ஆரம்பித்தார்,

தான் எப்படி சீதையிடம் நெருங்கி, கொஞ்சம் கொஞ்சமாக அவள் பயத்தைப் போக்கி, தம் மீது நம்பிக்கை வர வைத்து, அவளிடம் பேசியது, சீதை எவ்வளவு தூரம் துன்பத்திலும் துயரத்திலும் மூழ்கியிருக்கிறாள், எந்த அளவுக்கு முழுக்க முழுக்க ராமருடைய நினைப்பிலேயே இருந்துகொண்டு உயிரைப் பிடித்துக்கொண்டு இருக்கிறாள், ராம லக்ஷ்மணர்கள் ஏன் இன்னும் வந்து தன்னைக் காப்பாற்ற வரவில்லை என்று நினைத்து துயரப்பட்டுக்கொண்டு இருக்கிறாள் என்பதையெல்லாம் சொன்னார்.

மேலும், ராமர் வந்துதான் ராவணனை அழித்து தன்னைத் திருப்பிக் கட்டிக்கொண்டு போகவேண்டும் என்பதில் எவ்வளவு தெளிவாய் இருக்கிறாள், ராமருடைய வரவுக்காக தான் இன்னும் ஒரு மாத காலம்தான் காத்திருக்கமுடியும், அது நடக்கவில்லையென்றால் உயிரை விட்டுவேன் என்று சொன்னாள்.... என்று எல்லாவற்றையும் சொன்னார் ஹனுமார்.

"ராமா, நான் சீதா தேவியை சந்தித்தேன் என்பதற்கு அடையாளமாக இரண்டு விஷயங்கள் இருக்கின்றன. அதில் ஒன்று, சித்ரகூடத்தில் நீங்கள் மகிழ்ச்சியாய் வாழ்ந்து கொண்டிருந்தபோது, நடந்த நிகழ்ச்சியை சீதாதேவி என்னிடம் சொன்னது: இந்திரனுடைய மகன் ஒரு காகத்தின் ரூபத்தில் வந்து சீதையைக் கொத்தியது, நீங்கள் உடனே ஒரு புல்லை எடுத்து பிரம்மாஸ்திர மந்திரம் சொல்லி அவன் மேல் ஏவியது. அந்தக் காகம் எல்லா உலகமும் பறந்து போய், இந்திரன் கூட உதவிக்கு வராததால் திரும்ப உங்கள் காலிலேயே விழுந்தது, நீங்கள் அதன் வலது கண்ணை மட்டும் எடுத்துக்கொண்டு உயிரோடு விட்டது –இந்த சம்பவத்தை அவர் உங்களிடம் சொல்லச்சொன்னார்.

"இன்னொரு அடையாளமாய், தன் தலையில் அணிந்திருந்த சூடாமணியை எடுத்து உங்களிடம் தரும்படி சொல்லி என்னிடம் தந்தார்" என்று சொல்லி ஹனுமார், தான் பத்திரமாய் எடுத்து வந்திருந்த சூடாமணியை மிகுந்த மரியாதையுடன் ராமரிடம் கொடுத்தார்.

அந்த சூடாமணியைப் பார்த்ததும் ராமருக்கு கண்ணீர் பொங்கி வந்தது. அவர் சுக்ரீவனைப் பார்த்து, "ஒரு பசுவுக்கு தனது கன்றுக்குட்டியைப் பார்த்தால் அதன் மடியில் பால் சுரப்பது மாதிரி, எனக்கு சீதையின் இந்த சூடாமணியைப் பார்த்ததுமே கண்களில் கண்ணீர் பொங்கி வருகிறது. நான் என்ன செய்ய? இது சாமானியமான சூடாமணி இல்லை; தேவேந்திரன், மன்னர் ஜனகர் செய்த ஒரு யாகத்தால் மிகவும் திருப்தியாகி அவருக்கு பரிசாகக் கொடுத்தது. இது. நான் சீதையைக் கல்யாணம் செய்துக்கொண்ட போது இதை தலையில் அணிந்திருந்தாள். அவள் அழகுக்கு அழகு சேர்க்கிறமாதிரி அது அமைந்திருந்தது. இதைப் பார்க்கும்போது எனக்கு சீதையையே நேரில் பார்க்கிற மாதிரி இருக்கிறது..."

"ஹனுமார், தயவு செய்து நீ சீதையைப் பார்த்தது, அவள் கூடப் பேசியது, அவள் உன்னிடம் சொன்ன விஷயங்கள் எல்லாவற்றையும் இன்னொரு தடவை விரிவாகச் சொல்லேன்" என்று நெகிழ்சியுடன் கேட்டுக்கொண்டார் ராமர்.

ஹனுமாரும் பழையபடி, நடந்த எல்லா விஷயங்களையும் இன்னொரு தடவை விளக்கமாகச் சொல்கிறார். தொடர்ந்து,

"ராமா, நான் கடைசியாய் சீதா தேவிக்கு நிறைய நம்பிக்கை தரும் வார்த்தைகளை சொல்லிவிட்டுதான் வந்தேன். 'தேவீ, நீங்கள் வேதனைப்பட்டு புலம்பியதும், கவலைப் பட்டதும் போதும். கண்டிப்பாய் ராம லக்ஷ்மணர்கள் வில்லும் அம்புகளும் கையில் ஏந்திக்கொண்டு சிங்கம் போல நடந்து இலங்கைக்குள்ளே நுழைவதைப் பார்ப்பீர்கள். பராக்கிரமம் மிக்க சுக்ரீவவனும் அவனுடைய சக்தி வாய்ந்த வானரப் படையும் அவர்கள் கூடவே வருவார்கள்; ராவணனை அழித்து உங்களையும் கூடக் கூட்டிக்கொண்டு, வனவாழ்க்கை முடிந்து அயோத்திக்குப் போய் சிம்மாசனத்தில் ராமர் அரசனாய் முடிசூட்டிக்கொண்டு உட்காரத்தான் போகிறார் என்று சொன்னேன். அதைக் கேட்டதும் சீதைக்கு உங்களைப்

பிரிந்து இருக்கும் துக்கம் ஒரு பக்கம் இருந்தாலும், மிகுந்த மன நிம்மதி அடைந்தார்..." என்று சொல்லி முடித்தார் ஹனுமார்.

குழந்தைகளே, இப்படி ஹனுமார் சொல்லி முடித்த வாக்கோடு வால்மீகி ராமாயணத்தின் சுந்தர காண்டம் முடிவுக்கு வருகிறது. ஹனுமாருடைய ராம பக்தி, அசாதாரணமான ஆற்றல், வீரம், தீரம், உற்சாகம், விடா முயற்சி, புத்திக் கூர்மை, சாமர்த்தியம், அடக்கம், பணிவு என்று அவருடைய எல்லா உயர்ந்த குணங்களையும் திறமைகளையும் பற்றி நாம் அறிந்துகொள்கிற மாதிரி அமைந்தது தான் இந்த அழகான சுந்தர காண்டம்.

நம் பாரத தேசத்தில், முழு ராமாயணத்தைப் படிக்க நேரம் ஒதுக்காவிட்டாலும், ராமாயணத்தின் சுந்தரகாண்டத்தை செவ்வாய்க் கிழமைகளில் பாராயணம் செய்வது, அதாவது பக்தியுடன் வாசிப்பது என்பது ஒரு பக்தி சார்ந்த கலாசாரமாய்க் காலம் காலமாய் இருந்து வருகிறது. ஹனுமார் சீதையை சந்தித்தது ஒரு செவ்வாய்க்கிழமையிலாம். அதனாலேயே செவ்வாய்க் கிழமை சுந்தர காண்டம் பாராயணம் செய்வது சிறப்பு என்பது நம்பிக்கை.

ராமாயணக் கதைச் சுருக்கமும் சுந்தர காண்டத்திலேயே வந்துவிட்டது இல்லையா? அதோடு, சீதை விருப்பப்படி ராமர் இலங்கைக்கு வந்து, போரிட்டு ராவணனை அழித்து வெற்றிகரமாக சீதையைக் கூட்டிக்கொண்டுப் போவார் என்பதற்கான முன்னறிவிப்பும் இந்த சுந்தர காண்டத்தில் இருக்கிறது. அதனால் கூட, சுந்தர காண்டம் படிப்பது முழு ராமாயணத்தைப் படிப்பதற்கு சமானம் என்பதாகவும் சொல்லலாம்.

பக்தியுடன் சுந்தர காண்டம் பாராயணம் செய்பவர்களுக்கு ஹனுமாருடைய எல்லா உயர்ந்த குணங்களும் வந்து சேருமென்று பெரியவர்கள் சொல்கிறார்கள்.

சரி குழந்தைகளே! இனி ராமாயணத்தின் அடுத்த காண்டமான யுத்த காண்டத்தை நாம் ஆரம்பிப்போம்.

~~~~~~~~-=()=-~~~~~~~~
~~~~~~~~

6. யுத்த காண்டம்

ஸ்ரீ ராமர் துதி

மூவுலகும் ஈரடியான் முறைநிரம்பா வகைமுடியத்
தாவிய சேவடி சேப்பத் தம்பியொடுங் கான்போந்து
சோவரணும் போர்மடியத் தொல்லிலங்கை கட்டழித்த
சேவகன்சீர் கேளாத செவி என்ன செவியே
திருமால்சீர் கேளாத செவி என்ன செவியே!

(சிலப்பதிகாரம்)

(பொருள்: "வாமனாவதாரம் எடுத்து, தன் இரு அடிகளால் மூன்று உலகங்களையும் அளந்தும் நிறைவுறாமல், அப்பாதங்கள் சிவந்து போகும் வகையில் காட்டில் தன் தம்பியுடன் நடந்து, இலங்கையின் பாதுகாப்பை உடைத்து அதன் கோட்டை மதிலைக் கடந்து, ராவணாதியரைப் போரில் கொன்ற ராமனின், அந்தத் திருமாலின் பெருமையைக் கேட்காத காதுகளும் காதுகளா?")

ஜய ஜானகீ ரமண ஜய விபீஷண சரண
ஜய ஸரோருக சரண ஜய தீன கருண – ஜய ஜய

jaya janaki ramaṇa jaya vibhiishaṇa charaṇa
jaya saroruha charaṇa jaya dhiina karuṇa – jaya jaya

(பொருள்: ஜானகி தேவியின் அன்புக்குரியவரும், விபீஷணனுக்கு சரணம் நல்கியவரும், தாமரைப்பாதம் கொண்டவரும் துன்புற்றோர் மீது கருணையைப் பொழிபவருமான ராமருக்கு வெற்றி. வெற்றி வெற்றி.)

ஜய லோக சரண்ய ஜய பக்த காருண்ய
ஜய திவ்ய லாவண்ய ஜய ஜகத் புண்ய – ஜய ஜய.

jaya loka charaṇya jaya bhakta karuṇya
jaya divya lavaṇya jaya jagat puṇya – jaya jaya

(பொருள்: உலகமே வணங்குபவரும், பக்தர்கள் மேல் கருணையைப் பொழிபவரும், தெய்வீக அழகு கொண்டவரும், உலகிற்கு நன்மை நல்குபவருமாகிய ராமருக்கு வெற்றி. வெற்றி வெற்றி!)

-=()=-

அத்தியாயம் 62 (6.1)

வானர சேனையுடன் புறப்பாடு

குழந்தைகளே, போன பகுதியில், ஹனுமார் ராமரிடம் தான் சீதையை சந்தித்த விவரங்களைச் சொல்லி, சீதையின் சூடாமணியை ராமரிடம் தந்ததோடு சுந்தர காண்டம் முடிந்து, இனி யுத்த காண்டம் ஆரம்பிக்கிறது

ராமர் ஹனுமாரை மிகவும் பாரட்டிப் புகழ்ந்து பேசுகிறார், "உண்மையில் ஹனுமார் மாதிரி வேறு யாராலும் இத்தனை கஷ்டமான காரியத்தை இத்தனைச் சிறப்பாகச் செய்து முடித்திருக்கவே முடியாது. பாதுகாப்பு மிகுந்த ராவணனுடைய கோட்டைக்குள்ளே புகுந்து, இப்படிப்பட்ட காரியத்தை செய்து முடிப்பது சாமானியமா என்ன? கருடனால் கூட ஹனுமார் மாதிரி பறந்து போயிருக்க முடியாது; யட்சர்கள், கந்தர்வர்கள், ராட்சசர்களால் கூட முடியாத ஒரு காரியத்தை ஹனுமார் செய்திருக்கிறார்.

"திறமைசாலியான ஒருவனிடம் அவனுடைய தலைவன் ஒரு வேலையைத் தரும்போது, தலைவன் சொன்னபடி செய்துவிட்டு வராதவன் மட்டமானவன். சொன்னபடி மட்டும் செய்துவிட்டுவந்தால் அவன் நடுத்தரமானவன். அதைப் பிரமாதமாக செய்துவிட்டு வந்தால் அவன் மிகவும் மேலானவன். ஹனுமார் மிகவும் மேலானவன். ஹனுமாருக்கு பிரதிபலனாய் என்னால் என்ன செய்ய முடியும்? நான் அவனைக் கட்டி அணைத்துக்கொள்ள ஆசைப்படுகிறேன்; அதுதான் நான் இப்போது செய்யக் கூடியது" என்று சொல்லி, ராமர் ஹனுமாரை மிகுந்த சந்தோஷத்தோடு கட்டித் தழுவிக்கொள்கிறார்.

அப்புறம் ராமர் சுக்ரீவனைப் பார்த்து, "அடுத்தபடி நாம் படையெடுத்து இலங்கைக்குப் போகவேண்டும். ஆனால்

நடுவில் பெரிய கடல் இருக்கிறதே? இத்தனை பெரிய வானரப்படை அந்தக் கடலை எப்படிக் கடந்து இலங்கைக்குப் போக முடியும்? அதை எப்படி நாம் சாதிக்கப் போகிறோம்? அதை நினைத்தால் எனக்குக் கவலையாய் இருக்கிறது" என்றார்.

உடனே சுக்ரீவன், "ராமா! நீ ஒரு சாதாரண மனிதன் மாதிரி இப்படி மனத்தளர்ச்சி அடையக் கூடாது; கடலைக் கடக்க பாலம் எப்படி அமைப்பது என்று நீ யோசிக்கவேண்டுமே தவிர, கவலைப் படக்கூடாது. என்னுடைய வானரர்கள் எவ்வளவோ பலமும் திறமையும் கொண்டவர்கள். அவர்களைக் கொண்டு நாம் நிச்சயமாய் கடலில் பாலம் அமைத்து இலங்கைக்குப் போவோம்; ராவணனைக் கொன்று சீதையை மீட்டு வருவோம். நமக்கு வெற்றி நிச்சயம்!" என்று ராமருக்கு ஊக்கம் தந்து பேசினான் சுக்ரீவன்.

அதைக் கேட்டதும் ராமர் பழையபடி தெம்பாகி, "நீ சொல்வது சரிதான் சுக்ரீவா! நாம் எப்படியாவது கடலைக் கடந்து போவோம். அது தவத்தின் மூலமாகவோ, இல்லை பாலம் அமைத்தோ, இல்லை கடலையே வற்ற வைத்தோ- எப்படியாவது அதை நிச்சயமாய்ச் செய்வோம்." என்றார்.

"ஹனுமார்! நீ சொல், இலங்கையில் இருக்கிற கோட்டை எப்படி இருக்கிறது? அதன் நுழைவாயில்களில் எப்படிப்பட்ட காவல் இருக்கிறது? இலங்கையின் படை பலம் எப்படி? நீ பார்த்த விஷயங்களை விவரமாய்ச் சொல்" என்றார்.

உடனே ஹனுமார், "ராமா! இலங்கைக் கோட்டைக்கு நான்கு பெரும் நுழைவாயில்கள் இருக்கின்றன. ஒவ்வொன்றிலும் பலமான பாதுகாப்பு ஏற்பாடுகள் இருக்கின்றன. அவற்றின் கதவுகளை பெரிய பெரிய மரத்தண்டுகளாலான தாழ்பாட்களால் பத்திரமாய்ப் பூட்டி வைத்திருக்கிறார்கள். வெளிப்பக்கம் எதிரிகள் வந்தால், அவர்கள் மேல் பாறைக் கற்களையும் ஈட்டிகளையும் எறிந்து தாக்கக் கூடிய யந்திரங்கள் ஒவ்வொரு வாயிற் பகுதியிலும் இருக்கின்றன. அவற்றைத் தவிர பலசாலிகளான ராட்சசர்கள், கூர் வேல்களை தயாராய் வைத்துக்கொண்டு அங்கே காவல் காக்கிறார்கள்.

"இலங்கையின் கோட்டைச் சுவர்களையெல்லாம் தங்கத்தாலேயே செய்து அதில் வைர வைடூரியங்களைப் பதித்து மிகவும் பலமாய் வைத்திருக்கிறார்கள். கோட்டை

சுவரைச் சுற்றி ஆழமான அகழிகள் இருக்கின்றன; அதில் இருக்கும் தண்ணீரில் பயங்கரமான முதலைகள் ஏராளம் இருக்கின்றன. கோட்டை வாசல்களிலிருந்து அகழியைக் கடந்து போர் படைகளை வெளியே அனுப்ப வசதியாக, கயிறுகளைக் கொண்டு தூக்கி இறக்குகிற மாதிரியான பாலங்கள் இருக்கின்றன.

"மலைமேல் அமைந்திருக்கிற இந்த இலங்கை நகருக்கு நான்கு அடுக்குப் பாதுகாப்பு தருகின்ற மாதிரி கடல், காடு, அகழி, கோட்டை என்று எல்லாம் சிறப்பாக அமைந்திருக்கின்றன. கோட்டைக்கு நடுவில் ராவணன் ஒரு பிரம்மாண்டமான அரண்மனையில் வாழ்கிறான். ஆயிரக் கணக்கான யானைகள், குதிரைகள், தேர்கள், ராட்சசக் காலாட்படை வீரர்கள் என்று அவனிடம் இருக்கின்றன. அந்த படை பலம் சாமானியமில்லை. ராவணன் எப்போதும் போருக்குத் தயாராய் விழிப்போடு இருக்கிறான்.

"நான் போயிருந்தபோது கோட்டை வாசல்களில் இருந்த பாலங்களை உடைத்துப் போட்டேன். அங்கங்கே அகழிகளையும் தூர்த்துப் போட்டேன். இலங்கை நகரையும் கொளுத்தினேன்; ராவணனுடைய படைகளில் ஒரு பகுதியை போரிட்டு அழித்தேன். ராமா, நாம் எப்படியாவது கடலைக் கடந்து போக ஒரு ஏற்பாடு செய்துவிட்டால் போதும்; அப்புறம் நம் வானரப் படையே இலங்கையை அழித்துவிடும். நாம் சீதையை மீட்டுக் கொண்டு வந்துவிடலாம். நீங்கள் உடனே கட்டளையிடுங்கள்! ஒரு நல்ல நேரத்தில் நாம் எல்லாரும் கிளம்பிவிடலாம்" என்று சொல்லி முடித்தார் ஹனுமார்.

உடனே ராமர், "நல்லது ஹனுமார்! நாம் படையெடுத்துப் போவோம். இலங்கையை அழித்து, அந்த பொல்லாத ராவணனை நானே கொல்வேன்; சீதையை மீட்டுக்கொண்டு வருவேன்." என்று கம்பீரமாகச் சொல்லிவிட்டு, சுக்ரீவனிடம் திரும்பி, "சுக்ரீவா, நாளை நல்ல நாள்; நாம் நாளைக்கே கிளம்பிடுவோம். நீ முதலில் சில ஆயிரக்கணக்கான வானர வீரர்களை நீலனுடைய தலைமையில் முன்னால் போகச்சொல். அவர்கள், பின்னால் வரப்போகிற நமக்கும், நம் பெரிய படைக்கும் வழி உண்டாக்கிக்கொண்டே போகட்டும்" என்றார்.

பிறகு நீலன் பக்கம் திரும்பி, "நீலா! எந்த வழியில் போனால் நமக்கு ஏராளமான பழங்களும், கிழங்குகளும், தேனும்,

அத்தியாயம் 62 (6.1)
வானர சேனையுடன் புறப்பாடு

குடிநீரும், குளிர்ச்சி தரும் மரங்களும் இருக்குமோ அந்த வழியைக் கண்டு பிடித்து முன்னால் நீ போகவேண்டும். நாம் படையெடுத்து வருவது தெரிந்தால் ராட்சசர்கள் இதையெல்லாம் கெடுக்கப் பார்ப்பார்கள். நீ எச்சரிக்கையாய் முன்னேறிப் போகவேண்டும்" என்றார்.

தொடர்ந்து, ராமர், யார் யார் தலைமையில் எப்படி எப்படி வானர சேனைகள் அணிவகுத்துப் போகவேண்டும், யார் முன்பக்கம், யார் யார் பின்பக்கம் வரவேண்டுமென்றெல்லாம் சுக்ரீவனுக்கு ஆலோசனை சொல்கிறார்.

தொடர்ந்து, "சேனைக்கு மத்தியில் நான் ஹனுமாருடைய தோள் மேல் அமர்ந்து வருவேன்; லக்ஷ்மணன் அங்கதனுடைய தோள் மேல் உட்கார்ந்து வருவான். நாங்கள் சேனையை உற்சாகப் படுத்திக்கொண்டே வருவோம்." என்றார்.

சுக்ரீவனும், "அப்படியே ஆகட்டும் ராமா!" என்று சொல்லி, தன் படைத்தலைவர்களுக்கு உத்தரவு தந்தான்.

இப்படியாக, வானரர்கள் மிகுந்த உற்சாகமாகக் குரல் எழுப்ப, படை கிளம்பியது. நீலன் தலைமையில் போன வானரர்கள் வழி உண்டாக்கிக்கொண்டே முன்னால் போனார்கள். வானரர்கள் குதித்து கும்மாளம் போட்டுக்கொண்டும், வாத்தியங்கள் வாசித்துக் கொண்டும், பழம், கிழங்குகளைப் பறித்து மகிழ்ச்சியாய் சாப்பிட்டுக் கொண்டும், தொடர்ந்து பயணம் செய்தார்கள்.

அங்கதன் தோள் மேல் உட்கார்ந்து கொண்டு வரும் லக்ஷ்மணன், ஹனுமார் தோள் மேல் அமர்ந்து வரும் ராமரைப் பார்த்து, "ராமா, ஆகாயத்திலும், பூமியிலும் எங்கே பார்த்தாலும் எனக்கு நல்ல நல்ல சகுனங்களாகக் கண்ணில் படுகின்றன; நீ ராவணனைக் கொன்று, சீதாதேவியை மீட்டு, நம் அயோத்தி மாநகருக்குத் திரும்பி,; அரசனாய் முடிசூட்டிக் கொள்ளத்தான் போகிறாய். இது நிச்சயம்" என்று மகிழ்ச்சியாய்ச் சொன்னான்.

இப்படியாக தொடர்ந்து பயணித்து, மகேந்திர மலை, ஸஹ்ய மலை, மால்ய மலை இவற்றையெல்லாம் தாண்டி, பல காடுகளைக் கடந்து, கடைசியாய் தெற்குக் கடற்கரைக்கு எல்லாருமாய் வந்து சேர்ந்தாயிற்று.

ராமர், "சுக்ரீவா, இப்போது நாம் எல்லாரும் மரங்கள் சூழ்ந்த இந்த கடற்கரையில் தங்கிக் கொள்ளலாம். அடுத்து கடலைக்

கடப்பது எப்படி என்று எல்லாருமாய் சேர்ந்து ஆலோசனை செய்யவேண்டும்." என்று சொன்னார்.

வானரர்களெல்லாம் ஆச்சரியத்தோடு கடலைப் பார்க்கிறார்கள். பரந்து விரிந்த நீல ஆகாசம்; அதைப்போலவே விரிந்து பரந்திருக்கும் கடல். அலைகள் ஓங்கி ஓங்கி வந்து கரையில் மோதுகின்றன. காற்று குளுமையாக வீசுகிறது. வானரர்களெல்லாம் மரங்கள் மேல் ஏறியும், அருகிலிருக்கும் காட்டுக்குள்ளேயும் போய் ஓய்வெடுக்க ஆரம்பிக்கிறார்கள்.

ராமர், லக்ஷ்மணனுடன் ஒரு மரத்தடியில் உட்கார்ந்துகொள்கிறார். அவருக்கு இப்போது சீதையின் நினைப்பே சுற்றிச் சுற்றி வருகிறது.

அவர் லக்ஷ்மணனிடம், "தம்பி, காலம் போகப் போக துக்கமும் துயரமும் தானாய் கரைந்து போய்விடுமென்று பொதுவாய் சொல்லுவார்கள். ஆனால் என்னைப் பொறுத்தவரை சீதையைப் பிரிந்த துக்கம் கூடிக்கொண்டே வருகிறதே தவிர குறைய மாட்டேனென்கிறது. அவள் என் கூட இல்லாமல், என் உடம்பே பற்றி எரிகிற மாதிரி இருக்கிறது. பேசாமல் தண்ணீர்க்குள்ளே முங்கி அப்படியே கிடந்தால்தான் அந்த எரிச்சல் அடங்கும்போல இருக்கிறது.

"அவள் உயிரோடு இருக்கிறாள் என்கிற செய்தியால்தான் நான் இன்னும் உயிரோடு இருக்கிறேன். அவளை இனி நான் எப்போது பார்ப்பேன்? பாவம், அவள், ஜனகருடைய அரண்மனையில் பிறந்து ராஜ போகத்தோடு வாழ்ந்தவள், இன்று கோரமான ராட்சசிகளுக்கு நடுவில் பயந்து நடுங்கிக்கொண்டு எவ்வளவு வேதனையுடன் வாழ்ந்து கொண்டிருக்கிறாள்! ஏற்கனவே மெலிந்த அவள் உடம்பு, இப்போது இன்னும் எவ்வளவு மெலிந்து போயிருக்கிறதோ தெரியவில்லையே? நான் என்றைக்கு ராவணனுடைய நெஞ்சில் அம்பைப் பாய்ச்சி அவனைக் கொன்று போட்டு, சீதையை மீட்டுக்கொண்டு வரப்போகிறேன் என்று தெரியவில்லையே!" என்றெல்லாம் சொல்லிப் புலம்புகிறார் ராமர்.

லக்ஷ்மணன் அவருக்கு ஆறுதல் சொல்கிறான். அப்போது சூரியன் மேற்கே மறையும் நேரம் வந்தாயிற்று. ராமரும் எழுந்து மாலை நேரத்தில் அவர் செய்யும் வழிபாடுகளை செய்ய ஆரம்பிக்கிறார்.

அத்தியாயம் 62 (6.1)
வானர சேனையுடன் புறப்பாடு

-=()=-

அத்தியாயம் 63 (6.2)
ராவணன் மந்திரிசபையில் ஆலோசனை

இலங்கையில், ஹனுமார் வந்து போனபின் என்ன நடந்தது என்று இப்போது பார்ப்போம்.

இலங்கையைக் கொளுத்தி விட்டு ஹனுமார் கிளம்பிய பிறகு பயங்கர கடுப்பில் இருந்த ராவணன், தனது மந்திரி சபையைக் கூட்டினான்.

அவையோரைப் பார்த்து, "கேவலம் ஒரு குரங்கு, நம்முடைய பாதுகாப்பு அரண் எல்லாவற்றையும் தாண்டி நகருக்குள்ளே புகுந்து, சீதை இருக்கிற இடத்தைக் கண்டு பிடித்திருக்கிறது; அது உண்டாக்கிய சேதம் கொஞ்சமா நஞ்சமா? அசோக வனத்தை அழித்து, அதிலிருந்த ஆயிரங்கால் மண்டபத்தை உடைத்துத் தூள் தூளாக்கி, பராக்கிரமசாலிகளான நம் ராட்சச வீரர்கள் எத்தனையோ பேரைக் கொன்று, இலங்கைக்கும் தீ மூட்டிவிட்டு, தப்பித்தும் போய் விட்டது!

"சபையோர்களே, இப்போது நாமெல்லாம் அடுத்து என்ன செய்ய வேண்டும்? யார் நன்றாக சிந்தித்து செயல்படுகிறானோ அவனுக்குதான் வெற்றி கிடைக்கும் என்று பெரியவர்கள் சொல்லுவார்கள். இப்போது நாம் அந்த ராமனை எப்படிக் கையாள வேண்டும்? சொல்லுங்கள்" என்றான்.

தொடர்ந்து ராவணன், ஒரு நல்ல தலைவன் எப்படி செயல்படவேண்டுமென்று ஒரு 'லெக்சர்' வேறு கொடுக்கிறான்!

"எந்தக் காரியத்தையும் செய்வதற்கு முன்னால், எவன் தனது நலம் விரும்பிகள், மந்திரிகள், நண்பர்கள், உறவினர்களின் கருத்துகளைக் கேட்டு, நன்றாக ஆலோசனை செய்து செயல்படுகிறானோ அவன் உத்தமன், மிகவும் மேலானவன் என்று பெரியவர்கள் சொல்வார்கள்.

அத்தியாயம் 63 (6.2)
ராவணன் மந்திரிசபையில் ஆலோசனை

"சட்டம், நீதி எல்லாம் என்ன சொல்கின்றன, தர்மம் என்ன சொல்கிறது என்று எவன் தான் ஒருவனாகவே சிந்தித்து, தானே தீர்மானம் எடுக்கிறானோ அவன் நடுத்தரமானவன்.

"ஒரு காரியத்தின் சாதக பாதகங்களைப் பற்றிச் சிந்திக்காமல், தனது கடமையைப் பற்றி யோசிக்காமல், விதிப்படி நடக்குமென்று நினைத்து, "நான் செய்வதைச் செய்வேன்" என்று எவன் காரியத்தில் இறங்குகிறானோ அவன் கீழானவன் என்று சொல்லுவார்கள்.

"அதே போல், சாஸ்திரங்கள் என்ன சொல்கின்றன என்று பார்த்து, எல்லாருமாய் சிந்தித்து, ஒருமனதாய் ஒரு தீர்மானத்துக்கு வந்தால் அதுதான் சிறப்பான தீர்மானம்.

"பலரும் வெவ்வேறு கருத்துகளை சொல்ல, அதையெல்லாம் விவாதித்து, கடைசியாய் எல்லாரும் ஏற்றுக்கொள்கிற மாதிரி சமாதானமாய் ஒரு தீர்மானத்துக்கு வந்தால் அது நடுத்தரம்.

"ஆளாளுக்கு எதிர் எதிராய் கருத்துகள் சொல்லி, அதில் சச்சரவெல்லாம் வந்து, கடைசியில் ஒரு வழியாய் ஏதோ ஒரு சமரசத்துக்கு வந்து, பெரிதாகப் பிரயோஜனமில்லாத ஒரு முடிவை எடுத்தால் அது மட்டமான தீர்மானமாய் இருக்கும்.

"அதனால், அறிவாளிகளான நீங்கள் எல்லாருமாய் நன்றாக யோசித்து, அடுத்து நாம் என்ன செய்ய வேண்டுமென்று ஒரு மேலான தீர்மானத்தை சொல்லுங்கள். நிலைமையைப் பார்த்தால், ராமன் எப்படியும் ஒரு பெரிய வானரசேனையைக் கூட்டிக்கொண்டு இலங்கைக்கு போர் செய்ய வந்துவிடுவான் என்றுதான் தோன்றுகிறது. அவனுக்கு இருக்கிற ஆற்றலைப் பார்த்தால், நிச்சயமாய் கடலைக் கடந்து படைகளோடு வந்துவிடுவான்; அவசியமானால் அவன் கடலைக் கூட வற்ற வைத்துடுவான் போலிருக்கிறது. அதனால், உங்கள் சரியான யோசனையை எதிர்பார்க்கறேன்" என்றான் ராவணன்.

குழந்தைகளே! இதைப் படிக்கும்போது உங்களுக்கு, 'அட! பரவாயில்லையே, ராவணன் மிகவும் புத்திசாலியாக, அடுத்தவர்களின் அபிப்பிராயத்தை காது கொடுத்துக் கேட்டு அதன்படி நல்ல தீர்மானத்தை எடுப்பான் போலிருக்கிறதே என்று தோன்றுகிறதா? ராவணன் புத்திசாலிதான். அவன்

சாஸ்திரங்களையும் படித்தவன்தான். அதனால், தான் பெரிய யோக்கியன், மேதாவி மாதிரி பேசவும் பேசுவான். ஆனால், நடைமுறையில்? அவனுடைய பொல்லாத ராட்சசபுத்தி அவனுக்கு என்ன சொல்கிறதோ அதன்படி தான்தோன்றித் தனமாகத்தான் நடப்பான்!

நீங்களே பாருங்கள். ஹனுமார் என்கிற ஒரு வானரம் ராமருடைய தூதனாய் வந்து, இலங்கையையே புரட்டிப் போட்டுவிட்டுப் போன பிறகுதான், ராவணனுக்கு உண்மையிலேயே அடுத்து என்ன செய்ய வேண்டுமென்று பிடிபடாமல் குழப்பம் வந்திருக்கிறது. அதனால் இப்போது சபையைக் கூட்டி ஆலோசனை கேட்கிறான்.

ஆனால், சூர்ப்பனகை காதும் மூக்கும் அறுந்து வந்து, ஓவென்று அழுது, தனக்கு ராம லக்ஷ்மணர்கள் செய்த அவமானத்தைச் சொல்லி ஒப்பாரி வைத்து, "ராமனுக்கு சீதை என்கிற பேரழகியான ஒரு பெண்டாட்டி இருக்கிறாள்! அவளை நீ கவர்ந்து வந்து உன்னுடைய சொந்தமாக்கிக் கொள், அதுதான் ராமனை பழிவாங்க சரியான வழி" என்று சொன்னபோது, இதே ராவணன் உடனே சபையைக் கூட்டி, "நான் என்ன செய்யட்டும்?" என்று கேட்டானா என்ன? இல்லையே?

சீதையைக் கடத்தி வர உதவி தேடி மாரீசனிடம் அவன் போனபோது, மாரீசன் எவ்வளவு புத்தி சொல்லி, "வேண்டாமப்பா, ராமரிடம் வம்புக்குப் போகாதே, அது உன்னுடைய அழிவுக்கே காரணமாகிவிடும்' என்று திரும்பத் திரும்ப சொல்லியும் அவன் கேட்டானா? கேட்கவில்லையே?

ராமர் அனுப்பிய ஹனுமார் என்கிற ஒரு வானரமே எப்பேர்ப்பட்ட பலசாலி, பராக்கிரமசாலி என்று தெரிந்துவிட்டது. ராமர் சீக்கிரமே பெரிய வானரப்படைகளோடு இலங்கைக்கு வந்து சேர்ந்து, போர் என்று ஆரம்பித்தால், என்ன ஆகுமென்று உள்ளூர சிறிதாவது ஒரு பயம் ராவணனுக்கு வந்துவிட்டது. அதனால்தான் சபையைக் கூட்டி, நல்ல யோக்கியன் மாதிரி ஆலோசனை கேட்கிறான்!

குழந்தைகளே! பொதுவாக நம் வீட்டிலெல்லாம், பயங்கர முரடாய் இருக்கிற யாரையாவது பற்றி சொல்லும் போது, "ஐயோ! அவன் பொல்லாத ராட்சசன் / அவள் பொல்லாத ராட்சசியாச்சே!" என்று சொல்லுவார்கள் இல்லையா?

அத்தியாயம் 63 (6.2)
ராவணன் மந்திரிசபையில் ஆலோசனை

ராட்சசர்கள் எப்படிப்பட்டவர்கள் என்று ராமாயணத்திலிருந்து தெரிவதால்தான் இப்படி சொல்கிற வழக்கம் வந்திருக்கிறது. ராவணனுடைய தம்பி விபீஷணனைத் தவிர அனேகமாய் எல்லா ராட்சசர்களுக்கும் புத்தி ஒரே மாதிரிதான் வேலை செய்யும்.

ராட்சசர்கள் தர்ம நியாயத்துக்குக் கட்டுப்படமாட்டார்கள்; தாங்கள் நினைத்ததை எதற்கும் பயப்படாமல் அடாவடியாகச் செய்வார்கள். தாங்கள் செய்யும் தப்பை நியாயப் படுத்துவார்கள். சாஸ்திரமெல்லாம் பேசுவார்கள்; ஆனால் அதன்படி நடக்க மாட்டார்கள். நல்லவர்கள், தபஸ்விகள், முனிவர்களைக் கொடுமைப் படுத்துவார்கள். விருப்பமில்லாத பெண்களை வலுக்கட்டாயமாத் தூக்கி வந்து கல்யாணம் செய்து கொள்வார்கள். எப்போதும் மற்றவர்களை அடக்கியாளவே பார்ப்பார்கள்; வீணாய் அடுத்தவர்களோடு சண்டைக்கும் போருக்கும் போவார்கள்; அவர்களுக்கு இருக்கிற தெய்வ நம்பிக்கையோ, பக்தியோ கூட வெறும் காரியார்த்தமாய், சுயநலமாகத்தான் இருக்கும்.

கடுமையாய்த் தவம் செய்து, கடவுளைத் திருப்தி செய்து, அவரிடமிருந்து தங்களுக்கு வேண்டிய சக்தி, ஆயுதம், அதிகாரம், பலம், செல்வம் எல்லாவற்றையும் வாங்கிக் கொள்வார்களே தவிர நல்லவர்களாக வாழ்வதற்கோ, மற்றவர்களுக்கு நல்லது செய்யவோ அவர்களுக்கு விருப்பம் ஏதும் இருக்காது; வரமெல்லாம் வாங்கி, அதி பராக்கிரம சாலியாக ஆகிவிட்டால், அப்புறம் அந்த தெய்வத்துக்கு எதிராகவே நடக்கக் கூட பயப்பட மாட்டார்கள்!

குழந்தைகளே, நீங்கள் மற்ற புராணக் கதைகளில் வானுலகத்தில் இருக்கிற தேவர்கள், அசுரர்கள் பற்றிக் கேட்டிருப்பீர்கள். தேவர்கள் நல்லவர்கள்; அசுரர்கள் பொல்லாதவர்கள். அந்த அசுரர்கள் மாதிரிதான் பூமியில் ராமர் காலத்தில் இலங்கையை ஆண்ட ராட்சசர்கள். அவர்களுக்கு இருந்ததெல்லாம் அசுர குணங்கள்தான்.

இதிகாச புராண காலங்களில், அசுரர்கள், ராட்சசர்கள் எல்லாம் தனியான குழுக்களாய் வாழ்ந்தார்கள். ஆனால், இப்போது நாம் வாழ்கிற கலியுலகத்தில், நம் கூடவே, நமக்கு நடுவிலேயே அசுர குணங்களும் ராட்சச குணங்களும் உள்ளவர்களும் கலந்தே இருப்பார்கள். அதனால். நாம் யாருடன்

கலந்து நட்பாகப் பழகுகிறோம் என்பதில் மிகவும் ஜாக்கிரதையாய் இருக்கவேண்டும். ராட்சச குணமுள்ளவர்களோடு நெருங்கி நட்பாய்ப் பழகினால், நம்மை அறியாமல் நமக்கும் ராட்சச குணம் வந்துவிடும். அதனால், குழந்தைகளே, நீங்கள் யார் கூட நெருங்கிப் பழகலாம், யார் கூட பழகக் கூடாது என்று உங்களுக்கே விழிப்புணர்வு இருக்கவேண்டும். உங்கள் அப்பா அம்மா அதைப் பற்றி எச்சரிக்கை செய்தால், கேட்டுக்கொண்டு அதன் படி நடக்கவேண்டும்.

என்ன சரியா? இப்போது ராவணனுடைய மந்திரி சபைக்குத் திரும்ப வருவோம்.

இப்படிப்பட்ட அயோக்கியத்தனமான குணங்களைக் கொண்ட மற்ற ராட்சசர்கள் தானே ராவணனுடைய மந்திரி சபையிலும் இருக்கிறார்கள்! அவர்களால் எப்படி ராவணனுக்கு நல்ல மாதிரி உபதேசம் கொடுக்க முடியும்? ராவணன் தப்பு எதுவும் செய்யவில்லை என்றுதானே தோன்றும்? அதோடு, ராவணனுக்கு இஷ்டமில்லாத வார்த்தைகளையோ, உபதேசங்களையோ அவர்கள் சொன்னார்களென்றால், கோபக்கார ராவணன் அவர்களையே கொன்று போடத் தயங்கமாட்டான் என்றும் அவர்களுக்குத் தெரியாதா என்ன?

அதனால், மந்திரி சபையில் இருந்த ராவணனுடைய மந்திரிகள், உறவுக்காரர்கள் எல்லாருமே -- அதாவது, ராவணன் தம்பி விபீஷணனைத் தவிர, மற்ற எல்லாருமே, ராவணனுக்கு என்ன சொன்னால் பிடிக்குமோ அதைத்தான் சொல்ல ஆரம்பிக்கிறார்கள்.

"மன்னா, வீணாய் ஏன் கவலைப் படுறீர்கள்? நம் போர்ப்படை என்ன சாமானியமானதா? வில், வேல், அம்பு, வாள், கதை, ஈட்டி என்று பல்வேறு ஆயுதங்களோடு போராடக் கூடிய மிகப் பெரிய படை நம்மிடம் இருக்கிறதே? உங்களுடைய பராக்கிரமம் என்ன சாதாரணமானதா? நீங்கள் பாதாள லோகத்துக்கே படையெடுத்து, போகவதி நகரத்தில் இருந்த நாகர்களையெல்லாம் ஜெயித்தவரில்லியா? கைலாசத்தில் போய் தங்கிக்கொண்டு யட்சர்களுக்குத் தலைவனாய் இருக்கிற குபேரனே உங்களிடம் போரிட்டுத் தோற்றவன் தானே? உங்களிடம் இருக்கிற புஷ்பக விமானமே அவனை வென்று அவனிடமிருந்து பிடுங்கிக்கொண்டது தானே? அசுரர்

தலைவனாய் இருந்த மயனே உங்களிடம் பயந்து கொண்டு தன் பெண் மண்டோதரியை உங்களுக்கு கல்யாணம் செய்து வைத்தானே? ..." என்று அடுத்தடுத்து ராவணனுடைய பல வெற்றிகளைப் பற்றிப் புகழ்ந்து பேசினார்கள். தொடர்ந்து,

"தேவேந்திரனுக்கு சமானமான எத்தனையோ மாவீரர்களை நீங்கள் இந்த பூமியில் வென்று புதைத்திருக்கிறீர்கள். அவர்களையெல்லாம் பார்க்கும்போது இந்த ராமன் ஒரு பொருட்டா என்ன?

"நீங்கள் போருக்கே வரவேண்டாம். இந்திரனையே போரில் ஜெயித்த உங்கள் மகன் இந்திரஜித் ஒருவனே ஒண்டியாளாக ராமனையும் அவனுடைய வானரப் படையையும் அழித்து துவம்சம் செய்துவிடுவான்" என்று பேசினார்கள்.

படைத் தளபதியான பிரஹஸ்தன் எழுந்து, "அரக்கர் தலைவா, தேவர்கள், அசுரர்கள், கந்தர்வர்கள், நாகர்கள், என்று நீங்கள் ஜெயிக்காதவர்களே இல்லாதபோது, இந்த ராமன் உங்களுக்கு முன்னால் ஒன்றுமே இல்லை. நாங்களெல்லாம் கொஞ்சம் சுணக்கமாக இருந்ததால்தான் அந்த குரங்கு ஹனுமான் வந்து ஏமாற்றிவிட்டுத் தப்பித்துப் போய் விட்டது. அந்த ஹனுமாரை நான் கொல்லாமல் விடப்போவதில்லை.

"சீதையைக் கடத்தி வந்ததற்காக நீங்கள் மனதில் எந்த ஒரு குற்ற உணர்வையும் வளர்த்துக்கொள்ள வேண்டாம். உங்கள் பாதுகாப்புக்கு நாங்கள் எல்லாரும் இருக்கிறோம்." என்றான்.

தொடர்ந்து பலரும் ஒவ்வொருத்தராய் எழுந்து "ஹனுமானை நான்தான் அழிப்பேன்; ராம லக்ஷ்மணர்களை நான் ஒருத்தனே கொல்லுவேன்; சுக்ரீவனை நான் ஒரு கை பார்த்துக்கொள்கிறேன்" என்று சபதம் செய்தார்கள்.

இப்படிக் கூப்பாடு போட்டவர்களையெல்லாம் கொஞ்சம் சமாதானமாய் இருக்கச் சொல்லிவிட்டு, ராவணனுடைய தம்பி விபீஷணன் கடைசியாய் எழுந்து, ராவணனைப் பார்த்து மிகுந்த மரியாதையுடன் கும்பிட்டவாறே பேச ஆரம்பித்தான்:

"அண்ணா, பெரியவர்கள் சொல்லுவார்கள், சாம, தான, பேதம் மூன்றையும் கடைப்பிடித்து, அதன் மூலமாக நமக்கு வேண்டியது நடக்கவில்லையென்றால், கடைசிப்

பட்சமாகத்தான் தண்டம் அதாவது ஆயுதம் எடுத்து எதிரிகளை அடக்கவேண்டும் என்று.

"ராமரைச் சாதாரணமாக நாம் எடை போடக்கூடாது. அவர் மெத்தனமாய் இருக்கிறவரோ, ஏற்கனவே எதிரிகளோடு போர் செய்ததால் பலவீனமாய் ஆனவரோ, இல்லை விதி வசத்தால் சுணங்கிக் கிடக்கிறவரோ இல்லை. ராமர் எப்போதும் கவனமாயும், எதிரிகளை வீழ்த்துகிற துணிச்சலோடும், பலசாலியாகவும், கோபத்தை அடக்கியவராகவும் இருக்கிறவர். அவரை நீ எப்படித் தாக்கி ஜெயிக்கப் போகிறாய் என்பதை நன்றாக யோசித்துப் பார்க்கவேண்டும்.

"சபையில் இருக்கிற ராட்சசர்களே, நீங்களும் யோசிக்கவேண்டும். எதிரிகளோடு பலத்தையும் திறமைகளையும் அளப்பது கஷ்டமான விஷயம். அவசரப்பட்டு அவர்கள் மேல் வெறுப்பைக் காட்டி நடந்துகொள்வது தப்பு.

'நீங்களே சொல்லுங்கள், சீதையை ராவணன் கடத்திக்கொண்டு வருவதற்கு முன்னால், ராமருக்கு அண்ணன் ராவணன் மேல் ஏதாவது பகை உண்டா? ஜனஸ்தானத்தில் கரன் எல்லை மீறி ராமரிடம் வம்புக்குப் போனான்; அவர் தன்னைக் காத்துக் கொள்வதற்காக அவனோடு போர் செய்து அவனை அழித்தார். அதைத் தப்பு சொல்ல முடியாது.

'சீதையை கடத்தி வந்து இங்கே நாம் வைத்திருப்பதன் மூலம், நாமே நமக்குப் பெரிய ஆபத்தை உருவாக்கிக் கொண்டுவிட்டோம். பராக்கிரமசாலியும் தர்மவானுமான ராமரிடம் பகையை ஏற்படுத்திக்கொள்வது நல்லதல்ல. அதனால், சீதையை ராமரிடம் மரியாதையாய்த் திருப்பி அனுப்பிவிடுவதுதான் நமக்கு நல்லது. இதை மட்டும் நாம் செய்யவில்லையென்றால், நம் இலங்கையும் ராட்சசர்கள் குலமும் ஒழிந்து போவது உறுதி. அண்ணா ராவணன் மேல் எனக்கு இருக்கிற உறவாலும், பாசத்தாலும், அவர் மேல் இருக்கிற அக்கறையாலும் தான் நான் இதைச் சொல்கிறேன்."

இதையெல்லாம் கேட்ட ராவணன், பதில் எதுவும் பேசாமல் சட்டென்று எழுந்து சபையை விட்டுக் கிளம்பி, தனது அரண்மனைக்குப் போய்விட்டான்.

-=()=-

அத்தியாயம் 63 (6.2)
ராவணன் மந்திரிசபையில் ஆலோசனை

அத்தியாயம் 64 (6.3)

ராவணனுக்கு விபீஷணனின் அறிவுரை

விபீஷணனுக்கு வருத்தமாக இருந்தது. ராவணன் எந்த தப்பான முடிவும் எடுத்துவிடக் கூடாதே என்கிற கவலையில், அவன் மறுநாள் காலையில் நேரே ராவணனைச் சந்திக்க அவனுடைய அரண்மனைக்குப் போகிறான். இந்தத் தடவை அவன் வேறொரு கோணத்தில் ராவணனிடம் பேசுகிறான்.

குழந்தைகளே, இந்த ராமாயணக் கதையில் இதற்கு முன்னாலேயே பல இடங்களில் சகுனங்கள் பற்றி வந்திருக்கிறது. சகுனம் என்றால் என்ன? இயற்கையாக நம்மை சுற்றி நிகழும் சில விஷயங்களை குறிப்பாய் கவனித்து, இப்படி இப்படி சிலவற்றை நாம் கண்டால், அவை நமக்கு வரப்போகிற ஒரு நல்ல நிகழ்வையோ, கெட்ட நிகழ்வையோ சூசகமாகக் காட்டித் தருகின்றன என்று நம்புவதைத் தான் சகுனம் பார்ப்பது என்று சொல்வார்கள்.

இந்தக் காலத்திலும் கூட நம் வீட்டில் சில பெரியவர்கள் "ஆ, பார், மணி அடிக்கிறது! இது நல்ல சகுனம்!"என்றோ, இல்லை, "இந்தக் காரியத்தை ஆரம்பிக்கும்போது பூனை குறுக்கே வருகிறதே, சகுனமே சரியில்லையே?" என்றோ சொல்வதை நீங்கள் கூடக் கேட்டிருக்கலாம்.

இப்படிப்பட்ட ஒரு நம்பிக்கை ஆயிரக்கணக்கான வருடங்களுக்கு முன்னால் ராமாயண காலத்திலேயே பரவலாய் இருந்திருக்கிறது என்று பார்க்கிறோம். உங்களுக்கு நினைவு இருக்கிறதோ? இதற்கு முன்னால் பல சமயங்களில் சகுனம் பற்றி இந்தக் கதையில் வந்திருக்கிறது.

உதாரணமாகச் சொல்லவேண்டுமென்றால், சீதா கல்யாணம் முடிந்து எல்லாரும் அயோத்திக்குத் திரும்புகிற வழியில் பரசுராமர் வந்து ராமரை சண்டைக்கு இழுத்தது

நினைவு இருக்கிறதா? அப்போது, அது நடப்பதற்கு முன்னாலேயே தசரதர் சில கெட்ட சகுனங்களைக் கவனித்து கவலைப் பட்டதைப் பற்றி சொல்லியிருந்தோம்.

ராமர் மாய மானைத் துரத்திக்கொண்டு போய், அதைக் கொன்றுவிட்டுத் திரும்புகிறபோது, சில கெட்ட சகுனங்கள் தென்பட்டதாயும் அதனால் அவர், "ஐயோ சீதைக்கு ஏதாவது ஆபத்து வந்திருக்குமோ" என்று கவலைப் பட்டதாயும் கதையில் வந்தது.

அசோகவனத்தில் வந்து சீதையை ஹனுமார் சந்தித்தபோது, சீதை சில நல்ல சகுனங்களைக் கவனித்ததாய்க் கதையில் வந்தது.

சில பேருக்கு சகுனமெல்லாம் முக்கியமாகப் படலாம். சில பேருக்கு அதிலெல்லாம் நம்பிக்கை இல்லாமல் இருக்கலாம். சில பேருக்கு எதற்கெடுத்தாலும் அதிகமாய் கவலைப் படுகிற சுபாவம் இருக்கும். அவர்களுக்கு சகுனத்தில் நம்பிக்கை வேறு இருக்குமானால், இன்னும் அதிகமாய் முன்கூட்டியே கவலைப் பட ஆரம்பித்து விடுவார்கள்! தைரியசாலிகளுக்கு, சகுனமெல்லாம் மூட நம்பிக்கை என்று தோன்றலாம். சில பேருக்கு, நல்ல சகுனம் தென்பட்டால், நல்லது நடக்கப் போகிறது என்று எதிர்பார்ப்பு அதிகமாகிவிடும். அப்படி நடக்கவில்லை என்றால் சுணங்கிப் போய்விடுவார்கள். ஆக மொத்தம் இதெல்லாம் அவரவருடைய நம்பிக்கையோடு சம்பந்தப் பட்ட விஷயங்கள்.

குழந்தைகளே, சகுனம் பார்ப்பதைப் பற்றி நீங்கள் என்ன நினைக்கிறீர்கள்? இதைப் பற்றி உங்கள் அம்மா அப்பாவிடம் பேசுறீர்களா? சரி. கதைக்கு வருவோம்.

இப்போது, விபீஷணன் ராவணனிடம் சொல்கிறான், "அண்ணா, இந்த சீதை இலங்கைக்கு வந்ததிலிருந்தே நிறைய மோசமான சகுனங்கள் எனக்குத் தென்படுகின்றன. யாக குண்டங்களில் தாராளமாக நெய்விட்டு, மந்திரங்களைச் சரியாகச் சொன்னாலும் கூட, அக்னி பெரிதாக எரியாமல் புகைதான் வருகிறது; யாகசாலைகளிலும், புனிதமான இடங்களிலும் பாம்புகள் கண்ணில் தென்படுகின்றன; காக்கைகள், கூட்டம் கூட்டமாய் வீட்டுக் கூரைகள் மேல் வந்து உட்கார்ந்து ஓயாமல் கத்துகின்றன. கோட்டை வாசல்களை அடுத்து நரிகள் ஊளையிடுகிற சத்தம்

அடிக்கடி கேட்கிறது. நகரத்து மேல் பிணந்தின்னிக் கழுகுகள் சுற்றிச் சுற்றி வந்து பறக்கின்றன..." இப்படியெல்லாம் பல கெட்ட சகுனங்களை சொல்லி,

"அண்ணா, நான் மட்டுமில்ல, இன்னும் பலரும் இதையெல்லாம் பார்ப்பதாய்ச் சொல்கிறார்கள். உன்னுடைய மந்திரிமார்கள் யாரும் உன்னிடம் இதைப்பற்றி வாயே திறக்கவில்லை. இதெல்லாம் ஒன்றும் நல்லதற்கில்லை; அதனால் நீங்கள் சீக்கிரம் சீதையை ராமனிடம் அனுப்பிவிடுவது தான் நல்லது" என்று சொல்கிறான் விபீஷணன்.

இதைக் கேட்டதும் ராவணனுக்குக் கோபம்தான் வந்தது. "நான் இதற்கெல்லாம் ஒன்றும் பயப்படுகிற ஆளில்லை. ராமனால் ஒரு நாளும் சீதையை இங்கேயிருந்து மீட்டுக் கொண்டு போக முடியாது. ஒரு போர் என்று வந்தால், ராமன் என்ன, தேவேந்திரனும் மற்ற எல்லா தேவர்களும் எதிர்த்து வந்தாலும் என்னை ஜெயிக்க முடியாது. புரிகிறதா? நீ கிளம்பு!" என்று சொல்லி விபீஷணனை அனுப்பிவிட்டான் ராவணன்.

ராவணன் இன்னொரு தடவை மந்திரி சபையைக் கூட்டி ஆலோசனை கேட்கத் தீர்மானித்தான்.

அப்படி எல்லாரும் ஒன்று கூடியபோது, ராவணன் ப்ருஹஸ்தனைப் பார்த்து, "நீ முதலில் நம் படைகளை உஷார்ப் படுத்தி நகருக்கு உள்ளேயும் வெளிலும் பாதுகாப்பை பலப்படுத்த ஏற்பாடு செய்" என்றான். பிரஹஸ்தனும் உடனே கிளம்பிப் போய், தன் படைத்தலைவர்களுக்கு அது பற்றிக் கட்டளை இட்டுவிட்டுத் திரும்பி வந்தான்.

ராவணனுடைய இன்னொரு தம்பியான கும்பகர்ணன், ஒரு சாபத்தின் காரணமாய் வருடத்தில் எட்டு, பத்து மாதம் கூடத் தொடர்ந்து தூங்குவான்; அவன் அப்படித் தூங்கப் போய் ஏற்கனவே ஆறு மாதத்துக்கு மேல் ஆயிற்று; அதனால் இந்த முக்கியமான ஆலோசனைக் கூட்டத்துக்கு அவனும் வரவேண்டுமென்று ராவணன் அவனையும் எழுப்பி வரவழைத்திருந்தான்.

ராவணன் சபையில் பேச ஆரம்பித்தான். "தர்மம், செல்வம், இன்பம் இதையெல்லாம் நாம் நாடும் போது, நமக்குப் பிடித்தது - பிடிக்காதது, லாபம் - நஷ்டம், சுகம் - துக்கம் எல்லாம்

வரத்தான் செய்யும். உங்களுடைய ஒத்துழைப்போடு நான் எந்தக் காரியம் செய்தாலும் அது லாபகரமாகத்தான் முடியும். நான் தண்டகாரண்யத்திலிருந்து சீதையைத் தூக்கிக்கொண்டு வந்தது உங்கள் எல்லாருக்கும் தெரியும்; கும்பகர்ணன் தூங்கிக்கொண்டு இருந்ததால் அவனுக்கு மட்டும் தெரியாது.

"நான் சீதையின் அழகில் மயங்கி, அவளை என் உடமையாக்கிக் கொள்ளவேண்டும் என்கிற ஆசையில்தான் கூட்டி வந்தேன். அவளுடைய அழகுக்கு மூன்று உலகத்திலும் யாரும் ஈடு இணை கிடையாது. அவளைப் பாக்கும்போதெல்லாம் அவள் மேல் எனக்கு ஆசை கொழுந்து விட்டு எரிகிறது. ஆனால், அவள் என் ஆசைக்கு இணங்க மறுக்கிறாள். அதனால் நான் படுகிற வேதனை கொஞ்ச நஞ்சமில்லை. ராமன் தன்னை எப்படியும் வந்து மீட்டுக்கொண்டு போவான் எங்கிற நம்பிக்கையில் அவள் என்னிடம் ஒரு வருட காலம் அவகாசம் தரும்படி கேட்டாள். வேறு வழி இல்லாமல் நானும் என்னை அடக்கிக்கொண்டு சும்மா இருக்கிறேன்.

"பயங்கரமான கடல் வாழ் ஜந்துக்கள் ஏராளமாய் இருக்கிற கடலைக் கடந்து ராமனும் அவனுடைய வானரப் படையும் எப்படி இங்கே வர முடியும்? ஆனாலும், ஒரே ஒரு குரங்கு எப்படியோ இங்கே வந்து, நம்மையெல்லாம் கதி கலங்க அடித்துவிட்டுப் போய்விட்டது. அதனால்தான் நாம் அடுத்து என்ன செய்ய வேண்டுமென்று உங்கள் எல்லாரிடமும் ஆலோசனை கேட்கிறேன்" என்றான்.

இதிலிருந்து என்ன தெரிகிறது? ராவணனுக்கு, விபீஷணன் சொன்ன அறிவுரையைக் கேட்டு சீதையைத் திருப்பி அனுப்பும் எண்ணமே கிடையாது, என்ன ஆபத்து வந்தாலும் சரி, சீதையை தனக்கு உடமை ஆக்கிக்கொண்டே ஆகவேண்டும் என்பதில் அவன் உறுதியாக இருக்கிறான் என்று தெரிகிறது. அவனுக்கு வேண்டியதெல்லாம் "ஆமாஞ்சாமி" போடுகிற ஆசாமிகள்தான்! ராமன் படையெடுத்து வராமல் எப்படி தடுக்கப் பார்க்கலாம், இல்லை, வந்தால் எப்படி போரில் ஜெயிப்பது என்பதற்ககான ஆலோசனைதான் அவனுக்கு வேண்டியது.

இதையெல்லாம் கேட்ட கும்பகர்ணனுக்கு கடுப்பு வந்தது. அவன் எழுந்து, "அண்ணா, எப்போது நீ சீதையைக் கடத்தி

வரவேண்டுமென்று நினைத்தாயோ அப்போதே நீ சபையைக் கூட்டி ஆலோசனை கேட்டிருக்கவேண்டும். ஆனால், நீ ஆசை வசப்பட்டு, யாரையும் எந்த அபிப்பிராயமும் கேக்காமல் 'எடுத்தேன் கவிழ்த்தேன்'னு ஒரு காரியத்தைப் செய்துவிட்டு இப்போது சிக்கலில் மாட்டியிருக்கிறாய். முன்னாலேயே நீ ஆலோசனை கேட்டிருந்தால் நீ உண்மையிலேயே சிறந்த அரசனாய் இருந்திருப்பாய். தர்மப்படி நீ ஒரு காரியத்தைச் செய்திருந்தால், பின்னால் வருத்தப் பட நேராது. நீ சிந்திக்காமல் ஒரு தப்புக் காரியம் செய்துவிட்டாய். நீ அப்போதே ராமன் கையில் மாட்டிக்கொள்ளாமல் தப்பித்தது உன்னுடைய நல்ல நேரம் என்றுதான் சொல்ல வேண்டும்.

"சரி, நடந்தது நடந்துவிட்டது. உனக்கு துணையாக நான் இருக்கிறேன். கவலைப் படாதே. ராம லக்ஷ்மணர்களான உன்னுடைய அந்த இரண்டு எதிரிகளை நானே அழித்து, நீ செய்த அவமானகரமான காரியத்தை சரி செய்து விடுகிறேன். அதனால் நீ நிம்மதியாய், மகிழ்ச்சியாய் இரு, என்ன?" என்றான்.

குழந்தைகளே! கவனித்தீர்களா? கும்பகர்ணனுக்கும் ராவணன் யாரையும் கலந்து ஆலோசிக்காமல் சீதையைக் கவர்ந்து வந்த காரியம் தப்பு என்று தெரிகிறது. அதை சொல்லவும் சொல்கிறான். ஆனால், அவனுக்கு இயற்கையாய் இருக்கிற ராட்சச புத்திப் பிரகாரம், விபீஷணன் மாதிரி இல்லாமல், ராவணனுக்குக் கெட்ட பேர் வராதபடி, ராம லக்ஷ்மணர்களை போரில் கொன்று போடுவேன் என்று சொல்கிறான். அதாவது ராவணன் செய்த காரியத்துக்கு அவனும் உடந்தையாய் இருக்கவே தீர்மானிக்கிறான்.

தொடர்ந்து மஹாபர்ஸ்வன் என்கிற மந்திரி எழுந்து ராவணனுக்கு சகாயமாகப் பேச ஆரம்பித்தான். "மன்னாதி மன்னா, ஒரு ஆள், சிங்கம், புலி, காட்டு யானையெல்லாம் வாழ்கிற பயங்கரமான காட்டுக்குள்ளே போய்த் தேனைத் தேடி எடுக்கிறான் என்று வைத்துக்கொள்ளுங்கள். அவன் தான் எடுத்த தேனை குடிக்காமல் இருந்தால் அவன் முட்டாள். நீங்கள் கடவுள் மாதிரி. உங்களுக்கும் மேலான கடவுள் யாரும் கிடையாது.

"அதனால் சீதையை நீங்கள் தாராளமாய், வலுக்கட்டாயமாகவாவது உங்கள் உடமையாக்கிக் கொள்ள வேண்டும். உங்களை எவனும் தடுக்க முடியாது. எவனாவது

வந்தால் நாங்கள் இருக்கிறோம், அவர்களைக் கொன்று போட. இங்கே கும்பகர்ணன் இருக்கிறார், இந்திரஜித் இருக்கிறார்; அவர்களுக்குத் துணையாய் நாங்கள் இருக்கிறோம். தேவேந்திரனே போருக்கு வந்தாலும் நாங்கள் அவனை அழிப்போம்.

"சும்மா சாம, தான, பேதம் எல்லாம் பேசிக்கொண்டிப்பதில் அர்த்தமில்லை. என்னைப் பொறுத்தவரை தண்டம் தான் சரியான வழி".

அவன் அப்படிப் பேசியதில் ராவணனுக்கு மிகவும் திருப்தி. அவன், தான் ஏன் சீதையை வலுக்கட்டாயமாகத் தன்னுடையவளாக்கிக் கொள்ளவில்லை என்பதைப் பற்றிய ஒரு ரகசியத்தை சபையில் சொல்கிறான்.

"மஹாபர்ஸ்வா, பல வருடங்களுக்கு முன்னால், புஞ்சிகஸ்தலா என்கிற ஒரு தேவலோக அப்ஸரஸ் பிரம்மாவைப் பார்க்க வான் வழியாக மறைந்து மறைந்து போய்க் கொண்டிருந்தாள். அவளுடைய அழகைப் பார்த்து நான் மயங்கி, அவளை வலுக்கட்டாயமாய் என் ஆசைக்கு இணங்க வைத்துவிட்டேன். அவள் அழுதவாறே பிரம்மாவிடம் போய் என் மீது புகார் சொல்லிட்டாள். அதைக் கேட்டு பிரம்மா கோபப்பட்டு, "ஏ ராவணா, இனிமேல் விருப்பமில்லாத பெண் யாரிடமாவது நீ தப்பாக நடந்துகொண்டால், அந்தக் கணமே உன் தலை சுக்கு நூறாய் வெடித்து சாவாய்!" என்று சாபம் கொடுத்துவிட்டார். அதனால் தான் நான் சீதையை எனக்கு சொந்தமாக்கிக் கொள்ளாமல் விட்டு வைத்திருக்கிறேன். இது தெரியாமல் தான் ராமன் என் மேல் போர் தொடுத்து வரப்போகிறான். அவன் வரட்டும். அவனை என் கூர் அம்புகளால் தாக்கி நானே கொல்லுவேன். ஒரு பயல் எனக்கு எதிராய் நின்று ஜெயிக்க முடியுமா என்ன? " என்று சொன்னான் ராவணன்.

இப்போது விபீஷணன் திரும்ப எழுந்து மிகுந்த பணிவோடு ராவணனிடம் பேச ஆரம்பிக்கிறான்.

"அண்ணா, சீதை என்கிற ஐந்து தலைப் பாம்பை நீ உன் கழுத்தை சுற்றி வைத்துக் கொண்டிருக்கிறாய். அவள் பட்டுக்கொண்டிருக்கும் கவலை என்கிற விஷம் உன்னைத் தாக்கிக் கொன்று போட்டுவிடும். மலை மலையாய் உருவமுள்ள வானரர்கள் இலங்கைக்கு வந்து சேர்ந்து, தங்களது

பற்களையும் நகங்களையுமே ஆயுதங்களாய்ப் பயன்படுத்திப் போர் செய்து நம்மையெல்லாம் அழிப்பதற்கு முன்னால், தயவு செய்து சீதையை ராமரிடம் திருப்பி அனுப்பி விடுங்கள்." என்று சொல்லி, மேலும் ராமருடைய பராக்கிரமங்களைச் சொல்லி, 'வீணாய் நாமெல்லாம் அழிந்து போகக் கூடாது; கும்பகர்ணன், இந்திரஜித் யாராலும் ராமரை ஜெயிக்க முடியாது' என்று வலியுறுத்திச் சொல்கிறான்.

அவன் சொல்வதை எதிர்த்து பிரஹஸ்தன் பேசுகிறான். இரண்டு பேருக்கும் நடுவே வாக்குவாதம் வருகிறது.

"பிரஹஸ்தா, நம் ராஜா, சீதை என்கிற போதைக்கு அடிமையாகி, முரட்டுத் தனமாகவும், தன் இஷ்டப்படியும் நடந்து கொள்கிறார். நீங்கள் எல்லாரும் அவருக்கு ஜாலரா போடுகிறீர்கள். அதன் மூலமாக நீங்களே மன்னருக்கு எதிரியாகி, அவருடைய அழிவுக்கும், இலங்கையின் அழிவுக்கும் காரணமாகப் போகிறீர்கள். மன்னருடைய நலம் ஒன்றை மட்டும் மனதில் வைத்துக்கொண்டுதான் நான் சீதையைத் திருப்பி அனுப்பிடவேண்டுமென்று திரும்பத் திரும்பச் சொல்கிறேன்" என்றான் விபீஷணன்.

அப்போது இந்திரஜித் எழுந்து பேச ஆரம்பிக்கிறான்: "சித்தப்பா, சரியான பயந்தாங்குளி மாதிரி நீங்கள் அர்த்தமில்லாத வார்த்தைகளைப் பேசுகிறீர்கள்! நம் ராட்சச குலத்தில் பிறந்த எவனும் இப்படி ஒருக்காலும் பேச மாட்டான்! நீங்கள் சொல்கிற மாதிரி நடவடிக்கையும் எடுக்க மாட்டான்! நம் குலத்திலேயே நீங்கள் மட்டும்தான் இப்படி ஒரு கோழையாய், வீரியமோ, பலமோ, ஆண்மையோ இல்லாமல் பிறந்திருக்கிறீர்கள்! ராம லக்ஷ்மணர்கள் யார்? சாமானிய மனிதர்கள். நம் ராட்சசர்களில் படு சுமாரான ஒரு வீரன் கூட அவர்களைக் கொன்று போட்டுவிடுவான்!" என்று சொன்னான்.

அதைக் கேட்டு விபீஷணனுக்கு கோபம் வந்துவிட்டது. அவன், "ஏ இந்திரஜித், நீ சிறிய பையன்; அதனால்தான் அறிவு முதிர்ச்சி இல்லாமல் உளறுகிறாய். இந்தப் பேச்செல்லாம் உன் அழிவுக்குத்தான் கொண்டுபோய் விடும். பெரியவர்கள் ஒன்று கூடி சிந்தித்து ஆலோசனை சொல்கிற இந்த சபையில், சிறிய பையயனான உன்னை யார் உள்ளே விட்டார்கள்? நீ ஒரு முட்டாள்; மரியாதை இல்லாதவன்; திமிர் பிடித்தவன்; கெட்ட புத்தியுள்ளவன். பக்குவமோ, மன முதிர்ச்சியோ இல்லாததால்

தான் நீ இப்படித் திமிராய்ப் பேசுகிறாய்." என்று சொல்லிவிட்டு ராவணனைப் பார்த்து,

"அண்ணா, ராமரைப் பகைத்துக் கொள்ள வேண்டாம். பொன்னும், பொருளும், வைர வைடூரியங்களும், ஆபரணங்களும், பட்டாடைகளும் பரிசாய்த் தந்து, மரியாதையாய் சீதையை ராமரிடம் அனுப்பிவிடுங்கள்; அப்போதுதான் நாம் எல்லாரும் கவலையில்லாமல் இலங்கையில் வாழ முடியும்" என்றான்.

விபீஷணன் இப்படியெல்லாம் பேசியதைக் கேட்ட ராவணனுக்கு தலைக்கு மேல் கோபம் எகிறியது. அவன் விபீஷணனைப் பார்த்து,

"அடேய் விபீஷணா! ஒருவன் தன் எதிரியின் கூடவோ, விஷப்பாம்போடு கூடவோ வாழ்ந்துவிடலாம்; ஆனால் நண்பன் மாதிரி நடிக்கிற எதிரி இருக்கிறான் பார், அவனுடன் இருக்கவே முடியாது. அப்படிப்பட்ட ஒருவன் தான் நீ. நான் எல்லா உலகங்களையும் பார்த்தவன்; எங்கே பார்த்தாலுமே, தனது உறவுக்காரன் ஒருவன் பேரும் புகழும் செல்வமும் பதவியுமாய் இருந்தால், அவனைப் பார்த்து வயிற்றெரிச்சல் பட்டு, அவனுக்கு ஒரு கெடுதல் வந்தால் அதைக் கண்டு முதலில் சந்தோஷப் படுகிறவர்கள் சில உறவுக்காரர்கள்தான். அப்படிப்பட்ட உறவுக்காரர்கள், தங்களின் சுயநலத்திற்காக பலவற்றையும் சொல்லி பயமுறுத்துவார்கள்; இவர்களே எதிரிக்கு சாதகமாய் வேலை செய்து, நம் அழிவுக்காகக் குழி நோண்டுவார்கள்.

"இப்போது மிகவும் தெளிவாகிவிட்டது. ஏ விபீஷணா, உனக்கு என்னுடைய அதிகாரம், பலம், வெற்றி, ஆற்றல் எல்லாவற்றையும் பார்த்து பொறாமை, வயிற்றெரிச்சல். நீ பேசிய மாதிரி வேறு எவனாவது பேசியிருந்தானென்றால் அவன் உடம்பில் இந்நேரம் உயிர் தங்கியிருக்காது. உன்னைப் போன்ற ஆசாமிகளோடு ஒட்டுறவே வைத்துக்கொள்ளக் கூடாது; குலத்தைக் கெடுக்க வந்தவனே, நீ ஒழிந்து போ!" என்று கத்தினான் ராவணன்.

அடுத்த கணம் விபீஷணன் கையில் கதாயுதத்தோடு ஆகாயத்தில் எழும்பினான். அவனுக்கு ஆதரவாய் உடன் நான்கு ராட்சசர்களும் கிளம்பினார்கள். மேலே இருந்து விபீஷணன் ராவணனைப் பார்த்து,

"மன்னா, நீ எனக்கு அண்ணன். நீ வாயில் வந்தபடியெல்லாம் பேசுகிறாய்! அண்ணன் என்பவன் தகப்பனாருக்கு சமானம்; அதனால், நீ அதர்மமான வழியில் போனாலும் நான் உன்னிடம் மரியாதையாகத்தான் நடந்துகொள்ளவேண்டும். ஆனாலும், என்னை நோகடிக்கிற மாதிரி நீ பேசிய வார்த்தைகளை என்னால் பொறுக்க முடியாது. மன்னா! உனக்குப் பிடித்தமாதிரி வார்த்தைகளை மட்டும் பேசுகிறவர்கள் எத்தனையோ பேர் இருப்பார்கள். ஆனால், உனக்கு பிடிக்காத, ஆனால் உனக்கு நல்லது சொல்கிற வார்த்தைகளைப் பேசுகிறவர்கள் என்னைப் போல அபூர்வமாகவே இருப்பார்கள்.

"நீ எமதேவனுடைய பாசக்கயிறில் சிக்கிவிடக் கூடாதே, உன் வீடு எரிந்து சாம்பலாகிவிடக் கூடாதே என்று தான் நான் உனக்குக் கேட்கப் பிடிக்காத பலவற்றையும் எடுத்துச் சொன்னேன். போகட்டும். என் கண் முன்னால் நீ ராமனால் கொலை செய்யப் படுவதை நான் பார்க்க விரும்பவில்லை. மணலால் கட்டிய அணை உடைந்து தூள் தூளாவதைப் போல இலங்கை ஆகப்போகிறது. உன் நன்மைக்காக நான் சொன்ன வார்த்தைகளை, ஒரு அண்ணனாய் நீ பொறுத்துக்கொள். உன் ராட்சப் படைகளோடு தாராளமாக உன்னுடைய நகரத்தைக் காவல் காத்துக்கொள். உனக்கு நல்லதே நடக்கட்டும். நான் கிளம்புகிறேன். நான் இல்லாமல் நீ மகிழ்ச்சியாய் இரு" என்று சொல்லிவிட்டு அங்கேயிருந்து விபீஷணன் தன் கூட வந்த நான்கு பேருடன் ஆகாய மார்க்கமாகக் கிளம்பிப் போய்விட்டான்.

-=()=-

அத்தியாயம் 64 (6.3)
ராவணனுக்கு விபீஷணனின் அறிவுரை

அத்தியாயம் 65 (6.4)

விபீஷண சரணாகதி

ராவணனுடைய மந்திரி சபையில், இந்திரஜித்தாலும், ராவணனாலும் அவமானப் படுத்தப்பட்ட விபீஷணனும் அவனது சகாக்களும், அங்கேயிருந்து ஆகாய மார்க்கமாகக் கிளம்பி, கடலைத் தாண்டி பாரதத்தின் கடற்கரைப் பகுதிக்கு வந்தார்கள். ராம லக்ஷ்மணர்களும், வானர சேனையும் முகாமிட்டிருக்கிற இடத்துக்கு மேலே வந்து சேர்ந்து, அப்படியே ஆகாயத்தில் மிதந்துகொண்டு நின்றார்கள்.

அதை முதலில் பார்த்தது சுக்ரீவன்தான். கையில் ஆயுதங்கள் தாங்கி, உடம்பில் கவசமெல்லாம் அணிந்துகொண்டு, ஆடை அணிகலன்களோடு பிரம்மாண்டமாய் ஆகாயத்தில் வந்து நிற்கும் விபீஷணனையும் அவன் சகாக்களையும் பார்த்ததும் அவனுக்கு தோன்றிய முதல் எண்ணம், "அடடா, ஐந்து ராட்சசர்கள் ஆயுதம் தாங்கி, நம்மையெல்லாம் தாக்குவதற்குத்தான் வந்திருக்கிறார்கள்" என்று தான்.

அவன் அதை தன்னைச் சுற்றியிருந்த வானர்களுக்கு சொன்னதும், பல பலசாலிகளான வானரர்கள் அடுத்த நிமிஷம், மரங்களைப் பிடுங்கிக் கைகளில் தூக்கிக் கொண்டார்கள்; பெரிய பாறைகளை எடுத்துக் கொண்டார்கள். "ராட்சசர்கள் அதற்குள்ளேயே போருக்கு வந்துவிட்டார்களா? வரட்டும், ஒரு கை பார்த்துவிடுவோம்" என்று கூச்சல் போட்டார்கள்.

இதைக் கவனித்துவிட்ட விபீஷணன், கொஞ்சம் கூட அசராமல், பெரிய குரலில் சுக்ரீவனைப் பார்த்துப் பேசுகிறான்:

"வானரர்களே! கெட்ட புத்தியுள்ள ராட்சசனான ராவணனுடைய தம்பி விபீஷணன் நான். அந்த ராவணன் தான், சீதையைக் கடத்திக்கொண்டு வந்தவன். தனது ஆசைக்கு

அத்தியாயம் 65 (6.4)
விபீஷண சரணாகதி

இணங்காத சீதையை அவன் எங்கள் இலங்கையில் பயங்கர ராட்சசிகளின் காவலில் சிறை வைத்திருக்கிறான். நான் என் அண்ணன் ராவணனுக்கு எவ்வளவோ புத்தி சொல்லிப் பார்த்தேன்; சீதையை ராமரிடம் திரும்ப அனுப்பிடும்படி திரும்பத் திரும்ப வற்புறுத்தினேன். ஆனால், அவன் காது கொடுத்தே கேட்கவில்லை. அவன் என்னை தனது அடிமையாய் நினைத்துக் கேவலப் படுத்தினான்; அவமானப் படுத்தினான். நான் என் மனைவியையும் பிள்ளைகளையும் விட்டுவிட்டு, இதோ இங்கே ராமரிடம் சரணாகதி செய்வதற்காக வந்திருக்கிறேன். நீங்கள் உடனே மகாத்மா ராமரிடம் போய், சுக்ரீவன் உங்கள் திருவடிகளில் சரணம் தேடி வந்திருக்கிறான் என்று சொல்லுங்கள்" என்றான்.

சுக்ரீவனும் உடனே ராமரிடம் போய், "ராமா, எதிர்பாராத விதமாக எதிரிகளிடமிருந்து ஐந்து ராட்சசர்கள் இங்கே வந்திருக்கிறார்கள். எனக்கென்னவோ அவர்கள் நம்மைத் திடீரென்று தாக்கி அழிக்கத்தான் வந்திருக்கிறார்கள் என்று தோன்றுகிறது.

"ராமா! நீ எச்சரிக்கையாக இருக்கவேண்டும். இவர்கள் எந்த நோக்கத்தோடு வந்திருக்கிறார்களோ? உனக்கு நல்லதே நடக்கட்டும். இருந்தாலும் ராட்சசர்களை நம்பவே முடியாது. எப்போது எந்த ரூபத்தில் வேண்டுமானாலும் வருவார்கள்,. இவர்கள் ராவணனுடைய உளவாளிகளாய் இருக்கலாம்; நமது படையின் பலம், பலவீனத்தைப் பற்றியெல்லாம் தெரிந்துகொள்ள வந்திருக்கலாம்; நாம் கவனக் குறைவாய் இருந்தால் நம்மைத் தாக்கவும் செய்யலாம். வந்திருக்கிறவன், தான் ராவணனுடைய தம்பி விபீஷணன் என்று சொல்கிறான். அவனும், அவனுடன் வந்திருக்கும் நான்கு பேரும் உங்களிடம் அடைக்கலம் தேடி வந்திருப்பதாய்ச் சொல்கிறான்.

"ராமா! எனக்கென்னவோ ராவணன்தான் அவனை அனுப்பி வைத்திருப்பான் என்று தோன்றுகிறது. அவனை கைது செய்வதுதான் சரியாயிருக்குமென்று நான் நினைக்கிறேன். ஆனாலும் எது சரி என்று தீர்மானிப்பதில் நீதான் சிறந்தவன்" என்றான்.

ராமர், ஹனுமார், மற்றும் பிற வானரப் படைத்தலைவர்களைப் பார்த்து, "நீங்கள் சுக்ரீவன் சொன்னதைக் கேட்டீர்களல்லவா? நீங்கள் எல்லாருமே என் நலம் விரும்பிகள். உங்களுடைய எண்ணம் என்ன என்று நான் தெரிந்துகொள்ள விரும்புகிறேன்", என்றார்.

அப்போது எல்லாருமாய், "ராமா, மூன்று உலகத்திலும் உங்களுக்குத் தெரியாதது எதுவுமில்லை. சத்தியம், தீரம், உறுதியான தீர்மானம் எல்லாம் கொண்டவர் நீங்கள். எதையும் தீர ஆலோசித்தே செய்பவர் நீங்கள். நீங்கள் எங்களிடம் கருத்துக் கேட்பதே எங்களுக்கு பெரிய மரியாதை செய்வது மாதிரிதான். ஏதோ எங்களுக்கு சரி என்று தோன்றுவதைச் சொல்கிறோம்" என்றார்கள்.

முதலில் அங்கதன் சொன்னான், "ராமா, வந்திருக்கிற விபீஷணனை முதலில் நன்றாக பரிசோதனை செய்யவேண்டும்; எதிரியின் பக்கத்திலிருந்து வந்திருக்கிறவன் படு சாமர்த்தியமான ஆளாய் இருப்பான்; அவனை உடனே நம்பிவிடக் கூடாது. அவனுடைய பேசிப் பார்த்து சாதகம் பாதகத்தைத் தீர்மானிக்கலாம். நமக்கு நன்மை என்றால் சேர்த்துக் கொள்ளலாம்; தீமை என்றால் ஒதுக்கிவிடலாம்" என்றான்.

சரபன் சொன்னான், "நாம் அவன் பின்னால் ஒரு உளவாளியை அனுப்பி, அவனை உளவு பார்த்து, பிறகு தீர்மானிக்கலாம்".

ஜாம்பவான் சொன்னார், "எதிரி ராவணனிடமிருந்து இவன் தப்பான இடத்தில், தப்பான சமயத்தில் வந்திருக்கிறான். இவனை சந்தேகக் கண்ணோடுதான் பார்க்கவேண்டும்".

தொடர்ந்து மைந்தன் என்கிற வானரன், "வந்திருக்கிறவன் ராவணனுடைய சொந்தத் தம்பி. அதனால் நீங்கள் அவனிடம் இனிமையாய்க் கேள்விகள் கேட்டு அவனைப் பற்றி எடை போடலாம். அவன் ஆபத்தானவனா இல்லையா என்பதை நீங்கள் கண்டு பிடித்து, அதற்கேற்றமாதிரி செய்யலாம்" என்று சொன்னான்.

அத்தியாயம் 65 (6.4)
விபீஷண சரணாகதி

அடுத்தபடியாய், சிறப்பான அறிவுள்ள ஹனுமார் பேச ஆரம்பித்தார்:

"ராமா, தேவ குருவான ப்ருஹஸ்பதிக்கு நிகரான அறிவும், புத்திக் கூர்மையும், பேச்சு சாமர்த்தியமும் உள்ளவர் நீங்கள். நான் மற்றவர்கள் சொன்ன கருத்துக்குப் போட்டியாவோ, விவாதமாகவோ இங்கே பேசவில்லை. விபீஷணனுடைய குணாதிசயம் என்ன என்று நாம் உடனடியாய் எந்த முடிவுக்கும் வந்துவிட முடியாது. அவனுக்கு ஒரு வேலையைக் கொடுத்து, அதை எப்படிச் செய்கிறான் என்று பார்க்காமல் அவனை எடை போட முடியாது. அதே சமயம், புதிதாய் வந்த ஆளை நம்பி உடனே ஒரு பொறுப்பைக் கொடுக்கவும் முடியாது.

"அவன் பின்னால் ஒரு ஒற்றனை அனுப்பி வேவு பார்ப்பதெல்லாம் நடைமுறை சாத்தியமில்லை. அவன் தப்பான இடத்தில், தப்பான நேரத்தில் நம்மை சந்திக்க வந்திருக்கிறான் என்றும் எனக்குத் தோன்றவில்லை. அவனுக்கு ராவணன் மேல் ஏதோ வெறுப்பு, உங்கள் மேல் ஒரு மரியாதை, மதிப்பு, அதனால் அவன் சரியான நேரத்தில், சரியான இடத்தில் உங்களைச் சந்திக்க வந்திருக்கிறான் என்றுதான் நான் நினைக்கிறேன். அது உண்மையானால், அவன் சரியான ஒரு தீர்மானத்தை எடுத்துத்தான் வந்திருக்கிறான்.

"நான் அவன் முகத்தை கவனித்தேன். அது நல்ல பிரகாசமாக இருக்கிறது. அவன் பேச்சில் எந்த கெட்ட உள் நோக்கமும் இருந்ததாய் எனக்குப் படவில்லை. ஒரு ஏமாற்றுக்காரன் இந்த அளவு தைரியமாகவும், தெளிவாகவும் பேசமாட்டான். பேசும்போது அவன் முகபாவமும் சந்தேகப் படுகிற மாதிரி இல்லை. அகத்தின் அழகு, முகத்தில் தெரியுமென்று சொல்லுவார்களே! அதனால், எனக்கு அவன் மீது சந்தேகம் ஏதும் வரவில்லை. கெட்ட நடத்தையுள்ள ராவணனைத் தண்டிக்க நீங்கள் விடாமுயற்சியுடன் காரியங்கள் செய்வது, மகா பராக்கிரமசாலியான வாலியைக் கொன்று, அவன் தம்பி சுக்ரீவனுக்கு வானர ராஜ பதவியைத் தந்தது இதையெல்லாம் புரிந்துகொண்டு, உங்களிடம் அடைக்கலம் தேடி வந்தால், தான் ராட்சசர்களுக்கு அரசனாக

முடியும் என்கிற ஒரு தீர்மானத்தோடுதான் விபீஷணன் உங்களிடம் சரணடைய வந்திருக்கிறான் என்று எனக்குத் தோன்றுகிறது. ராமா, எனக்கு உள்ள புத்தியை வைத்துக்கொண்டு நான் தீர்மானித்ததை உங்களிடம் சொல்லிவிட்டேன். இனி முடிவான தீர்மானத்தை எடுக்கிற நீதிபதி நீங்கள்தான்" என்று பேசி முடித்தார் ஹனுமார்.

அடுத்து லக்ஷ்மணனும் கூட விபீஷணனைக் கைது செய்வதுதான் சரி என்று சொன்னான். சுக்ரீவன், தான் ஆரம்பத்திலேயே சொன்னபடி, ராட்சசர்களை நம்ப முடியாது, விபீஷணனை ஏற்றுக்கொள்வது அபாயம் என்று வலியுறுத்திச் சொன்னான். "ராமா, இப்போது அவன் தன் சொந்த அண்ணனுக்கே துரோகம் செய்துவிட்டு நம்மிடம் வருகிறான்; நாளைக்கு அவன் நமக்கும் துரோகம் செய்யமாட்டான் என்று என்ன நிச்சயம்?" என்று கேட்டான்.

எல்லார் கருத்துகளையும் கேட்டு முடித்த ராமர், பேச ஆரம்பிக்கிறார்.

"எனக்கு என்ன தோன்றுகிறது என்று நான் சொல்கிறேன். விபீஷணனை நான் ஏற்றுக்கொள்வதுதான் சரி என்று படுகிறது. ஏனென்றால், என்னிடம் நட்புக்கரம் நீட்டி இன்முகத்தோடு வரும் ஒருவனை நான் மறுக்கமாகட்டேன், கைவிடமாட்டேன் -- அவனிடம் குறை இருந்தாலும் சரி.

"அவன் தன் அண்ணனோடு பகைத்துக்கொண்டு நம்மிடம் வருவதிலும் குற்றம் காணமுடியாது; ஏனென்றால், அரச குடும்பங்களிலே சகோதரர்கள் ஒருவருக்கொருவர் எதிரிகளாவதும், சண்டை போட்டுக்கொள்வதும் சகஜம் தானே? ஏன், விபீஷணனுக்குத் தானே ராஜா ஆகவேண்டுமென்று விருப்பம் இருக்கலாம். எல்லா சகோதர்களும் என்னையும் பரதனையும் போல இருக்க முடியுமா, இல்லை எல்லாப் மகன்களும் என்னை மாதிரியும் எல்லா நண்பர்களும் சுக்ரீவன் மாதிரியும் இருப்பார்களா?

"விபீஷணன் என்னிடம் நல்ல எண்ணத்தோடு வந்தால் என்ன, கெட்ட எண்ணத்தோடு வந்தால் என்ன? அவனால்

என்னை என்ன செய்துவிடமுடியும்? நான் என் ஒரு விரலசைவில் பகைவர்களை அழித்துவிட முடியும்.

"பெரியவர்கள் சொல்லியிருக்கிறார்கள், நம் எதிரியே கையேந்தி பிச்சை கேட்டு வந்தால், அவனைத் தாக்காது, அவன் கேட்டதைத் தரவேண்டும், அதுதான் தர்மம் என்று.

"சுக்ரீவா, நீ புராணக் கதைகளில் கேட்டிருப்பாயே? தன்னிடம் அடைக்கலம் தேடி வந்த எதிரியான ஒரு பருந்துக்கு பசியாற்றுவதற்காக தனது சதையையே வெட்டித் தந்தது ஒரு புறா என்று? பறவைகளே அப்படி நடந்து காட்டியிருக்கும்போது மனிதர்கள் நாம் எப்படி நடந்து கொள்ள வேண்டும்?

"நான் உன்னவன்" என்று எவன் என்னை ஒரே ஒரு முறை சரணடைந்தாலும், அவனுக்கு நான் எல்லாவற்றிலிருந்தும் அபயம் அளிப்பேன். இதுதான் எனது விரதம்" -- என்றார் ராமர்.

குழந்தைகளே! வால்மீகி ராமாயணத்தில், ராமருடைய இந்த வாக்கைத் தாங்கி வரும் சம்ஸ்க்ருத ஸ்லோகம் இது: "*சக்ரித் ஏவ ப்ரபன்னாய தவ அஸ்மி இதி ச யாசதே, அ**ப**யம் சர்வ **பூ**தேப்யோ **த**தாமி ஏத**த்** வ்ரதம் மம*"

பகவானிடம் "நீயே கதி" என்று சரணாகதி செய்துவிட்டால், அவர் நம்முடைய பயத்தை நீக்கி எல்லாவிதத்திலும் நம்மைப் பாதுகாப்பார் என்று அவர் வாயாலயே உறுதி தருகின்ற இந்த ஸ்லோகத்துக்கு ராம சரம சுலோகமென்று பெயர்.

சரி, நீங்கள்ளெல்லாம் 'பகவத் கீதை' பற்றி ஏதாவது கேள்விப்பட்டிருக்கிறீர்களோ?

ராமாவதாரத்துக்குப் பிறகு அடுத்து வந்த துவாபர யுகத்தில், பகவான் விஷ்ணு, கிருஷ்ணராய் அவதாரம் எடுத்துவந்தார். அப்போது நடந்த மகாபாரதக் கதையில், குருக்ஷேத்திரம் என்கிற இடத்தில் ஒரு பெரிய போர் நடந்தது. அதில் நல்லவர்களாகளான பாண்டவர்களுக்கு எதிராய், பொல்லாதவர்களாகளான கௌரவர்கள் போர் செய்தார்கள். பாண்டவர்களுக்கு ஆதரவாய் பகவான் கிருஷ்ணர் இருந்தார்.

அவர் பாண்டவர்களில் மகாவீரனான தனது நண்பன் அர்ஜுனனுக்காகப் போரில் தேர் ஓட்டினார்.

போர் தொடங்குவதற்கு முன்னால், அர்ஜுனனுக்கு "எதற்கடா எதிர்ப்படையில் இருக்கிற நம் சொந்தக்காரர்களையும், நமக்கு குருவாய் இருந்த பெரியவர்களையும் போரிட்டு கொல்லவேண்டும், எதற்கு இந்த வீணான பாவத்தை சம்பாதித்துக் கொள்ளவேண்டுமென்று தோன்றிவிட்டது; அவனுக்கு ஒரே மனத் தளர்ச்சி வந்து, வில்லைக் கீழே போட்டுவிட்டான். அப்போது அவனுக்கு, ஒரு க்ஷத்திரியனாய் அவனுடைய தர்மம் என்ன என்று எடுத்து சொல்லி, அவனுக்கு ஞானத்தை உபதேசம் செய்தார் கிருஷ்ணர். அப்படி அவர் சொன்ன வாக்குகள்தான் பகவத் கீதை.

இப்போது எதற்கு அதைப் பற்றி சொல்கிறேனென்றால், அந்த பகவத் கீதையிலும் கிட்டத்தட்ட ராமர் இங்கே சொன்ன மாதிரியே கிருஷ்ணர் தருகின்ற ஒரு வாக்குறுதி இருக்கிறது. அதை கிருஷ்ண சரம ஸ்லோகமென்று சொல்லுவார்கள். அது என்ன?

அதை நான் இப்போது சொல்லப் போவதில்லை. அது என்ன என்று உங்கள் அப்பா அம்மாவிடமோ, பாட்டி தாத்தாவிடமோ கேட்டுப்பாருங்கள். அனேகமாய் அவர்களுக்கு அது தெரிந்திருக்கலாம். அப்படி தெரியவில்லை என்றால் நான் கூடிய சீக்கிரமே அதை உங்களுக்கு சொல்கிறேன். சரியா?

அப்புறம், நான் உங்களிடம் ஒரு கேள்வி கேட்கப் போகிறேன். இப்போது, விபீஷணன் ராமரிடம் சரணாகதி தேடி வந்திருக்கிறான். நாம் இது வரை கேட்ட ராம கதையில், ஏற்கனவே இரண்டு பேர் ராமரிடம் சரணாகதி செய்திருக்கிறார்கள்; ராமர் அவர்களைப் பாதுகாத்தும் இருக்கிறார். யார் அந்த இரண்டு பேர்? யோசியுங்கள், யோசியுங்கள்! உங்களுக்கு இரண்டு குறிப்புகள் தருகிறேன். ஒருவன் இப்போது ராமர் கூடவே இருக்கிறான்;

அத்தியாயம் 65 (6.4)
விபீஷண சரணாகதி

இன்னொருத்தனுடைய கதையை சீதை ஹனுமாருக்கு சொன்னாள். என்ன? கண்டு பிடித்துவிட்டீர்களா? சபாஷ்!

ஒருவன் சுக்ரீவன். ராமரை சரணடைந்ததன் மூலமாக, அவன் தனக்கு எதிரியாய் ஆகிவிட்ட தனது அண்ணன் வாலியை ராமர் மூலமாகக் கொன்று, ராமருடைய அருளால் வானர அரசனாய் ஆனவன். இன்னொருத்தன் காகாசுரன். சீதையிடம் வம்பு இழுத்த காகத்தின் மேல் ராமர் ஒரு புல்லை ப்ரம்மாஸ்திரமாக்கி ஏவ, அவன் எல்லா உலகமும் சுற்றியும் தப்பிக்க முடியாமல், ராமரிடமே சரணாகதி அடைந்தப்போது, அவர் அவனை கொல்லாமல் மன்னித்து விட்டுவிட்டார்.

சரி குழந்தைகளே! கதைக்கு வருவோம். இப்படியாக ராமர் தனது அபிப்பிராயத்தை சொல்லிவிட்டு, "சுக்ரீவா, அதனால்தான் சொல்கிறேன், என்னிடம் அடைக்கலம் தேடி வந்தவன் விபீஷணனாய் இருந்தாலும் சரி, இல்லை அந்த ராவணனே ஆனாலும் சரி, அவனுக்கு நான் பாதுகாப்பு தருவேன். சரியா? நீ உடனே போய் அந்த விபீஷணனை இங்கே கூட்டிக்கொண்டு வா!" என்றார்.

அதைக் கேட்டு சுக்ரீவன் மிகுந்த நெகிழ்ச்சியுடன், "ராமா! உன்னைத் தவிர இப்படி தர்மம் தெரிந்தவர்கள் யார் இருக்கிறார்கள்? உன்னைத் தவிர வேறு யார் இப்பேர்ப்பட்ட வார்த்தைகளைச் சொல்லமுடியும்? எனக்கும் இப்போது உள்ளூறத் தோன்றுகிறது, அந்த விபீஷணன் யோக்கியனாய்த்தான் இருப்பான் என்று. அதனால் அவனும் எங்களுக்கு சமமாய் இங்கே நம் கூட வந்து சேரட்டும். நாங்களும் அவனிடம் நட்போடு இருப்போம்" என்று சொல்லிவிட்டு, விபீஷணனைக் அழைத்துவரப் போனான்.

-=()=-

அத்தியாயம் 66 (6.5)

கடலரசன் மீது ராமரின் கோபம்

விஷயத்தைக் கேட்டதும் விபீஷணன் சந்தோஷத்தோடு பூமிக்கு இறங்கி வந்து, தன் கூட வந்தவர்களுடன் ராமருடைய பாதத்தில் விழுந்து வணங்குகிறான்.

பணிவோடு ராமரைப் பார்த்து, "ராமா, ராவணனால் அவமானப் படுத்தப்பட்ட தம்பி விபீஷணன் நான். எல்லா உயிர்களுக்கும் சரணம் தருகின்ற உங்களிடம் நான் சரணடைகிறேன். நான் இலங்கையையும், என் உறவுக்காரர்களையும், நண்பர்களையும் துறந்து வந்துவிட்டேன். என் நாட்டையும், உயிரையும், சந்தோஷத்தையும் இனி உங்கள் இச்சைக்கு விட்டுவிட்டேன்." என்றான்.

அதற்கு ராமர், "எனக்கு நீ ராட்சசர்களின் பலத்தைப் பற்றியும் பலவீனத்தைப் பற்றியும் சொல்" என்றார்.

"ராமா, ராவணனுக்கு பிரம்மதேவர் கொடுத்த ஒரு வரத்தின் பலனாய் அவனை தேவர்களோ, கந்தர்வர்களோ, நாகங்களோ, பறவைகளோ கொல்ல முடியாது. ராவணனுக்கு அப்புறம் பிறந்த என் சகோதரன் கும்பகர்ணன் பயங்கர ஆற்றல் கொண்டவன். அவன் போரில் இந்திரனையும் ஜெயிக்கக் கூடியவன். அப்புறம் அங்கே படைத்தலைவன் பிரஹஸ்தன் இருக்கிறான். அவன் கைலாச மலையில் நடந்த ஒரு போரில் மணிபத்ரனையே ஜெயித்தவன். ராவணனுடைய பிள்ளை இந்திரஜித், எந்த ஆயுதங்களும் துளைக்காத கவசங்கள் அணிந்துகொண்டு போரிடுபவன். அவன் வில் தாங்கி, தனது உருவத்தை வெளியே தெரியாமல் மறைத்துக்கொண்டு

தந்திரமாய்ப் போர் செய்யக் கூடியவன். இன்னும், மகோதரன், மஹாபர்ஸ்வன், அகம்பனன் என்று பெரிய பெரிய ராட்ச வீரர்கள் படைத்தலைவர்களாக இருக்கிறார்கள்.

எங்களுடைய படை பல்லாயிரக்கான வீரர்களைக் கொண்டது; அவர்கள் நினைத்த போது நினைத்த உருவத்த எடுத்துக்கொள்ளக் கூடியவர்கள். பச்சை மாமிசத்தையும் ரத்தத்தையும் உணவாகப் புசிப்பவர்கள். பூமியைக் காக்கிற லோக பாலகர்கள், மேலுலகத்து தேவர்கள் என்று ராவணன் போரிட்டு ஜெயிக்காமல் விட்டது யாருமில்லை." என்று சொல்லி முடித்தான் விபீஷணன்.

"விபீஷணா, நீ சொன்ன பலவற்றையும் நான் ஏற்கனவே கேள்விப்பட்டுத்தான் இருக்கிறேன். அந்த ராவணனையும் நீ சொன்ன மற்றவர்களையும் கூண்டோடு அழித்து நான் உன்னை இலங்கையின் அதிபதி ஆக்குவேன். இது சத்தியம். ராவணன் எந்தப் பாதாளத்துக்குப் போய் ஒளிந்துகொண்டாலும் சரி, பிரம்மதேவரிடமே போய் அடைக்கலம் தேடினாலும் சரி; நான் அவனையும் அவன் பிள்ளை, சுற்றம் எல்லாரையும் கொல்லாமல் அயோத்திக்குத் திரும்ப மட்டேன். என் மூன்று சகோதர்கள் மீது ஆணையாக நான் இந்த உறுதிமொழியை எடுத்துக் கொள்கிறேன். " என்று சொன்னார் ராமர்.

அதைக் கேட்ட விபீஷணன், "ராட்சசர்களைக் கொன்று அழிப்பதற்கும், இலங்கை நகரைத் தாக்குவதற்கும் நான் என்னாலான எல்லா உதவிகளையும் உங்களுக்கு செய்வேன். என் பலத்தை உபயோகித்து அந்த எதிரிகளின் போர்ப்படைக்குள்ளே புகுந்து போர் செய்வேன்" என்று உறுதியாய் சொன்னான்.

அதைக் கேட்டு மகிழ்ந்த ராமர், லக்ஷ்மணனைப் பார்த்து, "நீ போய் கடலிலிருந்து கொஞ்சம் தண்ணீர் எடுத்துக்கொண்டு வா; அந்த நீரால் நீ இந்த விபீஷணனை இலங்கைக்கு அரசனாய் இப்போதே பட்டாபிஷேகம் செய்து வை! அதை நான் மகிழ்ச்சியுடன் காண்பேன்" என்றார்.

லக்ஷ்மணனும் அப்படியே செய்துவைத்தான். அப்போது அங்கே கூடியிருந்த எல்லா வானரர்களும் "ஆகா! பிரமாதம்! பிரமாதம்!" என்று கூச்சல் போட்டார்கள்.

இப்படியாக ராமர் தன்னை நாடி வந்து சரணடைந்த விபீஷணனுக்கு அடைக்கலம் தந்து தன்னுடன் சேர்த்துக்கொண்டார்.

குழந்தைகளே, போன பகுதியில் நான் பகவத் கீதை பற்றி சொல்லி, கூடவே 'கிருஷ்ண சரம ஸ்லோகம்' என்று ஒன்று கீதையில் உண்டு என்று சொல்லியிருந்தேனே? அது என்ன என்று விசாரித்துத் தெரிந்து கொண்டீர்களோ?

அதை இப்போது நானே சொல்கிறேன். கீதையில் பகவான் கிருஷ்ணர் சொன்ன வாக்கு இது:

ஸர்வ தர்மான் பரித்யஜ்ய மாமேகம் சரணம் வ்ரஜ
அஹம் த்வா ஸர்வ பாபேப்யோ மோக்ஷயிஷ்யாமி மா சுசஹ

இந்த ஸ்லோகத்தின் அர்த்தம், "எவன் எல்லா தர்மங்களையும் விட்டுவிட்டு, 'நீயே கதி' என்று என்னை மட்டுமே சரணடைகிறானோ, அவனை எல்லாப் பாவங்களிலிருந்தும் விடுவித்து அவனுக்கு மோட்சத்தை அளிப்பேன். அஞ்ச வேண்டாம்."

பார்த்தீர்களா, குழந்தைகளா? பகவான் ராமராய் வந்த போதும் சரி, கிருஷ்ணராய் வந்தபோதும் சரி, கொடுத்த வாக்குறுதி கிட்டத்தட்ட ஒரே மாதிரி இருக்கிறதென்று? சரி. கதைக்குத் திரும்ப வருவோம்.

விபீஷணனுக்குப் பட்டாபிஷேகம் செய்து வைத்த பிறகு, சுக்ரீவனும் ஹனுமாரும் விபீஷணனைப் பாத்து, "சரி, நாங்கள் எங்களுடைய இந்தப் பெரிய படைகளோடு எப்படி இந்தப் பெரிய கடலைக் கடந்து போவது?" என்று கேட்டார்கள்.

அதற்கு விபீஷணன், "அதற்கு ராமர் கடலரசனிடம் சரணம் தேடுவதுதான் சரியாக இருக்குமென்று நினைக்கிறேன்; காரணம், ராமருடைய முன்னோர் பரம்பரையில் வந்த சகரன் என்கிற ராஜாதான் இந்தப் பூமியைத் தோண்டி கடலுக்கு இடம்

தந்தான். அதனால் கடலரசன், ராமருக்கு உதவி செய்ய இஷ்டப்படலாம்"என்றான்.

இதை சுக்ரீவன் வந்து ராமரிடம் சொல்கிறான்.

எப்போதுமே பணிவும் நிதானமும் இயற்கையாய் கொண்ட ராமர், "விபீஷணன் சொல்வது எனக்கு ஒப்புக்கொள்கிற மாதிரிதான் இருக்கிறது. சுக்ரீவா! நீயும் விஷயம் தெரிந்தவன்தான். நீயும் லக்ஷ்மணனுமாகப் பேசி, உங்களுக்கு என்ன தோன்றுகிறது என்று சொல்லுங்கள்" என்றார்.

இரண்டு பேரும், "ராமா, விபீஷணன் சொல்வது சரிதான் என்றே தோன்றுகிறது. இந்த பயங்கரமான கடலை பாலம் ஏதும் கட்டாமல் கடந்து போவது சாத்தியமில்லை. அதனால் நீங்கள் சமுத்திரத்திடம், நாம் கடந்து போவதற்கு வழி விட்டுத் தரும்படி கேட்கலாம். அதுதான் சரியாக இருக்கும்" என்றார்கள்.

உடனே, ராமரும் ஒப்புக்கொண்டார்.

கடற்கரையில் குசப் புற்களை விரிக்கச் சொல்லி, அதில் உட்கார்ந்துகொண்டு, கைகூப்பி மனப்பூர்வமாய் கடலுக்கு வணக்கம் செலுத்துகிறார்.

இதெல்லாம் நடந்துகொண்டிருந்த போது, யாருக்கும் தெரியாமல் சார்தூலன் என்கிற ராட்சசன் அங்கே ஆகாய மார்க்கமாக வந்து ராமருடைய பெரிய வானரப் படையைப் பார்க்கிறான்.

அவன் உடனே இலங்கைக்குத் திரும்பிப்போய், ராவணனிடம், ராம லக்ஷ்மணர்கள் சுக்ரீவனுடைய தலைமையில், பிரம்மாண்டமான வானரப் படைகளுடன் கடலின் அக்கரையில் முகாமிட்டிருக்கிற விஷயத்தை சொல்கிறான்.

அதைக் கேட்ட ராவணன், சுகன் என்கிற ராட்சனைக் கூப்பிட்டு "நீ ஒன்று செய். நேரே அங்கே போய் என்னுடைய தூதனாய் சுக்ரீவனைப் பார்த்து சுமுகமாகப் பேசு. நீ அவனிடம் என்ன சொல்ல வேண்டுமென்றால், "வானர மன்னா, பெரிய, நல்ல வம்சத்தில் வந்தவன் நீ. உனக்கும் ராவணனுக்கும் என்ன

பகை? ராவணன் உன்னை ஒரு சகோதரன் போலத்தான் நினைக்கிறான். நீ இந்தப் போரால் எந்த லாபமும் அடையப் போவதில்லை. நான் ராமனுடைய மனைவியை தூக்கிக்கொண்டு வந்ததால் உனக்கு என்ன போயிற்று? இலங்கையை தேவர்களாலும், கந்தர்வர்களாலும் கூட அடைய முடியாது; நிலைமை இப்பிடி இருக்க, மனிதர்களாலும் வானரர்களாலும் என்ன செய்ய முடியும்? அதனால், நீ பேசாமல் கிஷ்கிந்தைக்குத் திரும்பிப் போய்விடுவது தான் நல்லது' என்று எடுத்து சொல்லு" என்று சொல்லி சுகனை அனுப்பி வைக்கிறான்.

சுகன் ஒரு பறவை வடிவம் எடுத்துக் கொண்டு கடல் மேல் பறந்து போய், ஆகாயத்தில் இருந்தவாறே சுக்ரீவனிடம் பேசுகிறான். ராவணன் என்ன, எப்படி சொல்லச் சொன்னானோ அதை அப்படியே சொல்கிறான்.

ஆனால் அவன் பேசிக்கொண்டே இருக்கும்போது, வானரர்கள் பலரும் ஆகாயத்தில் பறந்து வந்து அவனுடைய இறக்கைகளைப் பிய்ப்பதும், அவனைக் குத்துவதுமாய் துன்புறுத்த ஆரம்பித்து விட்டார்கள்.

அவன், "ராமா, ராமா! நான் ராவணனுடைய தூதுவனாய் வந்திருக்கிறேன்; தூதுவனைக் கொல்லக் கூடாது என்பது தர்மம்; நீ உன்னுடைய வானரர்களை கொஞ்சம் அடக்கி வை" என்று கத்தினான்.

ராமரும், வானரர்களிடம், அவனைத் கொல்ல வேண்டாமென்று சொன்னார்.

"சுக்ரீவா, நான் திரும்பப் போய் ராவணனிடம் உன்னுடைய சேதியாக என்ன சொல்வது?" என்று கேட்டான் சுகன்.

சுக்ரீவன் அவனைப் பார்த்து, "நீ ராவணனிடம் நான் இப்படி சொன்னதாய்ச் சொல்லு: 'ஏ ராவணா, நீ கொல்லப் படவேண்டியவன்; நீ எனக்கு ஒரு நாளும் நண்பனாக முடியாது; நீ ராமருடைய எதிரி என்பதால் எனக்கும் எதிரியே. நான் இரக்கம் காட்டுவதற்கு உனக்கு எந்த தகுதியும் கிடையாது; வாலி கொல்லப் பட்டதைப் போல நீயும் உன் ஆட்கள் எல்லாரும்

கொல்லப் படவேண்டியவர்கள்தான். என் படைகளோடு நான் அங்கே வந்து சேருவேன்; நானே உன்னையும் உங்கள் எல்லாரையும் கொன்று போடுவேன். இலங்கையை எரித்துச் சாம்பலாக்குவேன்; உன்னை இந்திரனாலோ, சிவனாலோ, மூவுலகங்களில் வேறு யாராலுமோ காப்பாற்ற முடியாது. கிழப் பறவையான ஜடாயுவை அநியாயமாக் கொன்றவன் நீ; உண்மையில் நீ தைரியமுள்ள ஆளாய் இருந்தால், ஏன் ராம லக்ஷ்மணர்கள் இல்லாதபோது சீதையை கடத்திக்கொண்டுப் போனாய்? உனக்கு சீதை உண்மையில் யார் என்று தெரியவில்லை; ரகு வம்சத்து ராமர் எப்பேர்ப்பட்டவர் என்றும் தெரியவில்லை; உன் உயிரை உனக்கு சொந்தமில்லாமல் ஆக்கப் போகிறவர் அவர்தான்" என்று சொன்னான்.

அப்போது அங்கதன், சுக்ரீவனைப் பார்த்து "வானர மன்னா, இவன் ஒன்றும் தூதன் மாதிரி எனக்குத் தோன்றவில்லை. இவன் நம்மை வேவு பார்க்க வந்த ஒற்றன். இவனை இலங்கைக்குத் திருப்பி அனுப்பக் கூடாது" என்றான்.

"அவனைப் பிடியுங்கள்!" என்று உடனே சுக்ரீவன் கட்டளை இட, திரும்பவும் வானரர்கள் அவன் மேல் பாய்ந்து அவனைப் பிடித்துக் கட்டிப் போட்டார்கள். அவன் ஓவென்று கத்தி அழுகிறான். "ஹே ராமா, நான் உண்மையில் தூதனாய்த்தான் வந்திருக்கிறேன்; தூதனைக் கொல்வது மகா பாவம்" என்று கூப்பாடு போடுகிறான்.

ராமரும் உடனே அவனை விடுவித்து இலங்கைக்கு அவனைத் திருப்பி அனுப்பச் சொல்லிவிடுகிறார்.

ராமர், கடல் தேவனுக்காகப் பிரார்த்தனை பண்ணிக்கொண்டு, தர்ப்பைப் புல் மேல் கிழக்குப் பக்கமாக தலைவைத்து ஒரு கையை மடித்துத் தலைக்கு அணையாக வைத்துக்கொண்டு அப்படியே ஒருக்களித்துப் படுத்துவிடுகிறார். "ஒன்று, நான் கடலைக் கடந்து இலங்கைக்குப் போகவேண்டும்; இல்லை என் உயிர் போகவேண்டும். இந்த இரண்டில் ஒன்று இன்று

நடக்கவேண்டும்" என்று மனதுக்குள்ளே சங்கல்பம் செய்துகொண்டு ராமர் மௌனமாகப் படுத்துக் கிடந்தார்.

இப்படியாக அவர் மூன்று பகல் இரவுகள் தவமாய் அங்கேயே படுத்தவாறே, நதிகளின் அரசனான சாகரனுடைய வரவுக்காகக் காத்திருந்தார்.

ஆனால் ஒன்றுமே நடக்கவில்லை.

ராமருக்குள்ளே கோபம் பொங்கி எழ ஆரம்பித்தது. அவர் லக்ஷ்மணனைப் பார்த்துச் சொல்கிறார், "லக்ஷ்மணா, பார் இந்தக் கடலரசன் சாகரனுக்கு எவ்வளவு திமிர்? இது வரை என் முன்னால் அவன் வரவில்லை. நல்ல குணம் இல்லாதவர்களிடம் அமைதியாகவும், பொறுமையாகவும், நேர்மையாகவும், இனிமையாகவும் நடந்துகொண்டால் ஒரு பலனும் கிடைக்காது. எவன் தற்பெருமை பேசிக்கொண்டு, வெட்கமில்லாமல், எல்லாப் பாவகாரியங்களும் செய்துகொண்டு எல்லாப் பக்கமும் சுற்றி வருகிறானோ அவனைத்தான் இந்த உலகம் மதிக்கிறது. என்ன செய்ய?

"பார், இப்போது நான் என்ன செய்ய போகிறேன் என்று. என் வில்லில் அம்பைப் பூட்டி, இந்தக் கடலைத் தாக்கப் போகிறேன்; அதன் தாக்கத்தில் இந்தக் கடலில் வாழ்கிற முதலைகளும், சுறாக்களும், நீர்ப்பாம்புகளும், சங்குகளும், மீன்களும் எல்லாமே அழியப் போகின்றன; இந்தக் கடல் நீர் முழுவதும் வற்றப் போகிறது. நான் ஏதோ ஒரு சாதாரண ஆசாமி என்று நினைத்து மதிக்காத இந்தக் கடலை நான் வறள வைப்பேன். கால் நடையாகவே இதன் குறுக்கால் நம் வானரப் படை கடந்து போகும்" என்று கர்ஜித்தார்.

ஒரு அம்பை வில்லில் பூட்டி, நாணை இழுத்துக் கடல் மேல் விட்டார். அவ்வளவுதான்.

உடனே கடல் பயங்கரமாகக் கொந்தளிக்க ஆரம்பித்தது. மலை மலையாக ஆயிரக் கணக்கான அலைகள் எழும்பின; கடல் குலுங்கி ஆட ஆரம்பித்தது. கடலில் வாழ்கிற முதலைகளும், மற்ற ஜந்துக்களுமெல்லாம் 'ஐயோ நம் வாழ்க்கை முடிவுக்கு வந்தாயிற்று" என்று பதை

பதைக்கின்றன. கடலிலிருந்து அவையெல்லாம் மேலெழும்பி வர ஆரம்பித்தன.

"அண்ணா, போதும். போதும்! இதற்கு மேல் வேண்டாம்" என்று லக்ஷ்மணன் கத்திக்கொண்டே ராமரிடம் வந்து, அவருடைய வில்லை இறுகப் பிடித்துக்கொண்டான்.

"ராமா! உன்னை மாதிரி மரியாதைக்குரிய ஒரு பராக்கிரமசாலி, கடலை அழிக்காமலேயே வேறு விதத்தில் தனது காரியத்தை நிறைவேற்றிக்கொள்ள முடியும். உன்னைப் போன்ற ஒருவர் இந்த அளவுக்குக் கோபத்தின் வசப்படக் கூடாது. நீ வேறு ஒரு வழியைக் கண்டு பிடிக்கவேண்டும்." என்று எடுத்துச் சொல்கிறான் லக்ஷ்மணன்.

ஆகாயத்தில் தேவர்களும் ரிஷிகளும் குழுமி, "ஆமாம், இதற்கு மேல் வேண்டாம்" என்று குரல் கொடுக்கிறார்கள்.

ஆனாலும் ராமருடைய கோபம் சட்டென்று அடங்கவில்லை. அவர், "கடலரசனே, நீ இன்னும் என்னுடைய சக்தியையும் பராக்கிரமத்தையும் புரிந்துகொள்ளாமல் இருக்கிறாய் என்று தோன்றுகிறது. உனக்கு என் கையால்தான் புத்தி புகட்டியாகவேண்டும்" என்று சொல்லி, பிரம்மாஸ்த்திரத்தை வில்லில் பூட்டி நாணை இழுக்கிறார்.

அதைப் பார்த்ததும் பயத்தில் ஆகாயமே பிளந்தது போல இருந்தது. எங்கும் இருள் சூழ ஆரம்பித்தது. மலைகள் குலுங்க ஆரம்பித்தன. கடலும், ஆறுகளும், குளங்களும் பொங்க ஆரம்பித்தன. புயல் போலக் காற்று வீச, மரங்கள் சட சட என்று ஒடிந்து விழ ஆரம்பித்தன.

கடல் பெரிதாய்ப் பொங்கி, கடல் அலைகள் பற்பல கடல் ஜீவராசிகளைச் சுமந்துகொண்டு கரையை வந்து தாக்கி கடல் கரையைத் தாண்டி அதி வேகமாக முன்னேற ஆரம்பித்தன. ஆனாலும் ராமர் அசையாமல் நிற்கிறார்.

அப்போது ஸாகரன், கடல் நடுவிலிருந்து ஒரு பெரும் மலை போல மேலெழும்பி வெளியில் வருகிறான். பற்பல முத்துக்களும் பவழங்களும் மலர் மாலைகளும்

அணிந்துகொண்டு கம்பீரமாய் ஒளி நிறைந்த தோற்றத்தோடு அவன் ராமரிடம் கை கூப்பிக்கொண்டே வந்து நின்று பேச ஆரம்பிக்கிறான்:

"ராமா! பூமியும், நீரும், காற்று மண்டலமும், ஆகாயமும், சூரியனும் அவைகளின் இயற்கைத் தன்மைப்படியே நிலை நிற்க முடியும். அது நிரந்தரமான ஒரு நியமம். ஒரு கடலாய் என்னுடைய இயற்கை, நான் ஆழம் காண முடியாதவனாய் இருப்பதுதான். நான் ஆழமில்லாமல் மாற முடியாது. என்னை நீந்திக் கடப்பதும் சாத்தியமில்லை. நான் இப்படி இருப்பது என் விருப்பத்தாலோ, பேராசையாலோ, பயத்தாலோ, பற்றாலோ இல்லை. என் இயற்கையே அப்படித்தான். ஆனாலும், ராமா, நீ இந்தக் கடலை கடந்து போவதற்கு நான் வழி சொல்கிறேன். உன் வானரர்கள் கடலைக் கடந்து செல்ல ஒரு இடத்தைக் காட்டித் தருகிறேன். அவர்களின் பாரத்தை நான் பொறுத்துக்கொள்கிறேன் அங்கே நீ பாலம் அமைத்துக் கொள்ளலாம். உன் படைகள் கடலைக் கடந்து போகிற வரை, முதலைகள் அவர்களைத் தாக்காமல் நான் பார்த்துக்கொள்ளறேன்" என்று சொல்லி முடித்தான் சாகரன்.

"நான் வில்லில் பூட்டிய அம்பை திருப்பி எடுக்க முடியாது. அதற்கான ஒரு இலக்கை நீ சொல்", என்றார் ராமர்.

அதற்குக் கடலரசன், "ராமா, வடக்கே த்ருமதுல்யா என்று ஒரு இடம் இருக்கிறது. அங்கே பற்பல கொள்ளைக்காரகளும், கொடுங்கோலர்களும், அபிராஸ் என்கிற தங்களது தலைவனோடு இருந்துகொண்டு, என்னுடைய நீரைக் குடிக்கிறார்கள். அந்தக் கொடும் பாவிகள் என்னைத் தொடுவதையே என்னால் பொறுத்துக்கொள்ள முடியவில்லை. நீ இந்த அம்பை அவர்கள் மேல் செலுத்தினால் போதும்" என்றான்.

ராமரும் அவன் குறிப்பிட்ட இடத்தைத் தமது இலக்காக்கி அந்த அம்பை விட்டார். ஆகாயத்தில் மின்னலெனப் பறந்து சென்ற அந்த அஸ்திரம் குறிப்பிட்ட இடத்தை அடைந்ததும் பெருத்த ஒலியுடன் பூமியைப் பிளந்துகொண்டு உள்ளே

போயிற்று. முன்பெல்லாம் அந்தக் குழியிலிருந்து கடல் நீரைப் போல் எப்போதும் உப்புத் தண்ணீர் பொங்கி வந்துகொண்டே இருந்தது. இடி மாதிரி அந்த அம்பு அங்கே இறங்கிய பிறகு அதில் ஊறி வந்த தண்ணீர்யெல்லாம் வறண்டு போயிற்று.

பிற்காலத்தில் மரு பாலைவனம் என்கிற பேரில் அந்த இடம் மூவுலகிலும் பிரபலமாயிற்று. ராமருடைய அருளால் அங்கே உப்புத் தண்ணீர் வரண்டு போன பிறகு, அந்த இடம் கால் நடைகள் வளர்க்க மிகவும் ஏற்ற இடமாக ஆகிவிட்டது. அங்கே சுவையான பழங்களும், கிழங்குகளும், மணமிக்க மூலிகைகளும் ஏராளமாக கிடைக்க ஆரம்பித்ததன. பால், வெண்ணை, நெய் எல்லாம் தாராளமாக உற்பத்தியாகிற இடமாய் அது மாறிப்போயிற்று.

இப்போது சாகரன் சொல்கிறான், "ராமா, உங்களோடு இருக்கும் வானரனான நலன், விச்வகர்மாவின் மகன். அவனுக்கு அவன் தந்தை ஒரு வரம் தந்திருக்கிறார். அதன்படி அவன் என் மேல் ஒரு பாலத்தைக் கட்டட்டும். அதை நான் தாங்குவேன்." என்று சொல்லிவிட்டு கடலரசன் மறைந்து போய்விட்டான்.

குழந்தைகளே, இந்த நிகழ்ச்சியிலிருந்து நாமெலாம் புரிந்து கொள்ள ஒன்று இருக்கிறது. அது என்னவென்றால், கடவுளே மனிதனாக அவதாரம் எடுத்து வந்தாலும், சில இயற்கை சக்திகளின் செயல்பாட்டை அவற்றின் இயல்புக்கு மாறாக மாற்றிவிட முடியாது என்பதுதான்.

எத்தனையோ புத்திக் கூர்மை மிக்க அறிவியல், பொறியியல் விற்பன்னர்கள் பூமியில் பிறந்து வந்தாலும், கணக்கற்ற ஆற்றலும் அதிகாரமும் மிக்க மாமனிதர்கள் வந்தாலும், தொழில் நுட்பம் எவ்வளவோ பயங்கரமான வளர்ச்சி கண்டாலும், இவ்வுலகில் பூகம்பம், எரிமலைகள் வெடித்தல், சுனாமி, புயல், பேய் மழை, பெருவெள்ளம் போன்ற இயற்கைச் சீற்றங்களை நிறுத்தவோ, தடுக்கவோ முடியாது என்று புரிகிறதல்லவா?

-=()=-

அத்தியாயம் 67 (6.6)

கடலைக் கடக்கப் பாலம்

கடலரசன், வானரனான நலன் மூலமாக கடலில் பாலம் கட்டினால், அதைக் கடந்து இலங்கை போகலாமென்று வழி சொல்லிவிட்டு, மறைந்து போனதும், வானர வீரன் நலன் வந்து ராமரை வணங்கினான்.

"ராமா! கடலரசன் ஸாகரன் சொன்னது உண்மைதான். நான் விச்வகர்மாவின் மகன்தான். என் அப்பா என் தாய்க்கு ஒரு வாக்கு கொடுத்திருந்தார்; அதாவது அவருக்குள்ள கட்டடத் திறமையெல்லாம் எனக்கும் இருக்கும் என்று. இப்போது ஸாகரன் அதைப் பற்றி சொன்ன பிறகுதான் எனக்கும் நினைவு வந்தது. அதோடு, அதைப் பற்றி நான் சொல்வதற்கும் அவசியம் ஒன்றும் இதுவரை வந்ததில்லியே! அதனால், ராமா, நான் உடனே கடலுக்குக் குறுக்காகப் பாலம் கட்டும் வேலையை ஆரம்பித்துவிடுகிறேன்; மற்ற வானரர்கள் எனக்கு சகாயத்துக்கு வந்தால் போதும்" என்றான்.

அதைக் கேட்டதும் எல்லா வானரத் தலைவர்களும் உற்சாகமாக் கூக்குரல் எழுப்பினார்கள். நலன் கிளம்ப, அவன் பின்னால் ஆயிரக் கணக்கில் வானரர்கள் காட்டுக்குள்ளே போனார்கள்.

சால் மரம், பனை மரம், வேப்ப மரம், அசோக மரம், மாமரம், மூங்கில்கள் என்று விதம் விதமான பெரிய காட்டு மரங்களை வெட்டிச் சாய்த்தும், வேருடன் பிடுங்கியும் கடற்கரைக்குத் தூக்கிக் கொண்டு வந்தார்கள். பெரிய பெரிய பாறைகளை தூக்கிச் சுமந்துகொண்டும் உருட்டிக்கொண்டும் வந்தார்கள்.

இப்படியாக ஏராளமான மரத் தண்டுகளையும், பிரம்மாண்டமான பாறைகளையும் கடலில் போட்டும்,

ஒன்றோடு ஒன்று இணைத்துக் கட்டியும், நலன் வழிகாட்டித் தந்த விதத்தில் விறுவிறு என்று பாலம் கட்ட ஆரம்பித்தார்கள்.

அவர்கள் வேலை செய்த வேகத்தைப் பார்த்தால் நம்பமுடியாமல் இருந்தது. முதல் நாளிலேயே அவர்கள் 14 யோஜனை தூரத்துக்கு கடலில் பாலம் அமைத்துவிட்டார்கள்!

பாலத்தின் அகலமே 10 யோஜனை தூரம் இருந்தது. இப்படியாக விடாமல் உற்சாகமாய்ப் பாலத்தைக் கட்டிக்கொண்டே போனார்கள்; தினம் தினம் பாலம் கட்டிய தூரம், முதல் நாள் கட்டியதை விட அதிகமாய் இருந்தது. இப்படியே ஐந்தே நாட்களில் 100 யோஜனை தூரத்தைக் கடந்து இலங்கைக் கடற்கரையில் போய் சேர்கிற அளவுக்கு பாலத்தைக் கட்டி முடித்துவிட்டார்கள்!

ராம லக்ஷ்மணர்களும் சுக்ரீவனும் ஒரு உயரமான இடத்தில் ஏறி நின்று கொண்டு பாலத்தின் தோற்றத்தையும் அழகையும் பார்த்து பிரமித்து நிற்கிறார்கள்.

அவர்கள் மட்டுமில்லை. ஆகாயத்தில் தேவர்களும் கந்தர்வர்களும் கூடி நின்று, அந்தப் பாலம் இத்தனை சீக்கிரமாய், இவ்வளவு பிரம்மாண்டமாய் உண்டானதைப் பார்த்து வாயைப் பிளக்கிறார்கள்! அவர்களுக்குப் புல்லரிக்கிறது. அவர்கள் அங்கேயிருந்து ராமரிடம், "ராமா!

இலங்கைக்குப் போய் சேர்ந்து ராவணனை வெற்றிகொள்வாயாக; இந்தப் பூவுலகையும் கடலையும் பல்லாண்டு ஆள்வாயாக!" என்று சொல்லி ஆசீர்வதித்தார்கள்.

"ராமா! நாம் புறப்படலாம். நீ இந்தப் பாலத்தில் கால் நடையாக வரவேண்டாம். ஹனுமான் உன்னையும், அங்கதன் லக்ஷ்மணனையும் தங்கள் தோள்களில் தூக்கிக்கொண்டு வரட்டும். வானரப் படைகளே! பாலத்தின் வழி கடலைக் கடந்து இலங்கைக்கும் போவோம்; ராவணனை அழிப்போம். எல்லாரும் கிளம்புங்கள்!" என்று கட்டளையிட்டான் சுக்ரீவன்.

அவ்வளவுதான். கட்டுக்கடங்காத உற்சாகத்தோடு கூச்சல் போட்டுக்கொண்டு அந்த ஆயிரக்கணக்கான வானரர் படை கிளம்பிவிட்டது.

சில வானரர்கள் பாலத்தின் நடுவில் போனார்கள்; சிலர் ஓரமாகப் போனார்கள்; சில வானர்கள் தண்ணீரில் குதித்து அங்கங்கே ஒரு நீச்சலடித்துக்கொண்டே போனார்கள்; சில வானரர்கள் கருடன் மாதிரி மேலே பறந்து ஒரு சுற்று சுற்றிவிட்டு திரும்பவும் பாலத்தில் இறங்கி நடந்து போனார்கள்.

இப்படியாக எல்லாருமாய் இலங்கையின் கடற்கரைக்கு வந்து சேர்ந்தாயிற்று. அங்கே ஏராளமான பழங்களும், கிழங்குகளும் கிடைக்கிற ஒரு வனத்துக்குப் பக்கமாக எல்லாருமாய் முகாம் போட்டார்கள்.

இப்போது, உங்களுக்குள்ளே யாரோ ஒருவர் என்னிடம் ஏதோ கேடக ஆசைப்படுகிறார்களே? என்ன அது?

ஏன் நான் இங்கே பாலம் கட்டும் கதையை சொல்லும்போது, ஏதாவது சொல்லாமல் விட்டுவிட்டேனா என்ன?

ஆ! புரிந்துவிட்டது!

"ராமருக்கு ஒரு சிறிய அணில் பாலம் கட்டுவதற்காக தன்னாலான சேவையாய், ஈர உடம்பில் மணலைத் திரட்டிக்கொண்டு வந்து கொண்டு போட்டதே, ராமர் கூட அதைப் பாராட்டி அதன் முதுகில் தன் விரலால் தடவிக் கொடுத்தார், அப்படித்தான் அணில் முதுகில் மூன்று கோடு

வந்தது என்று எங்கள் பாட்டி சொல்வார்களே? அதை நீங்கள் சொல்லவேயில்லையே' என்று சொல்வது என் காதில் விழுந்துவிட்டது!

"நான் டிவியில் ஒரு கார்ட்டூனில் இன்னொன்றும் பார்த்தேனே? அதில் வானரர்கள் பாறைகள் மேல் "ராம் ராம்" என்று எழுதி கடலில் தூக்கிப் போட்டதும், அந்தப் பாறைகளெல்லாம் மிதக்க ஆரம்பித்துவிடும்; அப்படி மிதந்த பாறைகளைக் கொண்டுதான் பாலத்தைக் கட்டியதாக் காண்பித்தார்களே?" என்று உங்களில் ஒருவர் கேட்பதும் என் காதில் விழுந்துவிட்டது!

குழந்தைகளே, மூலக் கதையான வால்மீகி ராமாயணத்தில் இந்த அணில் கதை, பாலம் ராம நாமத்தின் சக்தியால் மிதந்த கதை இதெல்லாம் ஏதும் கிடையாது! பிற்காலத்தில் தாத்தாப் பாட்டிகள் சொன்ன ராமாயணக் கதைகளில் இந்த மாதிரி கற்பனைகளெல்லாம் கதைக்கு சுவாரசியம் சேர்ப்பறதற்காக வந்து சேர்ந்திருக்குமாயிருக்கும்!

இலங்கைக்கு வந்து சேர்ந்ததும், ராமர், லக்ஷ்மணனிடம், "நீ உடனே நமது வானரப் படைகளைத் தனித்தனிப் போர்ப்படைகளாய், வானரத் தலைவர்களின் தலைமையில் அணிவகுத்து நிற்க ஏற்பாடு செய். நாம் கால தாமதம் செய்யாம போரில் இறங்கவேண்டும். இங்கே பூமியிலும் ஆகாயத்திலும் பலவித பயங்கரமான சகுனங்கள் எனக்குத் தென்படுகின்றன. இந்தப் போர் பயங்கரமானதாய் இருக்கும். நம் பக்கத்திலும் ஏராளமான வானரர்கள் போரில் உயிர் துறக்கும் விதத்தில்தான் இந்தப் போர் அமையும்" என்றார்.

பின்னர், தொலைவில், மலை மேல் அமைந்திருக்கும் இலங்கை நகரை கண்ணால் நோட்டம் விட்டபடியே சொன்னார், "மயன் நிர்மாணம் செய்த அழகான நகரம்; என்ன ஒரு செல்வ வளம் இங்கே! ஏழு மாடிக் கட்டடங்கள் நிறைய இருக்கின்றனவே! எத்தனை அழகான பூஞ்சோலைகளும் தென்படுகின்றன!" என்றவர், தொடர்ந்து வருத்தம் தோய்ந்த குரலில், "என் சீதையை அங்கேதான் எங்கேயோ அடைத்து

வைத்துக் காவல் காக்கிறார்கள்!" என்று சொல்லிப் பெருமூச்சு விட்டார்.

அப்புறம் ராமரே, வானரப் படையை எப்படி அணிவகுக்கவேண்டும், சுக்ரீவன், அங்கதன், ஜாம்பவான், இன்னும் எந்ததெந்த வானரத் தலைவர்கள் எங்கே எங்கே, அதாவது படைகளின் வலது பக்கம், இடது பக்கம், நடுப்பகுதி, பின் பக்கம் எல்லாம் காவலாய் நிற்கவேண்டுமென்று சொன்னார். "நானும் நீயும் படைகளின் முன் பகுதியில் இருந்தவாறு படையை வழி நடத்திப் போவோம்" என்றும் சொன்னார்.

இப்படியாக படைகளை ராமர் சொல்லித் தந்தபடி அணிவகுத்தாயிற்று.

குழந்தைகளே, உங்களுக்கு நினைவிருக்கிறதா? ராவணனிடமிருந்து சுகன் என்கிற தூதன் பறவை வடிவில் வந்து சுக்ரீவனிடம் பேசினான் என்றும், அவனை வானரர்கள் துன்புறுத்தினார்கள் என்றும், ராமர் அவனைக் கொல்ல வேண்டாம், விட்டுவிடுங்கள் என்று சொன்னதும்?

உண்மையில், அவனை வானரர்கள் கொல்லாமல் விட்டார்களே தவிர, அவனை இலங்கைக்குத் திரும்பிப் போக விடவில்லை என்பதுதான் நிஜம்!

இப்போது படையெல்லாம் வந்து சேர்ந்து, அணிவகுத்துத் தயாரானதும், சுகனை விட்டுவிடச் சொன்னார் ராமர்.

அவனும் தப்பித்தோம் பிழைத்தோமென்று பறந்து போய் ராவணனிடம் வந்து சேர்கிறான். அவன் உடம்பெல்லாம் நடுங்குகிறது.

அவன் தோற்றத்தைப் பார்த்ததுமே ராவணனுடைய முகத்தில் ஒரு கேலிச்சிரிப்புதான் முதலில் வந்தது.

"என்னப்பா, உன் இறக்கையெல்லாம் பிய்ந்திருக்கிறது? வானரர்கள் உன்னை நன்றாக கவனித்திருக்கிறார்கள் போலிருக்கிறதே? எப்படி நீ உயிரோடு தப்பித்து வந்தாய்?" என்று விசாரித்தான் ராவணன்.

அத்தியாயம் 67 (6.6)
கடலைக் கடக்கப் பாலம்

"மன்னா! அந்த வானரர்கள்ளெல்லாம் சுபாவமாகவே கோபக்காரர்களாகவும், முரடர்களாகவும்தான் இருக்கிறார்கள். அவர்களிடம் சுமுகமாகப் பேசவே வழியில்லை. இருந்தாலும் நான் வடக்கே கடற்கரைக்குப் போய்ச் சேர்ந்து, சுக்ரீவனிடம் பேசினேன். இப்போது உடனடி செய்தி என்னவென்றால், விராதனையும், கபந்தனையும், கரனையும் கொன்று போட்ட அந்த ராமர், சுக்ரீவனோடும் வானரப் படைகளோடும் இதோ நம் இலங்கைக்கு வந்து சேர்ந்துவிட்டார். கடலுக்குக் குறுக்கால் பாலம் அமைத்து, மலை மலையாய் உருவமுள்ள பயங்கர வானர்கள் ஆயிரக்கணக்கில் புடை சூழ, கையில் வில்லேந்தி அந்த ராமர் இங்கே வந்தாயிற்று. இனிமேல் அந்த வானரப் படைக்கும், நம் ராட்சசப் படைக்கும் நடுவில் எந்த சமாதானமோ சமரசமோ நடக்கச் சாத்தியமேயில்லை; நீங்கள் இப்போது இரண்டில் ஒன்று தான் செய்தாகவேண்டும்; ஒன்று அந்த சீதையை ராமரிடம் திருப்பித் தந்துவிடவேண்டும்; இல்லை போருக்குத் தயாராகவேண்டும்" என்று சொல்லி முடித்தான் சுகன்.

அதைக் கேட்டதும் ராவணனுக்கு கோபத்தில் கண்ணெல்லாம் சிவந்து போயிற்று.

"நானாவது, சீதையைத் திருப்பிக் கொடுப்பதாவது? அது ஒரு நாளும் நடக்காது. அந்த ராமனுக்கு ஆதரவாய் தேவர்களும் கந்தர்வர்களும் ஒன்று சேர்ந்து போருக்கு வந்தாலும் அது நடக்காது. நம் ராட்சசர்களின் பலம் ராமனுக்குத் தெரியவில்லை. நான் அந்த ராமனை போரில் நசுக்கி அழிப்பேன். எனக்கு எதிராய் எவன் வந்தாலும் ஒரு நாளும் என்னை வெற்றிகொள்ள முடியாது" என்று கர்ஜனை செய்தான் ராவணன்.

பின் கொஞ்சம் சாந்தமான ராவணன், சுகனையும், தனது இன்னொரு மந்திரியான ஸாரணனையும் பார்த்துச் சொன்னான், "எப்படி யோசித்துப் பார்த்தாலும், வானரர்கள் எப்படி ஒரு பாலத்தைக் கட்டிக் கடலைக் கடந்து வந்தார்கள் என்று என்னால் கற்பனை கூடச் செய்யச் முடியவில்லை.

அப்படி செய்துவிட்டார்களென்றால் அவர்களை நான் சாமானியமாய் நினைத்து அலட்சியம் செய்துவிட முடியாது.

"நீங்கள் இரண்டு பேரும் உடனே வானரர்கள் போல் உருவம் எடுத்துக்கொண்டு, நம் எதிரிப் படைகளுக்குள்ளே புகுந்து போய், முடிந்த அளவு வானரப் படைகளைப் பற்றி எல்லா விவரமும் திரட்டிக்கொண்டு வரவேண்டும். அவர்களது படைபலம் என்ன, யார் யார் அவர்களில் பலம் அதிகம் மிக்க படைத்தலைவர்கள், ராமர், சுக்ரீவன் கூட எந்தெந்த மந்திரிகள் இருக்கிறார்கள், ராம லக்ஷ்மணர்களின் ஆயுத பலம் என்ன, எந்த வானரர்கள் முன்னணியில் நின்று போர் செய்யப் போகிறார்கள் என்று எல்லா விவரங்களையும் உளவு பார்த்துவிட்டு வந்து சொல்ல வேண்டும். எப்படி அவர்கள் அந்தப் பாலத்தைக் கட்டினார்கள் என்றும் எனக்குத் தெரியவேண்டும். உடனே போங்கள்" என்று சொல்லி அனுப்பித்தான்.

சுகனும், ஸாரணனும் அப்படியே வானர உருவம் எடுத்துக்கொண்டு எதிரிப் படைகளுக்குள்ளே யாரும் அடையாளம் காண முடியாத விதத்தில் சாமர்த்தியமாய் புகுந்து எல்லாவற்றையும் நோட்டம் விட்டார்கள்.

வானரப் படைகளின் எண்ணிக்கையைப் பார்த்து அவர்கள் மிரண்டே போனார்கள். கடற்கரையிலும், மலைகள் மேலும், காடுகளுக்குள்ளேயும், மலைக்குகைகளிலும் எங்கே பார்த்தாலும் வானரர்கள்! தவிர இன்னும் கூட நிறைய வானரர்கள் பாலத்தைத் தாண்டி வந்துகொண்டிருந்தார்கள். ஏற்கனவே முகாம் போட்டு தங்கியிருந்தவர்கள் தவிர, இன்னும் அப்படித் தங்காமல் சுற்றிக் கொண்டிருந்தார்கள் நிறையப் பேர். அவர்களெல்லாம் எழுப்பிய கூச்சல் காதைத் துளைக்கிறவிதமாய் இருந்தது.

ஆனால் அந்த இரண்டு பேருடைய துரதிருஷ்டம், அவர்கள் விபீஷணன் கண்ணில் சிக்கிகொண்டார்கள். 'பாம்பின் கால் பாம்பறியும்' என்கிற மாதிரி, சுகனும், ஸாரணனும்தான் குரங்கு ரூபத்தில் வந்து வேவு பார்க்கிறார்கள் என்று தெரிந்து,

அத்தியாயம் 67 (6.6)
கடலைக் கடக்கப் பாலம்

விபீஷணன் அந்த இரண்டு பேரையும் பிடித்து ராமர் முன்னால் கொண்டு போய் நிறுத்தினான்.

"ராமா, இந்த ராட்சர்கள் இரண்டு பேரும் ராவணனுடைய உளவாளிகளாக நம் படைக்குள்ளே புகுந்து வேவு பாத்தார்கள். நான் கையும் களவுமாகப் பிடித்துட்டேன்" என்று சொன்னான்.

அந்த இரண்டு ராட்சசர்களும் பயத்தில் நடு நடுங்குகிறார்கள். அவ்வளவுதான்; தங்களது கதை இத்தோடு முடிந்துவிட்டது என்று தோன்றிவிட்டது அவர்களுக்கு. ராமர் முன்னால் கைகூப்பி, அவர்கள், "ரகு நந்தனா, ராமா, எங்கள் மன்னர் ராவணன் அனுப்பியதால்தான் உங்களுடைய முழு படை பலத்தையும் தெரிந்துகொள்வதற்காக நாங்கள் வந்தோம்" என்று ஒப்புக்கொண்டார்கள்.

அப்போது கருணைக் கடலான ராமர், அவர்கள் கொஞ்சம் கூட எதிர்பார்க்காத விதத்தில், புன்னகையுடன் அவர்களிடம் கேட்டார், "எல்லா இடமும் சுற்றிப்பார்த்து எல்லா விவரங்களும் தெரிந்துகொண்டீர்களா? உங்கள் வேலை முழுவதுமாய் முடிந்தாகிவிட்டதா? இல்லையென்றால் சொல்லுங்கள்; விபீஷணனையே உங்கள் கூட அனுப்பி, உங்களுக்கு எல்லா இடமும் சுற்றிக் காண்பிக்கச் சொல்கிறேன். விவரமெல்லாம் தெரிந்துகொண்ட பிறகு நீங்கள் ராவணனிடம் திரும்பிப் போய் எல்லாவற்றையும் சொல்லலாம். நான் உங்களைக் கொல்ல மாட்டேன். நீங்கள் ஆயுதம் எதுவும் தாங்கி வரவில்லை. அதனால் உங்களை ராவணனுடைய தூதர்களாவே நினைத்து திருப்பி அனுப்புகிறேன்"

"நீங்கள் ராவணனிடம் போய், நான் இப்படி சொன்னதாய்ச் சொல்லுங்கள்: "எந்த பலத்தை உபயோகித்து நீ சீதையைத் தூக்கிக்கொண்டுப் போனயோ, அந்த பலத்தை உன் படைகளோடும் ஆதரவாளர்களோடும் என்னிடம் காட்டிப் பார். நாளை காலையில் பொழுது விடிந்த உடனே என்னுடைய அம்புகள் இலங்கையின் கோட்டைச்சுவர்களையும், வாயில்களையும், ராட்சச சேனையையும் தாக்கும்;

ராமனுடைய கோபம் எத்தனை பயங்கரமானது என்று நாளைக் காலையில் உனக்குத் தெரிய ஆரம்பிக்கும்."

ராமருடைய வாக்கைக் கேட்டு வியந்து போன அந்த இரண்டு ராட்சசர்களும் "ஜய ஜய" என்று சொல்லி ராமரை கும்பிட்டு வணங்கி, நேரே ராவணனிடம் போய் நடந்ததை சொன்னார்கள்.

"மன்னா, நாங்கள் அங்கே போனபோது விபீஷணன் எங்களைப் பிடித்து, ராமரிடம் கொண்டு போய் நிறுத்தினான்; தர்மாத்மாவான ராமர் எங்களை விடுதலை செய்து அனுப்பிவிட்டார். பூமியைப் பாதுகாக்கிற நான்கு லோகபாலகர்களைப் போல ராமர், லக்ஷ்மணர், சுக்ரீவன், விபீஷணன் என்கிற நான்கு பெரும் பராக்கிரமசாலிகள் அங்கே ஒன்றாய்க் கூடியிருக்கிறார்கள். அந்த நான்கு பேருமே இந்த லங்கா நகரை அதன் கோட்டை கொத்தளங்களோடு இங்கேயிருந்து பிடுங்கி வேறொரு இடத்தில் கொண்டுபோய் வைத்துவிடக் கூடியவர்கள்! அத்தனை சக்தி அவர்களிடம் இருக்கிறது. எல்லா தேவர்களும் ஒன்றாய் சேர்ந்தால் கூட அவர்களின் வானரப் படையை முறியடிக்க முடியாது.

"மன்னா, நாம் அவர்கள் கூட சமாதானமாகப் போய்விடுவது தான் நல்லது. பேசாமல் சீதையை ராமரிடம் திருப்பி அனுப்பிவிடுங்கள்" என்று சொன்னார்கள்.

"அது ஒரு நாளும் நடக்காது; நீங்கள் இரண்டு பேரும் வானரப் படையைப் பார்த்து தேவையில்லாமல் பயந்து போயிருக்கிறீர்கள்" என்று சொன்ன ராவணன் அங்கேயிருந்து எழுந்து தனது மாளிகையின் உச்சியிலிருந்த மேல் மாடிக்குப் போகிறான். அங்கேயிருந்து பார்த்தால், கோட்டைக்கு வெளியில் வானரப் படைகள், சுற்றுவட்டாரம் முழுவதும் கடல் போலப் பரவி இருப்பது தெரிகிறது.

தன் கூடவே மேல் மாடிக்கு வந்த சுகனையும், ஸாரணனையும் பார்த்து, "ம்.. சொல்லுங்கள்; அங்கே இருக்கிற பெரிய பெரிய படைத்தலைவர்கள் யார் யார் என்று" என்று கேட்டான் ராவணன்.

அத்தியாயம் 67 (6.6)
கடலைக் கடக்கப் பாலம்

உடனே இரண்டு பேரும் அங்கே அங்கதன் யார், நீலன் யார், நலன் யார் என்று சொல்லி, அவர்களின் பலமும் பராக்கிரமமும் எப்படிப் பட்டது என்று விளக்கினார்கள்; இன்னும் ஒவ்வொரு வானரர் தலைவனையாய் அடையாளம் காட்டி, அவர்கள் ஒவ்வொருத்தர் தலைமையிலும் இருக்கிற வானரப்படைகளின் எண்ணிக்கை என்ன என்று சொல்கிறார்கள். தொடர்ந்து ராமன் யார், லக்ஷ்மணன் யார், சுக்ரீவன் யார் என்று அடையாளம் காட்டி, அவர்கள் ஒவ்வொருவருடைய திறமை, சக்தி, ஆயுத பலம் எல்லாவற்றையும் பெரிதாய்ப் பாராட்டிச் சொல்கிறார்கள்.

இப்பிடிப் பேசிய தன் இரண்டு மந்திரிகளைப் பார்த்து ராவணனுக்கு தலைக்கு மேல் கோபம் தான் வந்தது.

"உங்களுடைய அரசனான என் முன்னாலேயே நின்றுகொண்டு, நம்முடைய எதிரிகளைப் புகழ்ந்தும், அவர்கள் பலத்தைப் பற்றிப் பிரமாதமாக பாராட்டியும் பேச உங்களுக்கு வெட்கமாக இல்லை? ஒரு அரசனுக்குக் கேட்கவே பிடிக்காத விதத்தில் மந்திரிகளே இப்படிப் பேசினால், உங்களுக்கு அரசியல் அடிப்படையே தெரியவில்லை என்று தான் அர்த்தம். நீங்கள் இரண்டு பேரும் படு முட்டாள்கள். நீங்கள் பேசிய விதத்திற்காக நான் உங்களைக் கொன்று போட்டாலும் தப்பில்லை. ஆனால், இத்தனை வருடங்களாய் நீங்கள் எனக்கு சேவை செய்திருக்கிறீர்களே என்று நினைத்துப் பார்த்து உங்களை சும்மா விடுகிறேன். இனி நீங்கள் இந்த சுற்றுவட்டாரத்திலேயே இருக்கக் கூடாது; என் கண்ணிலேயே படக் கூடாது. ஒழிந்து போங்கள்!" என்று கத்தினான் ராவணன்.

இரண்டு பேரும் நடு நடுங்கிக்கொண்டே ராவணனை விழுந்து வணங்கி, 'விட்டாற் போதுமடா சாமி' என்று அங்கேயிருந்து ஓட்டம் பிடித்தார்கள்!

-=()=-

அத்தியாயம் 68 (6.7)

சீதையை ஏமாற்ற ராவணனின் திட்டம்

ராவணன் உடனே தனது வேறு ஒற்றர்களைக் கூப்பிட்டு, "நீங்கள் எதிரிப் படைகளுக்குள்ளே போய் வேவு பாருங்கள். அங்கே போய், ராமனுக்கு மிகவும் நெருக்கமாக இருக்கும் நண்பன் யார், ராமனுக்கு யார் யார் விருப்பத்தோடு சேவை செய்கிறார்கள் என்று தெரிந்துகொண்டு வாருங்கள். ராமன் எப்போது விழித்திருப்பான், எப்போது தூங்குவான், அவனுடைய அடுத்த நடவடிக்கை என்னவாயிருக்கும் என்பதையெல்லாம் தெரிந்துகொண்டு வாருங்கள்" என்று சொல்லி அனுப்புகிறான்.

அப்படிப் போய் வேவு பார்த்தவர்களை, முன்பு போலவே விபீஷணன் அடையாளம் கண்டு, அவர்களைக் கைது செய்துட்டான். வானரர்கள் அவர்களை அடித்துத் தாக்க ஆரம்பித்தார்கள். ராமர் இப்போதும் "போனால் போகிறது; அவர்களை விட்டுவிடுங்கள்" என்று சொல்லி, அந்த ஒற்றர்களை திருப்பி அனுப்பிவிடுகிறார்.

திரும்பி வந்த ஒற்றர்கள்களில் ஒருவனான சார்தூலன், ராவணனிடம் நடந்ததை சொல்லி, தாங்கள் தெரிந்துகொண்டு வந்த பல விஷயங்களையும் சொல்லி, "மன்னா! எதிரிப் படை பயங்கர பலமாகத்தான் இருக்கிறது. அந்த ராமரை வெல்வது சுலபமில்லையென்றுதான் தோன்றுகிறது; அதனால், நீங்கள் சீதையை திருப்பி அனுப்பி, சமாதானமாகப் போய்விடுவது தான் நல்லது என்று தோன்றுகிறது"என்றான்.

"அது ஒரு நாளும் நடக்காது" என்று சொன்ன ராவணன், இப்போது கொஞ்சம் தீவிரமாக யோசிக்கிறான்.

அத்தியாயம் 68 (6.7)
சீதையை ஏமாற்ற ராவணனின் திட்டம்

உடனே தனது மந்திரி சபையைக் கூட்டி, நடந்த விஷயங்களை சொல்கிறான். போருக்குத் தயாராவதற்காகப் படைகளையெல்லாம் திரட்டச் சொல்கிறான்.

அப்புறம் தன் அரண்மனைக்குத் திரும்பிப் போய், வித்யுஜ்ஜிஹ்வன் எனும் ஒரு ராட்சசனைக் கூப்பிட்டு அனுப்புகிறான். அவன், மாயாஜாலக் கலைகளில் மிகவும் திறமை கொண்டவன்.

"வித்யுஜ்ஜிஹ்வா, நீ உடனடியாக ஒரு காரியம் செய்யவேண்டும். அச்சு அசலாய் ராமனுடைய தலையை ரத்தம் சொட்ட வெட்டிக் கொண்டுவந்த மாதிரியே ஒரு தலையையும், அலங்காரமான வில்லம்புகளையும் உன் மாய சக்தி கொண்டு தயாராக்கவேண்டும். போ, சீக்கிரம்" என்று சொல்லி அனுப்புகிறான்.

வித்யுஜ்ஜிஹ்வனும் தனது திறமையெல்லாம் உபயோகித்து பார்க்க நிஜமாகவே ராமர் மாதிரியே இருக்கிற ஒரு தலையையும், அவருடைய வில்லம்புகளையும் உருவாக்கிக் கொண்டு வந்து ராவணனிடம் காட்டுகிறான். அதைப் பார்த்ததும் ராவணனுக்கு மிகவும் திருப்தியாயிருந்தது. அவன் ஒரு தங்க ஆபரணத்தை எடுத்து அந்த மாயக் காரனுக்கு பரிசாக் கொடுத்துப் பாராட்டுகிறான்.

ராவணன், அவனை அதையெல்லாம் எடுத்துக்கொண்டு தன் கூட வரச்சொல்லி, நேரே அசோக வனத்துக்குப் போகிறான்.

சீதை அங்கே சோகமே வடிவாய் தரையில் படுத்துக்கொண்டிருக்கிறாள்.

ராவணன் அவளைப் பார்த்து, "ஏ சீதே! நீ எந்த ராமன் வந்து உன்னைக் காப்பாற்றிக் கூட்டிக்கொண்டுப் போவானென்று கற்பனை செய்துக்கொண்டிருக்கிறாயோ, அந்த ராமனைக் கொன்று போட்டாயிற்று! நீ இனிமேலும் பிடிவாதம் பிடித்துக்கொண்டிப்பதில் அர்த்தமில்லை. பேசாமல் என் ஆசைக்கு இணங்கிவிடு; நீயே என் எல்லா ராணிகளுக்கும் தலைவியாகிவிடலாம்.

"உன் கணவன், சுக்ரீவனுடைய வானரப் படைகளுடன் கடலைத் தாண்டி இங்கே இலங்கைக்கு வந்தாயிற்று என்று நான் கேள்விப்பட்டேன். அவர்கள் மாலையில் வந்து சேர்ந்து, முகாம் போட்டு, கடல் கடந்து வந்த களைப்பில் நன்றாகத் தூங்கிக்கொண்டிருந்தார்கள். பாதி ராத்திரியானபோது, எங்களுடைய பெரிய ராட்சசப் படையைத் திரட்டிக்கொண்டு எங்கள் படைத்தலைவன் பிரஹஸ்தன் அங்கே போனான். ஏராளமான ஆயுதங்களோடு போன எங்கள் ஆட்கள், எல்லா வானரர்களையும் கொன்று குவித்தார்கள். பிரஹஸ்தன், நன்றாகத் தூங்கிக்கொண்டிருந்த ராமனுடைய தலையை ஒரே சீவாகச் சீவி வெட்டிக் கொன்றுவிட்டான்!

"லக்ஷ்மணன், சுக்ரீவன், நீலன், ஹனுமான், ஜாம்பவான், நலன், ராமனுக்கு ஆதரவாய்ப் போன என்னுடைய தம்பி விபீஷணன் என்று யாரையும் விடவில்லை; எல்லாரையும் கொன்று போட்டாகிவிட்டது. தப்பி ஓடப் பார்த்த எத்தனையோ வானரர்களை எங்கள் ராட்சச வீரர்கள் துரத்திப் போய்க் கொன்று விட்டார்கள்;

"இதை நீ நம்பமாட்டாய் என்பதால்தான், இதோ வெட்டிய ராமனுடைய தலையைக் கையோடு எங்கள் ஆள் கொண்டுவந்திருக்கிறான் பார். ராமருடைய வில்லையும் அம்புகளையும் கூட எடுத்து வந்தாதிருக்கிறான்!" என்று சொல்லி, "வித்யுஜ்ஜிஹ்வா! நீ கொண்டு வந்ததை இவளுக்குக் காட்டு! சீதே, இதைப் பார்த்த பிறகாவது, நீ என் ஆசைக்கு இணங்குவதைத் தவிர வேறு கதி கிடையாது" என்று சொன்னான் ராவணன்.

பாவம் சீதை! ராவணன் இத்தனை கேவலமாக ஒரு பச்சைப் புளுகைச் சொல்வான் என்றோ, மாய வித்தை செய்து, வெட்டிய் ராமர் தலை மாதிரியே ஒன்றைச் செய்து கொண்டுவருவான் என்றோ அவளால் கற்பனை கூட செய்து பார்க்க முடியாதே?

வித்யுஜ்ஜிஹ்வன் கொண்டு காட்டியதைப் பார்த்ததும் அவள் பயத்தில் வீல் என்று கத்தினாள்.

அத்தியாயம் 68 (6.7)
சீதையை ஏமாற்ற ராவணனின் திட்டம்

"ஐய்யோ! கைகேயி! உன்னுடைய பொல்லாத ஆசை ஒரு வழியாக நிறைவேறிவிட்டதா? ரகு குலத்தை ஒரு வழியாக நாசம் செய்துவிட்டாயா? ஹே ராமா! நீ இப்படி என்னை அனாதையாய் விட்டுவிட்டு நிஜமாகவே போய்விட்டாயா?" என்று சொல்லி அழுது மயக்கம் போட்டு விழுந்து விட்டாள்.

அவள் திரும்பக் கண் விழித்ததும் தாங்க முடியாத சோகத்தில் என்னென்னவோ சொல்லி வெகு நேரம் புலம்பி அழுகிறாள். "ஹே ராவணா! நீ உடனே என்னையும் கழுத்தை வெட்டிக் கொன்றுவிடு. என் தலையை அவர் தலையோடும், என் உடம்பை அவர் உடம்போடும் சேர்த்து வைத்துடு. அவர் இல்லாமல் நான் எப்படி உயிர் வாழ்வேன்?" என்று சொல்லி அழுகிறாள்.

இப்படி சீதை கட்டுக் கடங்காத சோகத்தில் மூழ்கி புலம்பிக்கொண்டிருந்தப்போது, ஒரு காவலன் உள்ளே வந்து ராவணனை வணங்கி, "மன்னா! நம் படைத்தலைவர் பிருஹஸ்தன் மிகவும் அவசரமான விஷயமாய் உங்களைச் சந்திக்கவேண்டுமென்று வந்திருக்கிறார்; மற்ற மந்திரிகளும் வந்து கூடியிருக்கிறார்கள்" என்று சொல்கிறான்.

ராவணன் உடனே அங்கேயிருந்து கிளம்பிவிட்டான். அவன் போன கொஞ்ச நேரத்திலேயே மாயாஜாலத்தால் உண்டாக்கப்பட்ட ராமருடைய தலையும் மறைந்து போயிற்று. சீதைக்கு ஒன்றும் புரியவில்லை.

சீதைக்குக் காவலாய் இருந்த ராட்சசிகள் கூட்டத்தில், ஸரமா என்று ஒரு நல்ல ராட்சசியும் இருந்தாள். அவளுக்கு சீதையைக் கண்டால் மிகவும் பிடிக்கும். அவள் எப்போதும் சீதைனிடம் அன்பாகவும் அனுசரணையாகவும் தான் நடந்துகொள்வாள்.

அவள் சீதையிடம் வந்து, "சீதா, நீ வீணாய்க் கவலைப் படாதே. ராவணன் இங்கே வந்து உன்னிடம் பேசியது, இங்கே நடந்தது, நீ பயந்து அழுதது எல்லாவற்றையும் நான் மறைந்து நின்று பார்த்துக் கொண்டுதான் இருந்தேன். நான் உடனே உண்மையில் என்ன நடந்தது என்று கண்டுபிடிக்கப் போனேன்.

"ராமருக்கு ஒன்றுமே ஆகவிலை; அவர் சௌக்கியமாகத்தான் இருக்கிறார். ராமர் மாதிரி ஒரு வீர தீர பராக்கிரமசாலியைப் போய் யாராவது ராத்திரியில் தூங்கும்போது கழுத்தை வெட்டிக் கொல்ல முடியுமா? அதற்கு வாய்ப்பே இல்லை. இதெல்லாம் ராவணன் மாயாஜாலம் கொண்டு செய்த காரியம்! எப்படியாவது உன்னை ஏமாற்றி தனக்கு சொந்தமாக்கிக் கொள்ளவேண்டும் என்கிற வெறியில் செய்த கேவலமான காரியம் இது. நீ அழுகையை நிறுத்து. தைரியமாய், மகிழ்ச்சியாய் இரு. உனக்கு இனிமேல் எல்லாம் மங்கலமாகத்தான் நடக்கும்" என்று ஆறுதல் சொல்கிறாள்.

"ஸரமா! நிஜமாகவா?" என்று சீதை முகம் மலர்ந்து கேட்கிறாள்.

"ஆமாம்! ராமர் பெரிய வானரப்படைகளோடு கடல் கடந்து இலங்கைக்கு வந்து சேர்ந்தது என்பது நிஜம்தான் அவர் லக்ஷ்மணனுடன் பத்திரமாகத்தான் இருக்கிறார். போர் செய்ய எல்லா ஏற்பாடும் செய்துகொண்டிருக்கிறார். ஒற்றர்கள் மூலமாக விஷயம் கேள்விப்பட்டு, ராவணன்தான் படபடப்பில் இருக்கிறான். இப்போது கூட, எப்படி எதிரிகளை சமாளிப்பது என்கிற ஆலோசனை செய்யத்தான் மந்திரி சபையையைக் கூட்டிப் பேசிக் கொண்டிருக்கிறான்" என்றாள் ஸரமா.

அவள் பேசிக்கொண்டிருக்கும்போதே "டம டம" என்று போர் முரசுகள் முழங்குவது பெரிதாய்க் கேட்கிறது.

"கேட்டாயா, கேட்டாயா, சீதா? ராவணனுடைய படைகள் போருக்குத் தயாராக ஆரம்பித்தாயிற்று என்று இதற்கு அர்த்தம். யானைப் படை, குதிரைப்படை, தேர்ப்படை எல்லாம் இப்போது தயாராகும். ஆயிரக்கணக்கான வீரர்கள் ஆயுதங்களை எடுத்துக்கொண்டுக் கிளம்புவார்கள். சீதா! கவலைப் படாதே! உன்னுடைய ராமர் இந்தப் பொல்லாத ராட்சசர்களின் படைகளை மொத்தமாக அழித்து ராவணனையும் கொல்லுவார். சீக்கிரமே ராமர் வந்து உன்னைத் தனது மடியில் உட்காத்தி வைத்துக்கொண்டு ரதத்தில் ஏறி இங்கேயிருந்து கிளம்புவார். இது தான் நடக்கும். நம்பு!" என்றாள் ஸரமா.

அத்தியாயம் 68 (6.7)
சீதையை ஏமாற்ற ராவணனின் திட்டம்

அதைக் கேட்டதும் சீதைக்கு மிகவும் நிம்மதியாயிற்று. ஸரமா தொடர்ந்து, "சீதா, உனக்காக நான் எதாவது செய்யணுமா, சொல்லு. ராமரிடம் போய் நீ தருகின்ற செய்தி எதையாவது சொல்லிவிட்டு வரவேண்டுமா, சொல்லு. காற்றோடு காற்றாக் கலந்து யார் கண்ணிலும் படாமல் எங்கே வேண்டுமாமாலும் போய் வரும் சக்தி எனக்கு உண்டு." என்று சொன்னாள்.

உடனே சீதை, "ஸரமா, இவ்வளவு நல்ல மனது உள்ள உனக்கு நிச்சயமாய், பாதாள லோகம் கூடப் போய் வரும் சக்தி இருக்கும்! நீ எனக்கு ஒத்தாசை செய்ய நினைத்தால், எனக்கு ராவணன் மந்திரிசபையில் என்ன பேசிக்கொண்டிருக்கிறார்கள் என்று தெரிந்து வந்து சொன்னால் நன்றாக இருக்கும். ராவணனைப் பார்த்தால் எனக்கு குலை நடுங்குகிறது; அவன் அடுத்து என்ன செய்யப் போகிறான்? என்னை விடுதலை செய்வானா? கொஞ்சம் தெரிந்துகொண்டு வந்து சொல்வாயா?" என்று கேட்கிறாள்.

"ஓ, கேட்டு வந்து சொல்கிறேனே?" என்று சொல்லிவிட்டு அங்கேயிருந்து கிளப்பிப் போனாள் ஸரமா.

சீதை, ஸரமா எப்போது திரும்பி வருவாள் என்று ஆவலுடன் அசோகவனத்தில் உட்கார்ந்திருந்தாள்.

கொஞ்ச நேரம் கழித்து ஸரமா திரும்பி வந்தாள்.

"சீதா, ராவணனுடைய அம்மாவான கைகஸியும், வயது மிகுந்த மூத்த மந்திரியான அவித்தனும் ராவணனிடம், 'சீதையை ராமரிடம் திருப்பி அனுப்பி, சமாதானமாகப் போய்விடு; போர் என்று வந்தால் நம் குலமே அழிந்துவிடும்' என்று எவ்வளவோ எடுத்து சொன்னார்கள். ஆனால் பொல்லாத ராவணன் கேட்கவே இல்லையே? ஒரு நாளும் சீதையை நான் திரும்பக் கொடுக்க மாட்டேன்; நிச்சயமாய் ராமனுடன் போர் நடக்கத்தான் நடக்கும்; நான் போரில் செத்தாலும் பரவாயில்லை; சீதையை அனுப்பவே மாட்டேன்' என்று பிடிவாதமாய்ச் சொல்லிவிட்டான்" என்று சொன்னாள்.

அவர்கள் பேசிக்கொண்டிருக்கும்போது, ராமருடைய சேனையிலிருந்து வானரர்கள் பெரிதாகக் கூக்குரல் எழுப்புகிற சத்தமும், கூடவே போர் முரசுகள் ஒலிப்பதும் அவர்கள் காதில் விழுந்தது.

அதே சமயம், அங்கே அரண்மனை சபா மண்டபத்தில் ராவணன் தன் மந்திரிகளோடு தொடர்ந்து ஆலோசனை செய்து கொண்டிருக்கிறான்.

அந்த சபையில், வயதில் மிக மூத்தவரும் ராவணனுக்கு தாய் வழியில் பெரிய தாத்தாவுமான மால்யவானும் இருந்தார். அவர், "ராவணா, சில சமயங்களில் எதிரிகளோடு சமாதானமாகப் போவதுதான் நமக்கு நல்லதாய் அமையும். எதிரிகள் பலவீனமானவர்கள் என்று தவறாய் எடை போட்டுவிடக் கூடாது. எதிரி நமக்கு இணையாகவோ, இல்லை நம்மை விட சக்தி வாய்ந்தவர்களாகவோ தெரிந்தால், அவர்களோடு சமாதான உடன்படிக்கை செய்து கொள்வதுதான் புத்திசாலித்தனம். சீதையை நீ ராமரிடமே திருப்பி அனுப்பி, அவருடன் சமாதானமாகப் போய்விடு. ராமருக்கு ஆதரவாய் கந்தர்வர்களும், தேவர்களுமே இருக்கிறார்கள் என்றுதான் நான் நினைக்கிறேன். அவர்கள் எப்போதுமே தர்மம் எந்தப் பக்கம் இருக்குமோ அந்தப் பக்கம்தான் ஆதரவாய் நிற்பார்கள்.

"ராவணா, நீ கெட்ட வழியிலேயே செயல் பட்டு அதர்மத்தை வளர்க்க ஆரம்பித்த போது, ராட்சசர்களின் பலம் கூடிக்கொண்டே வந்தது. அதை ஒடுக்குவதற்காக தர்ம வழியில் செயல்படுகிறவர்கள் எல்லாரும் முனைப்போடு வேலை செய்கிறார்கள். ஒழுக்கம் கெட்ட வழியில் நீ சுகம் அனுபவிக்கப் பார்க்கிறாய். அதனால், தர்மத்தைக் காக்கும் ரிஷிகளும், முனிவர்களும் உன் மீது கோபமாய் இருக்கிறார்கள். அவர்கள் யாகங்களும், ஹோமங்களும் செய்து தர்மத்தை வலுவாக்கப் பார்க்கிறார்கள். அதனால்தான் ராட்சசர்களுக்குக் கேடு காலம் ஆரம்பித்திருக்கிறது.

"நீ, தேவர்கள், கந்தர்வர்கள் யாரும் உன்னை ஜெயிக்க முடியாது என்று வரம் வாங்கினாய். இப்போது மனிதர்களும்,

அத்தியாயம் 68 (6.7)
சீதையை ஏமாற்ற ராவணனின் திட்டம்

வானரர்களும், கரடிகளுமாகச் சேர்ந்து உன்னை எதிர்க்க வந்திருக்கிறார்கள். எங்கே பார்த்தாலும் எனக்கு பயங்கரமான கெட்ட சகுனங்கள் தெரிகின்றன. உனக்குக் கேடு காலம் வந்து கொண்டிருக்கிறது. பகவான் விஷ்ணுவேதான் மனித ரூபம் எடுத்து ராமனாய் வந்திருக்கிறார் என்றுதான் நான் நினைக்கிறேன். கடலுக்குக் குறுக்காகப் பாலம் கட்டி வருவதென்றால் அது சாமானியமான யாராலும் செய்ய முடியாத காரியம். அதனால் நீ ராமருடன் சமாதானமாகப் போவதுதான் நல்லது" என்று எடுத்துச் சொன்னார்.

குழந்தைகளே, உங்களுக்கு ராவணனுடைய சுபாவம் ஏற்கனவே தெரியுமில்லையா? அவன் மால்யவானுடைய உபதேசங்களைக் கேட்ட பிறகு என்ன செய்திருப்பான்? சொல்லுங்கள்?

ஆம்... சரிதான். மால்யவான் தனது தாத்தா, வயதானவர், மரியாதைக்குரியவர் என்று எதையுமே பார்க்காமல் அவரைக் கன்னாபின்னாவென்று திட்டுகிறான். அவர் பாவம்; பேசாமல் வாயை மூடிக்கொண்டு எழுந்து போய்விட்டார். ராவணன் தொடர்ந்து, இலங்கை மாநகரின் நான்கு வாயில்களையும் யார் யார் படைகளோடு நின்று காவல் காக்கவேண்டுமென்று உத்தரவு போட்டான்.

கிழக்கு கோட்டை வாயிலை, பிரஹஸ்தன் பாதுகாக்கவேண்டும்; மேற்கு வாசலை இந்திரஜித் பார்த்துக் கொள்ளவேண்டும், தெற்கு வாசலை மஹாபர்ஸ்வனும் மஹோதரனும் பார்த்துக் கொள்ளவேண்டும். வடக்கு வாசலை சுகனும், ஸரணனும் காவல் காக்கவேண்டும்; அங்கே ராவணனே நேரே போய் மேற்பார்வை பார்ப்பான். நகரின் மத்தியப் பகுதியை விருபாக்ஷன் பார்த்துக் கொள்ளவேண்டும்.

இப்படியெல்லாம் செய்யவேண்டிய ஏற்பாடுகளை செய்யச் சொல்லிவிட்டு ராவணன் எல்லாரையும் அனுப்பிவிடுகிறான்.

-=()=-

அத்தியாயம் 69 (6.8)

போர் துவங்குகிறது

அந்தப் பக்கம் ராமரும், லக்ஷ்மணன், சுக்ரீவன், அங்கதன், ஹனுமார், ஜாம்பவான், விபீஷணன், நீலன், மைந்தன், நலன், கஜன் என்று தனது படைத்தலைவர்கள் எல்லாருடனும் சேர்ந்து ஆலோசனை செய்து கொண்டிருக்கிறார்.

அப்போது விபீஷணன் சொன்னான், "ராமா, என் கூட வந்திருக்கிற என் உதவியாளர்கள் நான்கு பேரையும் நான் இலங்கைக்குள்ளே போய், ராவணன் போருக்கு என்ன மாதிரி ஏற்பாடுகள் செய்து கொண்டிருக்கிறான் என்று வேவு பார்த்துவிட்டு வரச்சொன்னேன். அவர்களும் பறவை வடிவம் எடுத்துப் போய் எல்லாவற்றையும் பார்த்துவிட்டு வந்துவிட்டார்கள்..." என்று ஆரம்பித்து, ராவணன் எப்படி நான்கு வாயில்களையும் யார் யார் தலைமையில் காவல் காக்க ஏற்பாடு செய்திருக்கிறான், ஒவ்வொரு வாயிலிலும் சுமார் எவ்வளவு ஆயிரம் யானைப் படைகள், குதிரைப் படைகள், காலாட்படைகள் ஆயுதங்களோடு போருக்குத் தயாராய் இருக்கின்றன என்கிற விவரத்தையெல்லாம் சொல்கிறான்.

"ராமா! ராவணனுடைய படை பலமும், ஆயுத பலமும் மிகவும் அதிகம்; அவர்களை போரில் ஜெயிப்பது என்பது சாமானியமில்லை; இதை உங்களை பயமுறுத்துவதற்காகச் சொல்வதாய் நினைக்க வேண்டாம். எதிரியின் பலம் என்ன என்று நீங்கள் தெரிந்துகொண்டு அதற்கேற்ற மாதிரி திட்டம் வகுத்துப் போர் செய்ய வேண்டும் என்பதற்காகச் சொல்கிறேன்; உங்களால் நம் பலம் பொருந்திய வானரப் படையை வைத்துக்கொண்டு நிச்சயமாய் எதிரிகளை அழித்து வெற்றி கொள்ள முடியும்" என்றான் விபீஷணன்.

அத்தியாயம் 69 (6.8)
போர் துவங்குகிறது

ராமரும் யார் யார் தலைமை ஏற்று இலங்கையின் எந்த எந்தக் கோட்டை வாயிலைத் தாக்கவேண்டுமென்று தீர்மானம் செய்து சொல்கிறார்:

"நம்முடைய நீலன், தன் வானரப் படைகளோடு கிழக்கு வாசலைத் தாக்கி, பிரஹஸ்தனோடு போர் செய்யட்டும். தெற்கு வாசலை அங்கதன் தலைமையில் வானரர்கள் போய்த் தாக்கி, மஹாபர்ஸ்வன், மகோதரனை எதிர்த்து சண்டை போடட்டும். ஹனுமான் போய் மேற்கு வாயிலைத் தாக்கட்டும்; வடக்கு வாசலை நானே லக்ஷ்மணன் கூடச் சேர்ந்து போய் அங்கே இருக்கிற ராவணனைத் தாக்குவேன்."

“சுக்ரீவன், ஜாம்பவான், விபீஷணன் மூன்று பேரும் நம் வானரப் படைகளின் நடுப்பகுதியில் இருக்கட்டும். படைத்தலைவர்கள் எல்லாரும் முக்கியமாக ஒன்றைக் கவனிக்கவேண்டும். நம் வானரர்கள் யாருமே வேறு உருவம் எதுவும் எடுத்துப் போர் செய்யக் கூடாது. எல்லாரும் அவர்கள் சொந்த ரூபத்தில் இருந்தால்தான் நம்மவர்களை அடையாளம் காண வசதியாக இருக்கும். நான், லக்ஷ்மணன், விபீஷணன், அவன் கூட வந்த நான்கு ராட்சசர்கள் இந்த ஏழு பேர் மட்டும் மனித உருவத்தில் போர் செய்வோம்."

தொடர்ந்து ராமர், சுக்ரீவனையும் விபீஷணனையும் பார்த்து, "நாம் இப்போது இந்த ஸுவேல மலையில் ஏற ஆரம்பிப்போம். நன்றாக மேலே ஏறி, இலங்கையை சற்று அருகிலிருந்து கவனிப்போம்" என்று சொல்கிறார்.

இப்படியாக எல்லாப் படைத்தலைவர்களும் வானரர்களும் எல்லாப் பக்கங்களிலிருந்தும் ஸுவேல மலை மேல் மடமட என்று ஏற ஆரம்பிக்கிறார்கள். அதன் உச்சியில் தான் இலங்கை நகரம் அமைந்திருக்கிறது.

அங்கே இலங்கை நகரம் அதன் கோட்டை கொத்தளங்களோடு பள பளவென்று ஜொலித்துக்கொண்டிருக்கிறது. எல்லா வாயில்களிலும் போருக்குத் தயாராய் ஏராளமான ராட்சசப் படைகள் காவலுக்கு நிற்பது தெரிகிறது. வானரர்கள் போருக்கு ஆர்வமாய், உற்சாகமாய்க் கூப்பாடு போட, அந்த சத்தம் பெரிதாய் எல்லாப் பக்கமும் எதிரொலிக்கிறது.

அப்போது ராவணன் வடக்குக் கோட்டை வாயிலின் உச்சியில் இருக்கும் மாடத்தின் மேல் நின்றுகொண்டு வானரப் படைகளை நோட்டம் விடுகிறான். இப்போதுதான் ராமரும் மற்றவர்களும் ராவணனை முதன் முதலாகப் பார்க்கிறார்கள். ராவணனைக் கண்ணால் பார்த்ததுமே, சுக்ரீவனுக்குப் பயங்கரமாய் ஒரு கோபமும் வெறியும் வந்தது, பாருங்கள்!

அவன் சுத்தமாய், தான் என்ன செய்கிறோமென்று யோசிக்காமல், ராமரிடம் அனுமதியும் கேட்காமல், சட்டென்று ஒரே தாவலாகப் பாய்ந்து, ராவணன் நின்று கொண்டிருக்கும் இடத்தில் போய்க் குதிக்கிறான்!

கொஞ்சம் கூட பயமில்லாமல், ஏதோ ஒரு காய்ந்த புல்லைப் பார்த்துப் பேசுகிறமாதிரி, "அடேய் ராவணா, நான் தான் ராமருடைய நண்பனும், சேவகனுமான சுக்ரீவன்! ராமருடைய அருளால் நான் இன்றே உன் உயிரை எடுத்துவிடப் போகிறேன்" என்று கூவினான்!

உடனே அவன் ராவணன் மேல் பாய்ந்து, அவன் அணிந்திருந்த கிரீடத்தை ஒரே தட்டாகத் தட்டித் தரையில் விழ வைத்துவிட்டான்!

"ஓ நீதான் சுக்ரீவனா? இன்றுதான் முதன் முதலாய் உன்னைப் பார்க்கிறேன். சுக்ரீவன் என்றால் அழகான தலை உடையவன் என்றல்லவா அர்த்தம்? இன்று நீ ஹீனக் க்ரீவனாய், தலையே இல்லாத முண்டமாய் ஆகப் போகிறாய்!" என்று கோபத்தோடு சொன்ன ராவணன், ஜிவ்வென்று மேலே எழும்பி, தன் இரண்டு கைகளாலும் சுக்ரீவனைப் பிடித்து அமுக்கித் தரையில் சாய்த்துவிட்டான்.

தொடர்ந்து இரண்டு பேருக்கும் பயங்கரமாய் மல்யுத்தம் நடந்தது. ஒருவரை ஒருவர் முட்டியால் அடித்துத் தாக்கியும், கட்டிப் புரண்டும் வெகு நேரம் மல்யுத்தம் செய்தார்கள். சுக்ரீவனை எளிதாய் மடக்கிவிட முடியாது என்று தெரிந்து போயிற்று ராவணனுக்கு; 'சரி, நம் மாய சக்தியை இவன் மேல் பிரயோகித்து இவனை ஒரு வழி செய்துடுவோம்' என்று அவன் மனதில் எண்ணம் ஓடிய அடுத்த கணமே, சுக்ரீவன் ஜிவ்வென்று அவனுடைய பிடியிலிருந்து தப்பித்துக்கொண்டு,

ஆகாயத்தில் எழும்பி, அடுத்த நொடி திரும்பவும் ராமரிடமே பறந்து போய்விட்டான்!

உயிரோடு திரும்பி வந்த சுக்ரீவனைக் கட்டி அணைத்துக்கொண்ட ராமர், "நண்பா, என்னிடம் ஒரு வார்த்தை சொல்லாமல் நீ இப்படித் தான்தோன்றித் தனமாகச் செய்த காரியம் சரியே இல்லை; ஒரு ராஜாவுக்கு இது அழகே இல்லை. இப்படிப் பரபரப்புக்கு ஆசைப் பட்டு நீ செய்த காரியத்தால், எனக்கும் விபீஷணனுக்கும் மிகவும் கவலையாகிவிட்டது. இந்த மாதிரி நீ இனிமேல் ஒரு நாளும் செய்யக் கூடாது, சரியா? உனக்கு ஒன்றுகிடக்க ஒன்று ஆகியிருந்தால், நான் என்ன செய்வேன்? அப்புறம் எனக்கு சீதையைப் பற்றியோ, லக்ஷ்மணன், பரதன், சத்ருக்னன் பற்றியோ, ஏன் என்னைப் பற்றியோ கூட சிந்திக்க முடியாமல் போயிருக்கும். நீ மட்டும் உயிரோடு வராமல் போயிருந்தால், நான் ராவணனைக் கொன்று, விபீஷணனுக்கு பட்டாபிஷேகம் சூட்டிவிட்டு, உலக வாழ்க்கையே துறந்து உயிரை விட்டிருப்பேன்" என்று சொன்னார்.

தன் நண்பனின் மீது உயிரையே வைத்திருக்கும் ராமரது அந்த வார்த்தைகளைக் மிகவும் நெகிழ்ந்து போனான் சுக்ரீவன். "ராமா! உன்னுடைய அன்பு மனைவியை இந்த ராவணன்தானே கவர்ந்துகொண்டு போனான் என்று நினைத்ததுமே என்னால் கோபத்தைக் கட்டுப் படுத்த முடியவில்லை. அதனால்தான் இப்படிப் செய்துவிட்டேன்; என்னால் வேறு என்ன செய்ய முடியும்?'என்றான்.

ராமர் சுக்ரீவனைத் தட்டிக் கொடுத்துவிட்டு, லக்ஷ்மணனைப் பார்த்து, "லக்ஷ்மணா! நாம் முன்னரே பேசித் தீர்மானித்தபடி, படைகள் அந்தந்த வானரர்கள் தலைமையில் ஒவ்வொரு வாயிலையும் நோக்கிப் பிரிந்து நடக்கட்டும். நாம் எல்லாப் பக்கத்திலிருந்தும் இலங்கையை சூழ்ந்து கொள்வோம். வடக்கு வாயிலை நோக்கி நானும் நீயும் வானரப் படையோடு முன்னால் போவோம்; இது ஒரு பயங்கரமான போராய் இருக்கும். பயங்கரமான உயிர் சேதம் நேரிடும். நம் பக்கத்திலும் ஏராளமான வானரர்களும் கரடிகளும் உயிர் துறப்பார்கள். ஆகாயத்தில் பல துர் சகுனங்கள் தெரிகின்றன. இது ஒரு கொடிய போராகத்தான்

இருக்கப் போகிறது" என்று சொல்லிவிட்டு "படைகள் உடனே கிளம்பட்டும்!" என்று ஆணையிட்டார்.

இப்படியாகப் பல்லாயிரக்கணக்கான வானரப் படைகள் எல்லா வாயில்களையும் நோக்கிப் போனார்கள். ராமர் வடக்கு வாயில் பக்கம் வந்து சேர்ந்ததும், அங்கதனைக் கூப்பிட்டு, "அங்கதா! போர் ஆரம்பிக்கும்போது ஒரு தூதுவனை எதிரியிடம் பேச்சு வார்த்தை நடத்திப் பார்க்க அனுப்புவதுதான் முறை. நீ அந்த தூதுவனாய் நேரே தைரியமாய் ராவணனிடம் போய்ப் பேசு. அவனிடம் நான் சொன்னதாக, இப்படிச் சொல்:

"ஏ பொல்லாத ராவணா! உன்னுடைய திமிரினாலும் அகங்காரத்தாலும் எத்தனயோ முனிவர்களும், ரிஷிகளும், தேவர்களும், கந்தர்வர்களும், நாகர்களும், யக்ஷர்களும் மானுட ராஜாக்களும் கொடுமையை அனுபவித்திருக்கிறார்கள். இன்று முதல் அதெல்லாம் முடிவுக்கு வரப்போகிறது. ராமனாகிய நான், என் மனைவி சீதையை நீ கடத்திக்கொண்டு போனதற்கான சரியான தண்டனையைத் தரப்போகிறேன். இதோ உன் கோட்டை வாசலுக்கு நான் வந்தாயிற்று; என் மனைவி சீதையைத் தூக்கிக்கொண்டு வந்ததில் காட்டிய உன் வீரத்தை இப்போது எனக்கு நேரே காட்டு. உனக்கு நான் ஒரு கடைசி வாய்ப்பு தருகிறேன். மரியாதையாய் என் சீதையை என்னிடம் திருப்பி அனுப்பி, என்னிடம் சரணடைந்துவிடு. இல்லையேல், உன்னைக் கொன்று உனக்கு வீர சொர்க்கம் தருவேன். உன்னுடைய நாட்டை என்னைச் சரணடைந்த உன் தம்பி விபீஷணனுக்கு சொந்தமாக்கி, அவன் மூலமாக நல்ல ஆட்சி தர வைப்பேன். உன் உயிர் என் கையால்தான் போகும். இது நிச்சயம்"

இப்படி அங்கதனிடம் சொல்லி, அவனை தூதனாய் அனுப்பி வைத்தார் ராமர்.

அங்கதன் நேரே ராவணன் முன்னால் போய் நின்று, தான் யார் என்று அறிமுகப் படுத்திக்கொண்டு, ராமர் சொன்ன செய்தியை ஒரு வார்த்தை கூடக் கூட்டாமலோ குறைக்காமலோ அப்படியே எடுத்துச் சொன்னான்.

அத்தியாயம் 69 (6.8)
போர் துவங்குகிறது

திமிர் பிடித்த கோபக்கார ராவணனுக்கு இதெல்லாம் காதிலேயே ஏறாது என்று உங்களுக்கெல்லாம் தெரிந்ததுதானே, குழந்தைகளே!

"இவனைப் பிடித்துக் கட்டி, உடனே கொல்லுங்கள்!" என்று கூப்பாடு போட்டான் ராவணன்.

உடனே ராட்சச வீரர்கள் பாய்ந்து வந்து அங்கதனைப் பிடித்துக்கொண்டார்கள். ஆனால் அங்கதன் எதிர்க்கவே இல்லை! தனது பராக்கிரமத்தைக் காட்ட சரியான நேரம் வரட்டும்; பொறுக்கலாமென்று அவன் சும்மா இருந்தான். இப்படியாகப் பல ராட்சசர்களும் அவனை வந்து பிடித்துக்கொண்ட பிறகு, அங்கதன் என்ன செய்தான் தெரியுமா?

ஒரு உலுக்கு உலுக்கிக்கொண்டு ஆகாயத்தில் எழும்பினான்; அவ்வளவுதான்! எல்லா ராட்சசர்களும் பொல பொல என்று மண் உதிர்கிற மாதிரி அவன் உடம்பிலிருந்து விடுபட்டுத் தரையில் விழுந்தார்கள்.

அவன் நேரே எழும்பி மேலே இருந்த கூரை மேல் ஏறி நின்றான்; அதை ஒரு உதை உதைத்துத் தூள் தூளாக்கிவிட்டு, "நான் யாரு, அங்கதன் டா!" என்று கூவினான்! அங்கேயிருந்து மின்னல் வேகத்தில் தாவி, ராமர் இருந்த இடத்துக்குத் திரும்பி வந்துவிட்டான்!

அங்கதனுடைய செயலைப் பார்த்து வானரர்கள் சந்தோஷக் கூச்சல் போட்டார்கள். தனது கோட்டை மாடி மேல் தளம் உடைந்து நொறுங்கியதைப் பார்த்து ராவணனுக்குத் தலைக்கு மேல் கோபம் வந்தது!

அங்கதன் திரும்பி வந்ததும் ராமர் எதிரிக் கோட்டைச் சுவர்களையும் கதவுகளையும் தாக்க உத்தரவு தந்தார். அவ்வளவுதான். உற்சாகமாகக் கூவிக்கொண்டு வானரப் படைகள் கைகளில் பெரிய பெரிய பாறைகளையும் மரங்களையும் தூக்கிக்கொண்டு தாக்குதலை ஆரம்பித்து விட்டார்கள். நான்கு திசைகளிலிருந்தும் கணக்கே இல்லாத வானரர்கள் இலங்கையையைச் சூழ்ந்துகொண்டு வாயில்களையும் கோட்டைச் சுவர்களையும் உடைத்துத் தாக்குகிறார்கள்; கோட்டை மதில்கள் மேல் ஏறுகிறார்கள்.

ராவணனின் படை வீரர்களுக்கு, வானரர்களின் எண்ணிக்கையையும் தாக்கும் வேகத்தையும் பார்த்து பயமாகவே இருக்கிறது. ராவணனும் எதிர்த்தாக்குதல் செய்யக் கட்டளை கொடுத்ததும், வாள்கள், ஈட்டிகள், கத்திகள், கதைகளைத் தூக்கிக்கொண்டு ராட்சசர்கள் வானரர்களைத் தாக்க ஆரம்பிக்கிறார்கள்.

பயங்கரமான போர் துவங்கிவிட்டது.

-=()=-

அத்தியாயம் 69 (6.8)
போர் துவங்குகிறது

அத்தியாயம் 70 (6.9)

இந்திரஜித்தின் பராக்கிரமம்

வால்மீகி முனிவர், இந்தப் போரில் எந்த எந்த வானரத் தலைவர்கள், எந்த எந்த ராட்சசத் தலைவர்களோடு போரிட்டார்கள், ராம லக்ஷ்மணர்கள் யார் கூடப் போர் செய்தார்கள், என்ன விதமான ஆயுதங்களை உபயோகித்து ஒருவரை ஒருவர் தாக்கிக்கொண்டார்கள், யார் யாருக்கு பயங்கரமாக் காயம் பட்டது, யார் யார் போரில் செத்துப் போனார்கள் என்று பல விஷயங்களை விரிவாக சொல்லிக்கொண்டே போகிறார். அவை எல்லாவற்றையும் நானும் சொல்லிக்கொண்டே போனால், உங்களுக்கே கொஞ்ச நேரத்தில் படிக்க அலுப்பாகிவிடும்.

அதனால், போரில் நடந்த மிக முக்கியமான நிகழ்ச்சிகளை மட்டும் நாம் பார்க்கலாம். மொத்தத்தில் முதல் நாள் போர் பயங்கரமாய் இருந்தது; சில இடங்களில் ராட்சசர்களின் கை ஓங்கியிருந்தது; சில இடங்களில் வானர சேனையின் கை ஓங்கியிருந்தது. இரண்டு பக்கமும் ஏராளமான பேர்கள் போரில் செத்துப் போனார்கள். இப்படியாகப் பகல் முழுவதும் போர் நடந்தது.

பகலில் நடந்த போரில் வடக்குக் கோட்டையைக் காவல் காத்த விருபாக்ஷனைப் லக்ஷ்மணன் போரில் கொன்றுவிட்டான்.

அப்புறம் ராமரை எதிர்த்த ஐந்தாறு முக்கியமான ராட்சசப் படைத்தலைவர்களான மஹாபர்ஸ்வன், மஹோதரன், சுகன், சரணன் முதலானவர்களை அவர் நன்றாகக் காயப்படுத்தி, போர்க்களத்தை விட்டே ஓடிப்போகச் செய்தார். ஏராளமான ராட்சச வீரர்களைக் கொன்றும் போட்டார்.

அத்தியாயம் 70 (6.9)
இந்திரஜித்தின் பராக்கிரமம்

அங்கதனுக்கும், ராவணனுடைய பிள்ளை இந்திரஜித்துக்கும் பெரிய போர் நடந்தபோது, அங்கதன் இந்திரஜித்தின் தேரை உடைத்துப் போட்டதால், இந்திரஜித் அங்கேயிருந்து விலகிப் போய்விட்டான். அவனுக்கு ராத்திரி திரும்பி வந்து, தன் உருவத்தை மாயமாய் மறைத்துக்கொண்டு ராம லக்ஷ்மணர்களோடு போர் செய்யவேண்டுமென்று ஆசை இருந்தது.

பகல் போய் இரவும் வந்துவிட்டது. ராட்சசர்களின் பலமும் கூடிப்போயிற்று. இரவிலும் போர் தொடர்ந்து பயங்கரமாய் நடந்தது.

இந்திரஜித் போர்க்களத்துக்குத் திரும்பி வந்து ராம லக்ஷ்மணர்கள் எங்கே இருக்கிறார்கள் என்று பார்த்து, தன் உருவத்தை வெளிக்காண்பிக்காமல் மறைத்துகொண்டு, அவர்கள் மேல் நாக அஸ்திரங்களை விட்டு அடிக்க ஆரம்பித்தான். உண்மையில் அவையெல்லாம் கொடிய விஷமுள்ள நாகப் பாம்புகள்தான்; இந்திரஜித், தனது மாந்திரிக சக்தியினால் அந்த நாகங்களை அம்பாக மாற்றி, ராம லக்ஷ்மணர்கள் மேல் அடித்தான். அந்த அம்புகள் உடம்பில் தைத்ததால் பாம்பின் விஷம் ராம லக்ஷ்மணர்கள் உடம்பில் பரவ ஆரம்பித்தது. இரண்டு பேருக்கும் மயக்கம் வர ஆரம்பித்தது.

"ஒளிந்துகொண்டு போர் செய்யும் இந்திரஜித்தின் குரல் மட்டும் இப்போது கேட்கிறது, "ஏ ராமா! கண்ணுக்குத் தெரியாமல் போர் புரியும் சக்தி கொண்ட என்னை இந்திரனே வந்தாலும் ஜெயிக்க முடியாது; நான் அனுப்பிய நாக பாணங்களின் விஷம் உங்கள் இரண்டு பேர் உயிரையும் குடித்துவிடும். நீங்கள் யம லோகத்துக்குப் போய்ச் சேர்வது நிச்சயம்!" என்று சொல்லிக் கடகட என்று சிரிக்கிறான்.

ராம லக்ஷ்மணர்கள் உடம்பு முழுவது நாக அஸ்திரங்கள் குத்தி, இரண்டு பேரும் மயக்கம் போட்டு பூமியில் விழுந்து விடுகிறார்கள். மற்ற வானரத் தலைவர்களையும் தனது அம்புகளால் அடித்துக் காயப் படுத்திவிட்டு இந்திரஜித் தனது ராட்சசப் படையைப் பார்த்து சொல்கிறான்:

"பார்த்தீர்களா என் பராக்கிரமத்தை! ராம லக்ஷ்மணர்களின் கதை முடிந்தது. மற்ற வானரர்கள் யாரும் இனிமேல் என்னிடம் வாலாட்ட முடியாது; போரில் நமக்குத்தான் முழு வெற்றி!" என்று சொல்லிக் கொக்கரிக்கிறான். ராட்சசர்கள் எல்லாரும் பெரிய குரல் எடுத்துக் கூவி இந்திரஜித்தைப் பாராட்டிப் புகழ்கிறார்கள்.

பூமியில் விழுந்து கிடந்த ராம லக்ஷ்மணர்களை சுற்றி வானரர்கள் எல்லாரும் கூடி சோகம் தாங்காமல் அழுகிறார்கள். புலம்புகிறார்கள். ஆனால் இரண்டு பேருக்கும் இன்னும் உயிர் போகவில்லை. உடம்பிலிருந்து ரத்தம் வழிந்தவாறு இருக்கிறது. முழு மயக்கத்தில் இருக்கிறார்கள். மிக மெலிதாய் பாம்பு சீறும் ஒலியில் மூச்சு மட்டும் வந்துகொண்டிருக்கிறது.

சுக்ரீவனுக்கு இனிமேல் என்ன செய்வது என்றே புரியவில்லை. அவன் கண்களிலிருந்து தாரை தாரையாக் கண்ணீர் வருகிறது. பயங்கர அதிர்ச்சியில் இருக்கிறான் அவன்.

அப்போது அங்கே ஓடி வந்தான் விபீஷணன். பயத்திலும் பீதியிலும் இருக்கிற வானரர்கள், வந்திருப்பது விபீஷணன்தான் என்று கவனிக்காமல், ராட்சசனான இந்திரஜித்துதான் திரும்ப வந்துவிட்டான் என்று பயந்து அலறிக்கொண்டு அங்கேயும் இங்கேயும் ஓடுகிறார்கள்!

விபீஷணன் ராம லக்ஷ்மணர்களிடம் வந்து அவர்களை உற்றுப் பார்க்கிறான். அப்புறம் அழுதுகொண்டு நிற்கும் சுக்ரீவனிடம் வந்து,

"நண்பா? என்ன இது? நீ ஏன் இப்படிக் கலங்கிப் போயிருக்கிறாய்? ஒரு வீரனுக்கு இது அழகாகாது; ஒரு போர் என்று வரும்போது இப்படியெல்லாம் நடக்கும்; வெற்றி என்பது எப்போதும் நிச்சயமில்லை. ராம லக்ஷ்மணர்களுக்கு இன்னும் மூச்சு இருக்கிறது. நன்றாக கவனித்துப் பார், அவர்கள் உடம்பிலோ, முகத்திலோ தேஜஸ் குறையவே இல்லை; செத்துப் போகிறவர்கள் முகம் இப்படிப் பளீர் என்று இருக்காது. நமக்குக் கொஞ்சம் அதிருஷ்டம் இருந்தால் போதும்; இரண்டு பேரும் உயிர் பிழைத்து எழுந்துவிடுவார்கள். பழைய படி

போரை வழி நடத்திச் செல்வார்கள். நீ ராம லக்ஷ்மணர்கள் மேல் வைத்திருக்கும் அன்பால் இப்படி உணர்ச்சி வசப்படக் கூடாது. சத்தியத்தையும் தர்மத்தையும் கடைப்பிடிப்பவர்களுக்கு ஒரு நாளும் மரண பயம் கிடையாது.

"இவர்கள் இரண்டு பேரும் பிழைத்து எழுந்து வரும் வரை நாம் சும்மா இருக்க முடியாது. பார் உன் வானரர்களை? எப்படிப் பயந்து போய் நாலா பக்கமும் ஓடுகிறார்கள்? நீ உடனே தைரியமாய் எழுந்து நில்; மற்ற வானரர்களுக்குத் தைரியம் சொல்லி எல்லாரையும் பழையபடி ஒன்றாய்த் திரட்டு. நாம் மேற்கொண்டு எப்படிப் போரைத் தொடரலாமென்று பார்க்கவேண்டும்" என்று தைரியம் சொன்னான். அன்புடன் சுக்ரீவனுடைய கண்ணைத் துடைத்து விட்டான்.

சுக்ரீவன் தன்னைத் தேற்றிக்கொண்டு, வானரர்களைப் பார்த்து "பயம் வேண்டாம்; எல்லாரும் திரும்பி வாருங்கள்" என்று கூப்பிட்டான். ஓடிப்போன வானரர்கள் நம்பிக்கை வந்து, திரும்பி வந்தார்கள்.

அந்தப் பக்கம், இந்திரஜித் போர்க்களத்திலிருந்து கிளம்பி நேர ராவணனிடம் போனான், "தந்தையே! ராம லக்ஷ்மணர்களின் கதையை நான் முடித்துவிட்டேன்; என்னுடைய நாக அஸ்திரங்களால் அவர்களைத் தாக்கிக் கொன்று போட்டுவிட்டேன்!" என்று சொல்கிறான்.

அதைக் கேட்டு ராவணனுக்கு அடக்க முடியாத சந்தோஷம்! இந்திரஜித்தைக் கட்டிப் பிடித்து, தலையில் முத்தம் கொடுத்து அவனைப் பாராட்டிப் புகழ்ந்தான்.

உடனே, "யாரங்கே! சீதையைக் காவல் காத்துக்கொண்டிருக்கிற திரிஜடையையும் மற்ற ராட்சசிகளையும் அழைத்து வா!" என்று கட்டளை இட்டான்.

அவர்கள் வந்து சேர்ந்ததும், "ராம லக்ஷ்மணர்களை இந்திரஜித் கொன்று போட்டுவிட்டான் என்று சீதையிடம் போய் சொல்லுங்கள். நம் புஷ்பக விமானத்தில் சீதையை ஏற்றிக்கொண்டு போய், போர்க்களத்தில் ராம லக்ஷ்மணர்கள் பிணமாகக் கிடப்பதை அவளுக்கு காட்டுங்கள். அந்த ராமன் உயிரோடு இருந்ததால் தானே சீதை அவன் வந்து தன்னைக்

காப்பாற்றுவான் என்று நம்பிக்கொண்டு என் ஆசைக்கு உடன்பட மறுத்தாள்? இப்போது ராமலக்ஷ்மணர்கள் செத்துப் போயாயிற்று. இனிமேல் அவள் என் மனைவியாகி, இந்த இலங்கைக்கே ராணியாவதில் எந்தத் தடையுமில்லை" என்று சொன்னான் ராவணன்.

அவன் கட்டளைப்படியே திரிஜடை சீதையைப் புஷ்பக விமானத்தில் ஏற்றிக்கொண்டு ஆகாய மார்க்கமாகப் போர்க்களத்துக்குப் போனாள். மேலிருந்து சீதை பார்க்கிறாள்; அங்கே ரத்த வெள்ளத்தில் ராம லக்ஷ்மணர்கள் கிடப்பதையும் சுற்றிலும் வானரர்கள் சோகமாய் சூழ்ந்து நிற்பதையும் பார்க்கிறாள்; கூடவே போர்க்களத்தில் ஏராளமான வானரர்கள் செத்துக் கிடப்பதையும் பார்க்கிறாள்.

சீதைக்கு எத்தனை அதிர்ச்சியாகவும், சோகமாகவும், துன்பமாகவும் இருக்குமென்று சொல்லவும் வேண்டுமா? அவள் ஓவென்று கதறி அழுகிறாள். என்னென்னவோ சொல்லிப் புலம்புகிறாள்.

அப்போது, திரிஜடை அவளுக்கு ஆறுதல் சொல்கிறாள். "இதோ பார் சீதை, நான் பார்த்தவரை ராம லக்ஷ்மணர்களுக்கு உயிர் இருக்கிறது; அவர்கள் முகத்தில் பிணக்களை ஏதும் இல்லை; அவர்கள் முகம் நல்ல ஒளியுடன், அழகாகத்தான் இருக்கிறது. நீ வீணாய் அழுது புலம்பாதே. பரம பராக்கிரமசாலியான உன் கணவரை யாராலும் இத்தனை சீக்கிரம் அழிக்க முடியாது. உண்மையில் அவர்களது உயிர் போயிருந்தால், வானரப்படை இப்படி ஒன்றாய்க் கூடி நின்று கொண்டிருக்காது; பார்த்தாயல்லவா? அவர்கள் யாரும் போரில் தோற்று ஓடிப் போகிறமாதிரி இல்லை; ஒன்றாய், தைரியமாகத்தான் நிற்கிறார்கள்; அவர்கள் ராமருக்கு ஏற்பட்ட படுகாயத்தைப் பார்த்து சோகமாய் இருக்கிறார்களே தவிர, பயந்துகொண்டு இல்லை. எனக்கு நிச்சயமாய்த் தோன்றுகிறது; ராம லக்ஷ்மணர்களுக்கு ஒன்றும் ஆகவிலை. நான் பொய் சொல்ல மாட்டேன். நீ தைரியமாய் இரு' என்று சொன்னாள் திரிஜடை.

சீதைக்கு கொஞ்சம் நம்பிக்கையும் தைரியமும் வந்தது; திரிஜடையைக் கை கூப்பிக் கும்பிட்டு, "நீ சொல்கிற மாதிரியே ஆகட்டும்" என்று சொன்னாள்.

அத்தியாயம் 70 (6.9)
இந்திரஜித்தின் பராக்கிரமம்

அப்புறம் புஷ்பக விமானம் திரும்பிப் பழையபடியே அசோக வனத்தில் வந்து இறங்கியது. சீதை அங்கே திரும்பி வந்ததும், காவல் காக்கிற ராட்சசிகள் திரும்பவும் அவளைச் சூழ்ந்துகொண்டார்கள். சீதைக்கு எதை நம்புவது, யாரை நம்புவது என்று ஒரே குழப்பமாய் இருந்தது. அவளைப் பழையபடி அவநம்பிக்கையும், பயமும், சோகமும் வந்து சூழ்ந்துகொண்டன.

அங்கே போர்க்களத்தில், கொஞ்ச நேரம் கழிந்ததும் ராமருக்கு கொஞ்சம் கொஞ்சமாக வெளி நினைப்பு வருகிறது. அவர் சிரமத்தோடு எழுந்து உட்கார்ந்துகொள்கிறார். பக்கத்தில், உடம்பு முழுவதும் அம்புகள் செருகி, ரத்தவெள்ளத்தில் கிடக்கற லக்ஷ்மணனைப் பார்த்ததும், அவருக்கு துக்கம் பொங்கி வருகிறது.

"ஐயோ, இது என்ன பயங்கரம்! ஒரு வேளை லக்ஷ்மணன் என்னை விட்டுப் போய்விட்டால் நான் என்ன செய்வேன்? சீதையே எனக்குத் திரும்பக் கிடைத்துவிட்டாலும், லக்ஷ்மணன் என் கூட இல்லையென்றால் நான் உயிர் வாழ்ந்து என்ன பயன்? இவன் இல்லாமல் நான் அயோத்திக்குத் திரும்பிப் போனால், அம்மா சுமித்ரைக்கும் தம்பிகள் பரத சத்ருக்னர்களுக்கும் என்ன பதில் சொல்லுவேன்?" என்று பலவற்றையும் சொல்லி ராமர் புலம்பி அழுகிறார்.

"லக்ஷ்மணன் இல்லாமல் நான் எப்படி போர் செய்து எதிரிகளை ஜெயிப்பேன்? விபீஷணா, உன்னை அரசனாக்குவதாக நான் சொன்ன வாக்கை என்னால் காப்பாற்ற முடியவில்லை. சுக்ரீவா, நீ வானரப் படைகளோடு கிஷ்கிந்தைக்குப் பத்திரமாகத் திரும்பிப் போய்விடுவதுதான் நல்லது..." என்றெல்லாம் சொன்னார் ராமர்.

ராமர் இப்படியெல்லாம் புலம்பியதைக் கேட்ட விபீஷணனுக்கு இப்போது மனது பலவீனமாகிவிடுகிறது! ராமரே இப்படிச் சொல்லிவிட்டாரே? அப்படியானால், அயோக்கியனான ராவணனுக்குதான் பழையபடி வெற்றியா? சீதையை மீட்பதோ, இல்லை தான் இலங்கை அரசனாய் ஆட்சி செய்வதோ வெறும் பகல் கனவுதானா? ராம லக்ஷ்மணர்கள் நிஜமாகவே உயிரை விட்டுவிடுவார்களா

என்று அவனுக்கே சந்தேகம் வந்துவிட்டது. இப்போது அவன் கண்ணிலிருந்து கண்ணீர் வழிய ஆரம்பித்தது.

இப்போது தைரியமாய் இருந்தவன் சுக்ரீவன்தான். அவன் விபீஷணனுடைய கண்ணீரைத் துடைத்து, அவனுக்கு தைரியம் சொல்லிவிட்டு, தனது மாமனாரான ஸுஷேணனைப் பார்த்து, "மாமா, நீங்கள் ஒன்று செய்யுங்கள்; ராம லக்ஷ்மணர்களை ஜாக்கிரதையாய் கிஷ்கிந்தைக்குக் கொண்டு போய் வைத்தியம் பார்த்து அவர்களை உயிரோடு மீட்கப் பாருங்கள். நான் இங்கே தொடர்ந்து போர் செய்து, ராவணனைக் கொன்று சீதையை மீட்டுக்கொண்டு கிஷ்கிந்தைக்கு வெற்றியுடன் திரும்பி வருவேன்" என்று சொன்னான்.

அதற்கு ஸுஷேணன் சொன்னார், "ராம லக்ஷ்மணர்களைக் குணப்படுத்தவேண்டுமானால் அதற்கு விசேஷமான மூலிகைகள் தேவைப்படும். முன்னர் ஒரு காலத்தில் தேவர்களுக்கும் அசுரர்களுக்கும் நடுவே போர் நடந்து, அதில் தேவர்கள் படு காயம் பட்டபோது, தேவ குரு ப்ருஹஸ்பதி, பாற்கடல் நடுவே இருக்கிற இரண்டு மலைகளில் கிடைக்கிற ஸஞ்சீவகரணி, விஷல்யா என்ற இரண்டு மூலிகைகளை உபயோகித்து அவர்களைப் பிழைக்க வைத்ததை நேரில் பார்த்திருக்கிறேன். நீ நம் வானரர்கள் ஸம்பாதி, பனஸா, இல்லை ஹனுமாரை அனுப்பி அந்த மூலிகைகளைக் கொண்டுவரச் செய்யலாம்..." என்று ஆலோசனை சொல்கிறார்.

அவர் பேசிக்கொண்டிருந்தபோதே பயங்கரமாகக் காற்று வீச ஆரம்பித்தது. மேகங்கள் ஆகாயத்தில் கலைந்து ஓடின.; மின்னல் மின்னியது; காற்று அடித்த வேகத்தில் மரங்கள் வேரோடு சாய்ந்து விழ ஆரம்பித்தன. என்ன நடக்கிறது அங்கே?

-=()=-

அத்தியாயம் 70 (6.9)
இந்திரஜித்தின் பராக்கிரமம்

அத்தியாயம் 71 (6.10)

கருடன் செய்த சகாயம்

அப்படிப் பயங்கரமாகக் காற்று வீச என்ன காரணம் தெரியுமா? பகவான் மஹா விஷ்ணுவின் வாகனமான கருடன், தனது பிரம்மாண்டமான உருவத்தோடு அங்கே பறந்து வந்ததுதான் காரணம். அதன் இறக்கைகள் வீசியதால்தான் அப்படிப் புயல் மாதிரி காற்று அடித்திருக்கிறது!

கருடன், ராம லக்ஷ்மணர்கள் கிடந்த இடத்துக்கு வந்து இறங்கிய அடுத்த கணமே ஒரு அதிசயம் நடந்தது. ராம லக்ஷ்மணர்களைக் கட்டிப் போட்டிருந்த எல்லா நாக அஸ்திரங்களும் மறைந்து போய்விட்டன!

கருடன் மிகுந்த மரியாதையுடன் ராம லக்ஷ்மணர்களின் முகத்தைத் தடவிக் கொடுத்தது; அந்தக் கணமே இரண்டு பேரும் நாக விஷத்தின் பாதிப்பிலிருந்து மீண்டு, சட்டென்று எழுந்து உட்கார்ந்துவிட்டார்கள். அதோடு மட்டுமில்லை; அவர்கள் உடம்பில் இருந்த எல்லாக் காயங்களும் மறைந்து போய்விட்டன! ராம லக்ஷ்மணர்கள்

கருடன் செய்த சகாயம்

முன்பை விட அதிக பலத்தோடும், ஆற்றலோடும், ஒளி சிந்தும் முகத்தோடும் காணப்பட்டார்கள்! கருடன் இரண்டு பேரையும் கட்டி அணைத்துக்கொண்டது.

ராமர் மிகுந்த சந்தோஷத்தோடு கருடனைப் பார்த்து, "உங்களுடைய அருளால் நாங்கள் இந்திரஜித் உண்டாக்கிய கொடிய பாதிப்பிலிருந்து ஆச்சரியமான விதத்தில் மீண்டு வந்துவிட்டோம். உங்களைப் பார்த்ததில், என் அப்பா தசரதரையும், தாத்தா அஜனையும் பார்த்தது போன்று அப்படி ஒரு மகிழ்ச்சியாய் இருக்கிறது. அது சரி, நீங்கள் யாரென்று தெரிந்து கொள்ளலாமா?" என்று கேட்டார்.

கருடன் ராமரைப் பார்த்து, "ராமா, நான் உனக்கு மிகவும் நெருங்கின நண்பனான கருடன்; நீ விடுகிற மூச்சு மாதிரி அத்தனை நெருக்கம்! நீ இப்படி ஒரு பெரிய ஆபத்தில் மாட்டியிருக்கிறாய் என்று தெரிந்து நான் உதவிக்கு ஓடி வந்தேன்; உன்னைப் பீடித்திருந்த நாகங்கள் கத்ரு என்கிற பயங்கர நாகத்தின் பிள்ளைகள்; மிகக் கொடிய விஷம் கொண்டவர்கள்; அவர்களைப் பிடித்து, தன் மாயா சக்தி கொண்டு நாக பாணங்களாக மாற்றிவிட்டிருந்தான் அந்த இந்திரஜித்! இந்த நாகாஸ்திரங்களை தேவர்களாலும் விடுவிக்க முடியாது; நான்தான் அதை செய்ய முடியும் என்பதால் அவசர அவசரமாக நானே வந்தேன்" என்று சொல்லியது.

தொடர்ந்து, "ராமா, ராட்சசர்கள் தங்களது வெற்றிக்காக எந்தவிதமான அடாவடித்தனமான, அதர்மமான காரியத்தையும் செய்யத் தயங்கமாட்டார்கள்; ஆனால் உன் போன்றவர்களுக்கு, தர்மமும், நேர்மையும், மனத் தூய்மையும் தான் பலம். இந்த ராட்சசர்களை நம்பவே கூடாது; சரி ராமா, உனக்கு மங்களம் உண்டாகட்டும்; நான் கிளம்புகிறேன்" என்று சொல்லியது கருடன்.

ராமருக்கு, தான்தான் ராவணனை அழிக்க வந்த பகவான் விஷ்ணுவின் அவதாரம் என்பது நினைவிலேயே இருக்காதே? அவருக்கு அது நினைவிருந்தால் கருடன் யார் அவருக்குத் தெரிந்திருக்கும்! அது தெரியாததால், கருடன் ஏன் வந்து தன்னை நாக அஸ்திரங்களிலிருந்து காப்பாற்றியது என்று இன்னும் அவருக்குப் பிடிபடவில்லை!

அதைப் புரிந்துகொண்ட கருடன், ராமரைக் கட்டி அணைத்துக்கொண்டு, "ராமா, எந்த விதத்தில் நான் உனக்கு வேண்டிய நண்பன் என்று நீ யோசித்துக் குழம்ப வேண்டாம். நீ வந்த காரியம் முடியும்போது உனக்கே அது பிடிபடும். நீ சீக்கிரமே ராவணனை அழித்து, இலங்கையை வென்று, சீதையை மீட்டுக் கூட்டிக்கொண்டு போவாய்" என்று சொல்லிவிட்டு, ராமரை சுற்றி வந்து வணங்கி, அங்கேயிருந்து பறந்து போய் விட்டது.

ராம லக்ஷ்மணர்கள் முன்னை விட அதிக சக்தியியுடன் கம்பீரமாய் எழுந்து வந்ததைப் பார்த்ததும் வானர சேனைகளுக்கு வந்த சந்தோஷமும் உற்சாகமும் கொஞ்சமாகவா இருக்கும்? எல்லாரும் சங்கை எடுத்து, ஊதினார்கள்; முரசுகளை 'டமடம' என்று அடித்து, பெரும் உற்சாக முழக்கம் செய்தார்கள். வானர சேனை, பழையபடியும் அணிவகுத்து, போருக்குத் தயாராய், இலங்கைக் கோட்டைக் கதவுளை நோக்கி வேகமாக முன்னேற ஆரம்பித்தது.

இப்படி அவர்கள் எழுப்பிய சத்தம், ராவணனுடைய அரண்மனை வரை போய் எதிரொலித்தது. ராவணனுக்கு ஒரே குழப்பமாகிவிட்டது. என்ன ஆயிற்று இந்த வானரர்களுக்கு? ராம லக்ஷ்மணர்களை பறிகொடுத்த துக்கத்தில் கதறி அழவேண்டியவர்கள், எப்படி இப்படி உற்சாகக் குரல் கொடுக்கிறார்கள்?

"எதிரிப் படைகளில் என்ன நடக்கிறது? பார்த்துச் சொல்லுங்கள் சீக்கிரம்" என்று கூவினான் ராவணன்.

உடனே கோட்டை மதில் சுவர்கள் மேல் ஏறிப் பார்த்த ராட்சசர்கள் பதறிக்கொண்டே ராவணனிடம் ஓடி வந்து, "மன்னா, எங்கள் கண்களையே எங்களால் நம்ப முடியவில்லை. அங்கே ராம லக்ஷ்மணர்கள் கம்பீரமாய் காட்டு யானைகள் மாதிரி பலத்தோடு திரும்ப நம்மை வந்து தாக்குவதற்காக வானரப் படைகளோடு முன்னேறி வந்து கொண்டிருக்கிறார்கள்" என்று சொன்னார்கள்.

கேட்ட ராவணனுக்கு அதை நம்பவே முடியவில்லை. "இந்திரஜித்தின் நாகாஸ்திரங்களிலிருந்து அவர்கள் தப்பித்து வருவது எப்படி சாத்தியம்? புரியவே இல்லையே? இது

உண்மையிலேயே நடந்துவிட்டதென்றால் பின் என்னுடைய பெரும் படைக்கு பெரிய ஆபத்து காத்திருக்கிறது; சந்தேகமே இல்லை" என்று நினைத்துக் கவலைப் பட்டான்.

அப்புறம் மனதைத் தேற்றிக்கொண்டு, தூம்ராக்ஷன் என்கிற தனது சக்தி வாய்ந்த படைத் தலைவனைக் கூப்பிட்டு, "நீதான் ராம லக்ஷ்மணர்களை எதிர்க்க சரியான ஆள்! பெரிய படையைத் திரட்டிக்கொண்டுப் போ; அந்த இரண்டு பேரையும் ஜெயித்துவிட்டு வா!" என்று சொல்லி அனுப்புகிறான்.

தூம்ராக்ஷனுக்கும் வானர சேனைக்கும் நடுவே படு பயங்கரமான போர் நடந்தது. இரண்டு பக்கமும் ஏராளமான பேர்கள் போரில் உயிரை விட்டார்கள்; காயம் பட்டு விழுந்தார்கள். கடைசியில் போரில் தூம்ராக்ஷனை ஹனுமார் கொன்று போட்டுவிடுகிறார். வானரர்கள் உற்சாகமாகக் குதித்து தங்களின் வெற்றியைக் கொண்டாடுகிறார்கள்.

ராவணனுக்கு, தூம்ராக்ஷன் செத்துப் போன செய்தியை நம்பவே முடியவில்லை. ஆனாலும் என்ன செய்ய? அவன் அடுத்து, வஜ்ர தம்ஷ்ட்ரன் என்கிற மகா வீரனை அனுப்ப, அவனுடன் நடந்த போரில், அங்கதன் அவனைக் கொன்று போட்டுவிட்டான்.

இப்படியாக அடுத்து ராவணன் அனுப்பித்த தலைமைப் படைத் தளபதியான பிரஹஸ்தனை, போரில் நீலன் கொன்று போட்டுவிட்டான்.

ராவணனுக்கு இதையெல்லாம் நம்பவே முடியவில்லை. "சரி, இந்தத் தடவை நாமே நேரில் போய் எதிரிகளை ஒரு கை பார்த்துவிடலாம்" என்று தீர்மானித்தான். தனக்குத் துணையாய் அகம்பனன், இந்திரஜித், மகோதரன், பிசாசன், திரிசிரஸ், கும்பன், நிகும்பன், நராந்தகன் முதலான மகா வீரர்கள் உடன் வர, ராவணன் கம்பீரமாகத் தேரில் ஏறி போர்க்களத்துக்கு வருகிறான்.

ராவணனுடைய பயங்கரமான தோற்றத்தையும், அலங்காரத்தையும், ஆயுதங்களையும், கூட வரும் ராட்சசர்களையும் பார்த்த ராமர், "விபீஷணா, அதோ அங்கே வருபவர்கள் யார் யார்?" என்று கேட்க, விபீஷணனும் அவர்கள் ஒவ்வொருவரும் யார், அவர்கள் சக்தியும்

பராக்கிரமும் எப்பேர்ப்பட்டது என்று ராமரிடம் விளக்கி சொல்கிறான்.

ராமர், "சும்மா சொல்லக்கூடாது! ராவணனுடைய தோற்றம் எவ்வளவு கம்பீரமாய் இருக்கிறது! பார்த்தால் எம தேவனே போருக்கு வருவது போல் இருக்கிறது! கடைசியாய், எனது எதிரி இப்போது போருக்கு நேராகவே வந்துவிட்டான். நல்லது நல்லது! என் சீதையைக் கடத்திக்கொண்டு வந்த இந்த அயோக்கியனுக்கு நான் பாடம் புகட்ட வேண்டிய நேரம் வந்தாயிற்று!' என்று சொல்லி ராமர் கம்பீரமாய் எழுந்து நிற்கிறார்.

ராமரை ராவணனும் பார்த்துவிட்டான். உடனே அவன் தனக்குத் துணையாய் வந்தவர்களிடம் சொன்னான், "நாம் எல்லாரும் இப்படி ஒன்றாய்த் திரண்டு வந்திருப்பதை வானரர்கள் பார்த்தால், அது நம் கோட்டை வாயில்களில் காவல் குறைந்துவிட்டதைத் தெரிந்துகொண்டதாய் ஆகிவிடும். அதனால் நீங்களெல்லாரும் இலங்கை வாயில்களையும், மற்ற இடங்களையும் காவல் காக்கத் திரும்பப் போய்விடுங்கள். இல்லையென்றால், இந்த வானரப் படைகள் இதுதான் சமயமென்று நகரத்துக்குள்ளே புகுந்துவிடுவார்கள். அதோடு, உங்கள் இத்தனை பேர் துணையுடன் நான் வந்திருப்பதைப் பார்த்து, 'ராவணன் ஒரு பயந்தாங்கொள்ளி' என்று நம் எதிரிகள் என்னைப் பற்றிக் கேவலமாகப் பேசுவார்கள்; அதனால், நீங்கள் எல்லாரும் திரும்பப் போய் விடுங்கள்; இந்த ராமனை நான் ஒருவனே தனியாய்ப் போரிட்டு ஜெயிப்பேன்" என்று சொன்னான் ராவணன்.

கூட வந்தவர்களும் அவன் பேச்சுக்குக் கட்டுப்பட்டு, உடனே கோட்டையைக் காவல் காக்கத் திரும்பிவிட்டார்கள்.

ராவணன் வானர சேனைக்குள்ளே புகுந்து முன்னேறிப் போகிறான். அவனைத் தடுக்க சுக்ரீவன் வருகிறான். சுக்ரீவன் பெரிய பெரிய பாறைகளை ஆயுதமாக எடுத்து ராவணனைத் தாக்க, ராவணன் தனது அஸ்திரங்களால் அவற்றையெல்லாம் அடித்துத் தூளாக்கிறான். ஒரு அம்பால் சுக்ரீவனை அடித்துக் காயப் படுத்திவிட்டு ராவணன் முன்னால் போகிறான்.

அத்தியாயம் 71 (6.10)
கருடன் செய்த சகாயம்

அப்புறம் ஹனுமார் வந்து ராவணனைத் தடுக்கிறார். இரண்டு பேருக்கும் நடுவில் மல்யுத்தம் நடக்கிறது. ஹனுமார் ராவணனை பயங்கரமாத் தாக்கி மயக்கம் வரும் அளவுக்கு அடிக்கிறார்; ராவணன் சமாளித்துக்கொண்டு ஹனுமாரையும் அடித்துக் காயப் படுத்திட்டு, ராமரை நோக்கிப் போகிறான்.

தடுத்த நீலனோடும் பயங்கரமாய் போர் செய்து அவனையும் தாக்கி ஓரம் கட்டிவிட்டு ராவணன் முன்னேறி வருவதைப் பார்த்த லக்ஷ்மணன், "அண்ணா, எனக்கு இந்தப் பொல்லாத ராட்சசனுடன் போர் செய்து நானே அவனை வீழ்த்தவேண்டுமென்று ஆசையாய் இருக்கிறது!" என்று ராமரிடம் சொல்ல, ராமரும் "போய் வெற்றியுடன் வா" என்று சொல்லி வாழ்த்தி லக்ஷ்மணனை முன்னால் அனுப்புகிறார்.

லக்ஷ்மணனுக்கும் ராவணனுக்கும் பயங்கரமான விற் போர் நடந்தது. பல்வேறு சக்திகள் கொண்ட அம்புகளை விட்டு ஒருவரை ஒருவர் தாக்குகிறார்கள். போரில், ராவணனுடைய வில்லை லக்ஷ்மணன் அடித்து ஒடிக்க, ராவணன் பலம் வாய்ந்த ஒரு ஈட்டியை எடுத்து லக்ஷ்மணனை அடித்துக் காயப் படுத்துகிறான். கீழே விழுந்த லக்ஷ்மணனை தூக்கி வீசலாமென்று எண்ணி ராவணன் தூக்கப் போனபோது, அவனால் லக்ஷ்மணனைத் தூக்கவே முடியவில்லை! அப்போது லக்ஷ்மணனுக்கு திடீரென்று உள்ளுக்குள்ளே ஒரு நினைப்பு ஓடியது. "அட! நாம் பகவான் விஷ்ணுவின் ஒரு அம்சம் அல்லவா? அதனால்தான் ராவணனால் என்னைத் தூக்கவே முடியவில்லை"என்று.

லக்ஷ்மணனை ராவணன் தாக்கிச் சாய்த்ததை கவனித்த ஹனுமார் ஓடி வந்து, ராவணன் மேல் ஒரு பயங்கர குத்துவிட்டு அவனைத் தள்ளிவிட்டு, லக்ஷ்மணனைத் தூக்கிக்கொண்டு ராமரிடம் கொண்டு போய் விட்டு விடுகிறார். ராவணனால் தூக்க முடியாத லக்ஷ்மணனை, ராம பக்த ஹனுமாரால் தூக்கிக் கொண்டு போக முடிந்தது!

ராமரிடம் வந்ததும் லக்ஷ்மணன் மயக்கம் தெளிந்து விழித்துக் கொண்டான்.

இனி ராவணனை நாமே நேரே தாக்கிப் போரிடலாமென்று தீர்மானித்து, ராமர் தனது வில்லில் சக்தி வாய்ந்த

அம்புகளைப் பூட்டி, ராவணனோடு போர் செய்யத் தயாரானபோது, ஹனுமார், "ராமா, நீங்கள் என் தோளில் ஏறிக்கொண்டு ராவணனோடு போர் செய்யலாம்" என்று சொல்லி ராமரைத் தன் தோள் மேல் ஏற்றிக்கொள்கிறார்.

அடுத்தடுத்து பல பேருடன் ஏற்கனவே போர் செய்து, நிறைய அடியும் வாங்கியிருந்ததால் ராவணன் கொஞ்சம் சோர்வாகத்தான் இருக்கிறான். அவனைப் பார்த்து ராமர், "ராவணா, இனிமேல் உன்னை யாராலும் காப்பாற்ற முடியாது; உன்னைக் கொன்று உன் கதையை முடிக்க நானே வந்துவிட்டேன்; ஜனஸ்தானத்தில் உன் தம்பி கரனையும் அவனுடைய ஆயிரக்கணக்கான வீரர்களையும் கொன்று போட்ட என் அம்புகள் இப்போது உன்னையும் தீர்த்துக் கட்டும்" என்று சொல்லி அம்புகளை விட ஆரம்பிக்கிறார்.

ராவணனும் எதிர்த் தாக்குதல் செய்கிறான். ராமனைத் தூக்கிக்கொண்டு வரும் ஹனுமாரைத் தாக்கினால், ராமர் கீழே விழுந்துவிடுவார் என்று கணக்குப் செய்து, அவன் ஹனுமாரைத் தாக்க ஆரம்பிக்கிறான். அதைப் பார்த்ததும் ராமருக்குப் பயங்கர கோபம் வந்து, தனது சக்திவாய்ந்த ஒரு அம்பை விட்டு, ராவணனுடைய ரதம், அதன் குதிரைகள், அதிலிருந்த ஆயுதங்கள் எல்லாவற்றையும் அடித்துத் தூள் தூளாக ஆக்கிவிடுகிறார்.

அடுத்து ராமர் விட்ட இன்னொரு பாணம், ராவணனுடைய மார்பில் தாக்கி, அவனைத் தடுமாறி விழ வைத்தது. அவன் அனேகமாய் மயக்கம் போடுகிற நிலைமை. இன்னொரு அம்பை எடுத்து ராமர் குறி பார்த்து அவன் தலை மேல் இருந்த கிரீடத்தின் மேல் அடிக்க, அந்தக் கிரீடம் தரையில் விழுந்து உருண்டது.

இப்போது ராவணனைப் பார்த்து ராமர் கம்பீரமாய், "ராவணா, இன்று நீ பிரமாதமாக போர் செய்து எங்கள் பக்கத்து மகா வீரர்கள் பலரையும் போரில் ஜெயித்திருக்கிறாய்; நீ அதனால் மிகவும் களைத்துப் போயிருப்பது தெரிகிறது; அதனால் நான் உன்னை இன்று கொல்ல விரும்பவில்லை; நீ இப்போது திரும்பப் போ; ஓய்வெடுத்துக்கொண்டு, புதிய ஆயுதங்களோடும், தேரோடும் நாளைக்குத் திரும்பி வா!

அப்போது நான் யார் என்று உனக்குக் காட்டுகிறேன்" என்று சொன்னார்.

குழந்தைகளே! ஒரு மகா வீரராயும், அதே சமயத்தில் ஒரு மகா கருணா மூர்த்தியாயும் இருக்கிற ராமரால்தான் இப்படிச் சொல்ல முடியும்! அவர் மட்டும் நினைத்திருந்தால், அயோக்கியனான ராவணன் செய்த அத்தனைத் தப்புகளுக்காகவும் சேர்த்து தனது முழு கோபத்தையும் ராவணன் மேல் வெளிப்படுத்தி, தேரும், ஆயுதமும் ஏதுமில்லாமல் தனியாக தரையில் நின்ற அவனைக் அந்தக் கணமே கொன்று போட்டுக் கதையை முடித்திருக்கலாம். ஆனால் செய்யவில்லை. நிராயுதபாணியாக அதாவது கையில் ஆயுதம் ஏதும் இல்லாமல் நிற்கும் எதிரியைக் கொல்லக் கூடாது என்கிற போர் நியமத்தை அவர் கைவிடவே இல்லை.

பாவம் ராவணன்! மாபெரும் வீரனான அவனுக்கு இதைவிடப் பெரிய அவமானம் என்ன வரமுடியும்? குனிந்த தலையுடன் அவன் போர்க்களத்தை விட்டுக் கிளம்பித் தனது அரண்மனைக்குப் போகிறான்.

இப்படி அன்றைய நடந்த போரில் தங்களுக்குக் கிடைத்த பெரிய வெற்றியால், வானரர்களெல்லாரும் பெரிதாகச் சந்தோஷக் கூச்சல் போட்டுக் கொண்டாடுகிறார்கள்.

-=()=-

அத்தியாயம் 72 (6.11)

கும்பகர்ணன் எழுப்பப் பட்டான்

அரண்மனைக்குத் திரும்பி வந்த ராவணன் வெட்கத்தாலும், அவமானத்தாலும், பயத்தாலும் புழுங்குகிறான். ராமர் எப்பேர்ப்பட்ட பராக்கிரமசாலி என்று இப்போது அவனுக்கே புரிந்துவிட்டது. சிங்கத்தைக் கண்ட யானை மாதிரியும், கருடனைப் பார்த்த பாம்பு மாதிரியும் அவனுக்கு உள்ளூர பயத்தில் உதறல் எடுக்கிறது.

உடனே ராஜ சபையைக் கூட்டி, வந்து சேர்ந்தவர்களிடம் புலம்புகிறான்:

"சே! நான் செய்த எல்லாத் தவமும் வீணாய்ப் போய்விட்டதே? எந்தப் போரிலும் வெல்ல முடியாத மகேந்திரனைப் போல இருந்த நான், இன்று கேவலம் ஒரு மனிதனிடம் தோற்றுப் போய்விட்டேன். தேவர்களாலும், அசுரர்களாலும், கந்தர்வர்களாலும் என்னைக் கொல்ல முடியாது என்று வரம் வாங்கிக்கொண்ட நான், கேவலம் மனிதர்களால் என்னை என்ன செய்ய முடியும் என்கிற திமிரால், மனிதர்கள் என்னைக் கொல்ல முடியாது என்று பிரம்மாவிடம் வரம் வாங்காமல் விட்டுவிட்டேன். அதன் பலனை இன்று அனுபவிக்கிறேன். அதோடு, நான் தப்பாய் நடந்துகொண்ட வேதவதி, ரம்பா, புஞ்சிகஸ்தலா இவர்கள் எல்லாரும் வயிறெறிந்து எனக்குக் கொடுத்த சாபம் பலிக்க ஆரம்பித்துவிட்டது போலிருக்கிறது. பார்வதி தேவியும், நந்தி தேவரும், இன்னும் எத்தனையோ தவ முனிவர்களும் எனக்கு ஒரு மோசமான முடிவு வந்தே தீரும் என்று சொன்ன வாக்கு பொய்க்குமா என்ன?

அத்தியாயம் 72 (6.11)
கும்பகர்ணன் எழுப்பப் பட்டான்

"சரி சரி! நான் இப்படியெல்லாம் சொல்வதைக் கேட்டு நீங்களெல்லாம் சோர்ந்து போய்விடாதீர்கள். நாம் விடா முயற்சியுடன் எதிரிகளைப் போரிட்டு அழிக்கத்தான் பார்க்கவேண்டும். அதனால் உடனே போய், தூங்கிக்கொண்டிருக்கும் தம்பி கும்பகர்ணனை எழுப்புங்கள். ஒன்பது நாட்கள் முன்னால்தான் அவன் ராஜ சபையில் என்னுடன் பேசிவிட்டு, திரும்பவும் தூங்கப் போனான். அவன் விழித்து எழுந்து வந்து போரில் கலந்து கொண்டால் போதும். அப்புறம் எனக்குக் கவலை இல்லை. அவனை போரில் ஜெயிப்பது யாராலும் எளிதாய் முடியாத காரியம். போங்கள்; அவனை எழுப்பிக் கூட்டி வாருங்கள்" என்று கட்டளையிட்டான்.

ராட்சசர்கள் ஒரு பெரும் படையாய் கும்பகர்ணன் தூங்கிக்கொண்டிருந்த குகைக்குள்ளே போனார்கள். அந்த குகையே பிரம்மாண்டமாய் இருந்தது. அதில் ஒரு பெரிய மலை மாதிரி கும்பகரணன் நீட்டிப் படுத்திருக்கிறான். அவன் 'கொர் கொர்' என்று பயங்கரமாய் இடி இடிக்கிற மாதிரி சத்தத்தோடு குரட்டை விட்டுத் தூங்கிக் கொண்டிருக்கிறான். அவன் விடுகிற மூச்சால் குகையெல்லாம் ஒரே கெட்ட வாடையாக அடிக்கிறது!

உள்ளே வந்த நூற்றுக் கணக்கான ராட்சசர்கள், முதல் காரியமாய் அவனுக்கு முன்னால் மலை மலையாய் மான் மாமிசம், எருமை, பன்றி மாமிசம் எல்லாம் குவித்து வைக்கிறார்கள். எதற்குத் தெரியுமா? அவன் விழித்துக்கொண்டால், அவனுக்குப் பயங்கரமாகப் பசிக்கும்; கண் முன்னால் தின்ன ஏதுமில்லையென்றால், அவன் ராட்சசர்களையே பிடித்து சாப்பிட ஆரம்பித்துவிடக் கூடும்! அதனால்தான் அந்த முன்னேற்பாடு!

அப்புறம் கூட்டமாய் எல்லாரும் சேர்ந்து கொண்டு சங்குகளையும் கொம்பு வாத்தியங்களையும் ஊதுகிறார்கள்; முரசுகளை டமார் டமார் என்று அடிக்கிறார்கள்; கைகளைத் தட்டியும், பெரிய ஜால்ராக்களை அடித்தும் சத்தம் எழுப்புகிறார்கள். ஆனாலும் என்ன? அவனுக்கு விழிப்பே வரல்லை.

அப்புறம் ராட்சசர்கள் கையில் பெரிய பாறைகளையும், உலக்கைகளையும், கதைகளையும் எடுத்துக் கொண்டு வந்து அவன் மார்பில் டமார் டமார் என்று இடிக்கிறார்கள்; ஊகூம்! அவன் எழவே இல்லை. அப்புறம் குதிரைகளையும் யானைகளையும் கூட்டி வந்து அவனை மிதிக்க வைத்து எழுப்பப் பார்க்கிறார்கள். இப்படிப் பலவிதமாக வெகு நேரம் முயற்சி செய்த பிறகு, ஒரு வழியாக கும்பகர்ணன் கண் விழிக்கிறான்; எழுந்து உட்கார்ந்து கொள்கிறான். 'ஹா.....வ்' என்று ஒரு பெரிய கொட்டாவி விடுகிறான்; கைகளை மேலே தூக்கி சோம்பல் முறிக்கிறான்; எழுந்து நிற்கிறான்.

ராட்சசர்களெல்லாம் அவசர அவசரமாய், அவன் சாப்பிடுவதற்காகத் தயாராய் மாமிசங்களை குவித்து வைத்திருப்பதைக் கை காட்டுகிறார்கள்.

உடனே கும்ப கர்ணன் அதையெல்லாம் அள்ளி அள்ளி எடுத்துத் தின்கிறான். சாப்பிட்டதும் அவன் குடிப்பதற்காக அண்டா அண்டாவாக ரத்தமும், நெய்யும், மதுவும் தயாராய் வைத்திருக்கிறார்கள். அதையெல்லாம் குடித்து 'ஏ...வ்' என்று ஒரு ஏப்பம் விட்டதும்தான், ராட்சச மந்திரிகள் தைரியமாய் அவன் முன்னே போய், கை கூப்பிக்கொண்டு நின்றார்கள்!

தன் சிவந்த கண்களால் அவர்களைப் பார்த்த கும்பகர்ணன், "என்ன காரணத்தற்காக என் தூக்கத்தைப் பாதியில் வந்து கெடுத்து என்னை எழுப்பினீர்கள்? அண்ணன் ராவணனுக்கு ஏதாவது பிரச்சனையா என்ன?" என்று கேட்டான்.

அப்போது யுபக்ஷன் என்கிற மந்திரி, இலங்கைக்கு ராமன் என்கிற ஒரு மனிதன் மூலமாக எப்படி ஆபத்து வந்திருக்கிறது, எப்படி கணக்கிலடங்காத வானரப் படை வந்து இலங்கையை சூழ்ந்துகொண்டிருக்கிறது, நேற்று நடந்த போரில் ராமன் எப்படி ராவணனை அவமானப் படுத்தித் திருப்பி அனுப்பிவைத்தான் என்று நடந்ததையெல்லாம் சொல்லி, "அதனால் மன்னர் ராவணர் உடனே உங்களைக் எழுப்பிக் கூட்டிக்கொண்டு வரச்சொன்னார்" என்று சொல்லி முடித்தான்.

"என்னது? ராம லக்ஷ்மணர்கள் இலங்கைக்கே வந்து சேர்ந்துவிட்டார்களா? இதோ இப்போதே நான் நேரே போய், அந்த வானர சேனை முழுவதையும் அழித்துவிட்டு, அந்த

இரண்டு மனிதர்களையும் கொன்றுவிட்டு, பிறகு மன்னரை வந்து சந்திக்கிறேன்" என்றான் கும்பகர்ணன்.

உடனே, மஹோதரன் பணிவாய், "நீங்கள் அதை செய்வதற்கு முன்னால் மன்னரை சந்தித்துப் பேசி, எதிரிகளின் பலம் என்ன, மன்னர் உங்களிடம் என்ன எதிர்பார்க்கிறார் என்று எல்லாம் தெரிந்துகொண்டு பிறகு போருக்குப் போகலாமே?" என்று எடுத்து சொல்கிறான். கும்பகரணனும் சரி என்று ஒப்புக்கொண்டு, போய்க் குளித்து, புது ஆடைகளை அணிந்துகொண்டு, இன்னும் கொஞ்சம் பானங்களைக் குடித்துவிட்டு, ராவணனைப் பார்க்கக் கிளம்பிவிட்டான்.

கும்பகர்ணன் ராஜ வீதி வழியாகப் பல ராட்சசர்கள் புடை சூழ ராவணனுடைய அரண்மனையை நோக்கி 'டம் டம்' என்று பூமி அதிர நடந்து போகிறான். அவன் உருவமோ ஒரு மலை மாதிரி அவ்வளவு பெரிதாக இருக்கிறது.

கோட்டைச் சுவருக்கு வெளியில் இருக்கிற வானரப் படைகளுக்கும், ராம லக்ஷ்மணர்களுக்கும் கூட அவனுடைய பிரம்மாண்டமான உருவம் நடந்து போவது தெரிகிறது. அவர்களுக்கு அதைப் பார்த்துத் தாங்க முடியாத ஆச்சரியம்.

ராமர் விபீஷணனைப் பார்த்து, "அதோ... அதோ போகிறானே, பூதம் மாதிரி இருக்கிற அந்த ராட்சசன் யார்?" என்று ஆர்வத்தோடு கேட்கிறார்.

விபீஷணன், "ராமா, அவன் தான் ராவணனுடைய தம்பியும், என்னுடைய அண்ணனுமான கும்பகர்ணன். இலங்கையில் உள்ள எல்லா ராட்சசர்களையும் விட பிரம்மாண்டமான உயரம் உள்ளவன் இவன்தான். போரில் எம ராஜனையும், இந்திரனையும் ஜெயித்தவன். மற்ற தேவர்களையும், அசுரர்களையும், யக்ஷர்களையும், புஜங்கர்களையும், கின்னரர்களையும், கந்தர்வர்களையும் போரில் வெற்றி கொண்டவன். கடுமையாகத் தவம் செய்து பல வரங்களையும் வாங்கி வைத்திருப்பதால்தான் இவனுக்கு இத்தனை பலம். பிறந்தது முதலேயே பயங்கரப் பசி உள்ளவன்; அவன் எல்லா ஜீவராசிகளையும் பிடித்துத் தின்றே அழித்துவிடுவான் என்று பயந்து போய் தேவர்களெல்லாம் பிரம்மாவிடம் பிரார்த்தனை செய்ததால், ப்ரம்மா "உனக்கு

இனிமேல் நிரந்தரமாகத் தூக்கம் வரட்டும்" என்று வரம் கொடுத்தார்.

"இவனும் தூங்க ஆரம்பித்துவிட்டான். அப்போது ராவணன் பிரம்மாவிடம் போய், "இவன் என்ன இருந்தாலும் உங்களுடைய பேரன்; இவனை நீங்களே இப்படி முடக்கிப் போடுவது நியாயமில்லை; அதனால் உங்கள் சாபமும் பலிக்கவேண்டும், இவனும் பிழைக்கவேண்டும்; அதனால் இவன் விழித்துக்கொண்டு இருப்பதற்கும் நேரம் ஒதுக்குங்கள்" என்று கேட்டுக்கொண்டான். அதனால் பிரம்ம தேவரும், "சரி, இனிமேல் இவன் ஆறு மாதம் தூங்குவான், ஒரு நாள் மட்டும் விழித்திருப்பான்; அப்புறம் பழையபடியும் ஆறு மாதம் தூங்குவான்" என்று சலுகை கொடுத்தார்.

"இப்படி இவன் ஆறு மாசத்துக்கு ஒரு தடவை விழிக்கும்போது, இவனுக்குப் பயங்கரமாகப் பசிக்கும். தனக்கு உணவாகக் கணக்கில்லாத மனிதர்களைப் பிடித்துத் தின்னுவான். பாருங்கள், இவன் இப்போது இப்படி போகும்போதே, கையை நீட்டி பல வானரர்களைப் பிடித்து தன் வாயில் போட்டுத் தின்றுகொண்டே போகிறான்; அதனால்தான் அவனைக் கண்டு எல்லா வானரர்களும் மிரண்டு ஓடுகிறார்கள்" என்று சொன்னான் விபீஷணன்.

அவன் தொடர்ந்து, "பேசாமல், நம் வானரர்களிடம் 'இவன் ஒன்றும் ராட்சசன் இல்லை; ராட்சசன் மாதிரி இருக்கிற ஒரு எந்திரம்தான்' என்று சொல்லிவிடலாம்; அப்போதுதான் பயம் போகும்" என்று ஆலோசனையும் சொன்னான்!

கும்பகர்ணன் நேரே ராவணனுடைய அரண்மனைக்குப் போய்ச் சேர்ந்தான். ராவணன் ஒரே சோகமாய் புஷ்பக விமானத்தின் மேல் அமர்ந்திருந்தான். தம்பியைப் பார்த்ததும்தான் கொஞ்சம் உற்சாகம் வந்தது அவனுக்கு.

ராவணனை மரியாதையுடன் கும்பிட்டு வணங்கி, "அண்ணா, என்ன விஷயம்? எதற்காக என்னை அவசரமாய் எழுப்பினாய்? நான் என்ன செய்ய வேண்டும், சொல்" என்றான் கும்பகர்ணன்.

அவன் வந்து உட்கார்ந்ததும் ராவணன், "தம்பி, நான் பெரிய ஆபத்தில் இருக்கிறேன்; நம் ராட்சச வம்சத்தையே அந்த

ராமன் அழித்துவிடுவான் போல இருக்கிறது; அவன் கடலில் பாலம் கட்டி, சுக்ரீவனின் கணக்கில்லாத வானரப் படைகளோடு இலங்கைக்கு வந்து நம் கூடப் போர் தொடுத்துவிட்டான். நம் பக்கத்தில் பயங்கர நாசம்; ஆனால் அந்த வானர சேனையோ அளவில் கொஞ்சம் கூடக் குறைகிற மாதிரியே தெரியவில்லை.

"கும்பகர்ணா, இப்போது நம் ராட்சசர் குலத்தைக் காப்பாற்ற உன்னை விட்டால் வேறு யாருமில்லை. உனக்கு நிகரான பராக்கிரமசாலி வேறு யாருமே கிடையாது. நீ ஒருவன் தான் போரில் ராம லக்ஷ்மணர்களையும் வானர சேனையையும் ஒட்டு மொத்தமாக அழிக்கக் கூடியவன் என்பதால்தான் நான் உன்னை எழுப்பச் சொன்னேன். தம்பி, உன் ஒருவனைதான் நான் இப்போது மலை மாதிரி நம்பியிருக்கிறேன். நீதான் எதிரிகளை அழித்து துவம்சம் செய்யவேண்டும்" என்று சொன்னான் ராவணன்.

அதைக் கேட்ட கும்பகர்ணன், கடகடவென்று சிரித்தான், "போன தடவை ராஜ சபையைக் கூட்டி நீ ஆலோசனை செய்தபோது, 'சீதையைத் திருப்பி அனுப்பி ராமன் கூட சமாதானமாகப் போய்விடு' என்று தம்பி விபீஷணனும் எடுத்து சொன்னான்; நீ காதிலேயே போட்டுக் கொள்ளவில்லை. உனக்கிருக்கிற அகங்காரத்தாலும் திமிரினாலும் 'எவனும் என்னை ஜெயிக்கமுடியாது' என்று பேசினாய். உனக்கு நல்லது நினைக்கிறவர்கள், உனக்குக் கேட்கப் பிடிக்காததையும் சொல்லுவார்கள்; நீ அதைக் கேட்டு செயல்பட்டிருக்கவேண்டும்; செய்த தப்பை சரி செய்திருக்கவேண்டும். அதற்கு மாறாய், உனக்கு ஜாலரா போடுகிறவர்கள் பேச்சைக் கேட்டால் உனக்கு அழிவுதான் வரும். அதுதான் இப்போது உனக்கு வந்து சேர்ந்திருக்கிறது" என்று கடுமையாகப் பேசினான் கும்பகர்ணன்.

ராவணன் கோபத்தோடு, "நீ ஒன்றும் பெரிய மனிதன் மாதிரி எனக்கு புத்தி சொல்ல வேண்டாம். சரியோ தப்போ, நான் ஒரு தீர்மானம் எடுத்தாகி விட்டது; அது நடந்தது நடந்ததுதான்; இனிமேல் அதை மாற்ற முடியாது; நான் எடுத்த முடிவு தப்பாகவே இருந்துவிட்டுப் போகட்டும்; உனக்கு என் மேல் உண்மையாகவே பாசம் உண்டு என்றால், இப்போது நீ

எனக்காக என்ன செய்யப் போகிறாய்? அதை மட்டும் சொல்; என்னுடைய கஷ்ட தசையில் நீ உதவிக்கு வரவில்லையென்றால் அப்புறம் உறவு, பாசம் பந்தம் எல்லாவற்றுக்கும் என்ன அர்த்தம் இருக்கிறது?"என்றான் ராவணன்.

உடனே கும்பகர்ணன் தன் கோபத்தைத் தணித்துக்கொண்டு, "அண்ணா, இப்படிப் பதட்டப் படாதே. கோபத்தை விடு. நீ பழைய வீரம் மிக்க ராவணனாய் நடந்துகொள். உனக்கு வேண்டிய ஒருவனாய், நான் உன் நல்லதற்காக சொல்ல வேண்டியதை சொல்லிவிட்டேன். இனி உன்னுடைய தம்பியாக, நான் அடுத்து உனக்காக என்ன வேண்டுமென்றாலும் செய்கிறேன்; போர்க்களத்தில் இறங்கி, அந்த ராம லக்ஷ்மணர்களைக் கொன்று போடுவேன்; வானர சேனையை நிர்மூலமாக்கி அழிப்பேன். ராமனுடைய தலையை வெட்டிக் கொண்டு வருவேன்; அதைப் பார்த்து அந்த சீதை துக்கத்தில் கதறி அழட்டும். உடனே கட்டளை இடு; நான் கிளம்புகிறேன். ஆயுதம் ஏதுமில்லாமலேயே நான் அத்தனை பேரையும் மிதித்துக் கொன்று போடுவேன். என்னுடைய சக்தி உனக்குத் தெரிந்தது தானே! ராம லக்ஷ்மணர்களை அழித்து, வானரத் தலைவர்கள் அத்தனை பேரையும் நானே தின்று என் பசியை ஆற்றிக்கொள்வேன்" என்று கர்ஜனை செய்தான் கும்பகரணன்.

அவன் பேச்சைக் கேட்டு அங்கே இருந்த மஹோதரனுக்கு மிகவும் மகிழ்ச்சியாகிவிட்டது. அவன் கும்பகர்ணனை பெரிதும் பாராட்டிப் புகழ்கிறான்.

பிறகு, "கும்பகர்ணரே, நீங்கள் ராமனுடைய பராக்கிரமத்தை சாமானியமாய் நினைக்காதீர்கள். ஜனஸ்தானத்தில் அவன் கரனையும் தூஷணனையும் கணக்கற்ற ராட்சசர்களையும் ஒண்டியாளாகக் கொன்று போட்டவன்; அவனைப் பார்த்தால் இப்போது நம் ராட்சசர்கள் நடு நடுங்குகிறார்கள். அதனால், நீங்கள் தனியாகப் போய் அவர்களைக் கொன்று போடக் கிளம்புவது சரியே கிடையாது. நாங்களெல்லாரும் உங்களுக்குத் துணையாக வருவோம்; பெரிய படையைத் திரட்டிக்கொண்டு ராமனுடன் போர் செய்வோம்" என்று சொன்னான்.

அத்தியாயம் 72 (6.11)
கும்பகர்ணன் எழுப்பப் பட்டான்

கெட்ட புத்தியுள்ள அந்த மஹோதரன், ராவணன் பக்கம் திரும்பி, "மன்னா, நீங்கள் இன்னும் சீதையை உங்களுக்கு உரிமையாக்கிக் கொள்ளாமல் வைத்திருப்பது பைத்தியக்காரத்தனம். நான் அருமையான ஒரு ஆலோசனை சொல்கிறேன், கேளுங்கள்.

"இப்போது கும்பகர்ணனோடு நாங்கள் எல்லாரும் படையெடுத்துப் போவதைபற்றி பெரிதாய் முரசடித்து ஊருக்கெல்லாம் விளம்பரம் செய்துவிட்டுக் கிளம்பிப் போவோம்; போர்க்களத்தில் எதிரிகளோடு சண்டையும் போடுவோம். நாங்கள் வென்றுவிட்டால் கவலையே இல்லை; இல்லை, ஜெயிக்கவே முடியாமல் ஆகிவிட்டது என்று வைத்துக்கொள்ளுங்கள்; நாங்கள் எப்படியாவது தப்பித்துத் திரும்பி வந்துவிடுவோம்; ஆனால், இங்கே வந்ததும், நாங்கள் ராம லக்ஷ்மணர்ளையும், சுக்ரீவன், ஹனுமான் என்று மற்ற எல்லா வானரத் தலைவர்களையும் கொன்று போட்டாயிற்று என்று பொய்ச் செய்தியை முரசுகளை அடித்துப் பிரச்சாரம் செய்வோம்; மக்களெல்லாம் இதைத்தான் நம்புவார்கள்.

“செய்தி எப்படியும் சீதை காதிலும் போய் விழும். நீங்கள் உடனே போய், அவனிடம் "ராமன் செத்துப் போய்விட்டான், வானரப் படையும் நிர்மூலமாகிவிட்டது; இனிமேல் உனக்கு வேறு வழியே கிடையாது; செத்துப் போன ராமனை நினைத்து அழுது கொண்டிருக்காமல், நீ என்னுடைய ராணியாய் ஆக ஒப்புக்கொள்; அப்புறம் நீ சொர்க்க வாழ்க்கையையே அனுபவிக்கலாம்" என்று சொல்லி அவளை வளைத்துப் போடுங்கள்; அவளும் ஒரு காலத்தில் மிதிலையில், ராணி மாதிரி வாழ்ந்தவள்தானே? வேறு வழியே இல்லையென்றால் அவள் பழைய ஆடம்பர வாழ்க்கைக்கு ஆசைப் பட்டு, உங்கள் ஆசைக்கு சம்மதித்து விடுவாள். அவளை உங்கள் கூட சேர்த்துக்கொண்டு சந்தோசமாக இருங்கள். ஒரு அரசனாய் நீங்கள் எதிரியோடு நேரில் போர் செய்ய வேண்டும், அதில் ஜெயிக்கவேண்டுமென்று ஒரு அவசியமும் இல்லை" என்று சொல்கிறான் மஹோதரன்!

பார்த்தீர்களா குழந்தைகளே? எத்தனை மட்டமான, அற்பமான புத்தி அந்த முட்டாள் ராட்சசனுக்கு?

-=()=-

அத்தியாயம் 73 (6.12)

கும்பகர்ணன் வதம்

மஹோதரன் பேசியதைக் கேட்ட கும்பகர்ணனுக்கு மஹோதரன் மேல் கெட்ட கோபம் வந்தது.

"மஹோதரா, ஒரு அரசன் முட்டாளாய் இருந்து, குழம்பியும் போயிருந்தால் அவனுக்கு உன்னுடைய ஆலோசனை, கேட்க நன்றாக இருக்கும். நீ பேசுவதை வைத்தே நீ ஒரு கோழை என்று தெரிகிறது. உன் ராஜாவுக்கு எதைக் கேட்கப் பிடிக்குமோ அதை சொல்லி, அவருடைய ஆசைக்கு ஒத்துப்போகிற ஆள் நீ என்று தெரிகிறது. நீ ஒருவன் போதும், எல்லாவற்றையும் கெடுத்துக் குட்டிச்சுவராக்க. நீயெல்லாம் உண்மையில் ஒரு நண்பனே கிடையாது; உன்னால், கஜானா காலியாகும்; நம் படைகள் அழியும்; உன் ராஜா கடைசியில் எல்லாவற்றையும் இழந்து ஒற்றையாய் நிற்பான்..." என்று சொல்லிவிட்டு, கும்பகர்ணன் ராவணனைப் பார்த்து,

"இந்த மாதிரி ஆட்கள் பேச்சைக் கேட்டு நீ கெட்டுப் போகாதே. ராவணா, உனக்கு நான் இருக்கிறேன்; நான் வீண் பேச்சும் சவடாலும் பேச மாட்டேன்; நான் இதோ போருக்குக் கிளம்புகிறேன்; உன் எதிரி ராமனை அழிப்பேன்; நீ வீணாய் பயந்து சாகாதே! மகிழ்ச்சியாய் இரு!" என்று சொன்னான்.

கும்பகர்ணன் இப்படி சொன்னதும், ராவணன் மகிழ்ச்சியாய், நிம்மதியாய் வாய்விட்டு சிரித்தான்.

"கும்பகர்ணா, இந்த மஹோதரன் உண்மையில் ஒரு பயந்தாங்கொள்ளி. இவன் ராமனைப் பார்த்து மிரண்டு போயிருக்கிறான்; இவனுக்கு போருக்குப் போக நாட்டமில்லை. தம்பி, தக்க சமயத்தில் உதவிக்கு வர உன்னை விட்டால் எனக்கு வேறு யார் இருக்கிறார்கள்? நீ உடனே கிளம்பு; எதிரிகளை அழித்துவிட்டு வெற்றி வீரனாகத் திரும்பிவா" என்று சொன்னான் ராவணன்.

அத்தியாயம் 73 (6.12)
கும்பகர்ணன் வதம்

"சரி, இதோ கிளம்புகிறேன்; என் கூட படை கிடை எதுவும் வேண்டாம்; நான் தனி ஆளாய்ப் போய் அத்தனை எதிரிகளையும் கொன்று போட்டு விட்டுத் திரும்பி வருவேன்" என்றான் கும்பகர்ணன். கையில் ஒரு பெரிய ஈட்டியை ஆயுதமாக எடுத்துக்கொண்டான்.

"இல்லை தம்பி, அது சரியில்லை; நீ தனியாகப் போகக் கூடாது; அந்த வானரர்கள் பொல்லாதவர்கள்; தனியாக எவனாவது சிக்கினால் சும்மா விடமாட்டார்கள்; நீ படைகளோடு போ"என்றான் ராவணன்.

கும்பகர்ணனும் ஒப்புக்கொண்டான்; ராவணுக்கு ஒரே சந்தோஷம். அவன் உடனே தன் தம்பிக்கு பற்பல தங்க ஆபரணங்களை எடுத்து வந்து தானே போட்டுவிட்டு அழகு பார்க்கிறான்.

இதோ கும்பகர்ணன் போருக்குக் கிளம்பியாயிற்று; அவனுக்குப் பக்க பலமாய் யானைப் படைகளும், குதிரைப் படைகளும், காலாட்படைகளும் போகிறார்கள்.

கோட்டை வாயிலை விட்டு ஒரு பெரிய மலை மாதிரி கும்பகர்ணன் டங்கு டங்கென்று நடந்து வருவதைப் பார்த்து, வானரர்களுக்கெல்லாம் பயங்கர பீதியாகிவிட்டது; பயத்தில் அங்கேயும் இங்கேயுமாகச் சிதறி ஓடுகிறார்கள்.

மிரண்டு ஓடுகிற வானரர்களைப் பார்த்து, அங்கதன், "வானரர்களே, நம் மாதிரி வீரர்கள் இப்படி பயந்து ஓடுவது அழகா? இவன் பெரிய பூச்சாண்டி மாதிரிதான்; இவனை நம்மால் அழிக்க முடியும்; தைரியமாகத் திரும்பி வாருங்கள்!" என்று கூப்பிடறான்.

அவன் தந்த தைரியத்தில் திரும்பி வந்த வானரர்கள், கையில் பெரிய பாறைகளையும் மரங்களையும் தூக்கிக் கொண்டு வந்து கும்பகர்ணன் மேல் வீசித் தாக்குகிறார்கள்; ஆனால் கும்பகர்ணன் உடம்பில் அதெல்லாம் ஒரு பாதிப்பையும் ஏற்படுத்தாமல், உடைந்து தூள் தூளாகிக் கீழே விழுந்ததுதான் மிச்சம்! ஆனால், வானரர்கள் இப்படித் தன்னை தாக்கியதைப் பார்த்து அவனுக்கு பயங்கர கோபம் வந்தது; அவன் தன் கால்களால் வானர்களை மிதித்துக் கொல்கிறான்; கைகளால் பிடித்து தூர வீசுகிறான்.

பழையபடி வானரர்கள் பயந்து ஓட, மீண்டும் அங்கதன் அவர்களை தைரியப்படுத்திக் கூட்டிக்கொண்டு வர வேண்டிவந்தது!

தொடர்ந்து ஹனுமான், ரிஷபன், சரபன், நீலன், கவாக்ஷன் எல்லாருமாய் எல்லாப் பக்கத்திலிருந்தும் சூழ்ந்துகொண்டு கும்பகர்ணனைத் தாக்குகிறார்கள். ஆனாலும் அவர்களால் கும்பகர்ணனை ஒன்றுமே செய்ய முடியவில்லை. அவனோ வானரர்கள் பலபேரையும் கையால் பிடித்து தன் வாயில் போட்டு விழுங்குகிறான்!

கும்பகர்ணனை அங்கதனாலும், சுக்ரீவனாலும் ஜெயிக்க முடியவில்லை. அங்கதன் கும்பகர்ணனிடம் அடி வாங்கி மயக்கமாகி விழுந்தான். கும்பகர்ணன் தன் கையிலிருந்த ஈட்டியால் தாக்கி எத்தனயோ வானரர்களைக் கொன்று போட்டான். கும்பகர்ணனுடைய பராக்கிரமத்தைப் பார்த்து ராட்சசர்களுக்கெல்லாம் ஒரே கொண்டாட்டம்; ஒரே குஷியாகக் கூச்சல் போடுகிறார்கள்.

அதனால் கோபம் கொண்ட ஹனுமார், கும்பகர்ணனுடைய கையைத் தாக்கி, அவனுடைய ஈட்டியைப் பிடுங்கி உடைத்துப் போட்டுவிடுகிறார். அதைப் பார்த்ததும் வானனரர்களுக்கெல்லாம் ஒரே சந்தோஷம்!

ஆனாலும் கும்பகர்ணன் விடவில்லை. அவன் சுக்ரீவனை பயங்கரமாகத் தாக்க, சுக்ரீவன் மயக்கம் போட்டு விழுந்தான். சுக்ரீவனைத் தன் கையில் தூக்கிக்கொண்டான்; 'இவனைக் கொன்றுவிட்டால், ராமனை அழித்துவிடலாம்' என்று நினைக்கிறான்.

அதைப் பார்த்த ஹனுமார், "நான் இப்போது பெரிய உருவம் எடுத்து இந்த கும்பகர்ணனைத் தாக்கி, சுக்ரீவனை மீட்டுவிடலாம்தான்; ஆனால், அது சுக்ரீவனுடைய வீரத்தை எல்லார் முன்னாலும் குறைத்துக் காட்டுவது போல் ஆகிவிடும். சுக்ரீவன் மயக்கமாகத்தானே இருக்கிறான்? அவன் விழித்துக்கொண்டால் எப்படியும் தானே தப்பித்து வந்துவிடுவான். அதனால் கொஞ்சம் பொறுத்துப் பார்க்கலாம்" என்று நினைத்தார்.

கும்பகர்ணன் வதம்

சுக்ரீவனைத் தூக்கிகொண்டு கும்பகர்ணன் கோட்டைக்குள்ளே நுழைந்து இலங்கை வீதிகள் வழியாக கம்பீரமாய் நடந்து போகிறான். இலங்கை மக்கள் எல்லாரும் அவனைப் பாராட்டி அவன் மேல் பூக்களை வீசுகிறார்கள்.

இலங்கை வீதிகளில் குளிர் காற்று இதமாக வீசுகிறது.

குளிர் காற்றும், பூக்களும் சுக்ரீவன் மேலும் பட, அவனுக்கு மயக்கம் தெளிந்துவிட்டது கண்ணை விழித்துப் பார்க்கும்போது, தன்னை இலங்கை நகருக்குள்ளே கும்பகர்ணன் தூக்கிக்கொண்டுப் போவது தெரிகிறது.

"இந்த ராட்சசனிடமிருந்து எப்படித் தப்பிக்கலாம்?" என்று யோசிக்கிறான் சுக்ரீவன். உடனே அவன் என்ன செய்தான் தெரியுமா? தன் கூரான நகங்களால் கும்பகர்ணனுடைய பெரிய காதுகளைக் கிழித்துப் போட்டுவிடுகிறான்! பல்லால் அவன் மூக்கைக் கடித்து, காலால் விட்ட ஒரு உதையால் மார்பெலும்பு ஒன்றை உடைத்துவிடுகிறான்.

இந்தத் திடீர் தாக்குதலை கும்பகர்ணன் எதிர்பார்க்கவே இல்லை; முகமெல்லாம் ரத்தம் வழிகிறது. வலி தாங்காமல் அவன், சுக்ரீவனைக் கீழே போட்டு, அவனைக் காலாலேயே மிதித்துக் கொன்றுவிடலாமென்று தன் காலைத் தூக்கிய அந்தக் கணம், சுக்ரீவன் என்ன செய்தான் தெரியுமா? மின்னல் வேகத்தில் ஆகாயத்தில் எழும்பி, அங்கேயிருந்து ஒரே தாவாகத் தாவி, ராம லக்ஷ்மணர்கள் இருந்த இடத்துக்குப் பறந்து போய்விடுகிறான்!

கும்பகர்ணனுக்கு ஒரு பக்கம் உடம்பெல்லாம் வலி; ரத்தமாய் வழிகிறது; இன்னொரு பக்கம் அவமானமாய் இருக்கிறது. பயங்கர கோபமாகவும் வருகிறது. "இனி திரும்பிப் போவதில்லை; போரில் எதிரிகளை ஒழித்துவிட்டுத்தான் மறு காரியம்" என்று தீர்மானம் செய்து, கையில் வேறு ஒரு கதாயுதத்தை எடுத்துக்கொண்டு உடனே போர்க்களத்துக்குத் திரும்பி வருகிறான்.

வழியெல்லாம் வானர்களைக் கொன்று அழித்துக்கொண்டே எமதேவன் மாதிரி அவன் வருவதைப் பார்த்ததும், லக்ஷ்மணன் தன் வில்லில் அம்பைப் பூட்டி

கும்பகர்ணனைத் தாக்க ஆரம்பிக்கிறான். கும்பகர்ணனுடைய கவசங்களை அம்புகளால் உடைத்துப் போடுகிறான்.

"லக்ஷ்மணா, உன் வீரத்தைப் பாராட்டுகிறேன்; ஆனாலும் எனக்கு உன் கூட சண்டை போட விருப்பமில்லை; எங்கே ராமன்? நான் அவன் கூட நேருக்கு நேர் சண்டை போட்டு, ஜெயிப்பேன்" என்று அவன் சொல்ல, லக்ஷ்மணன், "அதோ ராமர் அங்கே அசையாமல் உறுதியாய் நிற்கிறார் பார்"என்றான்.

இப்போது ராமருக்கும் கும்பகர்ணனுக்கும் யுத்தம் ஆரம்பித்தது. ராமர் பல அம்புகளால் அவனைத் தாக்குகிறார். அவனும் விடாது பயங்கரமாகப் போர் செய்துக்கொண்டே இருக்கிறான்.

அப்போது லக்ஷ்மணன், "ராமா, இவன் கன்னாபின்னாவென்று வானரர்களைத் தாக்கி அழித்துக்கொண்டே இருக்கிறான்; இவனைக் கொல்ல நான் ஒரு வழி சொல்கிறேன்; வானரர்கள் அவனை சூழ்ந்துகொண்டு, அவன் உடம்பின் மேல் ஏறட்டும். நிறையப் பேர்கள் இப்படி அவன் மேல் ஏறினால், அவன் அவர்களின் எடையைத் தாங்க முடியாமல் கீழே சாய்ந்து தவழ ஆரம்பித்துடுவான்; அப்போது அவனால் இஷ்டம்போல வானர்களைக் கொல்ல முடியாது".

அத்தியாயம் 73 (6.12)
கும்பகர்ணன் வதம்

அதன்படியே மிகவும் குஷியாய் ஏராளமான வானரர்கள் கும்பகர்ணனுடைய உடம்பில் ஏற ஆரம்பித்தார்கள்; அவன் உடம்பைக் குலுக்கினான்; உலுக்கினான். கையில் இருந்த பெரிய சுத்தியல் மாதிரியான ஒரு கதாயுதத்தை வைத்துக்கொண்டு எல்லா வானரர்களையும் அடித்து நொறுக்கினான்.

"ராமா! நீ என்னை விராதன், கபந்தன், கரன், வாலி மாதிரி சாமானியமாய் நினைக்காதே; நான் யார்? கும்பகர்ணன், தெரியுமில்லை? என் மூலமாகத்தான் உனக்கு சாவு, தெரிந்துகொள்"என்று கூவினான்.

ராமர் 'வாயவ்யம்' என்கிற ஒரு சக்திவாய்ந்த அஸ்திரத்தை விட்டு, கும்பகர்ணன் மேல் குறி பார்த்து விட்டு, அவனுடைய கையை வெட்டிப் போட்டுவிடுகிறார். கதையுடன் சேர்ந்து தொப்பென்று கீழே விழுந்த அந்தக் கையின் அடியில் சிக்கியே நிறைய வானரர்கள் நசுங்கிச் சாகிறார்கள்.

ஆனாலும் கும்பகர்ணன் அசரவில்லையே! தனது இன்னொரு கையை உபயோகித்துப் பெரிய ஒரு மரத்தைப் பிடுங்கி எடுத்து ராமர் மேல் வீசித் தாக்குகிறான். உடனே, இன்னொரு அம்பை எடுத்து விட்டு, ராமர் கும்பகர்ணனுடைய காலை வெட்டிப் போட்டார்.

அப்படியும் அசறாமல் கும்பகர்ணன் நொண்டிக்கொண்டே ராமரிடம் வந்து தன் பெரிய வாயைத் திறந்து அவரைக் கடிக்கப் பார்க்கிறான்.

ராமர் அடுத்து அவன் தலையைப் பார்த்து ஒரு சக்திவாய்ந்த அஸ்திரத்தை விட, அது அவன் தலையை சீவித் தள்ளிவிட்டது அந்தத் தலை நேரே போய் கோட்டைக் கதவின் மேல் மோதி, கதவும் சுவரும் தூள் தூளாகிவிட்டன!

கும்பகர்ணனுடைய மலை மாதிரியான பெரிய உடம்பு கடலில் போய் தொப்பென்று விழுந்தது. இப்படியாக அவனுடைய கதையை ஒரு வழியாக ராமர் முடித்தார். உடனே ஆகாயத்தில் தேவர்களும், கந்தர்வர்களும், ரிஷிகளும் கூடி ராமரை வாழ்த்துகிறார்கள். வானரப் படைகளுக்கும் வந்த சந்தோஷம் கொஞ்சமா, நஞ்சமா!

கும்பகர்ணன் போரில் செத்துப் போன செய்தி ராவணனுக்குப் போய் சேர்ந்ததும் அவனால் அதை நம்பவே முடியவில்லை; தாங்கமுடியாத துக்கத்தால் அவன் மயக்கமே போட்டு விழுந்துவிடுகிறான். மயக்கம் தெளிந்து எழுந்ததும், வாயோயாமல் அழுது புலம்புகிறான் ராவணன்,

"தம்பி, நீ என்னை இப்படித் தனியாகத் தவிக்க விட்டுவிட்டு நீ மட்டும் போய்விட்டாயே? வானுலக தேவர்களுக்கும் கூட சிம்ம சொப்பனமாய் இருந்த உன்னை, போயும் போயும் ஒரு மானுடனான ராமன் கொல்வது எப்படி சாத்தியமாயிற்று? நீ இல்லாமல் நான் இனிமேல் எப்படி உயிர் வாழ்வேன்? எனக்கு இந்த இலங்கையும் வேண்டாம்; சீதையும் வேண்டாம்; எனக்கு உயிர் வாழ்கிற ஆசையே போய் விட்டது. உன்னைக் கொன்ற ராமனை நான் கொல்லாமல் விடமாட்டேன்; ஆனாலும் என்ன பயன்? நீ போன பிறகு நான் உயிர் வாழ்ந்து என்ன சாதிக்கப் போகிறேன்? கடைசியில், விபீஷணன் சொன்னதெல்லாம் தான் நடக்கும்போல இருக்கிறது. இனி நான் என்ன செய்யப்போகிறேன்?"

ராவணனுக்கு இப்படியாக ஒரு பயங்கர மனத்தளர்ச்சியே வந்துவிட்டது.

குழந்தைகளே! இந்த அத்தியாயத்தில் கதையை இத்தோடு முடித்துவிட்டு, நாம் ராவணனுடைய இரண்டு தம்பிகளான விபீஷணன், கும்பகர்ணன் இரண்டு பேர்களுக்கும் நடுவில் இருக்கிற வித்தியாசங்களைப் பற்றிக் கொஞ்சம் சிந்தித்துப் பார்க்கலாமா?

இரண்டு பேருக்குமே ராவணன் சீதையைக் கடத்திக் கொண்டு வந்தது தப்பு என்று நன்றாகத் தெரிந்தது. அது அதர்மம், அதனால் இலங்கைக்குக் கேடுதான் வரும் என்றும் இரண்டு பேருக்கும் தெளிவாய்த் தெரிந்தது. விபீஷணன், தன்னால் முடிந்த அளவுக்குத் திரும்பத் திரும்ப ராவணனுக்கு நல்லதை எடுத்து சொல்லி, சீதையைத் திரும்ப அனுப்பிடவேண்டுமென்று வலியுறுத்தினான். தன் அண்ணன் பொல்லாதவன், முரடன், யார் அவனுக்கு புத்திசொன்னாலும் பிடிக்காது, கோபம்தான் வருமென்று நன்றாகத் தெரிந்தும், பயப்படாமல், எது தர்மமோ அதை எடுத்துச் சொன்னான். அதோடு நிற்காமல், ராமருடைய பராக்ரமத்தைப் புகழ்ந்து

வேறு பேசினான். அதனால் ராவணனுக்கு பயங்கரமாக் கோபம் வந்தது. அவனை நாட்டைவிட்டே போகச் சொல்லிவிட்டான்.

விபீஷனைப் பொறுத்தவரை, அண்ணனுடைய உறவு, பந்தம், பாசத்தை விட தர்மம் தான் பெரிதாக இருந்தது. அண்ணனுடைய கோபத்துக்கு பயந்து, பேசாமல் வாயை மூடிக்கொண்டு நிம்மதியாய் இருப்போமென்று அவனுக்குத் தோன்றவில்லை. அவனுக்கு ராமர் ஒரு அவதார புருஷர் என்பது எப்படியோ தெரிந்து போய்விட்டது. அதனால் அண்ணனுடைய உறவையே முறித்துக்கொண்டு, தனது மனைவி மக்களைக் கூட விட்டுப் பிரிந்து, ராவணனுடைய எதிரியான ராமரிடம் சரணடைந்துவிட்டான்.

அவனுக்கு உள்ளூர, தான் இலங்கைக்கு அரசன் ஆகவேண்டும் என்கிற ஆசையும் இருந்தது. விபீஷணனை நன்றாகப்' புரிந்துகொண்ட ராமர், அவனுக்கு அடைக்கலம் தந்ததோடு மட்டுமில்லாமல், போர் நடந்து முடிவு தெரிவதற்கு முன்னாலேயே அவனுக்கு இலங்கைக்கு அரசனாப் பட்டாபிஷேகமும் செய்து வைத்துவிட்டார். அதற்கு நன்றிக் கடனாய் விபீஷணன் போரில் தனது அண்ணன் ராவணன் தோற்று, தன் குலத்தோடு அழிந்து போவதற்கான எல்லா உதவியையும் செய்தான்.

ஆனால், கும்பகர்ணன் என்ன செய்தான்? அவனும் ராவணன் சீதையைக் கடத்தி வந்ததைக் கண்டித்தான். அவனும் அண்ணனுக்கு நல்லதை எடுத்து சொல்ல பயப்படவில்லை. ஆனாலும் அவனுக்கு தன் அண்ணன் மேல் ரத்த பாசம் அதிகம் இருந்தது. என்னதான் தப்பு செய்தாலும், அதற்காக அண்ணனை விட்டுக் கொடுத்துவிட முடியுமா என்ன? அதோடு அவனுக்கு "நாம் சாமானியர்கள் இல்லை; அதி பராக்கிரமம் கொண்ட ராட்சசர்கள்; நம்மை யாருமே வெல்ல முடியாது; குறிப்பாய் என்னை யாராலும் வெல்லவே முடியாது; அதனால் ராவணன் செய்தது தப்பு என்றாலும், எதிரிக்கு பயப்பட அவசியமே இல்லை; நாம் நிச்சயமாய் போரில் அந்த ராமனை அழித்துவிடலாம்" என்று நம்பினான். ஆனால், கடைசியில் எப்படியும் தர்மமே வெல்லும் என்கிற உணர்வு அவனிடம் இல்லை.

அவனைப் பொறுத்தவரை அவனுடைய தர்மம், தனது அண்ணனுக்காக வேண்டி எதிரிகளோடு போர் செய்வது; அதில் ஒரு வேளை தான் தோற்றாலும், உயிரே போனாலும், பரவாயில்லை. இப்படியாக அவனுடைய தீர்மானம் இருந்தது.

குழந்தைகளே, உங்களுக்கு தமிழில் ராமாயணத்தை எழுதியவர் கம்பர் என்பது தெரியுமில்லையா? அவர் பிறந்த ஊர் எது தெரியுமா? என்ன, தெரியாதா? சரி. கம்பர் பிறந்த ஊர் தேரழுந்தூர். அது மயிலாடுதுறை, குத்தாலம் என்கிற ஊர்களுக்குப் பக்கத்தில் இருக்கிறது.

50, 60 வருடங்களுக்கு முன்னால் தேரழுந்தூரில் கம்பர் பிறந்த தினத்தை, "கம்பர் விழா" என்று பெரிதாகக் கொண்டாடுவார்கள்.

அதில் பல தமிழறிஞர்களும் வந்து கலந்துகொண்டு, கம்பராமாயணத்தின் பல அழகான அம்சங்களைப் பற்றி மேடையில் பேசுவார்கள். பல கம்பராமாயணப் பாடல்களை எடுத்து சொல்லி, விளக்கமெல்லாம் சொல்லுவார்கள்.

அப்படி நடக்கிற நிகழ்ச்சியில் பட்டிமன்றம் என்கிற ஒரு நிகழ்ச்சியும் உண்டு. அதில், "விபீஷணன் கடைப்பிடித்தது சரியான தர்மமா, இல்லை கும்பகர்ணன் கடைப்பிடித்தது தான் சரியான தர்மமா?" என்று இரண்டு கட்சியாகப் பிரிந்து கம்பராமாயணப் பாடல்களை மேற்கோளாகக் காட்டி, தமிழறிஞர்கள் மேடையில் சுடச்சுட விவாதம் செய்வார்கள். நிகழ்ச்சியைக் காணக் கூடியுள்ள மக்களெல்லாம் அதை ரசித்துக் கேட்பார்கள்.

இப்படியாக ராமாயணத்தில் சொல்லப்படுகிற தர்மங்களைப் பற்றி மட்டுமில்லாமல், கம்ப ராமாயணத்தின் அழகையும் சிறப்பையும் பற்றியும் சாமானிய கிராமத்து ஜனங்களும் தெரிந்துகொள்ள உதவுகிற விதத்தில் அத்தகைய நிகழ்ச்சிகள் அமைந்திருந்தன.

குழந்தைகளே, உங்களுக்கு என்ன தோன்றுகிறது? விபீஷணன் செய்தது சரி என்று தோன்றுகிறதா, இல்லை

அத்தியாயம் 73 (6.12)
கும்பகர்ணன் வதம்

கும்பகர்ணன் செய்தது சரி என்று தோன்றுகிறதா? நீங்கள் உங்கள் அப்பா அம்மாவிடம் இதைப் பற்றிப் பேசுகிறீர்களா?

-=()=-

அத்தியாயம் 74 (6.13)

ஹனுமார் கொணர்ந்த மூலிகை மலை

அருமைத் தம்பியை இழந்த துக்கத்தில் இருந்த ராவணனை சமாதானப் படுத்தி, தான் போருக்குப் போய், ராமனை ஜெயித்துவர முன் வந்தான், ராவணனுடைய இன்னொரு மகனான திரிசிரன். அவனுக்குத் துணையாகப் போக ராவணனுடைய மற்ற பிள்ளைகளான தேவாந்தகன், நராந்தகன், அதிகாயன் என்கிற மூன்று பேரும் கிளம்பினார்கள். அவர்களுக்குப் பாதுகாப்பாய் ராவணன் தனது ஒன்றுவிட்ட சகோதரர்களான மஹோதரனையும், மஹாபர்ச்வரனையும் பெரிய படைகளோடு அனுப்பினான்.

பழையபடியும் போர் பெரிய அளவில் நடந்தது; அந்தப் போரில், அங்கதன் நராந்தகனைக் கொன்று போட்டான்; தேவாந்தகனையும், திரிசிரனையும் ஹனுமார் கொன்றார்; நீலன் மஹோதரனையும், ரிஷபன், மஹாபர்ச்வனையும் போரில் வென்று, கொன்று போட்டார்கள். ராவணனுக்கும் அவனுடைய ஒரு மனைவியான தன்யமாலிக்கும் பிறந்த அதிகாயனுடன் நடந்த போரில், லக்ஷ்மணன் அதிகாயனை வதம் செய்தான்.

அடுத்தடுத்து தனது பிள்ளைகளும் படைத்தலைவர்களும் எல்லாரும் இப்படி போரில் செத்ததால் ராவணன் தாங்க முடியாத துக்கத்தில் ஆழ்ந்தான். அவனுக்கு ராமரை ஜெயிப்பது அவ்வளவு எளிதான காரியமில்லை என்று புரிய ஆரம்பித்துவிட்டது.

கொஞ்சம் ஏமாந்தால், வானரப் படைகள் இலங்கை நகருக்குள்ளேயும் புகுந்து தாக்க ஆரம்பித்துவிடுவார்கள் என்று ராவணனுக்கு கவலையாகிவிட்டது. அதனால் தனது

படைத்தலைவர்களைக் கூப்பிட்டு, இலங்கை நகருக்குள்ளே காவலைப் பலப்படுத்த நிறைய போர்வீரர்களை நிற்க வைக்க ஏற்பாடு செய்தான். அப்படியே அசோக வனத்தின் காவலையும் பலப் படுத்தினான்.

அப்புறம் தனது அரண்மனையில் ராவணன் மிகவும் வருத்தமாகவும், மனத்தளர்ச்சியில் சிக்கியும், மேற்கொண்டு என்ன செய்வது என்று புரியாமல் உட்கார்ந்திருந்தான்.

தன் அப்பா இருந்த நிலையைப் பார்த்து, இந்திரஜித் அங்கே வந்து, ராவணனிடம் பேச ஆரம்பித்தான், "தந்தையே, உங்கள் பிள்ளை நான் இன்னும் இருக்கும்போது நீங்கள் ஏன் இப்படிக் கவலைப் படுகிறீர்கள்? இன்று நான் உங்களுக்கு வாக்கு தருகிறேன்; நான் இப்போதே போருக்குக் கிளம்பிப் போய், அந்த ராம லக்ஷ்மணர்களின் உயிரைப் பறித்துவிட்டுத்தான் திரும்ப வருவேன்." என்று உற்சாகத்தோடு சொன்னான்.

ராவணனும் அனுமதி தர, இந்திரஜித் சங்குகளும், முரசுகளும் முழங்கக் கிளம்பினான்.

தன் தேரை சுற்றிப் பல ராட்சசர்களைக் காவலுக்கு வைத்துவிட்டு, அவன் அக்னியை மூட்டி ஒரு ஹோமம் செய்கிறான். ஹோம குண்டத்தில் பல பொருட்களையும் தேவர்களுக்கு தானமாய் இட்டு, ஒரு கருப்பு ஆட்டையும் பலி கொடுக்கிறான். அதன் மூலமாக தேவர்களையும் பிரம்மாவையும் திருப்தி செய்து, பிரம்மாஸ்திரத்துக்கான சக்தியை சேகரித்துக்கொள்கிறான்.

இப்படியாகத் தனக்கு அதிக பலமும், சக்தியும் சேகரித்துக்கொண்டு, தன்னையும் தன் ஆயுதங்களையும், தேரையும் யார் கண்ணுக்கும் தெரியாமல் மாய சக்தி கொண்டு மறைத்துக்கொண்டு இந்திரஜித் போர்க்களத்துக்குப் போகிறான்.

அவன் விட்ட அம்புகளால் நூற்றுக் கணக்கில் வானரர்கள் செத்து விழுகிறார்கள். அவன் எந்த வானரத் தலைவனையும் விடவில்லை; நீலன், அங்கதன், கந்தமானன், மைந்தன், ஹனுமான், கேசரி, கவாக்ஷன், சுக்ரீவன் -- யாரையும்

விடவில்லை; தொடர்ந்து தாக்கிக்கொண்டே இருக்கிறான். ராம லக்ஷ்மணர்கள் மேலும் அம்புகளை விட்டு அடிக்கிறான்.

"லக்ஷ்மணா, இன்று இந்த இந்திரஜித் செய்த அட்டூழியத்தில் கணக்கில்லாமல் வானரர்கள் செத்து விழுந்துவிட்டார்கள்; பிரம்ம தேவர் கொடுத்த வரத்தால் இவன் தன் உருவத்தை மறைத்துக்கொண்டு போர் செய்கிறான்; வானரர் தலைவர்கள் யாராலுமே இவனை அடக்க முடியவில்லை. மறைந்து இருந்து தாக்குபவனிடம் நாம் எந்த விதத்தில் போரிட்டு ஜெயிக்க முடியும்? பேசாமல் நாம் இரண்டு பேரும் இன்று நம் கோபத்தை அடக்கிக்கொண்டு, இவன் விடுகிற அம்புக்கு அடங்கிப் போவோம். அவனை நாம் எதிர்க்காமல் விட்டுவிடுவோம். நாம் அடிபட்டுக் கீழே விழுந்து கிடப்பதைப் பார்த்து நம்மையும் தாக்கி வீழ்த்திய திருப்தியிலும், போரில் கணக்கில்லாமல் வானரர்களைக் கொன்று குவித்து சந்தோஷத்தோடும், நகருக்குத் திரும்பிப் போய்விடுவான்" என்றார் ராமர். அவர் அப்படி சொல்லி முடித்த அடுத்த கணம், இந்திரஜித் விட்ட பிரம்மாஸ்திரம் அவர்களை வந்து தாக்கியது. ராம லக்ஷ்மணர்கள் மயக்கமாகச் சாய்ந்துவிடுகிறார்கள்.

இரவு நேரமும் வந்துவிட்டது. ராமர் நினைத்த மாதிரியே இந்திரஜித்தும் தான் அடைந்த வெற்றியால் மிகவும் மிதப்பு வந்து, அரண்மனைக்குத் திரும்பிப் போய், ராவணனிடம் தான் இன்று போரில் காட்டிய பராக்கிரமத்தைப் பற்றி பெருமையாகச் சொல்லிக்கொள்கிறான்.

ராம லக்ஷமணர்கள் இப்படி மயங்கி விழுந்து கிடப்பதைப் பார்த்த விபீஷணன் ஹனுமாரிடம், "ராம லக்ஷ்மணர்கள் பிரம்மாஸ்திரத்துக்கு மதிப்புக் கொடுத்து அதை எதிர்த்தாக்குதல் செய்யாமல் விட்டு, மயங்கி விழுந்து கிடக்கிறார்கள். நாம் மனது தளர்ந்துவிடக் கூடாது" என்று சொல்கிறான்.

ஹனுமாரும், "ஆமாம், மிஞ்சியிருக்கிற வானரர்களுக்கு நாம் ஊக்கமும் உற்சாகமும் கொடுத்தாகவேண்டும்" என்று சொல்லிவிட்டு, கையில் தீப்பந்தகளைக் கொளுத்தி எடுத்துக்கொண்டு ஹனுமாரும் விபீஷணனுமாகப்

போர்க்களத்தில் சுற்றி வருகிறார்கள். எங்கே பார்த்தாலும் போரில் செத்த வானரர்களின் உடல்கள் மலை மலையாய் விழுந்து கிடக்கின்றன; எங்கே பார்த்தாலும் ரத்தம். வெட்டுப்பட்ட கைகால்கள் சிதறிக் கிடக்கின்றன.

சுக்ரீவன், அங்கதன், நீலன், கந்தமாதனன், சரபன், கவாக்ஷன், சுஷேனன், மைந்தன், நலன் எல்லாரும் அடிப்பட்டு மயக்கமாகக் கிடக்கிறார்கள். எங்கே திரும்பினாலும், பிரம்மாஸ்த்திரத்தின் தாக்கத்தால் ஆயிரக் கணக்கான வானரர்கள் செத்துக் கிடப்பதைத்தான் பார்க்க முடிந்தது.

ஹனுமாரும் விபீஷணனும், ஜாம்பவான் எங்கே என்று தேடுகிறார்கள். உடம்பில் பல அம்புகள் தைத்து, அரை மயக்கத்தில் கிடக்கிறார் வயதான ஜாம்பவான். விபீஷணன் அவரிடம் போய், கூப்பிடுகிறான்.

"ஓ! விபீஷணனா? உன்...குரலை வைத்துத்தான்.... நீதான் என்று தெரிகிறது. பட்ட காயங்களால் எனக்கு கண்ணு ...மங்கிப் போய்விட்டதப்பா! ஒன்றும் தெரியவில்லை. சரி... ஹனுமார் .... உயிரோடு ...இருக்கிறானா? பக்கத்தில் எங்காவது இருக்கிறானா?" என்று கேட்டார் ஜாம்பவான்.

"என்ன நீங்கள்? ராம லக்ஷ்மணர்கள் நன்றாக இருக்கிறார்களா, சுக்ரீவன் உயிரோடு இருக்கிறானா என்று கூடக் கேட்காமல், ஹனுமாரைப் பற்றிக் கேட்கிறீர்கள்?"என்றான் விபீஷணன்.

"பாரப்பா, விபீஷணா, ஹனுமார் ...மட்டும்... உயிரோடு இருந்தானென்றால் நம் முழுப் படையுமே தப்பித்த மாதிரிதான். ஹனுமார் மட்டும் செத்துப் போய்விட்டானென்றால், ...நாம் எல்லாரும் உயிரோடு இருந்தாலும், ...செத்த மாதிரிதான்"

உடனே ஹனுமார், "இதோ நான் இங்கேதான் இருக்கிறேன்" என்று சொல்லி, அருகில் வந்து ஜாம்பவானுடைய காலை மெல்லப் பிடித்து விடுகிறார்.

"ஆ! ஹனுமான்! நீ இருக்கிறாயா! போதுமப்பா! எனக்குப் புது உயிர் வந்த மாதிரி இருக்கிறது. இப்போது நீதான் இங்கே இருக்கிற எல்லா வானரர்களையும் காப்பாற்றவேண்டும். இன்றைய போரில் நமக்கு எப்பேர்ப்பட்ட பாதிப்பு

வந்திருக்கிறது என்று எனக்குத் தெரியும். அதை உன்னால் மட்டும்தான் சரி செய்ய முடியும். நீ உடனே ஆகாய மார்க்கமாகப் பறந்து இமயமலை இருக்கிற இடத்துக்குப் போகவேண்டும். அங்கே கைலாச மலைக்கும் ரிஷப மலைக்கும் நடுவில் ஒரு ஒளிமிக்க மூலிகை மலை இருக்கிறது. அங்கே இல்லாத மூலிகைகளே கிடையாது. அங்கே பளபள என்று ஜொலிப்போடு கூடிய நான்கு மூலிகைகள் இருக்கும்.

"ஒன்று ம்ருத ஸஞ்சீவனி. அது செத்துப் போனவர்களை உயிர்ப்பிக்கக் கூடிய அபூர்வ மூலிகை. அடுத்தது விசல்யகரணி. அது ஆயுதங்களால் பட்ட காயங்களை குணமாக்கும். மூன்றாவது ஸுவர்ணகரணி; இது உடம்பை முன்னால் இருந்த ஆரோக்கியத்துக்குத் திரும்பக் கொண்டு வரும். நாலாவது ஸந்தானி. இது உடைந்த எலும்புகளை ஒன்றாய்ச் சேர்க்கும். நீ உடனே போய் இந்த மூலிகைகளையெல்லாம் பறித்துக் கொண்டுவா. நம் வானரர்கள் எல்லாருக்கும் புத்துயிரைக் கொடு." என்று சொல்லி முடித்தார் ஜாம்பவான்.

அதைக் கேட்டதும் ஹனுமார் உடம்பில் ஒரு புது உற்சாகம் வந்துவிட்டது! அவர் உடனே திரிகூட மலைமேல் ஏறி, தமது பிரம்மாண்டமான உருவத்தை எடுத்துக்கொண்டு, மலையை ஒரு உதை உதைத்து ஆகாயத்தில் கிளம்பிவிட்டார்!

அந்த மலை நசுங்கியது; பூமி அதிர்ந்தது; இலங்கை நகரமே பூகம்பம் வந்த மாதிரி குலுங்கியது. ஹனுமார் இதோ மின்னல் வேகத்தில் ஆகாயமார்க்கமாக இமய மலை இருந்த வடதிசையை நோக்கிப் பறக்கிறார். ஆயிரக்கணக்கான யோஜனை தூரம் பயணம் செய்த பிறகு, அவர் கண்ணில் ஜாம்பவான் சொன்ன அடையாளங்களோடு இமயமலை தென்பட ஆரம்பித்தது.

அங்கே அவர் கண்ணில் சிவபெருமான் வாழ்கிற கைலாயம், இந்திர லோகம், குபேரனுடைய நகரம் எல்லாம் தென்பட்டன. ஜாம்பவான் சொன்ன அடையாளங்களோடு ரிஷப மலையும் தென்படுகிறது. கீழே இறங்கி, அங்கே ஏராளமாக வளர்ந்திருக்கிற பலவித மூலிகளுக்கு நடுவில்

ஜாம்பவான் சொன்ன நான்கு மூலிகைகள் எவை என்று தேடுகிறார் ஹனுமார். ஆனால், தங்களைப் பிடுங்கத்தான் ஹனுமார் வந்திருக்கிறார் என்று தெரிந்து அந்த மூலிகைகள் கண்ணுக்குத் தென்படாமல் ஒளிந்து கொண்டனவாம்!

ஹனுமாருக்குக் கோபம் வந்துவிட்டது! அவர் அந்த மலைராஜனைப் பார்த்து, "ஏ நாகேந்திரா, நீ ராமருடைய காரியத்துக்கு உதவத் தயாராய் இல்லையென்றால், நான் உன்னை அப்படியே பெயர்த்து, எல்லா மூலிகைகளோடும் சேர்த்துக் கொண்டு போகப்போகிறேன்; முடிந்தால் தடுத்துப் பார்!" என்று சொல்கிறார்.

அடுத்த கணம் அந்த மலையின் உச்சியை ஒரு உலுக்கு உலுக்கிப் பெயர்த்தெடுத்து, அதைக் கையில் தூக்கிக் கொண்டு, உடனே தென் திசையையை நோக்கிப் பறக்க ஆரம்பித்துவிட்டார். அவர் ஆகாயமார்க்கமாக மலையைத் தூக்கிக்கொண்டுப் பறந்தபோது அவர் இரண்டாவது சூரியன் மாதிரி ஜொலிக்கிறார்.

இதோ, ஹனுமார் இலங்கைக்குக்கு வந்துவிட்டார். ஆகாயத்தில் அவரை கையில் ஒரு மலையோடு பார்த்த வானரர்கள் சந்தோஷத்தோடு கூக்குரல் இட்டுக் குதித்து ஆடுகிறார்கள்.

ஹனுமார் திரிகூட மலைமேல் இறங்கி, பக்கத்திலேயே தான் கொண்டுவந்த மூலிகை மலையை இறக்கி வைக்கிறார். விபீஷணன் ஓடி வந்து ஹனுமாரைக் கட்டிக்கொள்கிறான். அந்த மலையிலிருந்து கிளம்பி வந்த மூலிகை மணத்தை நுகர்ந்ததுமே ராம லக்ஷ்மணர்கள் மயக்கத்திலிருந்து விடுபட்டுப் பளிச்சென்று எழுந்துவிடுகிறார்கள்! செத்துப் போன ஆயிரக் கணக்கான வானரர்கள் திரும்ப உயிரோடு எழுகிறார்கள். காயம்பட்டவர்கள் உடம்பிலெல்லாம் புண்கள் உடனே ஆறிப்போய்விட்டன. எலும்பு முறிந்தவர்கள் எல்லாருக்கும் குணமாகிவிட்டது.

எல்லாருக்கும் ஆரோக்கியம் திரும்பக் கிடைத்து உற்சாகமாய் எம்பிக் குதிக்கிறார்கள். உடனே ஹனுமார் அந்த மலையைத் திரும்பக் கையில் எடுத்துக்கொண்டு, ஆகாயத்தில் கிளம்பி, இமயமலைக்குப் பறந்து போய்,

மலையை அது முன்னால் இருந்த இடத்திலேயே வைத்துவிட்டுத் திரும்பி வருகிறார்.

இப்படியாக செத்துப்போனவர்கள் பிழைத்து வந்ததோடல்லாமல், முன்னைவிடவும் அதிக சக்தியுடன் துள்ளிக்குதிக்கிற வானரர்களைப் பார்த்து சுக்ரீவன் கட்டளை இடுகிறான்.

"நாம் பொறுத்திருந்தது போதும்; இனி நாம் கோட்டைக் கதவுகளை உடைத்துக்கொண்டு இலங்கை நகருக்குள்ளே புகுந்து போவோம்; கும்பகர்ணனும் போய்விட்டான்; ராவணனுடைய நான்கு பிள்ளைகளும் ஒழிந்தாயிற்று. இப்போது நகரத்தின் காவல் முன்பு இருந்த அளவுக்கு பலமாய் இருக்காது. நம்மில் அதி பலசாலிகளான வானரர்கள் கையில் தீப்பந்தங்களைக் கொளுத்தி எடுத்துக்கொண்டு, இரவு வர ஆரம்பித்ததும் இலங்கை நகருக்குள்ளே நுழையுங்கள்; நாலா பக்கத்திலிருந்தும் இந்தத் தாக்குதல் நடக்கட்டும்; அந்த நகரத்தைத் தீவைத்துக் கொளுத்துங்கள்! " என்று சொன்னான்.

அவன் சொன்னபடியே, வானரர்கள் படு உற்சாகமாக் கிளம்பினார்கள். கோட்டை வாசல்களில் காவல் இருந்த ராட்சசர்கள் இப்படி ஒரு பயங்கரத் தாக்குதலை எதிர்பார்க்கவே இல்லை. மிரண்டு நாலா பக்கமும் சிதறி ஓடுகிறார்கள். எதிர்த்த ராட்சசர்களை வழக்கம்போல வானரர்கள், பாறைகளாலும், மரங்களாலும் தாக்கி விரட்டுகிறார்கள்; நகருக்குள்ளே புகுந்து வீதி வீதியாகப் போய் இலங்கை நகரில் இருந்த பெரிய பெரிய மாளிகைகளையும், வீடுகளையும் தீ வைத்துக் கொளுத்துகிறார்கள்.

எதிர்பாராத இந்தத் தாக்குதலால் வீடுகளில் இருந்த ராட்சசர்கள், பெண்டாட்டி பிள்ளைக் குட்டிகளோடு பயத்தில் கூச்சல் போட்டவாறே வெளியே ஓடுகிறார்கள்.

ஆடம்பரமும், செல்வச் செழிப்பும், பொன்னும் வெள்ளியும், நவரத்தினங்களும், பட்டாடைகளும், தேக்கு, சந்தனமரங்களால் ஆன மரச்சாமன்களும், படுக்கைகளும், ஆசனங்களும், ரத்தினக் கம்பளங்களும், எல்லாம் நிறைந்த வீடுகள் பயங்கரமாகப் பற்றி எரிந்தன. சூட்டில் தங்கமும் வெள்ளியும் உருகி ஓடின. யானைகளும், குதிரைகளும்

கட்டியிருந்த கொட்டில்கள் எல்லாம் பற்றி எரிந்து, அந்த மிருகங்களெல்லாம் கருகிச் சாக ஆரம்பித்தன. எங்கே பார்த்தாலும் தேர்களும் ரதங்களும், வண்டிகளும், போர் ஆயுதங்களும் பற்றி எரிந்தன.

ஒரு பெரிய மலையில் காட்டுத் தீ பற்றி எரிவது போல, எங்கே பார்த்தாலும் பல அடுக்குகள் கொண்ட மாட மாளிகைகளெல்லாம் பற்றி எரிந்து சாம்பலாயின. ராட்சச ஜனங்களெல்லாம் பதறி அடித்துக்கொண்டு பயத்தில் அங்கேயும் இங்கேயும் ஓடுகிறார்கள்.

ராமரோ, தான் இருந்த இடத்திலிருந்தே சக்தி வாய்ந்த அம்புகளை விட்டு, இலங்கையின் கோட்டை வாசற்கதவுகளையெல்லாம் அடித்து நொறுக்குகிறார். இலங்கையில் தென்பட்ட உயரமான பல அடுக்கு மாளிகைகளையும் அம்பைவிட்டு அடித்தே தூள் தூளாக்குகிறார்.

இப்படியாக இலங்கைக்குத் தீமூட்டி பெரும் சேதத்தை உண்டாக்கிய வானரர்கள் வெற்றியுடன் திரும்பி வருகிறார்கள். சுக்ரீவன் எல்லா வானர வீரர்களையும் பார்த்து, "நாம் உண்டாக்கிய இந்த சேதத்தால் ராவணன் வெறி வந்து, பெரிய வீரர்களை அனுப்பி நம்மைத் திரும்பத் தாக்க ஆரம்பிப்பான்; அதனால் நீங்கள் எல்லாரும் திரும்ப கோட்டை வாயில்களில் அணி திரண்டு, அடுத்து வரும் பெரிய போருக்குத் தயாராய் நில்லுங்கள்" என்று கட்டளை இட்டான்.

அங்கே இலங்கை நகரமே பற்றி எரிவதைப் பார்த்து ராவணனுக்கு வயிறு எரிந்தது.

அவன் உடனே கும்பகர்ணனுடைய இரண்டு பிள்ளைகளான கும்பன், நிகும்பனைக் கூப்பிட்டு அவர்களுடன் யுபாக்ஷன், சோணிதாட்சன் போன்ற பலவான்களான ராட்சசர்களைத் துணைக்குச் சேர்த்து, "நீங்கள் எல்லாருமாய் போய், எதிரிகளைத் தாக்கிக் கொன்று போட்டுவிட்டுத் திரும்பி வாருங்கள்; சீக்கிரம், சீக்கிரம்" என்று சொல்லி விரட்டினான்.

குழந்தைகளே! அப்படிப் போர் செய்யப் போன கும்பன், நிகும்பனும் உயிரோடு திரும்பியிருக்க மாட்டார்கள் என்று

நீங்களே ஊகித்திருப்பீர்களே? அது சரிதான். என்ன இருந்தாலும் கும்பகர்ணனுடைய பிள்ளைகளாயிற்றே? அவர்களை போரிட்டு ஜெயிப்பது எளிதாய் இல்லை; பயங்கரமாய் நடந்த போரின் முடிவில்தான் சுக்ரீவன் கும்பனையும், ஹனுமார் நிகும்பனையும் வதம் செய்தார்கள்.

இப்போது ராவணனுக்கு திரும்பவும் இந்திரஜித்தைத் தவிர, எதிரிகளை ஒழிக்க திறமைசாலியான வேறு ஆள் எவனும் கிடையாது என்று தெளிவாகிவிட்டது. இந்திரஜித்தைக் கூப்பிட்டு அனுப்பினான்.

-=()=-

அத்தியாயம் 74 (6.13)
ஹனுமார் கொணர்ந்த மூலிகை மலை

அத்தியாயம் 75 (6.14)

இந்திரஜித் வதம்

"மகனே இந்திரஜித், இந்திரனையே ஜெயித்த உனக்கு கேவலம் மானிடர்களான இந்த ராம லக்ஷ்மணர்களை ஜெயிப்பது பெரிய காரியமா என்ன? நீ திரும்பவும் போர்க்களத்துக்குப் போ, கண்ணுக்குத் தெரிந்தோ, தெரியாமல் மறைந்து நின்றோ, போர் செய்து அந்த ராம லக்ஷ்மணர்களைக் கொன்று போட்டுவிட்டு வெற்றியுடன் திரும்பி வா" என்றான் ராவணன்.

இந்திரஜித்தும் இந்த முறையும் போன தடவை மாதிரியே, பெரிய யாக குண்டத்தில் தீ மூட்டி, மந்திரங்களெல்லாம் சொல்லி, ஒரு ஆட்டையும் பலி கொடுத்து, தனது சக்தியைப் பல மடங்கு அதிகப் படுத்திக்கொண்டு போர்க்களத்துக்குப் போனான்.

அவன் நேரே ராம லக்ஷ்மணர்கள் இருந்த இடத்துக்குத் தன் தேரில் போய், சரம் சரமாய் அம்புகளை விட்டுத் தாக்க ஆரம்பித்தான். ராம லக்ஷ்மணர்களும் சக்திவாய்ந்த அம்புகளை விட்டு எதிர்த்தாக்குதல் செய்தார்கள். உடனே இந்திரஜித் தன் மாய சக்தியினால் அங்கே கருத்த பனி மூட்டம் போல சுற்றிலும் இருட்டை உண்டாக்கினான்; தான் கண்ணுக்குத் தெரியாதமாதிரி தேரில் இருந்துகொண்டு, தேரை அதிவேகமாக இங்கேயும் அங்கேயுமாய் இடம் மாற்றி மாற்றி ஓட்டவைத்து, ராம லக்ஷ்மணர்களை எல்லாப் பக்கங்களிலிருந்தும் தாக்கினான். அவன் தேர் உருண்டோடும் சத்தம் கூட வெளியில் கேட்காத மாதிரி செய்து கொண்டான்.

இருந்தாலும் ராம லக்ஷ்மணர்கள் தொடர்ந்து எல்லாத் திசைகளிலும் அம்புகளை விட்டு, அவனிடமிருந்து வரும் அம்புகளைத் தடுத்தார்கள். அவர்களுக்கும் காயம் பட்டு ரத்தம் வழிகிறது; இந்திரஜித் மீது அவர்கள் விட்ட அம்புகள் பட்டு அவன் உடம்பிலும் ரத்தம் வழிகிறது.

அத்தியாயம் 75 (6.14)
இந்திரஜித் வதம்

போர் தொடர்ந்து நடக்கிறது. இந்திரஜித் நூற்றுக்கணக்கான வானரர்களையும் மறைந்து நின்று தாக்கிக் கொன்று போட்டுக் கொண்டே இருக்கிறான்.

ஒரு நிலையில், லக்ஷ்மணனுக்குப் பொறுமையே போய், "அண்ணா, நான் இப்போதே பிரம்மாஸ்திரத்தை எடுத்து எய்து, இந்த ராட்சசர்கள் இனத்தையே அழித்துவிடுகிறேன்"என்றான்.

"வேண்டாம் தம்பி, வேண்டாம். இந்த ஒரு ராட்சசன் இந்திரஜித்தை ஒழிப்பதற்காக ராட்சச இனத்தையே வேரறுப்பது பாவம். கொஞ்சம் பொறுமையாய் இரு. நம்மிடம் இருக்கிற மற்ற தெய்வீக அஸ்திரங்களை வைத்தே இவனை எப்படி அழிப்பது என்று பார்க்கவேண்டும்" என்கிறார் ராமர்.

ராமருடைய எண்ணத்தை எப்படியோ தெரிந்துகொண்ட இந்திரஜித் உடனே நகருக்குத் திரும்பப் போனான். அவன் திரும்ப போர்க்களத்துக்கு வந்தபோது அவன் தேரில் அவன் கூட யார் இருந்தது தெரியுமா?

சீதை!

என்னது? அவன் போய் சீதையை போர்க்களத்துக்கு இழுத்துக்கொண்டு வந்துவிட்டானா என்று நினைத்தீர்களா? அதுதான் இல்லை.

அவன் தன் மாய சக்தியை உபயோகித்து சீதை மாதிரியே அச்சு அசலாய் உயிரோடு இருக்கிற மாதிரியான ஒரு மாய பிம்பத்தை உருவாக்கி அதைத் தன் தேரில் உட்கார்த்தி வைத்துக்கொண்டு வந்திருக்கிறான்!

அதை முதன் முதலில் பார்த்து திடுக்கிட்டுப் போனவர் ஹனுமார்தான். ஒற்றைத் துணியை ஆடை அணிந்துகொண்டு, தலைவிரி கோலத்தில் சோகமாய் அழுதுகொண்டிருக்கிற உருவத்தைப் பார்த்ததும் அவர் அது சீதைதான் என்றே முழுவதுமாய் நம்பிவிட்டார்.

"டேய், என்ன காரியம் செய்திருக்கிறாய் நீ?" என்று இந்திரஜித்தைப் பார்த்துக் கூவினார் ஹனுமார்.

"பார்த்தால் தெரியவில்லை? உங்கள் சீதையை நான் இப்போது உங்கள் கண் முன்னாலேயே வெட்டிக் கொல்லப் போகிறேன். உங்கள் ராம லக்ஷ்மணர்கள் என்ன

செய்துவிடுவார்கள் என்று பார்த்துவிடுவோம். ஹ ஹ் ஹா" என்று சிரித்தான் இந்திரஜித்.

"மகா பாவி, நீ மட்டும் அப்படி ஏதாவது செய்தாய் என்றால் உனக்கு மட்டுமில்லை, உன் குலத்துக்கே அழிவு நிச்சயம்!" என்று கூவினார் ஹனுமார்.

ஆனால், இந்திரஜித் பெரிதாய்ச் சிரித்துக்கொண்டே, அந்த மாய சீதையின் தலை முடியைப் பிடித்துத் தூக்கினான்; பயந்து அலறிக்கொண்டிருக்கும் அந்த சீதையை தன் வாளால் இரண்டாக வெட்டிப் போட்டுவிட்டான்.

"ஹஹஹஹஹ... சீதையின் கதையை முடித்தாயிற்று; ராம லக்ஷ்மணர்கள் எதற்காக இங்கே படை திரட்டிப் போருக்கு வந்தார்களோ, அந்தத் தேவையே இப்போது இல்லாது போய்விட்டது. இனி அவர்கள் உயிரோடு இருந்து எதைச் சாதிக்கப் போகிறார்கள்? இனி ராம லக்ஷ்மணர்களின் கதையையும், சுக்ரீவன், விபீஷணன் கதையையும் நானே முடிப்பேன்!" என்று கூக்குரல் இட்டான் இந்திரஜித்.

அதைப் பார்த்த ஹனுமாருக்கும், மற்ற வானரர்களுக்கும் தாங்க முடியாத அதிர்ச்சி! வானரர்கள் பயந்து அலறிகொண்டு போர்க்களத்தை விட்டு ஓடுகிறார்கள்.

கோபத்திலும் சோகத்திலும் கொதித்த ஹனுமார், வானரர்களுக்கு தைரியம் சொல்லி, எல்லாரையும் ஒன்று திரட்டி, கற்களையும் மரங்களையும் ஆயுதமாக வைத்துக்கொண்டு இந்திரஜித்துக்கு எதிராய், பயங்கரமாய்ப் போர் செய்கிறார்.

ஆனாலும் என்ன? அவருக்கும் கொஞ்ச நேரத்தில் ஒரு மனச்சோர்வு வந்துவிட்டது. "வானரர்களே, நாம் போரை நிறுத்திட்டுத் திரும்பப் போய்விடுவோம். சீதையே போன பின்னால் நாம் இனியும் போரிட்டு எதை சாதிக்கப் போறோம்? போய், ராமரிடம் நடந்த விஷயத்தை சொல்லுவோம்; அவர் மேற்கொண்டு என்ன உத்தரவு தருகிறாரோ அதன்படி நாம் செய்யலாம்" என்று போரை நிறுத்திவிட்டு, ராமர் இருக்கிற இடத்துக்குத் திரும்பிப் போகிறார்.

இந்திரஜித்தும் உடனே போரை நிறுத்திவிட்டான். அவனுக்கு அடுத்தபடி ராம லக்ஷ்மணர்களை வென்று

அழிக்கவேண்டும். அதற்கு தனக்கு இன்னும் அதிக சக்தியைத் திரட்டிக்கொள்ளவேண்டும். அதனால் அவன் நிகும்பிலா தேவி என்கிற ஒரு தேவதையைத் திருப்திப்படுத்த ஒரு யாகம் செய்வதற்காக அவளுடைய கோவிலுக்குப் போகிறான்.

அங்கே போய், யாக குண்டத்தில் தீ மூட்டி, நிகும்பிலா தேவிக்கான பல மந்திரங்களை ஓதி, ஓமத் தீயில் ஏராளமாக மாமிசமும், ரத்தமும் சொரிந்து யாகம் செய்ய ஆரம்பிக்கிறான்.

போர்க்களத்தில் ஹனுமார் அவசர அவசரமாய் ராமர் இருக்கிற இடத்துக்கு ஓடுகிறார்.

ராமருக்கும் லக்ஷ்மணனுக்கும், தொலைவில், போர் நடந்த இடத்தில் வானரர்கள் கூக்குரல் இடுவது காதில் விழுந்தது. "அங்கே ஹனுமார் வானரப்படைகளோடு இந்திரஜித்தை எதிர்த்து போர் செய்து கொண்டிருக்கிறார். அங்கே ஏதோ பிரச்சனை இருக்குமோ என்று தோன்றுகிறது. ஜாம்பவான்! நீங்கள் ஒன்று செய்யுங்கள். உங்களுடைய கரடிப் படை ஒன்றைத் திரட்டிக்கொண்டு ஹனுமாருக்கு உதவியாகப் போர் செய்யப் போங்கள்" என்று சொன்னார் ராமர்.

அப்படியே ஜாம்பவானும் தம் படைகளோடு கிளம்பிப் போகும் வழியில், ஹனுமார் படைகளோடு திரும்பி வருவதைப் பார்க்கிறார். ஹனுமார் நடந்ததை சொல்லி, தன்கூடவே ஜாம்பவானையும் படைகளையும் திரும்பக் கூட்டிக்கொண்டு ராமரிடம் வருகிறார்.

"ராமா! அங்கே நடந்த பயங்கரத்தை எப்படி என் வாயால் சொல்லுவேன்?" என்று ஆரம்பித்து சீதையைத் தன் கண் முன்னாலேயே இந்திரஜித் வெட்டிப் போட்டதை சொல்ல, அதைக் கேட்டு ராமர் மயக்கமே போட்டு விழுந்துவிடுகிறார்.

எல்லாருமாய் அவரை சூழ்ந்துகொண்டு, முகத்தில் தண்ணீர் தெளித்து எழுப்புகிறார்கள். லக்ஷ்மணன் சோகத்தோடும் கோபத்தோடும், "அண்ணா! நீங்கள் போற்றிப் பாதுகாத்து வந்த தர்மம் உங்களைக் காப்பாற்றவில்லையே? உங்களை மாதிரி ஒழுக்கமும் கட்டுப்பாடும் கொண்டவர்களுக்கு உதவாத தர்மத்தால் என்ன பயன்? அதர்மத்தையே வாழ்க்கையாக் கொண்ட ராவணனுக்கு

நரகமில்லையா வாய்த்திருக்கவேண்டும்? அப்படி எதுவுமே நடக்கவில்லையே? எனக்கு இப்போது என்ன தோன்றுகிறதென்றால், தர்மத்தைக் கடைப்பிடித்தால் துன்பமும், அதர்மத்தை கடைப்பிடித்தால் நல்லதும்தான் நடக்கும் போலிருக்கிறது. ராமா! எனக்கு ஒரே குழப்பமாய் இருக்கிறது. தர்மம் என்பதே அர்த்தமில்லாதது என்று தோன்றுகிறது..." என்று பலவற்றையும் சொல்லிப் புலம்புகிறான்.

பிறகு, "ராமா! எது எப்படியோ போகட்டும். நீ முதலில் கம்பீரமாய் எழுந்து நில். நான் ஒரு தீர்மானம் எடுத்துவிட்டேன். சீதையைக் கொன்று போட்ட அந்த இந்திரஜித்தையும், அவன் அப்பன் ராவணனையும், இந்த இலங்கை நகரையும், அதன் மொத்தப் படைகளையும் நான் அழிப்பேன்..."என்று சபதம் செய்தான்.

அந்த சமயம், விபீஷணன் அங்கே வந்து சேர்ந்தான். ராமர் பாதி மயக்கத்தில் லக்ஷ்மணன் மடியில் சாய்ந்திருப்பதையும், லக்ஷ்மணன் கண்ணீரோடு படபடப்பாகப் பேசிக்கொண்டிருப்பதையும் பார்த்து, "என்ன ஆயிற்று இங்கே?" என்று கேட்கிறான்.

ஹனுமார் தான் கண்டதை சொன்னதும், விபீஷணன், "ராமா! இப்படி நிஜத்தில் நடக்க சாத்தியமே இல்லை; ராவணன் அவ்வளவு எளிதாய் சீதையைக் கொன்று போட ஒரு நாளும் சம்மதிக்க மாட்டான். தலைகீழாய் நின்றாலும் சீதை தன் ஆசைக்கு இணங்கமாட்டாள் என்று அவனுக்குத் தெரிந்தாலும், அவனால் அவளைக் கொல்ல சம்மதம் தர முடியாது. எனக்கு இந்திரஜித்தையும் தெரியும், அவனுடைய கோணல் புத்தியையும் தெரியும். இது நிச்சயமாய் அவன் செய்து காட்டிய ஒரு மாய வித்தைதான். அவன் உங்களைப் பலவீனப் படுத்தி, போரில் ஜெயிப்பதற்காக எத்தனை கேவலமான காரியத்தையும் செய்வான்.

"இப்போது நான் ஒரு முக்கியமான தகவலை சொல்லப்போகிறேன். இந்திரஜித் உங்களை போரில் வெல்வதற்காக நிகும்பிலா தேவிக்கு ஒரு யாகம் செய்யப் போயிருக்கிறான். அந்த யாகம் இன்னும் முடியவில்லை. அதை நாம் எப்படியாவது தடுத்தாகவேண்டும்.

இல்லையென்றால் அவனை ஜெயிப்பது அனேகமாக முடியாத காரியமாகிவிடும். ஆக, உடனே நாம் படையைத் திரட்டிக்கொண்டு அவன் இருக்கிற இடத்துக்குப் போயாகவேண்டும். ராமா! வீணாய் இப்படி சோகத்தில் ஆழ்ந்து போகாதீர்கள். பாருங்கள், நீங்கள் தளர்ந்து போனதைப் பார்த்து வானர சேனையே தளர்ந்து போய்விடுகிறது.

"நீங்கள் இங்கேயே இருங்கள். எங்கள் கூட லக்ஷ்மணனை அனுப்புங்கள். நாங்கள் உடனே அங்கே கிளம்பிப் போகிறோம்" என்று சொல்லி முடித்தான் விபீஷணன்.

ராமரும் சுதாரித்துக்கொண்டு எழுந்தார். லக்ஷ்மணனுக்கு அனுமதி கொடுத்தார். லக்ஷ்மணனும் அவர் காலைத் தொட்டுக் கும்பிட்டுவிட்டு, ஹனுமார், விபீஷணன், ஜாம்பவான் எல்லாரும் கூட வர, பெரிய வானரப்படையோடு இந்திரஜித் யாகம் செய்துக்கொண்டிருந்த இடத்துக்குப் போனான்.

விபீஷணன், "லக்ஷ்மணா, பாருங்கள், ஒரு பெரிய ராட்சசர் படை இந்திரஜித்தின் யாகத்துக்குக் காவலாய் நிக்கிறது. நம் வானரப் படைகள் அவர்களோடு போர் புரியட்டும். நானும் ஹனுமாரும் உங்கள் கூடவே வருகிறோம். நீங்கள் எப்படியாவது அவன் யாகத்தை முடிக்கவிடாமல் தடுக்கவேண்டும். அவனை நேருக்கு நேர் போர் செய்யக் கூப்பிடவேண்டும்" என்று சொன்னான்.

பெரிய வானரப்படை போருக்கு வந்ததைக் கவனித்த ராட்சசர்கள் அதைத் தடுக்கப் பார்த்தார்கள். உடனே அங்கே பெரிய போர் நடக்க ஆரம்பித்தது. இடையில் புகுந்து லக்ஷ்மணரும் மற்றவர்களும் முன்னேறிப் போனார்கள்.

பாதி யாகம் செய்துக்கொண்டிருக்கிறபோது இப்படி ஒரே கலவரமாய் ஆனதும் இந்திரஜித்தால் யாகத்தைத் தொடர முடியவில்லை. அவன் எழுந்து போருக்குத் தயாராய், தனது ரதத்தில் ஏறி வில்லம்புகளை கையில் எடுத்துக்கொண்டான்.

எல்லாருக்கும் முன்னால் ஹனுமார் தன்னை தாக்க வருவதை கவனித்த இந்திரஜித், அவர் மேல் எதிர்த்தாக்குதல் ஆரம்பித்தான். அப்போது, லக்ஷ்மணன், "ஏ இந்திரஜித், உன்னுடன் நேருக்கு நேர் போர் செய்ய இப்போது

லக்ஷ்மணனாகிய நானே வந்துட்டேன். உன் உயிரைப் பறிக்காமல் நான் போகமாட்டேன். துணிச்சல் இருந்தால் என் கூட நேரே போர் செய்" என்று சவால் விட்டார்.

இந்திரஜித் லக்ஷ்மணனைப் பார்த்தான். அவன் பக்கத்தில் விபீஷணன் துணைக்கு நிற்பதையும் பார்த்தான். "ஓ, ராட்சச குலத் துரோகியான என் சித்தப்பா விபீஷணனா? லக்ஷ்மணனுக்குத் துணையாய் வந்து உங்கள் மகனுக்கு சமானமான என்னைக் கொல்லும் நோக்கத்தில் நீங்களும் வந்திருக்கிறீர்களா? உங்களுக்கு வெட்கமாக இல்லை? சொந்த அண்ணனுக்கு துரோகம் செய்துவிட்டு, எதிரியிடம் சரணடைய கூச்சமாக இல்லை?" என்று வார்த்தைகளால் அவன் விபீஷணனை சாடினான்.

விபீஷணனும் வாயை மூடிக்கொண்டு இல்லை, "ஏ முட்டாளே, நீ வாய்க்கு வந்ததைப் பேசாதே. உன் அப்பனுக்கு நான் எவ்வளவோ நல்ல புத்தி சொல்லியும் அவன் கேட்கவில்லை. இப்போது எந்த நிலைமைக்கு அவன் வந்து சேர்ந்திருக்கிறான் பார். நான் ராட்சசனாகப் பிறந்திருந்தாலும் எனக்கு ராட்சச புத்தி இல்லை. எனக்கு தர்மம் தான் பெரிது. எனக்கு போரிலெல்லாம் எந்த ஆசையும் இல்லை. நீ என்ன வேண்டுமானாலும் சொல்லிக்கொள். ஆனால் இன்று உன் கதை முடிந்தது" என்று சொல்லிவிட்டு, "லக்ஷ்மணா, உன் கை வரிசையை இப்போது இந்த மூடனிடம் காட்டு!" என்று சொன்னான்.

ஹனுமார், லக்ஷ்மணனைத் தன் தோள் மேல் தூக்கிக்கொண்ட ார்

அவ்வளவுதான். லக்ஷ்மணனுக்கும் இந்திரஜித்துக்கும் நடுவில் பயங்கரமாக விற்போர் ஆரம்பித்தது.

பல்வேறு அஸ்திரங்களை விட்டு ஒருவரை ஒருவர் தாக்கினார்கள். ஒருவர் விட்ட அஸ்திரங்களை தங்களது அஸ்திரங்களால் வழியிலேயே தாக்கி அழித்தார்கள். இரண்டு பேர் விட்ட அம்புகளும் மற்றவர் உடம்பில் குத்திக் காயப் படுத்தின; இரண்டு பேர் உடம்புலிருந்தும் ரத்தம் வழிந்தது.

அத்தியாயம் 75 (6.14)
இந்திரஜித் வதம்

இப்படி இரண்டு பேருக்கும் நடுவில் யுத்தம் நடந்து கொண்டிருந்தப்போது, விபீஷணனும் போர்க்களத்தில் குதித்து, வானரர்களை உற்சாகப் படுத்தி, தானும் ஆயுதம் எடுத்துப் போர் செய்து ஏராளமான ராட்சசர்களைக் கொன்று குவிக்க ஆரம்பித்தான்.

லக்ஷ்மணனும் இந்திரஜித்தும் விடாமல், சலிக்காமல், தளர்ச்சியடையாமல் வெகு நேரம் சண்டை போட்டார்கள். லக்ஷ்மணன் இந்திரஜித்தின் தேரை தாக்கி உடைத்து அவன் தேரோட்டியையும் கொன்று போட்டான். வானரர்கள், தேர்க் குதிரைகளைக் கொன்று போட்டார்கள்.

இந்திரஜித் தற்காலிகமாய் போரை நிறுத்திவிட்டு, நகருக்குள்ளே போய், வேறு ஒரு ரதத்தை எடுத்துக்கொண்டு வந்தான். பழையபடியும் போர் பயங்கரமாய் நடந்தது. வாயு அஸ்திரம், அக்னி அஸ்திரம் மாதிரியான சக்திவாய்ந்த அஸ்திரங்களை விட்டு ஒருவரை ஒருவர் தாக்கினார்கள். கொஞ்சம் கொஞ்சமாக போரில் இந்திரஜித் தளர ஆரம்பிப்பது தெரிந்தது. பழையபடியும் அவனுடைய தேரை அடித்து நொறுக்கிய லக்ஷ்மணர், கடைசியாய், தன்னிடம் இருந்த பலம் வாய்ந்த இந்திர அஸ்திரத்தை எடுத்து, "தசரத புத்திரர் ராமர் தர்மவான் என்பது உண்மையானால், இந்த அஸ்திரம் இந்திரஜித் கதையை முடிக்கட்டும்" என்று பிரார்த்தனை செய்துகொண்டு அந்த அஸ்திரத்தை விட்டார்... பாருங்கள்.

அவ்வளவுதான். அது மின்னல் வேகத்தில் பாய்ந்து, இந்திரஜித்தின் கழுத்தை வெட்டி அவனைக் கொன்று போட்டுவிட்டது!

இந்த மாபெரும் வெற்றியைப் பார்த்து வானரர்கள் உற்சாகக் குரல் எழுப்பினார்கள். ஆகாயத்திலிருந்து இந்த பயங்கர யுத்தத்தை வேடிக்கை பார்க்க வந்த கந்தர்வர்களும் தேவர்களும், சந்தோஷத்தில் கூவினார்கள்; சங்குகளையும் கொம்புகளையும் எடுத்து ஊதினார்கள்; ஆகாயத்திலிருந்து மலர் மாரி பொழிந்தார்கள்.

இந்திரஜித் செத்து விழுந்ததைப் பார்த்ததும், ராட்சசர்கள் எல்லாரும் பயந்து ஆயுதங்களைக் கீழே போட்டுவிட்டு, போர்க்களத்தை விட்டு இலங்கை நகரைப் பார்க்க எடுத்தார்கள்... ஓட்டம்!

விபீஷணனும் மற்ற எல்லா வானரத் தலைவர்களும் லக்ஷ்மணனைச் சூழ்ந்துகொண்டு அவனைப் பாராட்டினார்கள். "லக்ஷ்மணனுக்கு ஜே!" என்று வாழ்த்தினார்கள்.

இப்படியாக மாபெரும் வெற்றி பெற்ற அவர்கள், ராமர் இருக்கிற இடத்துக்கு மகிழ்ச்சியாய்த் திரும்பிப் போனார்கள்.

வெற்றிச்செய்தியைக் கேட்ட ராமர், லக்ஷ்மணனை அணைத்துக்கொண்டு, அவன் தலைலயில் முத்தம் கொடுத்துப் பாராட்டுகிறார்.

"தம்பி, மூன்று நாள் ராத்திரி பகலாய் நடந்த இந்த பயங்கரப் போரில், இந்திரஜித் கதையை நீ முடித்துவிட்டாய்! இது சாமானிய வெற்றி இல்லை. என் தம்பிக்கு நிகரான வீரன் யாருமில்லை என்று நீ நிரூபித்துவிட்டாய். இந்த மாபெரும் வெற்றி, அடுத்து ராவணன் சாகப்போவதற்கு ஒரு முன்னோடிதான். சரி! நீ மிகவும் காயப் பட்டிருக்கிறாய். போய் மருந்தெல்லாம் போட்டு உன்னைக் குணப்படுத்திக்கொண்டு, நாளைய போருக்கு பழைய தெம்போடு திரும்பிவா!" என்று சொல்லி லக்ஷ்மணனை அனுப்பிவைத்தார் ராமர்.

-=()=-

அத்தியாயம் 75 (6.14)
இந்திரஜித் வதம்

அத்தியாயம் 76 (6.15)

ராவணன் போருக்குச் செல்கிறான்

இந்திரஜித்தை லக்ஷ்மணன் போரில் கொன்று போட்ட சேதி ராவணனுக்கு வந்து சேர்ந்ததும் அவன் அதிர்ச்சியில் மயக்கம் போட்டு விழுந்துவிட்டான். அளவிட முடியாத பராக்கிரமசாலியான தனது பிள்ளையைப் போரில் ஒரு மானுடனான லக்ஷ்மணன் கொன்று போட்டதை ராவணனால் நம்பக்கூட முடியவில்லை.

மயக்கம் தெளிந்து எழுந்ததும், அவன், பிள்ளையை இழந்த சோகத்தில் என்னன்னவோ சொல்லிப் புலம்பி அழுதான்.

அவனுடைய சோகமெல்லாம் கொஞ்சம் கொஞ்சமாக மாறி, பயங்கரக் கோபமாய் உருமாறிற்று. அவன் கண்கள் சிவந்தன. எரிமலை புகைவது போல அவன் மூச்சுவிட்டான். பற்களை நறநறவென்று என்று கடித்தான். அவன் கோபமும் வெறுப்பும் ஒன்றாய் சேர்ந்து, "என்னுடைய இந்த மாபெரும் இழப்புக்குக் காரணம் அந்தச் சீதை தானே? அவளுடைய மாயா ரூபத்தை இந்திரஜித் வெட்டிப் போட்ட மாதிரி, நான் இப்போது அவளுடைய நிஜ உடம்பையே இரண்டாக வெட்டிப் போடுவேன்!" என்று கூவிவிட்டு, அவன் தனது வாளை உருவிக் கையில் எடுத்துக்கொண்டு புயல் மாதிரி கிளம்பி நேரே அசோகவனத்தை நோக்கிப் போனான்.

அவனுடைய மந்திரிகளும் தளபதிகளும் அவன் கூடவே ஓடினார்கள்.

ராவணன் பயங்கர கோபத்தோடு வருவதை சீதை பார்த்துவிட்டாள். அவளுக்குத் தெரிந்து போயிற்று. என்னவோ விபரீதம் நடக்கப் போகிறது என்று. அவள் உடம்பெல்லாம்

நடுங்குகிறது. 'ஒருவேளை போரில் ஏற்கனவே ராம லக்ஷ்மணர்களை இவன் கொன்று போட்டுவிட்டு, இப்போது என்னை அடைவதற்காக வருகிறானோ? இல்லை என்னைக் கொன்று போடத்தான் வருகிறானோ?'

'ஹனுமார் அன்று என்னை வந்து சந்தித்தப்போது, தானே என்னை முதுகில் சுமந்துகொண்டுப் போய் ராமனிடம் சேர்த்துவிடுகிறேன் என்று சொன்னாரே? நான் ஒப்புக்கொள்ளாமல் எத்தனை பெரிய மடத்தனத்தைச் செய்துவிட்டேன்? அப்படிப் போயிருந்தால், நான் ராமரோடு வனத்தில் மகிழ்ச்சியாய் காலம் கழித்துக் கொண்டிருந்திருப்பேன்; இப்போது ராமர் இவ்வளவு கஷ்டப்பட்டு, இங்கே வந்து சேர்ந்து, போரும் செய்து, கடைசியில் எல்லாருமாய் அழிந்து போவதுதான் விதியா?" என்று இன்னும் ஏதேதோ பலவற்றையும் சொல்லி சீதை புலம்பி அழ ஆரம்பித்துவிட்டாள்.

ராவணன் கூடவே நடந்துவந்த சுபர்ஷ்வன் என்கிற தர்மம் அறிந்த நேர்மையான ஒரு மந்திரி, மற்ற மந்திரிகள் அவனைத் தடுத்தும் கேளாமல், தைரியமாய் ராவணனிடம் வந்து,

"மன்னா! தர்மம் அறிந்த நீங்கள், இந்த அளவுக்கு கோபத்துக்கு அடிமைப் பட்டு, சீதையைக் கொல்வதற்காக வருவது சரிதானா? ஒரு பெண்ணான சீதையைக் கொல்வதனால் நீங்கள் அடையப் போவது என்ன? அதற்கு பதிலாய் நீங்கள் உங்கள் கோபத்தை ராமன் மேல் காட்டவேண்டும். நாங்கள் எல்லாரும் உங்களுக்குத் துணை வருகிறோம். நாளை நல்ல நாள். நாமெல்லாம் சேர்ந்து போய் போர் செய்வோம். ராமரை நீங்கள் போரில் கொன்று அழித்துவிட்டால், இந்தப் பேரழகி சீதை உங்களுக்கு சொந்தமாகிவிடுவாளே? இவளைக் கொல்வதால் உங்களுக்கு ஒரு லாபமும் இல்லையே?"

ஏதோ நல்ல காலம், அவன் சொன்ன அறிவுரை ராவணன் காதில் ஏறிவிட்டது. ராவணன் சரி என்று ஒப்புக்கொண்டு தன் அரண்மனைக்குத் திரும்பி வருகிறான். உடனே ராஜ சபையைக் கூட்டுகிறான்.

வந்து சேர்ந்த படைத்தலைவர்களைப் பார்த்து ராவணன், "நம் யானைப்படை, குதிரைப் படை, தேர்ப்படை, காலாட்படை எல்லாவற்றையும் திரட்டிக்கொண்டு போர்க்களத்துக்குப் போய் அந்த ராமனை நாலா திசையிலும் சூழ்ந்து, அவனை அசையவிடாமல் செய்து அவனைக் கொன்று போட்டு வெற்றியுடன் திரும்பி வாருங்கள்" என்று கட்டளை இடுகிறான்.

அதன் படியே அந்த ராட்சசர்கள் படையைத் திரட்டிக்கொண்டுப் போய், ராமரை நாலா திசையிலிருந்தும் தாக்க ஆரம்பிக்கிறார்கள். வானரர்கள் அவர்களைத் தடுத்துப் போர் செய்யப் பார்க்கிறார்கள்.

அன்றுதான் ராமர் தான் யார், தனது வில் வித்தை எத்தனை சக்தி வாய்ந்தது, தனது பராக்கிரமம் எத்தனை பயங்கரமானது என்று எதிரி சேனைக்கு முழுதாகக் காட்டிக் கொடுக்கிறார். அவர் சரம் சரமாய் விட்ட அம்புகள் ஆகாயத்தையே இருட்டாக்குகிற அளவுக்கு எல்லாத் திசைகளிலும் பறந்து வந்து தாக்குகின்றன. கொத்து கொத்தாய் யானைகளும், குதிரைகளும் காலாட்படை வீரர்களும் செத்து விழுகிறார்கள். ராமர் விடும் அம்பு மழைக்கு நடுவில் அவர் எங்கே நிற்கிறார் என்றே ஓரோரு சமயம் கண்ணுக்குத் தெரியவில்லை. வேறு சில சமயங்களில், போர்க்களத்தில் அங்கேயும் இங்கேயுமாய் நூற்றுக்கணக்கான ராமர்கள் நின்றுக்கொண்டு எல்லாப் பக்கத்திலிருந்தும் அம்புவிட்டுத் தாக்குகிற மாதிரி தோன்றுகிறது.

அன்று ராமர் நடத்திய போர் இதுவரை ராட்சசர்கள் கண்டே இராத ஒரு பயங்கரப் போராய் இருந்தது. அவர் தன்னிடம் இருந்த பல்வேறு திவ்யாஸ்திரங்களையும் உபயோகித்துப் பேரழிவை உண்டாக்கினார். எமதேவனே அன்று ராமர் வடிவில் வந்து போர்க்களத்தில் துவம்சம் செய்த மாதிரி இருந்தது. செத்துப் போன யானைகள், குதிரைகள், ராட்சச வீரர்களுக்குக் கணக்கே இல்லை. ராமர் தூள் தூளாக்கிய ரதங்களுக்கும் கணக்கே இல்லை.

அன்று ஏற்பட்ட படு தோல்வி மாதிரியும், அழிவு மாதிரியும் இதற்கு முன்னால் போரில் ராட்சசர்களுக்கு நடக்கவே இல்லை என்று சொல்லலாம்.

அத்தியாயம் 76 (6.15)
ராவணன் போருக்குச் செல்கிறான்

உயிரோடு மிஞ்சியிருந்த ராட்சசர்கள் நகரை நோக்கித் 'தப்பித்தோம் பிழைத்தோம்' என்று ஓடுவதைத் தவிர வேறு வழியே இல்லை.

இலங்கை நகரமே அன்று சோகத்தில் மூழ்கிவிட்டது என்று சொல்லலாம். போரில் கணவன்மார்களை இழந்த பெண்களும், பெற்ற பிள்ளைகளை இழந்த தாய்மார்களும் கூட்டம் கூட்டமாக் கூடி ஒருவரை ஒருவர் தழுவிகொண்டு சோகத்தில் புலம்பி அழுகிறார்கள்.

"இன்று நாமெல்லாம் இந்த மோசமான கதிக்கு ஆளானதுக்கு யார் காரணம்? அரைக் கிழவியான அந்தப் பானை வயிற்றுக் கோர ராட்சசி சூர்பனகைதான் காரணம். பேரழகனும், தர்மவானும், மகா வீரனும், வயதில் இளமையும் கொண்ட ராமன் மேல் அவள் ஆசைப் படலாமோ? அவள் காரணமாத்தானே கர தூஷணர்களும் ஆயிரக்கணக்கான நம் ராட்சசர்களும் ராமர் கையால் வதை பட்டு சாகிற மாதிரி ஆயிற்று? அந்த ராட்சசி தூண்டிவிட்டதால்தானே, புத்தி கெட்டுப்போய் நம் ராஜா ராவணன் அடுத்தவர் மனைவியான சீதையைத் தூக்கிக்கொண்டு வந்தார்? அந்தப் பாவத்தை அவர் எப்போது செய்தாரோ அன்றிலிருந்து நம் நாட்டுக்குப் பிடித்தது அழிவு காலம். நல்லவரான விபீஷணர் எவ்வளவோ எடுத்து சொல்லியும் ராவணன் கேட்கவேயில்லையே? பாருங்கள், கடைசில் என்ன ஆயிற்று என்று? விபீஷணர் போய் ராமரிடம் தஞ்சம் புகுந்துவிட்டார்; அவருக்கு நல்ல காலம் பிறந்துவிட்டது. நமக்குத்தான் அழிவு காலம் ஆரம்பித்துவிட்டது.

"கும்பகர்ணனும், இந்திரஜித்தும் எப்பேற்பட்ட பராக்கிரமசாலிகள்? அவர்களையே ராம லக்ஷ்மணர்கள் கொன்று போட்டுவிட்ட பிறகாவது ராவணனுக்கு புத்தி வந்ததா? இல்லையே? அந்த எம தேவனே நேரில் வந்திருக்கிற மாதிரி இன்று ராமன் நம் கணவன்மார்கள், பிள்ளைகளையெல்லாம் போரில் கணக்கில்லாமல் கொன்று போட்டுவிட்டானே? நாம் இனி என்ன செய்யமுடியும்?

"இனிமேல் யார் என்ன செய்தாலும் ராவணனைக் காப்பாற்ற முடியாது; உங்களுக்குத் தெரியுமா? பிரம்மதேவர் கொடுத்த வரத்தால் தானே ராவணன் மூன்று உலகத்தையும்

ஆட்டிப் படைத்தான்? ஆனால் அதே பிரம்ம தேவர் ராவணனுக்கு மனிதர்களால் சாவு வராது என்று வரம் கொடுக்கவில்லை இல்லையா? அதோடு, பரம சிவன் வேறு தேவர்களிடம் சொன்னாராம், 'ராவணனை அழிப்பதற்காவே சீதை என்று ஒரு மனிதப் பெண் பிறந்து வருவாள்; அவள் காரணமாய், ராவணன் தன் குலத்தோடு அழிந்து போவான்' என்று. அது நிஜமாகிவிட்டதே! ஐயோ, இப்போது இப்படி நம் வாழ்க்கையெல்லாம் நாசமாய்ப் போயிற்றே?" என்று பலவற்றையும் பேசிப் புலம்பிக்கொண்டு ஒருவரை ஒருவர் கட்டிக்கொண்டு அழுதார்கள் அந்த ராட்சசிகள்.

இப்படி எல்லாருமாய் அழுது புலம்புவது ராவணன் காதிலும் விழுந்தது. அவன் கொஞ்ச நேரம் அப்படியே இடிந்து போய் சிலை மாதிரி உட்கார்ந்துவிடுகிறான். விரைவில் அவனுக்குள்ளே பழையபடி ரோசமும், கோபமும், போர் வெறியும் பொங்கி வர ஆரம்பித்துவிட்டது.

இனி தானே நேராய் போருக்குக் கிளம்பவேண்டியதுதான்; வாழ்வா சாவா என்று தீர்மானிக்கும் கடைசி போர் இதுதான் என்று முடிவு செய்து, "யாரங்கே, உடனே பெரிய படை ஒன்று தயாராகட்டும்; நானே தலைமை ஏற்று போர் செய்யப்போகிறேன்; கர தூஷணர்களையும், பிரஹஸ்தனையும், என் அன்புத் தம்பி கும்பர்ணனையும், என் உயிருக்குயிரான இந்திரஜித்தையும் கொன்ற அந்த ராம லக்ஷ்மணர்களை இன்று கொன்று பழிக்குப் பழி வாங்குவேன்" என்று கூவினான் ராவணன்.

தனது ரதத்தில் ஏறிப் பெரிய படை சூழ ராவணன் நேரே போர்க்களத்திற்குப் போகிறான். கன்னாபின்னாவென்று வானரப் படைகளை தனது அம்புகளால் தாக்கிக் கொன்றவாறே ராம லக்ஷ்மணர்கள் இருக்கிற இடத்தை நோக்கி முன்னேறிப் போகிறான்.

ராமர், லக்ஷ்மணர் இரண்டு பேருமாய் பல வித அஸ்திரங்களை விட்டு ராவணனைத் தாக்குகிறார்கள். ராவணன், லக்ஷ்மணனை கொஞ்சம் ஓரம் கட்டிவிட்டு, நேரே ராமரோடு வில் போர் செய்ய ஆரம்பிக்கிறான். இரண்டு பேரும் பலப்பல திவ்யாஸ்திரங்களை மாறி மாறி விட்டு ஒருவரை ஒருவர் தாக்குகிறார்கள். வெகு நேரம் சம

பலத்தோடு இரண்டு பேருக்கும் நடுவில் போர் நடந்துகொண்டே இருக்கிறது.

பழையபடி ராமருக்கு உதவியாக லக்ஷ்மணனும் வந்து சேர, அவனுக்கு உதவியாய் விபீஷணனும் போரில் இறங்குகிறான். லக்ஷ்மணன் ஒரு சக்திவாய்ந்த அம்பை விட்டு ராவணனுடைய வில்லின் நாணை அறுத்துவிடுகிறான். விபீஷணன் களத்தில் இறங்கி ராவணனுடைய ரதத்தை ஓட்டும் குதிரைகளைக் கொன்று போடுகிறான்.

தன் தம்பி இப்படித் தனக்கு எதிராகப் போர் செய்ய வந்ததைப் பொறுக்க முடியாத ராவணன், கோபத்தோடு ஒரு பயங்கர ஈட்டியை எடுத்து, குறி பார்த்து விபீஷணன் மேல் எறிகிறான். நல்ல காலமாய், லக்ஷ்மணன் அதை உடனே கவனித்து, ஒரு சக்தி வாய்ந்த அம்பை விட்டு அந்த ஈட்டியைத் தாக்கி, தூள் தூளாய் அதை உடைத்துப் போட்டுவிடுகிறான்.

தம்பி மேல் வந்த கோபத்தை இப்போது ராவணன் முழுவீச்சில் லக்ஷ்மணன் மேல் திருப்பி, இன்னொரு கூர்மையான ஈட்டியை எடுத்து அதி வேகத்தில் லக்ஷ்மணனை நோக்கி எறிய, அதை லக்ஷ்மணன் தடுப்பதற்கு முன்னாலேயே அவன் நெஞ்சில் பாய்ந்து உள்ளே இறங்கிட்டது அந்தத் தாக்குதலைத் தாங்க முடியாமல் லக்ஷ்மணன் மயக்கம் போட்டு விழுந்தான்.

அதைப் பார்த்த ராமருக்கு அதிர்ச்சியும், சோகமும், தம்பியைத் தாக்கிய ராவணன் மேல் பயங்கரக் கோபமும் வந்துவிட்டது. அவர் உடனே அடுத்தடுத்து திவ்யாஸ்திரங்களை ராவணன் மேல் விட்டு அடிக்கிறார். ராவணனும் தனது அம்புகளை விட்டு அதையெல்லாம் தடுக்கப் பார்த்தும் முடியாமல் போகிறது. ராவணனுடைய தைரியம் அந்த நிமிஷத்தில் ஆட்டம் கண்டு போயிற்று; அவன் அவசர அவசரமாத் திருப்பி, போர்க்களத்திலிருந்து எடுத்தான் பாருங்கள் ஒரு ஓட்டம்!

ராவணன் விலகிப் போனதும், ராமர் மயங்கிக் கிடக்கும் லக்ஷ்மணனிடம் ஓடி வருகிறார்; அவனைக்

கட்டிப்பிடித்துக்கொண்டு தாங்க முடியாத சோகத்தால் அழுகிறார்; ஏதேதோ சொல்லிப் புலம்புகிறார்.

அப்போது, வானர சேனையின் மருத்துவரான சுஷேணன் ராமரிடம் வந்து, "ராமா, இப்படி நீங்கள் மனதைத் தளறவிட்டு, ஏதோ லக்ஷ்மணன் செத்தே போய்விட்டமாதிரி நினைத்துப் புலம்ப வேண்டாம். பாருங்கள்; லக்ஷ்மணன் மூச்சு விட்டுக் கொண்டுதான் இருக்கிறான்; அவன் முகத்தில் நல்ல பொலிவு இருக்கிறது; நாடித் துடிப்பெல்லாம் நன்றாகத்தான் இருக்கிறது; அவன் நிச்சயமாகப் பிழைத்து எழுந்திருப்பான்; கவலைப் படாதீர்கள்" என்று ஆறுதல் சொன்னான்.

அப்புறம் திரும்பி, ஹனுமாரைக் கூப்பிட்டு, "ஹனுமார், லக்ஷ்மணனைப் பிழைக்க வைக்கவேண்டுமானால், நீ போன தடவை இமய மலையில் இருக்கிற ஓஷதி மலைலிருந்து கொண்டு வந்தாயே, அதே மூலிகைகள் -- அதாவது விஷல்யகரணி, ஸாவர்ணகரணி, ஸந்தான கரணி மூன்றையும் திரும்பக் கொண்டு வரவேண்டும்" என்றான்.

ஹனுமாரும் உடனே ஆகாய மார்க்கமாகக் கிளம்பி இமய மலைக்குப் பறந்து போய், போன தடவை மாதிரியே, எது அந்த மூலிகைகள் என்று பிடிபடாமல், அந்த மலையின் உச்சியைப் பெயர்த்துத் தூக்கிக்கொண்டு வந்துவிட்டார்.

சுஷேணன் அந்த மூலிகைகளைப் பறித்து எடுத்து வந்து கசக்கி, லக்ஷ்மணன் மூக்குக்கு நேர காட்ட, அதை முகர்ந்த உடனே லக்ஷ்மணன் கண் விழித்து எழுந்து உட்கார்ந்து விடுகிறான்.

அதைப் பார்த்ததும் ராமருக்கு பயங்கர நிம்மதி, சந்தோஷம். அவர், லக்ஷ்மணனிடம் குனிந்து, "தம்பி, நீ மட்டும் உயிரோடு இல்லாமல் போனால், எனக்கு சீதை திரும்பக் கிடைப்பதாலோ, இல்லை ராவணனை வதம் செய்வதாலோ என்ன சந்தோஷம் கிடைக்கும்?" என்று நெகிழ்ச்சியுடன் சொன்னார்.

அதைக் கேட்ட லக்ஷ்மணன் ராமரைப் பார்த்து, "அண்ணா, ஒரு பலவீனமான, வீரமில்லாத ஆசாமி பேசுகிற மாதிரி நீ பேசக் கூடாது; 'ராவணனைக் கொன்று அழிப்பேன்'

என்று நீ எடுத்த சபதத்தை நீ உடனே நிறைவேற்றிக் காட்டவேண்டும்" என்றான்.

ராமரும் கம்பீரமாய் எழுந்து நின்று, திரும்பவும் தனது வில்லை கையில் எடுத்துக் கொண்டார்.

ராமர் போருக்குத் தயாராய் தரையில் நிற்க, ஓடிப்போன ராவணன், புதிதாய் ஒரு ரதத்தை ஏற்பாடு செய்துகொண்டு அதில் ஏறித் திரும்ப வருகிறான்.

ஆகாயத்திலிருந்து இதையெல்லாம் வேடிக்கை பார்த்துக்கொண்டிருந்த தேவர்கள், இந்திரனிடம், "பொல்லாத ராவணன் தேரில் வந்து போர் செய்கிறான்; பராக்கிரமசாலியான ராமர் இப்படி தரையில் நின்று போர் செய்தால் அது சமமான போராக இருக்காதே!" என்று சொல்ல, உடனே தேவேந்திரன், தனது தேரோட்டியான மாதலியைக் கூப்பிட்டு, "மாதலி, நீ உடனே என்னுடைய தேரை ஓட்டிக்கொண்டு ராமரிடம் போ; நான் அனுப்பி வைத்ததாகச் சொல்லி, அவரை அந்த தேரில் அமர்த்தி நீ சாரதியாய் இருந்து அந்தத் தேரை ஓட்டு" என்று சொல்கிறான்.

மாதலியும் உடனே இந்திரனுடைய அலங்காரமான தேரை ஓட்டிக்கொண்டு பூலோகத்துக்கு வந்து, ராமர் பக்கத்தில் வந்து தேரை நிறுத்தினான். அவன் ராமரை வணங்கி, "மஹா வீரரே, ராவணனுக்கு எதிராய் போர் செய்வதற்காக தேவேந்திரரே இந்தத் தேரை அனுப்பி வைத்திருக்கிறார். நீங்கள் தயவு செய்து இதில் ஏறிக்கொள்ளுங்கள். நான் உங்கள் சாரதியாய் இருப்பேன்" என்று சொல்கிறார். ராமரும் சந்தோஷத்தோடு அதை ஏற்றுக்கொண்டு, அந்த தேரை ஒருதடவை சுற்றி வலம் வந்து வணங்கி, தேரில் ஏறிக்கொள்கிறார்.

அவ்வளவுதான். அடுத்த நிமிஷம் ராமருக்கும், ராவணனுக்கும் பழையபடி ஒரு பயங்கரமான வில் யுத்தம் நடக்கிறது. ஒருவர் விட்ட அஸ்திரத்தை அடுத்தவர் தடுத்தாலும், அவ்வபோது சில அம்புகள் வந்து ராமர், ராவணன் இரண்டு பேரையுமே தாக்குகின்றன. இரண்டு பேர் உடம்பிலிருந்தும் ரத்தம் வழிந்தாலும், அவர்கள் அதை அலட்சியம் செய்துவிட்டு, தொடர்ந்து தாக்குகிறார்கள். ஒரு சமயம் ராமருடைய கை ஓங்குகிறது; இன்னொரு சமயம் ராவணனுடைய கை ஓங்குகிறது. ராவணன் ராமரைத்

தாக்குவதோடு நிற்காமல், தேரோட்டியான மாதலியையும், இந்திரனுடைய தேர்க் குதிரைகளையும் கூடத் தாக்குகிறான்.

போரில் ஒரு கட்டத்தில் கொஞ்சம் கொஞ்சமாக ராவணன் பலவீனமாகிக்கொண்டே வருகிறான். அவன் விட்ட அம்புகள் ராமருடைய அம்புகளைத் தடுக்க முடியாமல் ஆகிவிடுகிறது. போரில் அவன் மேலும் மேலும் கூடுதல் காயம் பட்டு தளர்ந்து போவதைக் கவனித்த ராவணனுடைய தேரோட்டி, ராவணனைக் கேட்காமலேயே, தன் மன்னரைக் காப்பாற்றுவது தன் பொறுப்பு என்று நினைத்து, தேரைப் போர்க்களத்திலிருந்து திருப்பி ஓட்டிக்கொண்டு போய்விடுகிறான்.

அதனால் கொஞ்சம் ஓய்வு கிடைத்து புத்தி தெளிவானதும் ராவணனுக்குத் தன் தேரோட்டி மேல் பயங்கரமாக கோபம் வந்தது, "டேய்! நீ என்ன நினைத்துக்கொண்டு என்னை ஒரு வார்த்தை கேட்காமல் உன் சொந்தத் தீர்மானத்தில் இப்படி தேரை ஓட்டிக்கொண்டு வருவாய்? நீ என்னை என்ன வீரமில்லாதவன், சக்தியிலாதவன், போரிட சாமர்த்தியம் இல்லாதவன் என்று நினைத்துவிட்டாயா? இப்படி நீ தேரை ஓட்டிக்கொண்டு வந்தால் எதிரிகள் என்னைப் பற்றி என்ன நினைப்பார்கள்? 'ராவணன் ஒரு பயந்தாங்கொள்ளி, கோழை; போரில் தோற்று முதுகைக் காட்டிக்கொண்டு ஓடுகிறான் பார்' என்று சொல்லிச் சிரிக்க மாட்டார்கள்? இல்லை, உனக்கு உன் உயிர் மேல் பயமா? நீ பயந்தாங்கொள்ளியா? உனக்கு என் மீது என்ன வன்மம்? நீ என்ன எதிரிகளிடம் லஞ்சம் வாங்கிக்கொண்டு இப்படிப் செய்தாயா? ஒழுங்காய் மரியாதையாகத் தேரைத் திரும்ப போர்க்களத்துக்கு ஓட்டிக்கொண்டுப் போ!" என்று கூப்பாடு போட்டான்.

தேரோட்டி பயப்படவில்லை. அவன் நிதானமாய், "மன்னா, நான் கோழையுமில்லை; நன்றி கெட்டவனும் இல்லை; லஞ்சம் வாங்குகிறவனும் இல்லை. நான் என்றைக்கும் ராஜ விசுவாசம் உள்ளவன்தான். எனக்கு உங்களுடைய பாதுகாப்பு பற்றிய பொறுப்புணர்ச்சியும், உங்கள் உயிர் மேல் நான் கொண்டிருக்கும் அக்கறையும்தான் என்னை அப்படி தேரைத் திருப்பி ஓட்டிக்கொண்டு வர வைத்தது. நீங்கள் விடாது போராடி சோர்வானதைப் பார்த்தேன்; அதோடு நம் தேர்க் குதிரைகளும் மிகவும் களைப்படைந்து போயிருந்தன; அவை தளர்ந்து போய், சரியாக ஓடவில்லையென்றால் அது உங்களுக்கு ஆபத்தில்

போய் முடியும். அதனால் ஒரு தேரோட்டி செய்ய வேண்டிய தர்மத்தைதான் செய்தேன். இப்போது கட்டளை இடுங்கள்; நான் என்ன செய்ய வேண்டும் என்று" என்று சொன்னான்.

ராவணனுக்கும் கொஞ்சம் கோபம் தணிந்தது. "சரி, சரி. நீ திரும்ப தேரைப் போர்க்களத்துக்கு ஓட்டிக்கொண்டுப் போ" என்றான்.

-=()=-

அத்தியாயம் 77 (6.16)

ராவணன் வதம்

அங்கே ராமருக்கும் தொடர்ந்து போர் செய்ததால் தளர்ச்சியும் சோர்வும் இருக்கத்தான் செய்தது. ஆகாயத்திலிருந்து தேவர்களும், ரிஷிகளும் இந்த பயங்கரப் போரைத் தொடர்ந்து வேடிக்கை பார்த்துக்கொண்டு இருந்தார்கள் .

போரைக் கவனித்துக்கொண்டிருந்த அகஸ்திய முனிவர், ராமரிடம் வந்து, "ராமா, போரில் எதிரிகளை வெல்வதற்கான ஒரு ரகசிய ஸ்தோத்திரத்தை நான் உனக்கு உபதேசம் செய்கிறேன். பகவான் சூரியனைத் துதிப்பது இந்த ஸ்தோத்திரம். சூரிய தேவனே இந்த உலகத்தில் சகல சக்திகளுக்கும் அதிபதி. அவனை நீ போற்றி பூஜிக்கவேண்டும்" என்று சொல்லி, சூரிய தேவனுடைய பல்வேறு பெருமைகளைப் போற்றித் துதிக்கின்ற 'ஆதித்ய ஹ்ருதயம்' எனும் ஸ்தோத்திரத்தை அகஸ்தியர் ராமருக்கு உபதேசிக்கிறார். அப்புறம் அங்கேயிருந்து கிளம்பிப் போய் விடுகிறார்.

ராமரும் மூன்று வாய் தண்ணீர் அருந்தி, மனதை ஒருமுகம் செய்துகொண்டு, மிகுந்த பக்தியுடன் அவர் சொல்லித் தந்த ஆதித்ய ஹ்ருதயம் ஸ்தோத்திரத்தை சொல்கிறார். அவர் உடம்பில் இருந்த தளர்ச்சியும் சோர்வும் போய், ஒரு புது உத்வேகம் அவருக்குள்ளே வருகிறது.

அதே சமயம், ராவணனும் போர்க்களத்துக்குத் திரும்பி வந்தான். பழைய படியும் பயங்கரமான யுத்தம் ஆரம்பித்தது. நீண்ட நேரம் இரண்டு பேருக்கும் வெற்றியோ தோல்வியோ இல்லாமல் சம பலத்தோடு சண்டை நடந்துகொண்டேயிருந்தது.

ஆகாயத்திலிருந்து எல்லாவற்றையும் வேடிக்கை பார்த்துக்கொண்டிருக்கும் தேவர்கள், கந்தர்வர்கள், முனிவர்கள் எல்லாரும், "இது போல ஒரு கோரமான யுத்தத்தைப் பார்த்ததே இல்லை; கூடிய சீக்கிரம் ராமர்

ராவணனைக் கொன்று அழிக்கட்டும்" என்று வேண்டிக்கொள்கிறார்கள்.

அப்போது ராமர் ஒரு பாம்பு வடிவான அஸ்திரத்தை எடுத்து, ராவணனுடைய கழுத்தைக் குறிவைத்து விடுகிறார். கடைசியாய் அந்த அஸ்திரம் ராவணனின் கழுத்தை வெட்ட, அவன் தலை கீழே விழுந்து உருண்டது.

அப்பாடி! ஒரு வழியாக ராவணனுடைய கதை முடிந்தது என்று எல்லாரும் உற்சாகமாய் கூவ ஆரம்பிப்பதற்கு முன்னால், அட! இது என்ன? இப்படியும் கூட நடக்குமா என்ன? வெட்டப்பட்ட ராவணனுடைய கழுத்திலிருந்து கட கடவென்று புதிதாய் ஒரு தலை முளைத்து வெளியே வருகிறது!

ராமருக்கும் இது மிகவும் ஆச்சரியமாகத்தான் இருந்தது. அடுத்த தலை வந்ததும், ராவணன் பழையபடி எதிர்த் தாக்குதலை ஆரம்பித்தான். ராமரும் விடாமல் அடுத்த ஒரு அம்பை விட்டு அவன் கழுத்தை வெட்டிவிடுகிறார்; பழையபடி இன்னொரு தலை முளைக்கிறது!

இப்படியாக, வெட்ட வெட்ட அடுத்தடுத்து நூறு தலைகள் முளைத்தவாறே இருந்தன. ராமருக்கு மிகவும் குழப்பமாகவும் சோர்வாகவும் ஆனது. "இது என்னவென்றே புரியவில்லையே? மாரீசன், கபந்தன், வாலி, கரன், தூஷணன் மாதிரியான ராட்சசர்களை என்னுடைய ஒரே அஸ்திரம் கொன்று போட்டது. ஏழு சாலா மரங்களையும் துளைத்துக்கொண்டுப் போயிற்று என் அஸ்திரம்; ஆனால் ஏன் இந்த ராவணனைக் கொல்ல முடியவில்லை?" என்று யோசித்தார் ராமர்.

அவனை அழிப்பது அத்தனை சுலபமில்லை. அது பிரம்மாஸ்திரத்தால் மட்டும் தான் முடியும். ஆனால், ஏனோ ராமர் அதை உபயோகிப்பதைப் பற்றி நினைக்கவில்லை. இப்படியாக ஏழு நாளாய் ராம ராவண யுத்தம் நடக்கிறது, ஆனால் முடிவுக்கே வரவில்லை.

ராமருடைய தேரை ஓட்டிக்கொண்டிருந்த மாதலி, ராமரிடம், "பிரபோ, நீங்கள் ஏன் இன்னும் இந்த ராவணனோடு போரை இழுத்துக்கொண்டே போகிறீர்கள்? உங்களிடம் பிரம்மாஸ்திரம் இருப்பதை மறந்துவிட்டீர்களா? அதை சரியாக உபயோகிக்க வேண்டிய நேரம் வந்தாயிற்று; தேவர்களும்

உங்களிடம் அதைத்தான் எதிர்பார்க்கிறார்கள்" என்று சொன்னான்.

உடனே ராமர் பிரம்மாஸ்திரத்தை எடுத்தார்; அதற்குரிய மந்திரங்களைச் சொல்லி, வில்லில் பூட்டி, நாணை நன்றாக இழுத்து ராவணனுடைய மார்பை நோக்கிக் குறி வைத்து விட்டார். நெருப்பு போல ஜொலித்துக்கொண்டு மின்னல் போலப் பாய்ந்த அந்த பிரம்மாஸ்திரம், நேரே ராவணனுடைய மாரில் பாய்ந்தது. அவ்வளவுதான், அதன் பிரம்மாண்டமான சக்தியைத் தாங்க முடியாமல் ராவணன் அந்தக் கணமே செத்து விழுந்தான்; அவன் உடம்பு தேரிலிருந்து தடாரென்று தரையில் விழுந்தது.

அவ்வளவுதான்! அதைப் பார்த்ததும் ராட்சசப் படையினருக்குத் தாங்க முடியாத அதிர்ச்சி; துக்கம். எல்லாரும் பயத்தில் அலறிகொண்டு, ஆயுதங்களையெல்லாம் கீழே போட்டுவிட்டு, இலங்கை நகரை நோக்கி ஓடுகிறார்கள். வானரர்களின் குஷியைப் பற்றிக் கேட்கவேண்டுமா என்ன? அவர்கள் உற்சாகத்தில் கூவும் கூவல் எல்லாப் பக்கமும் எதிரொலித்தது. தோற்று ஓடுகிற ராட்சச சேனையை வானரர்களெல்லாம் உற்சாகமாய் அடித்துத் துரத்துகிறார்கள்!

ஆகாயத்திலிருந்து இந்தப் போரை வேடிக்கை பார்த்துக்கொண்டு இருந்த தேவர்களும் கந்தர்வர்களும் சந்தோஷத்தோடு சங்குகளையும் கொம்புகளையும் எடுத்து உற்சாகமாய் முழங்குகிறார்கள். ஆகாயத்திலிருந்து மலர்களை

ராமருடைய தேர் மேல் சொரிகிறார்கள். மணம் மிகுந்த குளிர் காற்றை அங்கே வீசச் செய்கிறார்கள்.

லக்ஷ்மணனும், சுக்ரீவனும், விபீஷணனும், அங்கதனும், ஜாம்பவானும், ஹனுமாரும் எல்லாம் ராமரிடம் ஓடி வந்து அவரைக் கும்பிட்டு, தங்களின் சந்தோஷத்தைத் தெரிவித்துக் கொள்கிறார்கள்.

ஒரு பக்கம் போரில் வென்று அதர்மத்தை ஒழித்து தர்மத்தை நிலை நாட்டிய சந்தோஷம் விபீஷணனுக்கு இருந்தாலும், தரையில் விழுந்து கிடக்கும் தனது அண்ணனுடைய உடம்பைப் பார்த்ததும் அவனுக்கு ரத்த பாசம் பொங்கி வருகிறது.

"அண்ணா, பட்டு மெத்தையில் புரள்கிற உன் உடம்பு இப்படிப் புழுதியில் விழுந்து கிடக்கவேண்டுமா? இது என்ன கொடுமை! நான் உனக்குப் படித்துப்படித்து சொன்னேனே? நீ கேட்கவில்லையே, பெண்ணாசைக்கு அடிமைப் பட்ட நீ, வீண் பிடிவாதத்தாலும் திமிரினாலும் உனக்கே முடிவைத் தேடிக்கொண்டாயே? எப்பேர்ப்பட்ட கம்பீரமான தோற்றத்தில் உன்னைப் பார்த்த நான், இப்படி மண்ணில் அசைவில்லாமல் கிடப்பதையும் பார்க்கும்படி ஆகிவிட்டதே!" என்று இன்னும் பலவற்றையும் சொல்லிப் புலம்பி அழுகிறான் விபீஷணன்.

அப்போது ராமர் அவனிடம் வந்து, மென்மையாக, "விபீஷணா, உன் அண்ணன் ராவணன் மகா வீரன்; அவன் சாதாரணமாகச் சாகவில்லை; எனக்கு சரி சமமாய் நின்று, விடாமல் போர் செய்தான்; ஒரு க்ஷத்திரியன் போர்க்களத்தில் எப்படிப் போர் செய்வது தர்மமோ அப்படிப் போர் செய்தான்; போர் என்று வந்தால், ஒருவன் சாவான்; ஒருவன் ஜெயிப்பான்; அது இயற்கை நியதி. ராவணன் அடைந்திருப்பது வீர மரணம். ஒரு அரசனாய் அவன் தனது நாட்டை நல்லமுறையில் ஆண்டான்; தான தர்மங்கள் செய்தான்; பல போர்கள் செய்து எதிரிகளை வென்றான்; அவன் வேதம் ஓதினான்; ஹோமங்கள் செய்தான்; பூஜைகள் செய்தான். அதற்கான புண்ணிய பலன்கள் அவனுக்குக் கிடைக்கும். அதனால், நீ வருந்தாமல், தக்க ராஜ மரியாதைகளோடு, மந்திரப் பூர்வமாய் முறைப்படி அவனுக்கு செய்ய வேண்டிய இறுதிச் சடங்குகளை செய்" என்று சொன்னார்.

ராவணன் செத்துப்போன சேதி அரண்மனைக்குப் போய் சேர்ந்து, அங்கேயிருந்து, ராவணனுடைய பட்டத்து ராணியான மண்டோதரியும், ராவணனுடைய மற்ற எல்லா மனைவிகளும் அலறிப் புடைத்துக்கொண்டு போர்க்களத்துக்கு ஓடி வருகிறார்கள்.

தரையில் புழுதியில் கிடந்த ராவணன் உடம்பு மேல் விழுந்து கதறி அழுகிறார்கள். ராவணனுடைய, கம்பீரம், புகழ் எல்லாவற்றையும் பற்றி சொல்லிப் புலம்புகிறார்கள். அப்பேற்பட்ட தங்களது புருஷன், சீதை மேல் தகாத ஆசைப்பட்டு, விபீஷணனுடைய உபதேசத்தைக் கேட்காமல் அகங்காரத்தோடும் திமிரோடும் நடந்ததால்தானே இப்படி சாகும்படி ஆயிற்று, சீதையை மரியாதையாய் ராமரிடம் ஒப்படைத்திருந்தால் இன்று தாங்களெல்லாம் ராவணனோடு தொடர்ந்து மகிழ்ச்சியாய் வாழ முடிந்திருக்குமே, இப்போது எல்லாமே நாசமாய்ப் போயிற்றே என்று புலம்பி அழுகிறார்கள்.

குறிப்பாக, மண்டோதரியின் துக்கமும் புலம்பலும் பாரக்கவே மிகவும் வேதனையாய் இருந்தது. அவள், தனது புருஷனை மட்டும் இழக்கவில்லையே, அதி பராக்ரமசாலியான மகன் இந்திரஜித்தையும் இழந்தவளாயிற்றே!

இதையெல்லாம் பார்த்துக்கொண்டிருந்த ராமர், "விபீஷணா, எழுந்திரு, நீ போய் ராவணனுடைய மனைவிகளுக்கெல்லாம் ஆறுதல் சொல்லி, அடுத்து ராவணனுக்கு செய்ய வேண்டிய இறுதிக் காரியங்களை உடனே செய்ய ஏற்பாடு செய்" என்றார்.

விபீஷணனுடைய துக்கம் இப்போது அடங்கிவிட்டது. அவன் மனது பழையபடியும் திடமாகிவிட்டது. அவன் சொல்கிறான், "ராமா, இந்த ராவணன் மகா பாவி; இவன் செய்த அட்டூழியம் கொஞ்ச நஞ்சமில்லை; அடுத்தவன் மனைவிக்கு ஆசைப்பட்டு கவர்ந்துகொண்டு வந்த இவன், நாட்டு மக்களுக்கெல்லாம் ஒரு தப்பான முன் உதாரணத்தைக் காட்டியவன்; இவன் எந்த ஒரு மரியாதைக்கும் தகுதி இல்லாதவன். இவனுக்கு எந்த சடங்கையும் செய்ய என் மனசாட்சி இடங்கொடுக்கவில்லை" என்றான்.

ராமர் பழையபடியும் அவனிடம் ராவணனுடைய வீரத்தையும், அவனுடைய சில நல்ல தன்மைகளையும் பாராட்டிச் சொல்லி, "விபீஷணா, எல்லாப் பகைமையும்,

சாவோடு முடிவுக்கு வந்துவிடவேண்டும். இனி மேலும் நீ கசப்பை சுமக்க வேண்டாம். ஒரு தம்பியாக அண்ணனுடைய உடம்புக்கு நீ செய்ய வேண்டிய கடமைகளை செய்" என்று எடுத்து சொல்ல, அவனும் சம்மதித்தான்.

இப்படியாக, அடுத்து ராவணன் உடம்பைக் கொண்டு போய், அதைக் குளிப்பாட்டி, சந்தனம் பூசி, ஆடை அலங்காரமெல்லாம் செய்து, ஒரு அலங்காரப் பல்லக்கில் ஏற்றி ஊர்வலமாக் கொண்டு போய், அரசாங்க மரியாதைகளோடு, வேத மந்திரகளைச் சொல்லி சிதையூட்டினான் விபீஷணன்.

முறைப்படி எல்லா சடங்குகளையும் முடித்துவிட்டு ராமரிடம் திரும்பி வந்தான்.

இந்திரனுடைய தேரோட்டி மாதலி, ராமரை வணங்கி விடை பெற்றுக்கொண்டு ஆகாய மார்க்கமாக தேரை ஓட்டிக்கொண்டு இந்திர லோகத்துக்குத் திரும்பியாயிற்று.

ராமர் லக்ஷ்மணனைக் கூப்பிட்டு, "லக்ஷ்மணா, அடுத்து உடனே நம் விபீஷணனை ராஜ சிம்மாசனத்தில் உட்கார வைத்து அவனுக்கு பட்டாபிஷேகம் செய்து இலங்கைக்கு அரசனாக்கிவிட்டு நீ திரும்பிவா!" என்று சொன்னார்.

லக்ஷ்மணனும் கடல் நீரைக் கொண்டுவரச் சொல்லி, மந்திரப் பூர்வமாய் விபீஷணனுக்கு பட்டாபிஷேகச் சடங்கை செய்கிறான். இலங்கை மக்களும் விபீஷணனை தங்களது அரசனாய் ஏற்றுக்கொண்டு, அவனுக்கு தயிர், மோதகம், அட்சதைகள், நெற்கதிர்கள், மலர்கள் முதலான மங்கலப் பொருட்களை பரிசாகத் தந்து வாழ்த்துகிறார்கள்.

மக்கள் தனக்குத் தந்த அந்த மங்கலப் பொருட்களை விபீஷணன் எடுத்துக்கொண்டு வந்து, அவற்றையெல்லாம் ராமருக்கு அர்ப்பணித்து, அவருக்கு மரியாதை செய்கிறான். ராமரும் மனப்பூர்வமாய் அவற்றை ஏற்றுக்கொண்டு அவனுக்கு ஆசீர்வாதம் செய்தார்.

அப்புறம் ஹனுமாரிடம் திரும்பி, "வாயுபுத்ரா, நீ இலங்கை மன்னரான விபீஷணரிடம் அனுமதி வாங்கிக்கொண்டு, உடனே சீதையை சந்திப்பாய். போரில் நாம் ராவணனைக் கொன்று அழித்ததையும், இங்கே நான், லக்ஷ்மணன், சுக்ரீவன் எல்லாரும் நன்றாக இருக்கும் சேதியைப் போய்ச் சொல்; சீதையின் பதிலைத் தெரிந்துகொண்டு வா" என்று சொல்கிறார்.

ஹனுமாரும் விபீஷணனிடம் அனுமதி வாங்கிக்கொண்டு உற்சாகமாய் அசோக வனத்துக்குப் போய், சீதையைக் கும்பிட்டு வணங்குகிறார். நடந்த எல்லாவற்றையும்சொல்லி, போரில் ராவணன் அழிந்ததையும், விபீஷணனுக்குப் பட்டாபிஷேகம் செய்து அரசனாக்கினதையும் சொல்கிறார்.

சீதைக்கு வந்த தாங்கமுடியாத சந்தோஷத்தால் அவளால் வாய் பேசவே முடியவில்லை.

"தேவி! ஏன் ஒன்றுமே சொல்லாமல் இருக்கிறீர்கள்?" என்று கேட்டார் ஹனுமார்.

"ஹனுமான், நீ கொண்டு வந்த சேதி எத்தனை அற்புதமானது! அதைக் கேட்டு எனக்கு வந்த சந்தோஷப் பரவசத்தால் என் வாயே அடைத்துப் போய்விட்டது. இத்தனை நல்ல சேதியைக் கொண்டுவந்த உனக்கு வெள்ளி, தங்கம், வைர வைடூரியம் எதைக் கொடுத்தாலும் அது நிறைவாய் இருக்காதே?" என்று சொன்னாள்.

"தாயே, கணவனுடைய நலன், அவனுடைய வெற்றி இதைத் தவிர வேறு எதையுமே விரும்பாத உங்களால் மட்டும்தான் இப்படிப்பட்ட வார்த்தைகளைச் சொல்லமுடியும்! இந்த வார்த்தைகளை விட விலை மதிப்புள்ளதாய் வேறு எதுவுமே கிடையாது!" என்றார் ஹனுமார்.

"வாயு புத்ரா, உன்னால்தான் இப்படி அருமையாகப் பேச முடியும். நீ சாமானியவனா? பலம், வீரம், சாஸ்திர ஞானம், சக்தி, திறன், செயலாற்றல், உற்சாகம், உறுதி, நிதானம், பணிவு என்று எல்லா சிறப்பான குணங்களும் கொண்டவன் நீ. இதில் சந்தேகமே கிடையாது" என்று சொன்னாள் சீதை.

அப்போது ஹனுமார் மிகுந்த பணிவோடு, "தேவி, எனக்கு இப்போது மனதில் ஒரு தீவிர ஆசை. உங்களை இத்தனை நாள் கொடுமை செய்த இந்த எல்லா ராட்சசிகளையும் நான் அடித்து நசுக்கிக் கொன்றுபோட விரும்புகிறேன். அதற்கு நீங்கள் அனுமதிக்கவேண்டும்" என்றார்.

"வேண்டாம் ஹனுமான், வேண்டாம். எல்லாம் விதிப்படிதான் நடக்கிறது. நான் ஏதோ முன்னால் செய்த பாவத்தின் பலனைத்தான் இவர்கள் மூலமாக அனுபவித்தேன் என்று எடுத்துக்கொள்கிறேன். இவர்கள் பாவம், என்ன செய்வார்கள்? ராவணனுடைய வேலைக்காரிகள் தானே

இவர்களெல்லாம்? ராவணன் என்ன கட்டளை இட்டானோ அதைத் தானே இவர்கள் செய்ய முடியும்? நமக்கு கெடுதல் செய்தவர்களிடம் கருணை காட்டுவதுதான் சரியான தர்மம்" என்று சீதை சொன்னாள்.

"தேவி, உங்களைத் தவிர ராமருக்கு ஏற்ற துணைவியாய் வேறு யார் இருக்கமுடியும்? சரி. ராமருக்கு தெரிவிக்க உங்களுடைய சேதி என்ன என்று சொல்லமுடியுமா?" என்றார் ஹனுமார்.

"நான் உடனே என் ராமரைக் கண்ணாறத் தரிசிக்க ஆசைப்படுகிறேன் என்று சொல்லு" என்றாள் சீதை.

"அது சீக்கிரமே நடக்கும் தேவி! பூரண சந்திரன் மாதிரி இருக்கிற ராமரை நீங்கள் கூடிய சீக்கிரம் பார்க்கப் போகிறீர்கள்!" என்று சொன்ன ஹனுமார், சீதையை குனிந்து வணங்கி, அங்கேயிருந்து ஒரே தாவாகத் தாவி ராமர் இருந்த இடத்துக்கு வந்து சேர்ந்தார்.

"ராமா, நான் சொன்ன சேதியைக் கேட்டு சந்தோஷத்தால் பூரித்துப் போன சீதையின் விருப்பம் உடனே உங்களைப் பார்க்கவேண்டும் என்பதுதான்" என்றார்.

அதைக் கேட்டதும் ராமருக்குக் கண் கலங்கியது. அவர் பெருமூச்சு விட்டார். என்னவோ யோசித்தார். அப்புறம், "விபீஷணா, சீதையைத் தலைக்குக் குளிக்க சொல்லி, புதிய பட்டாடைகளும், ஆபரணங்களும் அணிந்து அலங்காரம் செய்துகொண்டு என்னை வந்து பார்ப்பதற்கு உடனே ஏற்பாடு செய்வாய்" என்றார்.

விபீஷணனும் அரண்மனைக்குப் போய், அங்கிருந்த பெண்கள் மூலமாய், தான் சீதையைப் பார்க்க வரும் செய்தியை முன்கூட்டியே தெரிவித்துவிட்டு, அசோக வனத்துக்குப் போகிறான். சீதையைப் பார்த்து மிகுந்த மரியாதையோடு வணங்குகிறான். ராமர் சொன்ன சேதியை சொல்கிறான்.

"ராட்சசர்களின் மன்னா, நான் இப்போது எப்படி இருக்கிறேனோ அதே மாதிரியே போய் என் கணவரைப் பார்க்க ஆசைப்படுகிறேன்" என்றாள் சீதை.

"இல்லையம்மா, உங்கள் கணவர் என்ன ஆசைப்பட்டாரோ அப்படி வருவதுதான் சரியாக இருக்கும்" என்றான் விபீஷணன்.

சீதையும் சரி என்று ஒப்புக்கொண்டாள்.

சீதையை ஒரு பல்லக்கில் ஏற்றி அரண்மனைக்கு கூட்டிப் போனார்கள் அரண்மனை சேவகிகள். அவளை குளிப்பாட்டி, ஆடை அலங்காரம் எல்லாம் பிரமாதமாக செய்து வைத்தார்கள். திரையிட்டு மூடிய ஒரு பல்லக்கில் ஏற்றி சீதையைக் கூட்டிக்கொண்டு விபீஷணன் ராமர் இருந்த இடத்துக்கு வந்து சேர்ந்தான்.

"சீதை வந்தாயிற்று!" என்று சந்தோஷத்தோடு விபீஷணன் ராமரிடம் சொல்கிறான்.

ராமர் முகத்தில் விதம் விதமாக உணர்ச்சிகள் மாறின; சந்தோஷம், கோபம், வேதனை என்று மூன்று உணர்ச்சிகளுமே அவர் முகத்தில் தெரிந்தது. "சரி, அவளை பல்லக்கிலிருந்து இறங்கி என்னிடம் வரச்சொல்" என்றார் ராமர்.

அங்கே கூட்டமாய் கூடியிருந்த ராட்சசர்களுக்கும், வானரர்களுக்கும் சீதை எப்படி இருப்பாள் என்று பார்க்க ஒரே ஆசை. அவர்கள் எல்லாரும் பரபரவென்று முண்டியடித்துக்கொண்டு பல்லக்குக்குப் பக்கத்தில் வருகிறார்கள். அதைப் பார்த்ததும் விபீஷணனும், வேறு சில வானரத் தலைவர்களும் இப்படி நெருங்கி வந்த எல்லாரையும் அதட்டிப் பின்னால் நகர்ந்து போகச் சொல்லி விரட்டினார்கள். அதனால் அங்கே கசமுசாவென்று ஒரே இறைச்சல் கிளம்பியது.

இப்படி அவர்களை விரட்டியது ராமருக்குப் பிடிக்கவிலை. அவர், "ஏன் எல்லாரையும் இப்படி விரட்டுகிறீர்கள்? இந்த ராட்சசர்களும் என்னுடைய மக்கள்தான்" என்றார்.

"ஒரு பெண்ணுக்கு வீடோ, சுவர்களோ, தனிமையோ பாதுகாப்பு தரமுடியாது; அவளுக்கு அவளுடைய நன்நடத்தைதான் காவலாய் இருக்கும். சீதை எல்லாரும் வேடிக்கை பார்க்கிற மாதிரியே என்னிடம் வரட்டும்; அதனால் பரவாயில்லை; யாரையும் விரட்ட வேண்டாம்" என்றார் ராமர்.

சீதை பல்லக்கிலிருந்து இறங்கி, விபீஷணன் பின்னாலேயே நடந்து வருகிறாள்.

-=()=-

அத்தியாயம் 77 (6.16)
ராவணன் வதம்

அத்தியாயம் 78 (6.17)

சீதை எதிர் கொண்ட அக்னிப் பரிட்சை

சீதை பல்லக்கிலிருந்து இறங்கி வருகையில், ராமரின் முகம் இறுகியிருந்தது. அதில் கொஞ்சம் கூட சந்தோஷமே தென்படவில்லை. அதைப் பார்த்து லக்ஷ்மணன், சுக்ரீவன், ஹனுமார் எல்லாருக்கும் கவலை உண்டாயிற்று. சீதை அடக்க ஒடுக்கமாக, தலையைக் குனிந்தவாறே விபீஷணன் பின்னாலேயே ராமரிடம் நடந்து வருகிறாள்.

ராமரிடம் வந்ததும், நிமிர்ந்து ராமருடைய முகத்தைப் பார்க்கிறாள். சீதையின் முகத்தில் சந்தோஷமும், பாசமும் பொங்குகிறது. நீண்டகாலமாகப் பார்க்காத தனது கணவருடைய நிலா போன்ற முகத்தை அவள் ஆசை பொங்கப் பார்க்கிறாள்! இத்தனை நாள் அனுபவித்த மனத் தளர்ச்சி அத்தனையும் அவளை விட்டுப் போய்விட்டது.

ஆனால் ராமர் முகத்தில் அவள் எதிர்பார்த்த சந்தோஷம் இல்லை. ராமர் முகம் ஏனோ கடுகடுன்வென்றுதான் இருந்தது. சீதைக்கு ஆச்சரியமாய் இருக்கிறது. அவளுக்கு என்ன சொல்வது என்றே தெரியவில்லை.

ராமர் சீதையைப் பார்த்து, பேச ஆரம்பிக்கிறார்.

"சீதா, போர்க்களத்தில் எதிரியை அழித்து, இழந்த உன்னை திரும்பவும் அடைந்துவிட்டேன். மனித முயற்சிகொண்டு செய்யவேண்டிய எல்லாவற்றையும் நான் செய்து முடித்துவிட்டேன். இதன் மூலமாய், என் மனதில் சுமந்த கோபத்தையும், வெறியையும், எதிரி மேல் இருந்த கசப்பையும் எல்லாவற்றையும் ஒட்டுமொத்தமாக ஒழித்தாயிற்று. என்னுடைய பராக்கிரமத்தை எல்லார் முன்னாலும் நான் நிரூபித்தாயிற்று; என் போராட்டத்திற்கான பலன் கிடைத்துவிட்டது. நான் எடுத்த சபதத்தை

நிறைவேற்றிவிட்டேன். இன்று நான் எனக்கே என்னை நிரூபித்தாயிற்று. சபலபுத்தி கொண்ட ராட்சசன் உன்னை என்னிடமிருந்து பிரித்து உனக்குச் செய்த கொடுமையை நான் ஒரு மனிதனாய் சரி செய்துவிட்டேன்.

"தனக்கு நேர்ந்த அவமானத்தை துடைத்தெறியாமல் ஒருவன் பலவீனமாய் இருந்தால், அவனிடம் என்ன பெரிய ஆண்மை இருந்தாலும் அதனால் பயனில்லை.

"ஹனுமான் கடலைக் கடந்து, இலங்கைக்கு வந்து உன்னை சந்தித்து, இலங்கையையும் கொளுத்திவிட்டுப் போன அந்த அற்புதமான காரியத்துக்கான பலனும் இன்று கிடைத்தாகிவிட்டது. சுக்ரீவன் எனக்கு செய்த மகத்தான உதவிக்கான பலனும், விபீஷணன் தனது அண்ணனையே கை விட்டு என்னை சரணடைந்ததற்கான பலனும் இன்று கிடைத்துவிட்டது..."

இப்படி ராமன் பேசியதை கண் விரியக் கேட்டுக்கொண்டிருந்தாள் சீதை. அவள் கண்ணிலிருந்து கண்ணீர் வழிகிறது.

ராமர் இன்னும் தொடர்ந்து பேசுகிறார். இதுவரை ராமர் பேசியதன் உள் அர்த்தம் இப்போதுதான் சீதைக்குப் புரிய ஆரம்பிக்கிறது:

"எனக்கு நேர்ந்த அவமானத்தை, நான் ராவணனைக் கொன்று அழித்ததன் மூலமாகத் தீர்த்துவிட்டேன். சீதா, இப்போது ஒன்று சொல்கிறேன்; என் நண்பர்களின் பெரும் உதவியுடன் நான் வெற்றிகரமாய் நடத்தி முடித்த இந்தப் போர், உன்னை நான் திரும்ப அடைவதற்காக செய்தது இல்லை! உனக்கு மங்களம் உண்டாகட்டும். என்னுடைய கௌரவத்தை நிலை நாட்டுவதற்காகவும், பொதுமக்கள் என்னைப் பற்றி எதுவும் கேவலமாகப் பேசுவதற்கோ, இல்லை எங்கள் ரகு குலத்தைப் பற்றி மட்டமாய் நினைப்பதற்கோ இடம் கொடுக்கக் கூடாது என்பதற்காகவும் தான் இத்தனையையும் செய்தேன்.

"ஆனால், இங்கே இலங்கையில் உன்னுடைய நடத்தை எப்படி இருந்தது என்பது யாருக்கும் தெரியாது. அதனால், இப்போது எனக்கு முன்னால் நின்று கொண்டிருக்கும் உன்னை என்னால் ஏற்றுக்கொள்ள முடியாது; எந்த ஒரு கௌரவமான

ஆண்மகனாலும் அடுத்தவன் ஒருவன் இச்சைப்பட்டுக் கொண்டு போய்த் தன் வீட்டில் வைத்துக்கொண்ட தனது மனைவியைத் திரும்ப ஏற்றுக்கொள்ள முடியாது. அதனால் நான் உனக்கு விடுதலை தருகிறேன். நீ இனிமேல் சுதந்திரமாக எங்கே வேண்டுமானாலும் போகலாம். எல்லாத் திசையும் உனக்காகத் திறந்திருக்கிறது. இனி உனக்காகச் செய்யக் கூடிய காரியம் எனக்கு ஏதுமில்லை. " என்று சொன்னார் ராமர்.

சீதை தாங்கமுடியாத அதிர்ச்சியுடன் இதையெல்லாம் கேட்டு கல்லாய் உறைந்துபோய் நிற்கிறாள்.

ராமர் அதோடு நிறுத்தவில்லை. அவர் இன்னும் கடுமையான வார்த்தைகளைப் பேசுகிறார். "உன்னை மாதிரி ஒரு பேரழகியை வலுக்கட்டாயமாகத் தூக்கிக்கொண்டு போய்த் தன்னுடன் வைத்துக்கொண்டிருந்த ராவணன், உன்னை விட்டுத் தள்ளித்தான் இருந்திருப்பான் என்று யாராலும் நம்ப முடியாது. நீ உன் விருப்படி இனிமேல் யாரிடம் வேண்டுமானாலும் போகலாம். உனக்கு லக்ஷ்மணன் மேலோ, பரதன் மேலோ, சுக்ரீவன் மேலோ, இல்லை ராட்சசன் விபீஷணன் மேலோ நாட்டம் இருந்ததென்றால் உன் விருப்பப்படி போகலாம்." என்று சொல்கிறார்.

கேட்க கேட்க சீதைக்கு உடம்பெல்லாம் நடு நடுங்குகிறது. ராமரிடமிருந்து இத்தனை காலம் அன்பான வார்த்தைகளை மட்டுமே கேட்டுப் பழகியிருந்த சீதைக்கு இப்படிப்பட்ட கொடுமையான வார்த்தைகளைக் கேட்க எப்படி இருந்திருக்கும்! யானையின் காலில் மிதிபட்ட ஒரு பூங்கொடி மாதிரியான வேதனையை அவள் அனுபவித்தாள்.

அப்புறம் சீதை கண்களைத் துடைத்துக்கொண்டு ராமரைப் பார்த்து நடுங்கும் குரலில் பேச ஆரம்பித்தாள்:

"ராமா, சாதாரணப் பாமரனாய் இருக்கும் ஒரு மனிதன், சாதாரணமான ஒரு பெண்டாட்டியிடம் பேசுகிற மாதிரியில்லையா நீங்கள் இப்போது பேசினீர்கள்? என் மீது உங்களுக்கு நம்பிக்கை இல்லையா? என்னுடைய ஒழுக்கமும் தர்மமும் எனக்குத் தெரியும். மட்டமான குணம் படைத்த சபல புத்தியுள்ள ஒரு பெண்ணை சந்தேகப் படுகிறமாதிரி அல்லவா நீங்கள் பேசிவிட்டீர்கள்? இல்லை, நீங்கள் சும்மா என்னை சோதித்துப் பார்ப்பதற்காகதான் இப்படிப் பேசினீர்களா?

அத்தியாயம் 78 (6.17)
சீதை எதிர் கொண்ட அக்னிப் பரிட்சை

"உங்களுக்கே தெரியாதா? நான் என்ன விருப்பப்பட்டா ராவணன் கூடப் போனேன்? அவன் வலுக்கட்டாயமாய் என்னைத் தூக்கிக்கொண்டுப் போனபோது அபலையான நான் என்ன செய்ய முடியும்? அது என்னுடைய தலைவிதி இல்லாமல் வேறு என்ன? இத்தனை காலம் நாம் ஒன்றாய் மகிழ்ச்சியாய் சேர்ந்து இருந்தும், மகிழ்ச்சியாய் வாழ்ந்தும், நீங்கள் என்னை சரியாகப் புரிந்து கொள்ளவில்லையென்றால் நான் என்னதான் செய்வேன்? உங்களுடைய அறியாமையால் என் வாழ்வே அழிந்து போனதாய்த்தான் ஆகிறது.

"என் நடத்தை பற்றி உங்களுக்கு சந்தேகம் இருந்ததென்றால், நீங்கள் எதற்காக ஹனுமாரை அனுப்பி என்னை இலங்கையில் வந்து தேட வைத்தீர்கள்? நீங்கள் என்னைக் கை கழுவி விட்டீர்கள் என்று ஹனுமார் ஒரு வார்த்தை சொல்லியிருந்தால், அவன் கண் முன்னாலேயே என் உயிரை விட்டிருப்பேனே? இவ்வளவு மெனக்கெட்டு எதற்காக நீங்கள் கடல் தாண்டி படையெடுத்து வரவேண்டும்? உங்களுடைய நண்பர்களுக்கெல்லாம் எதற்கு இவ்வளவு கஷ்டத்தைக் கொடுக்கவேண்டும்? இதெல்லாம் வேலையற்ற வேலை தானே? ராமா! நீங்கள்தான் இப்போது கோபத்தில் அகப்பட்டு, உங்கள் ஆண்மையை இழந்து, ஒரு பெண் மாதிரி வாயில் வந்ததையெல்லாம் பேசிவிட்டீர்கள்.

"நான் யார்? நான் ஜனகருடைய மகள் என்பது பேருக்குதான்; நான் பூமித்தாய்க்குப் பிறந்தவள். என்னுடைய பிறவி புனிதமானது; அதற்கு நீங்கள் மரியாதை கொடுக்கவில்லை. இளம் வயதிலேயே என்னைக் கைப்பிடித்து மனைவியாக்கிக்கொண்ட நீங்கள், உங்கள் மேல் எனக்கிருக்கிற பக்தியையும், விசுவாசத்தையும் அலட்சியம் செய்துவிட்டீர்கள்...."

இப்படிப் பேசிக்கொண்டே வந்த சீதை, லக்ஷ்மணன் பக்கம் திரும்பினாள். பாவம் அவன். தாங்கமுடியாத வேதனையுடன் சோகமாய் நின்றுக்கொண்டிருக்கிறான். அவனைப் பார்த்து சீதை,

"லக்ஷ்மணா, உடனே இங்கே ஒரு தீயை மூட்டு; இத்தனை கேவலமான பேச்சைக் கேட்டுக்கொண்டு இனிமேலும் நான் உயிர் வாழ விரும்பவில்லை. அந்த நெருப்பில் குதித்து என் உயிரைப் போக்கிக்கொள்ளப் போகிறேன்" என்றாள்.

என்ன செய்வது என்று தெரியாமல் ராமனுடைய முகத்தைப் பார்க்கிறான், லக்ஷ்மணன். அவர் முகத்தில் தெரிந்த குறிப்பை வைத்துக்கொண்டு, அவன் உடனே பல மரக்கட்டைகளை சேகரித்து ஒரு சிதையை உருவாக்கி நெருப்பை வைக்கிறான். தீ கொழுந்து விட்டு எரிகிறது.

சீதை எழுந்து, தலையைக் குனிந்துகொண்டு அமர்ந்திருக்கும் ராமரை சுற்றி வலம் வந்து வணங்குகிறாள். அப்புறம் தேவர்களையும், முனிவர்களையும் வணங்கி, நெருப்புக்குப் பக்கத்தில் போய், கைகூப்பிக்கொண்டு சொல்கிறாள்:

"என் மனம் ராமரை விட்டு ஒரு கணமும் விலகாதது உண்மையானால், நான் ஒழுக்கக் கேடாய் எந்தக் காரியமும் செய்யவில்லை என்பது உண்மையானால், மனதாலும், வாக்காலும், செயலாலும் ராமருக்கு எந்த துரோகமும் செய்தது இல்லை என்பது உண்மையானால், நான் பவித்திரமானவள் என்பதை சூரிய சந்திரர்களும், வாயுவும், பகல் இரவுக்கான தேவதைகளும், மற்ற எல்லா தேவ தேவதைகளும் அறிவார்கள் என்பது உண்மையானால், அக்னி தேவன் என்னை எல்லாப் பக்கமும் காக்கட்டும்!" என்று சொல்லிவிட்டு சட்டென்று தீக்குள்ளே குதித்துவிட்டாள்.

அங்கே கூடியிருந்த ராட்சசர்களும், வானர்களும், ஆகாயத்தில் கூடியிருந்த தேவர்களும், முனிவர்களும் நேருக்கு நேர் சாட்சியாகப் பார்த்துக்கொண்டிருக்கும்போது சீதை இப்படித் தீயில் குதித்துவிட்டாள். வேடிக்கை பார்த்துக்கொண்டிருந்த பெண்களெல்லாம் ஓவென்று அலறுகிறார்கள். "ஐயோ, ஐயோ!" என்று எல்லாரும் கூப்பாடு போடுகிறார்கள்.

ராமரும் கண்கள் வேதனைக் கண்ணீரைச் சொரிய, ஆழ்ந்த சிந்தனையுடன் சிலை மாதிரி அசையாமல் நின்றுகொண்டு இதைப் பார்க்கிறார்.

அப்போது ஆகாயத்தில் வந்து கூடியிருந்த பிரம்ம தேவர், வாயுதேவன், யமன், வருணன், சிவபெருமான் எல்லாரும் இறங்கி ராமரிடம் வருகிறார்கள். அவர்கள் எல்லாரும் ஒன்றாய்ச் சேர்ந்து தன்னிடம் வந்திருப்பதைப் பார்த்து வியந்து போன ராமர், எல்லாரையும் மரியாதையுடன் கும்பிடுகிறார்.

அத்தியாயம் 78 (6.17)
சீதை எதிர் கொண்ட அக்னிப் பரிட்சை

"ராமா, இந்தப் பிரபஞ்சத்தையே படைத்தவனும், சகல ஞானமும், சக்தியும் கொண்டவனும், தேவர்களுக்கெல்லாம் தேவனுமாகிய நீ இப்படி சீதையைத் தீயில் விழ விடலாமா? உனக்கு நீ யார் என்று தெரியவில்லையா? சூரிய சந்திரர்களே உன் கண்களாயிற்றே? படைப்பின் தொடக்கத்திலும், முடிவிலும் இருப்பவனாயிற்றே நீ? நீ போய் ஒரு சாதாரண மனிதனைப் போல சீதையை இப்படி நடத்திவிட்டாயே?" என்று அவர்கள் எல்லாம் ராமரிடம் சொல்கிறார்கள்.

அதற்கு ராமர், "நான் என்னை ஒரு மனிதனாய், தசரத மன்னரின் மகன் ராமனாகத்தான் நினைக்கிறேன். உண்மையில் நான் யார் என்று நீங்கள்தான் சொல்ல வேண்டும்" என்கிறார்.

உடனே படைப்புக் கடவுளான பிரம்மா சொல்கிறார், "ராமா, நீ உண்மையில் நான்கு கரங்கள் கொண்ட ஸ்ரீமன் நாராயணனே! எந்த மகா விஷ்ணு வராகமாய் அவதாரம் எடுத்தாரோ அவரே தான் நீ. நீயே பரப் பிரம்மம். நீயே சகலமும்; படைப்பிலுள்ள எல்லாம் நீயே..."என்று ஸ்ரீமன் நாராயணனுடைய எல்லா தெய்வீக குணங்களையும் சொல்லி ராமரைப் போற்றிய ப்ரம்மா,

"ராமா, சீதா யார்? மஹாவிஷ்ணுவான உன்னுடைய மனைவியாயும் எல்லா செல்வங்களுக்கும் காரணமாயும் இருக்கும் மகாலக்ஷ்மியேதான் சீதை. ராவணனைக் கொன்று அழித்து, மூன்று உலகங்களையும் அவனுடைய கொடுமைலிருந்து காக்கத்தான் நீ மனிதனாய் அவதாரம் எடுத்து வந்தாய்; நீ அவதரித்து வந்த காரியம் முடிந்தது. இனிமேல் நீ நினைத்தால் உன்னுடைய வைகுண்டத்துக்குத் திரும்பிவிடலாம்." என்று சொல்கிறார்.

அப்போது என்ன நடந்தது? சீதை குதித்த தீயிலிருந்து அக்னி தேவன் எழும்பி, சீதையைத் தனது கையில் ஏந்திக்கொண்டு வந்து ராமர் முன்னால் இறக்கிவிடுகிறான்!

சீதை தீயில் குதிப்பதற்கு முன்னால் எப்படி ஆடை அலங்கார ஆபரணங்களோடு பேரழகியாய் இருந்தாளோ, அதே மாதிரி அப்படியே உயிரோடு திரும்பி வந்தாயிற்று!

"ராமா, இதோ உன்னுடைய சீதை; இவள் எந்தப் பாவமும் இல்லாதவள். இந்த மங்களகரமான தேவி ஒரு நாளும்

உனக்கு விச்வாசமில்லாதவளாய் இருந்ததில்லை; அவளுடைய மன உறுதி அசைக்க முடியாதது; உடம்பாலோ, மனதாலோ, புத்தியாலோ, பார்வையாலோ அவள் ஒரு நாளும் எந்த ஒரு களங்கமான காரியமும் செய்ததில்லை. ராவணன் அவளைத் தூக்கி வந்தாலும், அவளிடம் தப்பாய் நடந்துகொள்ளவில்லை. அவளைக் கொடிய ராட்சசிகளுக்கு நடுவில் காவலில் வைத்திருந்தான்; எப்படியாவது தன்னை ஏற்றுக்கொள்ள அவளை சம்மதிக்க வைக்கவேண்டும் என்றும், அவளை அதற்காகக் கொடுமைப் படுத்தவேண்டும் என்றும் ராட்சசிகளிடம் சொல்லியிருந்தான். சீதை அத்தனை கஷ்டங்களையும் பொறுத்துக்கொண்டாள்; உன் நினைவைத் தவிர அவளுக்கு வேறு எந்த நினைவும் கிடையாது. நீ அவளை உடனே ஏற்றுக்கொள்ளவேண்டும். அவளிடம் நீ இனி ஒரு வார்த்தை கடுமையாகப் பேசக் கூடாது. இது என் ஆணை" என்று சொல்கிறார் அக்னி தேவன்.

ராமருக்கு இதெல்லாம் தெரியாதா என்ன? கூடியிருந்த எல்லா ராட்சசர்கள், வானரர்கள் முன்னால் அக்னி தேவன் இதை சொல்லும்போது ராமருக்கு கண்ணில் ஆனந்தக் கண்ணீர் வழிகிறது!

"அக்னி தேவா, இந்த உலக மக்களின் கண் முன்னால், சீதை இப்படி ஒரு வேதனையை அனுபவிக்க வேண்டியது அவசியமாய் இருந்தது. சீதை இதை செய்து, தனது பரிசுத்தத்தை நிரூபிக்கவில்லையென்றால், இந்த உலகம் அவளைப் பற்றியும், என்னைப் பற்றியும் கண்டதையும் பேசும். 'தசரதருடைய பிள்ளை ராமன் பெண்டாட்டி மேல் இருக்கும் மயக்கத்தால, அவள் தூய்மையாய் இருந்தாளா இல்லையா என்றே பார்க்காமல் அவளைத் தன்னுடன் சேர்த்துக்கொண்டான்" என்று கேவலமாகப் பேசும். அதற்காகத்தான் அவளுக்கு நான் இந்த சோதனையை வைக்க வேண்டி வந்தது.

"என் சீதையைப் பற்றி எனக்குத் தெரியாதா? அவளைத் தானே நான் சதா என் மனதில் சுமந்து கொண்டிருக்கிறேன்? அவளை ராவணன் ஒரு நாளும் அடைய முடியாதபடி அவளுடைய தெய்வீக ஒளி அவளைப் பாதுக்காக்குமென்று எனக்குத் தெரியும். அவளுடைய ஒழுக்கம் ஒரு நெருப்பு மாதிரி; ராவணனால் அவளை நெருங்கக் கூட

முடியாது; அப்படி நெருங்கினால் அது அவனை எரித்து சாம்பலாக்கிவிடும். மூன்று உலகங்களுக்கும் இந்த உண்மை தெரியவேண்டும் என்பதற்காகத்தான் நான் அவள் தீயில் குதித்தபோது சும்மா இருந்தேன்.

"சீதையும் நானும் வேறு வேறா என்ன? எப்படி சூரியனும் அதன் ஒளியும் வேறு வேறு இல்லையோ அப்படித்தான் நானும் சீதையும்; உங்கள் எல்லார் விருப்பப்படி, சீதையை நான் என்னுடன் திரும்பவும் சேர்த்துக்கொள்கிறேன்" என்று கம்பீரமாய் சொல்லி முடித்தார் ராமர். அவர் முகம் சந்தோஷத்தால் இப்போது பூரித்து இருந்தது.

என்ன குழந்தைகளே? முதலில் ராமர் சீதையிடம் கடுகடுவென்று அவள் மனது புண்படுகிற மாதிரி பேசியபோது உங்களுக்கு வருத்தமாகவும், வேதனையாகவும் இருந்ததா? சீதை நெருப்பில் குதித்தபோது கூட ராமர் தடுக்காமல் பார்த்துக்கொண்டு நின்றதைப் படித்தபோது உங்களில் சில பேருக்கு ராமர் மேல் கோபம் கூட வந்திருக்குமே?

இப்போது, ராமர் தான் ஏன் அப்படி செய்தார் என்று விளக்கமாக சொன்னபோது உங்களுக்குப் புரிந்தது இல்லையா?

உங்களுக்கு ஒரு பழமொழி தெரியுமா? "உலை வாயை மூடினாலும் ஊர் வாயை மூட முடியாது"என்று. அதாவது நெருப்பு எரிகிற அடுப்பைக் கூட மூடி வைக்கலாம்; ஆனால் வம்பு பேசும் ஊர் மக்கள் வாயை மூடமுடியாது என்று அதற்கு அர்த்தம். இன்னொன்றும் கூட சொல்வார்கள். உண்மை ஆடை உடுத்திக்கொண்டு வீட்டை விட்டுக் கிளம்புவதற்கு முன்னாலேயே பொய்யான வதந்தி ஊரெல்லாம் சுற்றிவிட்டுத் திரும்ப வந்துவிடும் என்று.

ஒரு நாட்டை ஆளும் ராஜாவுக்கு நாட்டுமக்களின் குணாதிசயம் நன்றாகத் தெரிந்திருக்கும். பொய்யும், வதந்தியும், யாரைப் பற்றியாவது கேவலமாக மட்டம் தட்டிப் பேசுவதும்தான் மக்களுக்குப் பேச மிகப் பிடித்த விஷயமாக இருக்கும். இதெல்லாம் நன்றாகத் தெரிந்துதான் ராமர் சீதையை தீயில் குதிக்க வைத்தார் என்று இப்போது தெரிகிறதா?

நீங்கள் இன்னொரு கோணத்திலும் யோசித்துப் பார்க்கவேண்டும். ராட்சசர்கள் எப்படிப் பட்ட குணம் கொண்டவர்கள்? அவர்களுக்கு எந்தப் பெண்ணையாவது பிடித்துப் போய்விட்டால், அவளது சம்மதத்தைப் பற்றிக் கவலையே படாமல், அவளை வலுக்கட்டாயமாத் தூக்கி வந்து கல்யாணம் செய்துகொள்வார்கள். அப்படிச் செய்துக்கொள்ளும் வழக்கத்துக்கு 'ராட்சச விவாகம்' என்றே பெயர் உண்டு. அதனால், பல ராட்சச ஆண்களுக்கும் ராவணன் பெரிதாய்த் தப்புப் செய்துவிட்டான் என்று தோன்றவே தோன்றாது.

ராட்சசர்களைப் பற்றித் தெரிந்தவர்களும் கூட, அவர்கள் வீட்டுப் பெண்ணை ராட்சசன் யாராவது தூக்கிக் கொண்டு போய்விட்டானென்றால், அவ்வளவுதான், போயிற்று என்று கை கழுவி விட்டுவிடுவார்கள். அதனால், ராட்சர்களுக்கு, ராமர் இப்படி தன் பெண்டாட்டியை மீட்கப் படை திரட்டிகொண்டு வந்து போர் செய்ததைப் பார்க்கும்போது 'ஏனடா இவனுக்கு இந்த வேலையற்ற வேலை?' என்று தோன்றியிருக்கும்!

அத்தியாயம் 78 (6.17)
சீதை எதிர் கொண்ட அக்னிப் பரிட்சை

சீதை எப்பேற்பட்ட புனிதவதி, ஏன் ராமர் அவள் மேல் அவ்வளவு நேசம் வைத்திருந்தார் என்பது இப்போது அவர்களுக்கெல்லாம் புரிந்திருக்குமில்லையா? ராமரும் சீதையும் சாமானியமானவர்கள் இல்லை என்று தெரிந்து, அவர்கள் மேல் ஏராளமான மரியாதை வந்திருக்குமில்லையா?

இப்போது வானரர்களை எடுத்துக் கொள்ளுங்கள். அவர்கள் இனத்தின் வழக்கம் என்னவென்றால், யார் இன்னொரு வானர ராஜாவை வென்று தான் ராஜா ஆகிறானோ, அவன் அதற்கு முன்னால் அரசனாய் இருந்த வானரத்தின் பெண்டாட்டியை தனக்கு உரிமை ஆக்கிக்கொள்வான். உங்களுக்கே தெரியும் வாலி அதைத்தான் செய்தான், சுக்ரீவனும் அதைத்தான் செய்தான்.

ஆக, வானரர்கள் கூட 'ஒரு ராஜா, அடுத்தவன் மனைவியை தனக்கு உரிமை ஆக்கிக்கொள்வதெல்லாம் சகஜம் தானே? சீதைக்காக ராமன் இவ்வளவு போராடணுமா?' என்று நினைக்கக் கூடுமல்லவா? இப்போது சீதை அக்னிப் பரிட்சைலிருந்து உயிரோடு திரும்பி வந்ததைப் பார்த்து அவர்களுக்கும் ராமர் சீதையின் தெய்வீக மகிமை தெளிவாய்ப் புரிந்திருக்குமில்லையா?

இப்போது இன்னொன்றும் சொல்கிறேன். இதோ, ராமர் வன வாசம் வந்து பதினான்கு ஆண்டுகளும் முடியப் போகிறது. அவர் சீதையையும் லக்ஷ்மணனையும் கூட்டிக்கொண்டு அயோத்திக்குத் திரும்பப் போய், பரதனிடமிருந்து ஆட்சிப் பொறுப்பை வாங்கிக்கொண்டு ராஜா ஆகிவிடுவார்.

எப்படியும் ராமர் கூடவே விபீஷணன், அங்கதன், ஹனுமார், சுக்ரீவன் இன்னும் மற்ற முக்கியமான எல்லாரும் பட்டாபிஷேக விழாவுக்காக அயோத்திக்குப் போவார்கள். அயோத்தி மக்கள் பலரும் இவர்கள் கூடக் கலந்து பேசுவதற்கு வாய்ப்பு அதிகம் உண்டு. பதினான்கு வருடம் காட்டில் என்ன நடந்தது என்று இவர்கள் மூலமாத் தெரிந்துகொள்ள எல்லாருமே மிகுந்த ஆவலாய் இருப்பார்கள் இல்லையா?

"காட்டில் இருந்தபோது பொல்லாத ராட்சசன் ராவணன் சீதையைத் தூக்கிகொண்டுப் போய் ஒரு வருடம் தன் கூட வைத்திருந்தான்; பிறகு ராமர் படையெடுத்துப் போய், ராவணனைக் கொன்று சீதையை மீட்டுக்கொண்டு வந்தார்" என்ற விஷயமெல்லாம் மக்களிடம் பரவும்.

ஒரு வேளை ராமர் சீதைக்கு அக்னிப் பரிட்சை வைக்காமல் விட்டிருந்தாரென்றால் என்ன ஆகும்? "ஐயையே! சீதை ராவணன் கூட ஒரு வருட காலம் இருந்தாளா? போச்சே! அவளைப் போயா ராமர் திரும்பக் கூட்டிக்கொண்டு வந்தார்?" என்று கேவலமாக ஜனங்கள் பேசுவார்களா இல்லையா? அப்புறம் ராஜா மேல் அவர்களுக்கு எப்படி மதிப்பும் மரியாதையும் வரும்?

ஆனால் இப்போது அயோத்தி மக்களிடம் போகும் சேதி என்னவாயிருக்கும்? ராமர் சீதையை நெருப்பில் குதிக்க வைத்து அவளுடைய பரிசுத்தத்தை நிரூபிக்க வைத்தார்; சீதையும் தைரியமாய் குதித்தாள். "சீதை பரிசுத்தமானவள்தான்; அவளை என்னால் எரிக்கமுடியாது" என்று அக்னி தேவரே சீதையை ராமரிடம் உயிரோடு கொண்டு சேர்த்துவிட்டார்" என்று தானே இதையெல்லாம் நேரில் சாட்சியாகப் பார்த்த வானரர்களும் ராட்சசர்களும் அயோத்தி மக்களிடம் சொல்லுவார்கள்?

அப்போதுதானே அந்த மக்களுக்கு ராமர் மேலும் சீதை மேலும் மதிப்பும் மரியாதையும் கூடும்?

இப்போது புரிகிறதா, ராமர் ஏன் வேண்டுமென்றே சீதையிடம் அப்படிக் கடுமையாக நடந்துகொண்டார் என்று?

குழந்தைகளே, நான் ஏன் இதையெல்லாம் உங்களிடம் விளக்கமாகச் சொல்கிறேன் தெரியுமா? நம் நாட்டில் ஆண் பெண் சமத்துவத்துக்காகப் போராடுகிற பல பெண்களும் சரி, இந்துமதத்தையோ, இல்லை ராமாயணக் கதையையோ சரியாகப் புரிந்துகொள்ளாமல் கேவலமாகப் பேசும் பலரும் சரி, 'ராமர் சீதையை மதிக்கவில்லை, நம்பவில்லை, அவர் சீதையை கேவலமாகப் பேசிவிட்டார்; சீதையை நெருப்பில் குதிக்க வைத்து அவளை அவமானப் படுத்திவிட்டார், கொடுமைப் படுத்திவிட்டார், இப்படிப் பட்ட ராமரை தெய்வமாகக் கொண்டாடுவதே தப்பு. அவரைப் பார்த்துத்தான் நிறைய ஆண்கள் திமிராய் மனைவிகளைக் கொடுமைப் படுத்துகிறார்கள், இது அநியாயம், அக்கிரமம்'என்றெல்லாம் பேசுகிறார்கள்.

இதெல்லாம் ராமாயணம் காட்டித் தருகின்ற தர்மங்களை சரியாகப் புரிந்துகொள்ளும் புத்தியில்லாமல் இஷ்டப்படி பேசுகிற பேச்சுகள். இப்படிக் குற்றம்

சொல்கிறவர்கள் எல்லாம், ராமருக்கு சீதைமேல் எந்த அளவுக்கு தீவிரமான அன்பும், பாசமும் இருந்தது என்கிற உண்மையை அலட்சியம் செய்துவிடுகிறார்கள்.

குழந்தைகளே, உங்களுக்கே தெரியுமில்லையா, சீதையை பஞ்சவடி குடிசையில் காணாதபோது, ராமர் எப்படிப் பதை பதைத்துப் போனார், எப்படியெல்லாம் அங்கேயும் இங்கேயும் தேடி அலைந்தார்? புலம்பினார், அழுதார்? அதே மாதிரி, சுக்ரீவன் சீதை தூக்கிப்போட்ட நகைகளைக் காண்பித்தபோதும் சரி, சுக்ரீவன் சீதையைத் தேடப் படையை அனுப்ப கால தாமதம் செய்தபோதும் சரி, ராமர் எவ்வளவு வேதனைப் பட்டார்? ஒரு கணவன் எந்த அளவு தனது மனைவியை தீவிரமாக நேசிக்கவேண்டுமென்று கூட ராமர் காட்டித் தந்திருக்கிறார் இல்லையா? இந்த உண்மையை அலட்சியம் செய்தால் எப்படி?

சீதையைப் பிரிந்ததைத் தாங்காமல் அவ்வளவு துடித்த ராமர், வெறுமனே, தனது கௌரவத்தை நிலை நாட்டுவதற்கு மட்டும்தானா அத்தனை கஷ்டப்பட்டு இலங்கைக்கு வந்து ராவணனைக் கொன்றுபோட்டார்? நிச்சயமாய் அதுமட்டும் இல்லை.

தான் ராவணனைக் கொன்று உலகுக்கெல்லாம் தனது ஆண்மையை நிரூபித்தமாதிரி, தனது உயிர்க்குயிரான சீதையும் தனது பெண்மையின் தூய்மையை உலகுக்கு நிரூபிக்க வைக்கவேண்டுமென்று தான் வேண்டுமென்றே அவர் அத்தனை கடுமையாகப் பேசி, சீதையை உசுப்பிவிட்டார்.

அவதார புருஷர்கள் எதை செய்தாலும், உலகத்தை சரியாகப் புரிந்துகொண்டு, உலக நன்மைக்காகத்தான் செய்வார்கள். குழந்தைகளே, நீங்கள் இதையெல்லாம் சரியாகப் புரிந்துகொள்ள வேண்டுமென்றுதான் இவ்வளவு விளக்கமாக சொல்ல வேண்டியிருந்தது. சரியா?

-=()=-

அத்தியாயம் 79 (6.18)

அயோத்தியை நோக்கிப் பயணம்

அக்னிப் பரிட்சை முடிந்து, சீதையும் ராமரும் ஒன்றாய்ச் சேர்ந்ததைப் பார்த்து அங்கே கூடியிருந்த எல்லாருக்குமே மிகுந்த சந்தோஷம்.

அப்போது சிவபெருமான் ராமரிடம் சொல்கிறார், "ராமா, எத்தனையோ காலமாய் இந்த உலகத்தில் ராவணன் மேல் இருந்த பயம், இருட்டு மாதிரி சூழ்ந்திருந்தது. அவனை நீ அழித்து, அந்த இருட்டை போக்கிவிட்டாய். அதர்மத்தை வென்று நீ தர்மத்தை நிலை நாட்டிவிட்டாய். அடடா! எப்பேர்ப்பட்ட காரியம் இது! இதோ இப்போது நீ அயோத்திக்குத் திரும்பும் நேரமும் வந்துவிட்டது. பரதன், உன் தாய்மார்கள், நண்பர்கள் எல்லாரும் உன் வரவுக்காக ஆவலுடன் காத்திருக்கிறார்கள். நீ போய் ஆட்சிப் பொறுப்பை ஏற்றுக்கொண்டு இக்ஷ்வாகு குலத்ததை நிமிர்த்தி, அதற்குப் பேரையும் புகழையும் சேர்க்கவேண்டும்.

"இதோ பார் ராமா! உன்னை மகனாய் அடைந்ததாலேயே இந்திரலோகத்துக்கு வந்து சேர்ந்த பாக்கியம் கிடைத்த உன் தந்தை தசரதரை தேவேந்திரன் கூட்டிக்கொண்டு வந்திருக்கிறான்; அவரை நீங்க ளெல்லாம் வணங்கி அவருடைய ஆசிகளைப் பெற்றுக் கொள்ளுங்கள்".

தேவேந்திரன் கொண்டுவந்திருந்த ஒரு வானுலக ரதத்தில், பிரகாசமாக ஜொலித்துக்கொண்டு ஒரு உயர்ந்த ஆசனத்தில் உட்கார்ந்திருக்கும் தசரதரை ராமரும் லக்ஷ்மணரும் வணங்குகிறார்கள்.

தசரதர் ராமரைக் தமதருகில் கூப்பிட்டு தன் மடியில் உட்கார்த்தி வைத்துக்கொண்டு, "ராமா, நிஜத்தை சொல்லவேண்டுமென்றால், உன்னை விட்டுப் பிரிந்து மேலே

போய், அங்கே எனக்குக் கிடைத்த சொர்க்க போகமோ, இல்லை தேவர்கள் எனக்குத் தருகின்ற மரியாதையோ எனக்குப் பெரிய சந்தோஷத்தைத் தரவில்லை. என் மகனே! இன்று உன்னைப் பார்த்ததிலேதான் எனக்கு நிஜமான சந்தோஷம்! இதோ உன்னுடைய பதினான்கு வருட வன வாச காலமும் முடிந்துவிட்டது. உன்னைக் காட்டுக்கு அனுப்பச்சொல்லி கைகேயி அன்று சொன்ன கொடிய வார்த்தைகள் இன்றும் என் இதயத்தில் பதிந்தே இருக்கிறது. இன்று உன்னையும், லக்ஷ்மணனையும் முழு ஆரோக்கியத்தோடு பார்த்து, உங்கள் இரண்டு பேரையும் அணைத்துக்கொண்டதும் என் மனதில் இருந்த துக்கமெல்லாம் சூரியனைக் கண்ட பனி மாதிரி நீங்கிப்போயிற்று

“ராமா! நீ உண்மையில், தேவர்களும் கும்பிடும் அந்தப் பரமாத்மாதான் என்று எனக்கும் தெளிவாகிவிட்டது. சென்று வா ராமா! உன் தாயும் பரதனும் உன்னை கண் குளிர தரிசிக்கட்டும்; திரும்பப் போய் ஆட்சிப் பொறுப்பை ஏற்றுக்கொண்டு, அயோத்தி மக்களுக்கு சந்தோஷத்தைக் கொடு. நீயும் உன் சகோதர்களும் நீண்ட ஆயுளோடு நன்றாக இருங்கள்!" என்று ஆசீர்வாதம் செய்தார் தசரதர்.

"தந்தையே, தயவு செய்து நீங்கள் கைகேயி மேலும், பரதன் மேலும் கருணை காட்டவேண்டும். 'உன்னையும் உன் பிள்ளையையும் விலக்கிவிட்டேன்' என்று கைகேயியிடம் அன்று நீங்கள் சொன்னது ஒரு சாபமாய் அவர்களைப் பாதிக்காமல் இருக்கவேண்டும்" என்று வேண்டிக்கொண்டார் ராமர்.

"அப்படியே ஆகட்டும்" என்றார் தசரதர். அப்புறம் லக்ஷ்மணனைப் பார்த்து, "மகனே! உனக்கு மங்களம் உண்டாகட்டும். என்றும் இது போல நீ ராமனுக்கு சேவை செய்ய வேண்டும். ராமன் உலகத்துக்கு நல்லது செய்வதற்காகவே வந்தவன். அவனே வேதங்களிலெல்லாம் சொல்லியுள்ள பரம்பிரம்மான, அழிவில்லாத கடவுள்; அவனுக்கும் சீதைக்கும் நீ சேவை செய்ததால் உனக்குப் பெரும் பேரும், புகழும், புண்ணியமும் வந்து சேர்ந்திருக்கிறது" என்றார்.

அப்புறம் சீதையைப் பார்த்து தசரதர், "மகளே! ராமன் உன்னை தீக்குளிக்க சொன்னதற்காக நீ அவன் மீது எந்தக் கசப்பையும் வைத்துக்கொள்ளக் கூடாது; அவன் உன்னுடைய நன்மைக்காக, உன்னுடைய புனிதத்தை எல்லாருக்கும் காட்டித்

தருவதற்காகத்தான் அதைச் செய்தான்; நீ தீயில் துணிந்து குதித்தாயே, அந்தக் காரியத்தை வேறு எந்தப் பெண்ணாலும் செய்திருக்க முடியாது! உன்னுடைய குணாதியசம் எப்பேற்பட்டது என்று இதுவே காட்டித் தருகிறது. உனக்கு என்றுமே ராமன் ஒரு தெய்வம்தான். அவனுக்கு நீ எப்படிப் பணிவிடை செய்ய வேண்டுமென்று நான் உனக்கு சொல்லித் தர அவசியமே இல்லை!" என்று சொன்னார்.

இப்படியெல்லாம் பேசி எல்லாரையும் ஆசீர்வாதம் செய்துவிட்டு, தசரதர் இந்திரலோகம் கிளம்பிப் போய்விட்டார்.

அப்போது இந்திரன் ராமரைப் பார்த்து, "ராமா, உனக்கு நாங்கள் எல்லாரும் வந்து காட்சி கொடுத்தது வீணாய்ப் போக வேண்டாம். உனக்கு ஏதாவது வரம் வேண்டுமென்றால் கேள்"என்றான்.

"இந்திர தேவா, எனக்காகவென்று எத்தனையோ ஆயிரக் கணக்கான வானரர்கள் இந்தப் போரில் எதிரிகளோடு வீரத்தோடு போராடி உயிரை விட்டார்கள்; அவர்கள் எல்லாரையும் நீங்கள் உயிரோடும் முழு ஆரோக்கியத்தோடும் மீட்டுக் கொடுத்தால் நான் மிகவும் சந்தோஷப் படுவேன்; போரில் காயம்பட்ட எல்லா வானரர்களும் பூரண ஆரோக்கியத்தைத் திரும்ப அடையவேண்டும். எல்லாரும் திரும்பிப்போய் தங்களின் பெண்டாட்டி பிள்ளைகளோடு மகிழ்ச்சியாய் வாழவேண்டும். வானரர்களுக்கு தேவையான ஆறுகளும், நீர் நிலைகளும், பசுமைகளும், பூக்கள், காய்கள், பழங்கள் எல்லாமும் எப்போதும் எல்லா பருவ நிலைகளிலும் குறைவே இல்லாதமாதிரி கிடைப்பதற்கு நீங்கள் அருள் புரியவேண்டும்" என்றார் ராமர்.

"ராமா, நீ கேட்ட இந்த உயர்ந்த வரம், தருவதுக்கு கொஞ்சம் கஷ்டம்தான். ஆனாலும், நான் கொடுத்த வாக்கை மீறுவதில்லை. அதனால் நீ கேட்டபடியே நடக்கட்டும்" என்றார் தேவேந்திரன்.

அடுத்த கணம், போரில் செத்துப்போன எல்லா வானரர்களும், அங்கே பூரண ஆரோக்கியத்தோடு திரும்ப வந்து சேர்ந்துவிட்டார்கள்! "அட! என்ன மாயம்டா இது!" என்று மற்ற வானரர்கள் ஒரே சந்தோஷப் பட்டு தங்களுக்குள்ளே பேசிக்கொள்கிறார்கள்.

அத்தியாயம் 79 (6.18)
அயோத்தியை நோக்கிப் பயணம்

இந்திரனும் மற்ற வானுலக தேவர்களும் முனிவர்களும் ராமனுக்கு ஆசி வழங்கிவிட்டு மறைந்து போனார்கள்.

இப்போது விபீஷணன் ராமரிடம், "ராமா, நீங்கள் உடனே என்னுடன் கிளம்பி என் அரண்மனைக்கு விருந்தாளியாய் வந்து, கொஞ்ச காலம் என் கூடத் தங்கவேண்டும். வந்து குளித்து, சந்தனம் பூசிக்கொண்டு, புது ஆடைகளும் ஆபரணங்களும் அணிந்துகொண்டு நாங்கள் பார்த்து ரசிக்கிறமாதிரி இருக்கவேண்டும்" என்றான்.

அதற்கு ராமர், "இல்லை விபீஷணா! நீ சுக்ரீவனையும் மற்ற வானரர்களையும் கூட்டிக்கொண்டுப் போய் எல்லா உபசாரமும் அவர்களுக்குச் செய்து வை. அங்கே அயோத்தியில் பரதன் என் வரவுக்காக ஏக்கத்தோடு காத்துக்கொண்டிருப்பான்; எனக்கு புது ஆடை அணிகளை அணிந்துகொள்வதில் எந்த ஆர்வமும் இல்லை. நான் உடனே கிளம்பி, எவ்வளவு சீக்கிரம் அயோத்திக்குப் போய் சேர இயலுமோ அவ்வளவு சீக்கிரம் போயாகவேண்டும். ஆனால் அதற்கு என்ன வழி என்றுதான் தெரியவில்லை" என்றார்.

"உங்களை ஒரே நாளில் அங்கே கொண்டு சேர்க்க என்னால் முடியும்; அதைச் செய்ய புஷ்பக விமானம் இருக்கிறதே! ராவணன் அதை குபேரனிடமிருந்து பிடுங்கிக் கொண்டு வந்து வைத்திருந்ததன் பலனாய், இப்போது உங்களது அவசர காரியத்திற்காக உபயோகப் படப் போகிறது; ஆனாலும் ராமா, நீங்கள் எல்லாரும் கொஞ்ச நேரமாவது எங்கள் கூட வந்து அரண்மனையில் தங்கி, ஓய்வெடுத்துக்கொண்டு, அப்புறம் கிளம்பினால்தான் எனக்குத் திருப்தியாய் இருக்கும்" என்று சொன்னான் விபீஷணன்.

ஆனால் ராமர் ஒப்புக்கொள்ளவே இல்லை. "இல்லை, விபீஷணா, உன்னுடைய எல்லா உதவிக்கும், உன்னுடைய இந்த உபசாரத்துக்கும் மிகுந்த நன்றி. நான் உடனே கிளம்பியாக வேண்டும்" என்றார்.

உடனே விபீஷணன் கட்டளைப் படி புஷ்பக விமானம் அங்கே வந்து சேர்ந்தது. பார்க்கவே பிரம்மாண்டமாய், அலங்காரமாய் ஜொலித்துக்கொண்டிருந்த அந்த விமானத்தை ராமர் வியப்போடு பார்த்தார்.

"இனியும் நான் உங்களுக்காக என்ன செய்யட்டும்?" என்று மிகுந்த மரியாதையுடன் ராமரிடம் கேட்டான் விபீஷணன்.

"ராட்சர்களின் மன்னா, நீ எனக்காக வந்து போரிட்ட இந்த எல்லா வானரர்களுக்கும் கரடிகளுக்கும் வானரர் போர்ப்படைத் தலைவர்களுக்கும் நிறையப் பொன்னும், நவ மணிகளும், பட்டாடைகளும் பரிசுகளும் தந்தால் நான் மிகவும் சந்தோஷப் படுவேன்."

விபீஷணனும் அதை உடனே ஏற்பாடு செய்தான்.

அதெல்லாம் முடிந்ததும் ராமர், லக்ஷ்மணன், சீதையுடன் புஷ்பக விமானத்தில் ஏறி உட்கார்ந்தார்.

சூழ்ந்திருந்த எல்லா வானரர்கள், சுக்ரீவன், ஹனுமார், அங்கதன், விபீஷணன் எல்லாரிடமும் விடை பெற்றுக்கொண்டார்.

அப்போது சுக்ரீவனும், விபீஷணனும், ஹனுமாரும் மற்ற எல்லா வானரத் தலைவர்களும், "ராமா, நாங்களும் உங்கள் கூடவே வருவோம்; அயோத்தி மாநகரின் அழகை நாங்களும் வந்து பார்ப்போம்; உங்களுடைய பட்டாபிஷேக விழாவில் மகிழ்ச்சியாய்க் கலந்து கொள்வோம். நீங்கள் எங்களையும் கண்டிப்பாய் கூடவே அழைத்துக்கொண்டு போகவேண்டும்" என்றார்கள்.

"சரி, எல்லாரும் ஏறிக்கொள்ளுங்கள்!" என்றார் ராமர்.

எல்லாரும் குஷியாய் ஏறிக்கொண்ட பிறகு புஷ்பக விமானம் கிளம்பிவிட்டது; ஆகாயத்தில் பறக்க ஆரம்பித்தது.

ராமர் தம் பக்கத்தில் உட்கார்ந்திருந்த சீதையிடம், கீழே பலப்பல முக்கியமான இடங்களையெல்லாம் காட்டி, பல விஷயங்களும் சொல்லிக்கொண்டே வந்தார்.

"அதோ பார் சீதா! முழு இலங்கை நகரமும் எவ்வளவு அழகாக ஜொலிக்கிறது பார்; அதோ அந்த இடந்தான் போர்க்களம். ரத்தமும், சதையும், செத்துப்போனவர்களின் உடம்புகளுமாய் அது எவ்வளவு கோரமாய்க் காட்சியளிக்கிறது! அதோ அந்த இடத்தில் தான் கொடுமைக்கார ராவணன் செத்துக் கிடந்தான்; அதோ அங்கேதான் கும்பகர்ணன் செத்து விழுந்தான்; அதோ அங்கே பார், அங்கே தான் லக்ஷ்மணன் பொல்லாத மாயாவியான இந்திஜித்தைக் கொன்று

போட்டான்..." என்று சொல்லிக்கொண்டே வந்தார். புஷ்பக விமானம் தொடர்ந்து போய்க்கொண்டே இருந்தது.

"அதோ அங்கே கடலில் தெரிகிறதா, அது தான் நாங்கள் கட்டிய பாலம்! அதன் மூலமாகத்தான் நாங்களெல்லாம் இலங்கைக்கு வந்தோம். ஆ! அதோ இப்போது தெரிகிற அக்கரையில் தான் நாங்கள் எல்லாரும் வந்து தங்கினோம்..."

கொஞ்ச நேரத்தில் விமானம் கிஷ்கிந்தை நகருக்கு மேல் வந்தாயிற்று. "பார் பார், அதுதான் கிஷ்கிந்தை. அதோ அந்த இடத்தில் தான் நான் வாலியைக் கொன்று போட்டேன்" என்றார் ராமர்.

உடனே சீதை, "ராஜகுமாரா, எனக்கு ஒரு ஆசை. நாம் கொஞ்ச நேரம் கீழே இறங்கி, சுக்ரீவனுடைய மனைவிகளையும், நம் கூட வரும் மற்ற வானர சேனைத் தலைவர்களின் மனைவிமார்களையும் நம் கூடவே அயோத்திக்குக் கூட்டிக்கொண்டு போகலாமே!" என்றாள்.

ராமரும் ஒப்புக்கொண்டார். புஷ்பக விமானம் தரையில் இறங்கியது. சுக்ரீவன் வேகமாகத் தாரையிடம் போய் விஷயத்தை சொல்ல, அவனது மனைவியரும், எல்லா வானரர் சேனைத் தலைவர்களின் மனைவிமார்களும் அவசர அவசரமாய் புது ஆடைகள் அணிந்து அலங்காரம் செய்துகொண்டு ஓடி வந்து, புஷ்பக விமானத்தில் ஏறிக்கொண்டார்கள். அவர்கள் எல்லாரும் ஆர்வத்தோடு சீதையைப் பார்த்தார்கள்.

குழந்தைகளே! இந்த இடத்தில் நான் ஒன்று சொல்ல வேண்டும். நீங்கள் கூட ராமாயண உபன்யாசம் செய்யும் சில பேர் கதை சொல்லும்போது கேட்டிருக்கலாம். அதெல்லாம் வால்மீகி ராமாயணத்தில் கிடையாது; ஆனாலும் கதையில் சும்மா ஒரு ஜாலிக்காக இப்படி ஒன்றை சேர்த்து சொல்லுவார்கள். அதாவது, சீதை பார்க்க எப்படி, எவ்வளவு அழகாக இருப்பாள் என்று தெரிந்துகொள்ள அந்த வானர மனைவிமார்களுக்கெல்லாம் மிகுந்த ஆவலாம்! அவள் எப்பேற்பட்ட அழகியாய் இருந்தால், ராமர் அவ்வளவு கஷ்டப்பட்டு இலங்கைக்குப் போய், போர் செய்து அவளைத் திரும்பக் கூட்டிக்கொண்டு வந்திருக்கவேண்டும் என்று!

ஆனால், சீதையைப் பார்த்ததும், "சீ இவ்வளவு தானா?" என்று அந்த வானரப் பெண்களுக்கெல்லாம் ஏமாற்றமாகப் போய்விட்டதாம்!

'என்ன இது? இவளுக்கு இடுப்பு இவ்வளவு சிறியதாய் இருக்கிறது, நம் மாதிரி அகலமாய், தொப்பை கூட இல்லையே? என்னது உடம்பில் முடியே இல்லையே? தலையில் ஏன் இத்தன நீளமாய், அசிங்கமாய் முடியிருக்கிறது? கண்ணு நம் மாதிரி சிறியதாய் அழகாக குழி மாதிரி இல்லாமல் என்னது இவ்வளவு அகலமாய் இருக்கிறது? இது எல்லாவற்றையும் விடு; இவளுக்கு ஒரு வால் கூட இல்லையே? இவளைப் போயா அழகி என்று ராமர் கொண்டாடுகிறார்?" என்று தங்களுக்குள்ளே பேசிக்கொண்டார்களாம்!

கதையாய்க் கேட்க இதெல்லாம் சுவாரசியமாய் இருந்தாலும், வால்மீகி ராமாயணத்தில் இந்த தமாஷெல்லாம் கிடையாது குழந்தைகளே!

சரி, கிஷ்கிந்தையிலிருந்து விமானமும் திரும்பக் கிளம்பிவிட்டது.

"அதோ அங்கே பார் சீதா, அதுதான் ருஷ்யமுக பர்வதம். அங்கேதான் நான் சுக்ரீவனை முதன் முதலாய்ச் சந்தித்தேன். அதோ பார் பம்பா ஆறு. அங்கே நான் உன்னை இழந்த சோகத்தால் எவ்வளவு கண்ணீர் விட்டேன் தெரியுமா? அங்கேதான் சபரி என்ற பக்தை எனக்கு பழமெல்லாம் தந்து உபசாரம் செய்தாள். அதோ அந்த இடத்தில் தான் கபந்தனின் நீளமான கைகளை வெட்டிக் கொன்று போட்டோம்!

"அதோ ஜனஸ்தானம்: உன்னைக் காப்பாற்றுவதற்காக ஜடாயு அந்த இடத்தில் தான் ராவணன் கூட சணடைபோட்டு, ராவணன் இறக்கையை வெட்டிப் போட்டதால் கீழே விழுந்து கிடந்தான், பாவம், உனக்காக தன் உயிரையே விட்ட அற்புதமான பறவை அது! அதோ அங்கே பார், பஞ்சவடி தெரிகிறது. நாம் இருந்த அழகான குடில் தெரிகிறதா? அதோ அங்கேதான் நான் கர தூஷணர்களோடு போர் செய்து அவர்களைக் கொன்று போட்டேன்; பார் பார்! அதோ ரிஷி சுதீக்ஷணரின் குடிசை; அதோ அங்கே, சரபங்க முனிவரின் குடில்! அதோ அத்ரி மகரிஷியின் குடில்; அதோ அங்கே பார், அங்கேதான் நான் ராட்சசன் விராதனைக் கொன்று போட்டேன்!

அத்தியாயம் 79 (6.18)
அயோத்தியை நோக்கிப் பயணம்

"அதோ நாம் மகிழ்ச்சியாய்த் தங்கியிருந்த சித்ரகூடம் தெரிகிறது பார்!. இதோ கங்கையும் யமுனையும் ஒன்று சேர்கிற இடம் வந்தாயிற்று. பரத்வாஜ முனிவரின் குடில் தெரிகிறது பார்; அதோ அங்கே தெரிகிறதா? ச்ருங்கபேரபுரம்! அங்கேதான என்னுடைய வேடுவ நண்பன் குகன் என்னை வந்து சந்தித்தான்; அதோ தூரத்தே இப்போது தெரிகிறது பார், நம்முடைய அழகான அயோத்தி நகரம்! "

ராமர் அயோத்தியைச் சுட்டிக் காட்டிய உடனே கூட வந்த விபீஷணன், சுக்ரீவன் எல்லாரும் மிகவும் ஆர்வத்தோடு பார்த்தார்கள்.

ராமருக்கு பரத்வாஜ முனிவரைத் தரிசித்து ஆசீர்வாதம் வாங்கிக்கொண்டு போகவேண்டுமென்று தோன்றியதால், புஷ்பக விமானத்தை அவர் குடிலுக்குப் பக்கத்தில் போய் இறங்க வைத்தார்.

எல்லாருமாய் இறங்கிப் போய், பரத்வாஜ முனிவரை வணங்குகிறார்கள். நலமெல்லாம் விசாரித்த பிறகு ராமர், "தவ முனிவரே, எங்களுடைய அயோத்தி நகரமும் மக்களும் நன்றாக இருக்கிறார்களா, உணவுத் தட்டுப்பாடு, வியாதி என்று ஏதும் இல்லாமல் இருக்கிறதா? உங்களுக்கு சேதி ஏதாவது தெரியுமா?" என்று அக்கறையுடன் விசாரித்தார் ராமர்.

முக்காலமும் தெரிந்த முனிவராயிற்றே பரத்வாஜர்! அவர் சொன்னார், "ராமா, அங்கே எல்லாரும் நலம்தான்; பாவம் பரதன்; ஜடாமுடி தரித்து, தரையில் புழுதியில் உட்கார்ந்துகொண்டு, ராஜ சிம்மாசனத்தில் உன்னுடைய பாதுகைகளை வைத்து பூஜை செய்துகொண்டு, உன் வரவுக்காக தவம் செய்துகொண்டு காத்துக்கொண்டிருக்கிறான்...

"ராமா! உன் தந்தை கைகேயிக்குக் கொடுத்த வரத்தைக் காப்பாற்றவேண்டும் என்பதற்காக நீ ஒரு துறவி போல காட்டில் அலைந்தாய்; உன் கூடவே உன் தம்பியும், மனைவியும் சேர்ந்து அதே கஷ்டத்தை அனுபவித்தார்கள்; முதலில் உன்னுடைய நிலைமையை நினைத்து எனக்கு வருத்தமாகத்தான் இருந்தது. ஆனால் காட்டில் நீ துறவிகளுக்குப் பாதுகாப்பாய் இருந்தாய். ஜனஸ்தானத்தில் கர தூஷணர்களை அழித்து, முனிவர்களின் பிரார்த்தனையை நிறைவு செய்து தந்தாய். ராவணன் சீதையைக் கடத்திக்கொண்டு போனதும், நீ வானரர்களின்

உதவியோடு இலங்கைக்குப் போய் ராவணனைப் போர் செய்து அழித்ததும் எனக்கு என் ஞான திருஷ்டி மூலமாகத் தெரியும். உன்னை இங்கே திரும்பவும் பார்ப்பதில் எனக்கு மிகுந்த சந்தோஷம்! பெற்ற தாயும் பிறந்த பொன்னாடும் வானுலக சொர்க்க வாழ்க்கையைவிட மேலானது என்று சொல்லுவார்கள். நீ இன்று ஒரு நாள் ராத்திரி என்கூடத் தங்கிவிட்டு, நாளை அயோத்திக்குக் கிளம்பலாம்" என்று சொன்னார் பாரத்வாஜ முனிவர்.

"முனிவரே, எனக்கு நீங்கள் ஒரு வரம் தரவேண்டும். இங்கேயிருந்து அயோத்தி போகிற வரை நடுவில் உள்ள காட்டுப் பகுதிகள் அனைத்திலும், எல்லாப் பருவகாலங்களிலும் மலர்கள் தாராளமாகப் பூத்து, காய்களும் கனிகளும், பசுமையும் எப்போதும் நிறைந்து இருக்கவேண்டும். தேனீக்களுக்கு தாராளமாக எப்போதும் தேன் கிடைக்கவேண்டும்" என்று வேண்டிக்கொண்டார் ராமர்.

"அப்படியே ஆகட்டும்", என்றார் முனிவர்.

ராமர் கூட வந்த வானரர்களுக்கெல்லாம் அன்று அந்தக் காட்டுப் பகுதியில் ஏராளமான கனிகள் சாப்பிடக் கிடைக்க, அவர்கள் எல்லாரும் ஆசை தீரத் தின்று சந்தோஷப் பட்டார்கள்.

ராமர் ஹனுமாரைத் தனியாகக் கூப்பிட்டு, "ஹனுமான், நீ உடனே இங்கேயிருந்து கிளம்பி, ச்ருங்கபேரபுரத்துக்குப் போய் அங்கே என்னுடைய நண்பன் குகனிடம் நான் சௌக்கியமாய்த் திரும்பி வந்த சேதியைச் சொல்லிவிட்டு, அவனிடம் வழி விசாரித்துக்கொண்டு, அயோத்தியில் என் தம்பி பரதன் இருக்கிற இடத்துக்குப் போ; நான் இதோ வந்து கொண்டே இருக்கும் செய்தியை நீ அவனிடம் சொல்; சீதையை ராவணன் கடத்திக்கொண்டுப் போனது, ராவணனைக் கொன்று சீதையை மீட்டது, இப்போது என் கூட சுக்ரீவனும், விபீஷணனும் வருவது எல்லாவற்றையும் அவனிடம் விரிவாக சொல்.

"ஹனுமான், முக்கியமாக நீ ஒன்றைக் கவனிக்கவேண்டும். நீ இதையெல்லாம் சொல்லும்போது, பரதனுடைய முக பாவம் எப்படி இருக்கிறது என்று பார்க்கவேண்டும். அவன் பார்வை, பேச்சு எல்லாவற்றையும் கவனிக்கவேண்டும். நான் அங்கே வரும்போது அவனுக்கு என்னுடன் உறவு முறை எப்படி அமையுமென்று எனக்குத் தெரிந்து கொள்ளவேண்டும். ஏனென்றால், மனித சுபாவம் எப்போது வேண்டுமானாலும்

மாறலாம்; ஒரு ராஜா என்றால் ஏராளமான செல்வம், சுக போகங்கள், ஆள்பலம், ஆனை, குதிரை, தேர்ப்படைகள், எல்லாம். இதெல்லாமே அப்பாவின் சொத்தாய் அவனுக்கு வந்து சேர்ந்தவை;

"ஒரு வேளை... ஒரு வேளை...அவனுக்கு அதையெல்லாம் தனக்கே உரிமையாய் வைத்துக்கொள்ளலாமே என்று தோன்றியதென்றால், அவனையே நாட்டை முழுவதுமாய் ஆள அனுமதிக்கவேண்டும் என்பதுதான் என்னுடைய விருப்பம். அதனால், நீ அதை சரியாக் கவனித்து எடை போட்டுத் தெரிந்துகொண்டு, அப்படி ஏதாவது இருந்தால், உடனே என்னிடம் திரும்பி வரவேண்டும். நாங்கள் அயோத்திக்கு வந்து சேர்வதற்கு முன்னால் இந்தத் தகவல் எனக்கு வந்து சேரவேண்டும்" என்று சொன்னார் ராமர்.

குழந்தைகளே! பார்த்தீர்களா ராமருடைய அற்புதமான குணத்தை? அவருக்கு நன்றாகத் தெரியும், பரதன் எப்பேர்ப்பட்ட நல்ல குணவான் என்று. இருந்தாலும், தப்பித் தவறி, பரதனுக்குள்ளே தான் அரசனாய் இருக்கவேண்டும் என்று ஒரு ஆசை இருந்தாலும், அதை சரியாகக் கவனித்து, அப்படி ஏதாவது இருந்தால், தான் ஒதுங்கிக் கொண்டு, அவனுடைய அந்த ஆசையை நிறைவேற்றி வைக்கவேண்டும் என்றே ராமர் நினைக்கிறார். அதுவும், பரதனை நேருக்கு நேர் சந்திப்பதற்கு முன்னாலேயே அது தெரிந்து விடவேண்டுமென்று நினைக்கிறார்.

குழந்தைகளே, கைகேயி தசரதரிடம் வரமாகக் கேட்டு வாங்கியது, ராமர் பதினான்கு வருடம் காட்டில் போய் இருக்கவேண்டுமென்று தான். அது முடிந்துவிட்டால், ராமர் திரும்ப வந்து அயோத்தியின் அரசனாய் ஆவதற்கு எந்த ஒரு தடையும் இருக்க முடியாது. ஆனாலும், ராமர் அந்த ராஜ பதவிக்காகப் பறக்கவில்லை. ராமருக்கு எப்பேற்பட்ட தியாக மனப்பான்மை இருக்கிறது என்று பார்த்தீர்களா?

-=()=-

அத்தியாயம் 80 (6.19)

ராம பட்டாபிஷேகம்

உடனே ஹனுமார் ஒரு மனித உருவத்தை எடுத்துக்கொண்டு, ராமரை வணங்கிப் புறப்பட்டார்.

ஆகாய மார்க்கமாக மின்னல் வேகத்தில் பறந்து போய், குகன் இருக்கும் இடத்தைக் கண்டு பிடித்து, அவனை வணங்கி, ராமர், லக்ஷ்மணர், சீதையெல்லாம் திரும்பி வந்துகொண்டிருக்கிற நல்ல சேதியை சொல்கிறார். குகனுக்கு அதைக் கேட்டதும் வந்த சந்தோஷத்தைப் பற்றி சொல்லவேண்டுமா என்ன?

அவனிடம் பரதன் எங்கே இருக்கிறான் என்று விவரம் கேட்டுக்கொண்டு, ஹனுமார் அங்கிருந்து புறப்பட்டு, அயோத்தி நகருக்கு இரண்டு மைல் தள்ளியிருக்கிற நந்திக்கிராமத்துக்கு வந்து சேர்கிறார்.

தூரத்திலிருந்து பார்த்ததுமே அங்கே ஆசிரமத்தில் இருக்கும் பரதனை ஹனுமார் அடையாளம் கண்டுவிடுகிறார். தலையில் ஜடாமுடி; இடுப்பில் மர உரி ஆடை. உடம்பெல்லாம் புழுதி படிந்திருக்கிறது. சரியான ஆகாரமில்லாமல், பழங்களையும் கிழங்குகளையுமே சாப்பிட்டு வந்ததால் மெலிந்த உடம்பு; ஆனால் தவ முனிவரைப் போல தேஜஸோடு ஜொலிக்கிற முகம்; ராமர் எப்போது வருவார் என்று ஏக்கத்தோடு தேடும் கண்கள்

ஹனுமார் நேரே பரதனிடம் வந்து பணிவோடு வணங்கி, "எந்த ராமருடைய வரவுக்காக நீங்கள் தவிப்போடு காத்திருக்கிறீர்களோ, அந்த ராமர் இதோ உங்களைப் பார்க்க சீதையுடனும், லக்ஷ்மணனுடனும் வந்துகொண்டே இருக்கிறார்; "நீங்கள் நலமா" என்று உங்களை விசாரிக்கச் சொன்னார்..." என்று சொன்னார்.

அதைக் கேட்டதும் தாங்கமுடியாத சந்தோஷத்தால் பரதன் கொஞ்ச நேரம் மயக்கமாகி விடுறான். சீக்கிரமே கண்விழித்து ஹனுமாரைப் பார்த்த பரதன், அப்படியே ஹனுமாரைக்

கட்டிப்பிடித்துக்கொள்கிறான்; அவன் கண்ணிலிருந்து தாரை தாரையாகக் கண்ணீர் வழிகிறது.

"இனிமையானவரே, நீங்கள் யார்? ஒரு தெய்வீக புருஷரா, இல்லை மனிதரா? என் மீது இரக்கப்பட்டு இந்த நல்ல சேதியைக் கொண்டு வந்த உங்களுக்கு நான் என்ன பரிசு கொடுப்பேன்? ஆயிரம் பசுக்கள், பொன் வெள்ளி, நூறு கிராமங்கள் எல்லாமே கொடுப்பேன். நீங்கள் யார்? உங்களுக்கு ராமரோடு எப்படி பழக்கம்? ராமரைப் பிரிந்து எத்தனையோ காலம் ஓடிப்போன மாதிரி இருக்கிறது! எனக்கு இத்தனை காலம் ராமர் வாழ்க்கையில் நடந்ததையெல்லாம் விவரமாய் சொல்லுங்கள்" என்று கேட்டான் பரதன்.

ஹனுமாரும் தம்மை அறிமுகப் படுத்திக் கொண்டு, பின் பரதனுக்குப் பக்கத்தில் அமர்ந்துகொள்கிறார். சித்ரகூடத்தில் பரதனை சந்தித்து அவனிடம் தன் பாதுகையைக் கொடுத்து அனுப்பிவைத்த பிறகு ராமர் வாழ்க்கையில் நடந்த எல்லா நிகழ்ச்சிகளையும் ஹனுமார் சொல்லி, கடைசியாய் ராவணனைக் கொன்று, சீதையைத் தீக்குளிக்க வைத்துத் தன்னுடன் சேர்த்துக்கொண்டு, இப்போது சுக்ரீவன், விபீஷணன் எல்லாரும் உடன் வர, அயோத்திக்கு வந்துகொண்டிருப்பது வரை சொல்லி முடித்தார் ஹனுமார்.

நடந்ததையெல்லாம் கேட்டு மிகவும் மகிழ்ந்த பரதன், சத்ருக்னைக் கூப்பிட்டு, "தம்பி, நம் அண்ணா ராமர் இதோ வரப்போகிறார். அவரை வரவேற்க, அயோத்தி நகரமே தயாராகட்டும்; எல்லா இடங்களையும் சுத்தம் செய்து, சாலைகளில் தண்ணீர் தெளித்து, அலங்காரத் தோரணங்கள் வைக்க ஏற்பாடு செய். முழு நகரமே விழாக்கோலம் பூணட்டும்." என்றான்.

செய்தி, அயோத்தி அரண்மனைக்கும் போய்ச் சேர்ந்து, அங்கேயிருந்து கௌசல்யா, சுமித்ரை, கைகேயி மூன்று பேரும், எல்லா மந்திரிமார்களும், அதிகாரிகளும், படைத்தலைவர்களும் அவசர அவசரமாய் நந்திக் கிராமத்துக்கு வந்து சேர்கிறார்கள்.

அவர்கள் மட்டுமா? செய்தி கேள்விப்பட்டு அயோத்தி மக்கள் ஏராளமாய், கூட்டம் கூட்டமாய் நந்திகிராமத்துக்கு வந்து சேர்கிறார்கள்.

பரதன், சிம்மாசனத்திலிருந்து ராமருடைய பாதுகையை பூமாலைகளால் அலங்காரம் செய்து, அதை எடுத்துத் தன் தலை மேல் வைத்துக்கொள்கிறான்; ராமரை எதிர்கொண்டு அழைக்க அங்கேயிருந்து கிளம்புகிறான். அவன் கூடவே பல பிராமணர்களும் வேத மந்திரங்களை சொல்லிக்கொண்டே வருகிறார்கள். மந்திரிமார்களும், அதிகாரிகளும், ஊர்ப் பெரிய மனிதர்களும், நகரத்து வியாபாரிகளும், வாத்தியக் கருவிகள் வாசிப்பவர்களும், கொம்பும் சங்கும் ஊதுபவர்களும் எல்லாரும் ஆனந்தமாக ஒலி எழுப்பிக்கொண்டு பரதன் கூடவே நடக்கிறார்கள். இப்படி மிகுந்த தூரம் அவர்கள் நடந்து வந்தாயிற்று.

"ஹனுமாரே, எங்கே என் அண்ணா வருவதாய்க் காணோமே? நீங்கள் என்னிடம் வானரர்களின் குரும்பு எதாவது செய்து ஏமாற்றினீர்களா என்ன?" என்று கேட்டான் பரதன்.

அப்போது தொலை தூரத்தில் வானரர்களின் உற்சாகக் கூப்பாடு கேட்கிறது. ஹனுமார் பரதனிடம், "கேட்டீர்களா, அதோ தொலைவில் எங்கள் கூடவே வந்த வானரர்கள் எல்லாரும் காட்டு வழியாக தூசியைக் கிளப்பிக்கொண்டு வந்துகொண்டிருக்கிறார்கள். வரும் வழியெல்லாம் ஏராளமான பழங்களும் காய்களும் அவர்களுக்கு கிடைக்கட்டுமென்று பாரத்வாஜ முனிவர் ராமருக்கு வரம் கொடுத்ததால், இஷ்டம் போலத் தின்றுகொண்டு மகிழ்ச்சியாய்க் கூச்சல் போட்டுக்கொண்டே வருகிறார்கள்! அதோ... அதோ... ஆகாயத்தில் சூரியன் மாதிரி ஜொலித்துக்கொண்டு வருகிறது பாருங்கள், அது தான் குபேரனுக்கு சொந்தமான புஷ்பக விமானம். அதில் ராமரும் சீதையும் கம்பீரமாய் உட்கார்ந்திருப்பதைப் பாருங்கள்; கூடவே லக்ஷ்மணனும் இருப்பது தெரிகிறதா? அதோ வானர மன்னர் சுக்ரீவனும், ராட்சச மன்னர் விபீஷணனும் அவர்கள் கூடவே இருக்கிறார்கள், பாருங்கள்!" என்று உற்சாகமாய்ச் சொன்னார் ஹனுமார்.

மக்கள் எல்லாரும் ஆவலுடன் பார்த்துக்கொண்டிருக்க, அந்த புஷ்பக விமானம் தரையில் வந்து இறங்கியது. பரதன் ராமரிடம் ஓடோடிப் போய் அவர் பாதத்தில் விழுந்து வணங்குகிறான்.

அத்தியாயம் 80 (6.19)
ராம பட்டாபிஷேகம்

ராமர் அவனை ஆசையுடன் தன் மடியிலேயே உட்கார்த்தி வைத்துக்கொண்டு அவனைக் கட்டி அணைத்துக் கொள்கிறார்.

அப்புறம் பரதன் சீதைக்கும் லக்ஷ்மணனுக்கும் நமஸ்காரம் செய்கிறான். சுக்ரீவன், அங்கதன், நீலன், ஜாம்பவான், மைந்தன், விபீஷணன் என்று ஒருவர் விடாமல் எல்லாரையும் கட்டி அணைத்து வரவேற்கிறான். எல்லாரும் அவனை சந்தோஷத்தோடு நலம் விசாரிக்கிறார்கள்.

"சுக்ரீவரே, உங்களை மாதிரி ஒரு நண்பன் ராமருக்குக் கிடைத்தது பெரிய விஷயம்! நீங்கள் எனக்கு இன்னொரு சகோதரர் மாதிரி; விபீஷணரே, நீங்கள் செய்த உதவி என்ன சாமானியமா?" என்று சொல்லி அவர்களைப் பாராட்டிப் பேசுகிறான் பரதன்.

ராமர் எழுந்து நேரே தன் தாயார் கௌசல்யை பாதத்தைக் கட்டிப்பிடித்து வணங்குகிறார். மற்ற இரண்டு தாய்மார்களையும் வணங்கி, குல குரு வசிஷ்டர் காலில் விழுந்து ஆசீர்வாதம் வாங்கிக்கொள்கிறார்.

"வருக வருக ராமா! ஸ்ரீ ராமருக்கு ஜய்!" என்று அங்கே கூடவே வந்த அயோத்தியின் பெருமக்கள் எல்லாரும் வாழ்த்துகிறார்கள். எல்லாரும் கை கூப்பி ராமரை வணங்க, ராமரும் மலர்ந்த முகத்தோடு எல்லாருக்கும் வணக்கம் சொல்கிறார்.

பரதன், தான் கொண்டுவந்த ராமருடைய பாதுகையை அவர் முன்னால் மரியாதையுடன் வைத்து வணங்கி, "ராமா, உன்னுடைய சொத்தான அயோத்தி நாட்டை, இந்த பாதுகையை முகாந்திரமாய் வைத்து நான் இதுவரை ஆண்டேன்; உன் சொத்தை இப்போது உன்னிடம் நான் திரும்ப ஒப்படைக்கிறேன். இந்த பதினான்கு வருடமும் உன்னுடைய தூதனாய் இந்த நாட்டை மந்திரிமார்கள் உதவியோடு நல்லவிதமாக ஆட்சி செய்தேன்; நீ வந்து அரசாங்க கஜானாவையும், அரண்மனைகளையும், தானியக் கிடங்குகளையும் பரிசோதித்துப் பார்க்கலாம்; அரசாங்க சொத்தை நான் பத்து மடங்கு அதிகப் படுத்தியிருக்கிறேன். ராமா இனி நீ வந்து நாட்டை ஆளவேண்டும். என் பொறுப்பு முடிந்து விட்டது" என்று அடக்கத்தோடு சொன்னான் பரதன்.

அவனுடைய பேச்சைக் கேட்டு வானரர்களும், விபீஷணனும் மிகவும் உணர்ச்சி வசப்பட்டார்கள்; கற்பனைக்கும் எட்டாத அவனது உயர்ந்த குணம் அவர்களைப் பரவசப் படுத்தியது. அவர்கள் கண்களிலிருந்து கண்ணீர் வடிந்தது.

ராமர் புஷ்பக விமானத்தில் உட்கார்ந்து, பரதனைத் தன் மடிமேலேயே உட்கார வைத்துக்கொள்கிறார், அவன் கூட வந்தவர்கள் எல்லாரையும் புஷ்பக விமானத்தில் ஏற்றிக்கொண்டு, ஆகாயத்தில் கிளம்பி, நந்திக்கிராமத்துக்கு வந்து பரதனுடைய குடிலுக்குப் பக்கத்தில் வந்து தரை இறக்குகிறார்.

எல்லாரும் அதிலிருந்து இறங்கிய பிறகு, ராமர் புஷ்பக விமானத்தை வணங்கி, அதனிடம், "எனக்கு உதவியதற்காக மிகவும் நன்றி. நீ இனிமேல் உன்னுடைய சொந்தக்காரனான குபேரனிடமே திரும்பப் போய்விடலாம்" என்று சொல்ல, அந்த புஷ்பக விமானமும் ஆகாயத்தில் கிளம்பி, வட திசையில் பயணித்து, கொஞ்ச நேரத்தில் கண்ணுக்குத் தெரியாமல் மறைந்தும் போயிற்று. அது குபேரனிடமே திரும்பப் போய்ச் சேர்ந்துவிட்டது.

பரதன் ராமரிடம் தொடர்ந்து பேசுகிறான், "ராமா, என்னுடைய தாயாரின் விருப்பத்தை நிறைவேற்ற நீ எனக்கு உன்னுடைய நாட்டைக் கொடுத்துவிட்டுப் போனாய். நீ எப்படி அதைக் கொடுத்தாயோ அப்படி நான் இப்போது அதை உன்னிடம் கொடுக்கிறேன். இனிமேலும் என்னால் இந்த பாரத்தைச் சுமக்க முடியாது. ஒரு காளை மாடு சுமக்க வேண்டிய பாரத்தை ஒரு கன்றுக்குட்டி எப்படிச் சுமக்க முடியும்? அரசாங்கத்தைக் கட்டிக் காப்பாற்றுவது என்பது சாமானிய விஷயமில்லை. ஒரு பெரிய நீர்த்தேக்கத்தில் ஏதேனும் விரிசல் விழுந்துவிட்டால் போதும்; அது உடைந்து எல்லாம் வெள்ளக்காடாய் ஆகிவிடும். நாட்டை ஆள்வதும் அது போல மிகவும் பாதுகாப்பான விஷயம். ஒரு குதிரை ஓடும் வேகத்துக்கு கழுதையால் ஓட முடியாது. உன்னிடம் இந்தப் பொறுப்பை ஒப்படைக்கிறேன். ராமா! நீ அரசனாய் முடி சூட்டிக்கொள்வதை இந்த உலகம் பார்க்கட்டும்." என்றான் பரதன்.

"அப்படியே ஆகட்டும், பரதா!" என்று ராமரும் சம்மதம் தெரிவித்தார்.

அத்தியாயம் 80 (6.19)
ராம பட்டாபிஷேகம்

ராமரும் லக்ஷ்மணனும் இதுவரை வளர்த்த ஜடாமுடியை மழித்துக்கொண்டு நன்றாகக் குளித்தார்கள். வாசனை திரவியங்கள் பூசி, புத்தாடைகளும் பொன் ஆபரணங்களும் அணிந்தார்கள். சீதையும் குளித்த பிறகு, ராமருடைய மூன்று தாய்மார்களும் ஒன்றாய் சேர்ந்து சீதைக்கு தாங்களே அலங்காரம் செய்வித்து அழகு பார்த்தார்கள்.

விருந்தினர்களாய் வந்திருக்கும் சுக்ரீவன், மற்ற வானரர்கள் எல்லாரும் இப்போது மானிட உருவத்துக்கு மாறி இருந்தார்கள். அவர்களும் குளித்து புத்தாடைகள் அணிய எல்லா ஏற்பாடுகளும் செய்து, நன்றாக அவர்களை உபசாரம் செய்தார்கள். வானரப் பெண்களும் புத்தாடைகள் அணிந்து நன்றாக அலங்காரம் செய்து கொண்டார்கள்.

ராமரை அயோத்திக்குக் கூட்டிப்போக ஒரு அலங்கார ரதம் தயாராய் வந்து நின்றது. அயோத்தி அரண்மனையில், வசிஷ்டர் கட்டளைப் படி, பட்டாபிஷேகத்துக்கான எல்லா ஏற்பாடுகளும் பரபரவென்று மிகுந்த விமரிசையாக நடந்துகொண்டிருக்கின்றன.

ராமர் ரதத்தில் ஏறிக்கொண்டார்; பரதனே அதற்கு சாரதியாய் உட்கார்ந்து குதிரைகளை ஓட்டுகிறான். சத்ருக்னன் ராமருக்கு குடை பிடிக்க, லக்ஷ்மணன் அவருக்கு சாமரம் வீசுகிறான். ஒரு வெள்ளை விசிரியைத் தான் வாங்கி, விபீஷணனும் ராமருக்கு வீச ஆரம்பிக்கிறான்.

ரதத்துக்கு பின்னால் சுக்ரீவன் ஒரு யானையில் வர, அவனைத் தொடர்ந்து மற்ற வானரத் தலைவர்களும் யானைகள் மேல் ஏறி வருகிறார்கள். சங்குகளும் கொம்புகளும் முழங்க, வாத்தியக் கருவிகள் பலவும் இசை ஒலிக்க, ராஜ வீதி வழியாக ராமரின் ரதம் அயோத்தி அரண்மனையை நோக்கிப் போயிற்று. சாலைகளின் இரண்டு பக்கமும் மக்கள் நெருக்கியடித்து நின்றுக்கொண்டு ராமர் தேரில் பவனி வருவதைக் கண் குளிரப் பார்க்கிறார்கள். அவர்கள் எழுப்பிய வாழ்த்தொலி எல்லாப் பக்கமும் எதிரொலிக்கிறது. ஆகாயத்தில் இந்தக் காட்சியைப் பார்க்க தேவர்களும், கந்தர்வர்களும் வந்து கூடிவிட்டார்கள்.

எல்லாரும் அரண்மனைக்கு வந்து சேர்ந்தார்கள்.

ராமர் பரதனைப் பார்த்து, "என்னுடைய இந்த அழகான அரண்மனையை சுக்ரீவன் தங்குவதற்காக கொடு" என்றார்.

சுக்ரீவனை அழைத்துக்கொண்டு அரண்மனைக்குள்ளே போன பரதன், "சுக்ரீவரே! ராம பட்டாபிஷேகத்துக்கு புனித நீர் கொண்டுவர நீங்கள் ஏற்பாடு செய்யமுடியுமா?" என்று கேட்டான்.

உடனே சுக்ரீவன் சுஷேணன், ரிஷபன், கவயன், நலன் நான்கு பேரையும் கூப்பிட்டு, "இந்த நான்கு பொற் ஜாடிகளை எடுத்துக்கொண்டுப் போய், நான்கு சமுத்திரங்களிலிருந்தும் தண்ணீரைக் கொண்டுவாருங்கள்" என்று சொல்லி அவர்களை அனுப்பி வைத்தான்.

ஹனுமான், ரிஷபன் இன்னும் மற்ற வானரர்கள் பலரும்போய் ஐந்நூறு நதிகளிலிருந்து புனித நீரை பொற்குடங்களில் சேகரித்துக்கொண்டு வந்தார்கள்.

புனித நீர் எல்லாம் வந்து சேர்ந்தாயிற்று; பட்டாபிஷேகத்துக்கான மற்ற ஏற்பாடுகள் எல்லாமும் தயாராகிவிட்டன.

வசிஷ்டர், மற்ற முனிவர்களான வாமதேவர், கச்யபர், காத்யாயனர், சுயக்ஞர், கௌதமர், விஜயர் எல்லாரோடும் சேர்ந்து ராமரையும் சீதையையும் ஒன்றாய் அமரவைத்து, பிராமணர்கள் மந்திரங்கள் ஓத, புனித நீர்களை அவர்களுக்கு அபிஷேகம் செய்தார்.

எத்தனையோ ஆயிரம் ஆண்டுகளுக்கு முன்னால் மனு என்ற ராஜா அணிந்த பொன்னாலான, நவரத்னங்களும் பதித்த கிரீடம் தயாராய் இருந்தது. இக்ஷ்வாகு வம்ச ராஜாக்கள் பரம்பரை பரம்பரையாய் அணிந்துவந்த மணி முடி அது.

வேத மந்திரங்கள் முழங்க, கூடியிருந்த எல்லாரும் வாழ்த்த, வசிஷ்டர் ராமருக்கு அந்தக் கிரீடத்தை அணிவித்தார். அப்போது சத்ருக்னன் வெண் கொற்றக் குடையை ராமர் தலைக்கு மேல் பிடித்துக்கொண்டிருந்தான். சுக்ரீவனும், விபீஷணனும் ராமருக்கு விசிரி வீசுகிறார்கள். தேவேந்திரன் ஆணைப்படி வாயுதேவன் அங்கே வந்து ராமருக்கு ஆயிரம் தாமரைகள் கொண்ட ஒரு பொன்மாலையை அணிவிக்கிறான். தேவலோக அப்ஸரஸ் பெண்கள் வந்து அங்கே நாட்டியம் ஆடுகிறார்கள்.

அத்தியாயம் 80 (6.19)
ராம பட்டாபிஷேகம்

இப்படிப் பட்டாபிஷேகம் முடிந்ததும் ராமர் அதை நடத்திவைத்த பிராமணர்களுக்கெல்லாம் பசுக்களும், பொன் ஆபரணங்களும் தாராளமாக தானம் வழங்கிக் கௌரவிக்கிறார்.

அப்படியே சுக்ரீவன், அங்கதன், மற்ற வானரர்கள் எல்லாருக்கும் விதம் விதமான அலங்காரமான பொன் ஆபரணங்களைப் பரிசாகத் தருகிறார்.

ராமர் சீதைக்கு ஒரு முத்து மாலையை அணிவிக்கிறார்.

சீதை அந்த முத்து மாலையை எடுத்து கையில் வைத்துக்கொண்டு ஹனுமாரைப் பார்க்கிறாள்; அவளுடைய மனதை உடனே புரிந்து கொண்ட ராமர், "சீதா, அந்த முத்து மாலையை நீ உன் கையாலேயே உனக்கு பிரியமான அவனுக்குப் பரிசாகக் கொடு; யார் புத்திக் கூர்மையும், உறுதியும், சாமர்த்தியமும், செயலாற்றலும், அடக்கமும், வீரமும் எல்லாம் கொண்டவனோ அவனுக்கு!" என்று பெயரைச் சொல்லாமலேயே ஹனுமாரைப் புகழ்ந்து பேசினார் ராமர்!

சீதை மிகுந்த சந்தோஷத்தோடு ஹனுமாரை அருகில் கூப்பிட்டு, அவருக்கு அந்த மாலையையைத் தருகிறாள். அதைக் கழுத்தில் அணிந்ததும் அது அவர் மேல் நிலா ஒளி அடிப்பது போன்ற ஒரு வெளிச்சத்தைத் தந்தது.

ஒருவர் விடாமல் தன் கூட வந்த எல்லா வானரர்களுக்கும், விபீஷணனுக்கும் அவனுக்குத் துணையாய் வந்த

ராட்சசர்களுக்கும் இன்னும் பல விலை உயர்ந்த பரிசுப் பொருட்களை அள்ளிக் கொடுத்தார் ராமர்.

இப்படி ராமருடன் பயணித்து வந்த வந்த எல்லா வானரர்களும் அவர்களது மனைவிமாரும் அயோத்தியில் சுமார் ஒரு மாத காலம் விருந்தாளிகளாய்த் தங்கியிருந்தனர். பின்னர் ராமர் சீதையிடம் விடை பெற்றுக்கொண்டு கிஷ்கிந்தைக்குக் கிளம்பினார்கள். அப்படியே விபீஷணனும் அவன் உதவியாளர்களும் இலங்கைக்குப் புறப்பட்டுப் போனார்கள்.

ராமர் லக்ஷ்மணனிடம், "தம்பி லக்ஷ்மணா, நீயும் என்னோடு சேர்ந்து இந்த ஆட்சிப்பொறுப்பை சுமக்கவேண்டும். உன்னை யுவராஜாவாய் ஆக்கி விடுகிறேன்" என்று சொல்கிறார். ஆனால் அதற்கு லக்ஷ்மணன் சம்மதிக்கவில்லை. அந்தப் பதவி ஒன்றும் வேண்டாமென்று மறுத்துவிட்ட அவன், ராமர் கூடவே எப்போதும் இருந்து அவருக்கு வேண்டிய எல்லா சேவைகளையும், ஆட்சி நிர்வாகத்தில் உதவியும் செய்ய மட்டும்தான் தயாராய் இருந்தான். அதனால் ராமர், பரதனை யுவ ராஜாவாகப் பட்டம் சூட்டினார்.

இப்படியாக ராமர் பல்லாண்டுகள் அயோத்தியை மிகச் சிறப்பாக ஆட்சி செய்தார். அந்தக் கால வழக்கப்படி பௌண்டரிகம், அச்வமேதம், வாஜபேயம் மாதிரி பல பெரிய யாகங்களையெல்லாம் செய்தார்.

ராமர் ஆட்சி செய்த விதம் உலகத்துக்கே ஒரு முன்னுதாரணமாய் அமைந்தது. இன்று வரை, ஒரு சிறப்பான ஆட்சி என்றால் அது 'ராம ராஜ்ஜியம்' மாதிரி இருந்தது என்று சொல்கிற வழக்கம் இருக்கிறது.

ராமருடைய ஆட்சிகாலம் எப்படி இருநதது என்று வால்மீகி மகரிஷி விளக்கமாக பலவற்றையும் சொல்கிறார்.

ராமருடைய ஆட்சியில் மக்கள் எப்போதும் மகிழ்ச்சியாய், திருப்தியாய் வாழ்ந்தார்கள்; பயம் என்பதே இல்லை; பஞ்சம், பசி, பட்டினி, நோய், நொடி ஏதும் இல்லை. மக்கள் நீண்ட ஆயுளோடு வாழ்ந்தார்கள். தீவிபத்துகள், வெள்ளம், புயல் இவை ஒன்றுமே நிகழவில்லை. நாட்டில் திருடர்களோ கொள்ளையர்களோ கிடையாது, மக்கள் எல்லாருமே மிக நேர்மையாக நடந்து கொண்டார்களாம். யாரும் பொய்யே பேசமாட்டார்களாம்.

அத்தியாயம் 80 (6.19)
ராம பட்டாபிஷேகம்

எல்லா மனிதர்களும் தர்ம நியாயத்தோடு நடந்துகொண்டார்கள். ராமரையே முன்னுதாரணமாய் வைத்துக்கொண்டு, யாரும் யாரையும் கொல்லாமல், அஹிம்சையைக் கடைப்பிடித்து வாழ்ந்தார்கள். வயதானவர்கள் உயிரோடு இருக்கையில் குழந்தைகள் செத்துப் போனார்கள் என்கிற நிலைமையே இல்லை; கணவன் செத்துப் போய், விதவையாய் வேறு ஆதரவில்லாமல் வாழ்ந்த பெண்களே இல்லையாம். எல்லாருக்கும் 'ராமர், ராமர்' என்று அவரைப் பற்றித்தான் பேச்சு.

மரங்களெல்லாம் காலா காலத்துக்கு பழங்களை தாராளமாகக் கொடுத்தன; காலா காலத்தில் தேவையான மழை பொழிந்தது. நான்கு வர்ணத்தவர் என்று சொல்லப் படுகிற பிராமணர்கள், க்ஷத்திரியர்கள் என்கிற அரசாட்சி செய்கிறவர்கள், வைசியர்கள் என்று சொல்லப்பட்ட வியாபாரிகள், சூத்திரர்கள் என்று சொல்லப்பட்ட சேவகம் செய்யும் ஆட்கள் எல்லாருமே தங்களின் கடமைகளை சரியாகச் செய்து, பேராசை ஏதும் படாமல் ஒற்றுமையாய் வாழ்ந்தார்கள்.

இப்படியாக, ராமர் அயோத்திக்கு மீண்டும் ராஜா ஆகி நல்ல ஆட்சி செய்து மகிழ்ச்சியாய் வாழ்ந்த சேதியோடு ஆறாம் காண்டமான யுத்த காண்டம் முடிவுக்கு வருகிறது.

குழந்தைகளே, இப்படி இதுவரையிலும் நடந்து முடிந்த ராமாயணக் கதையை யார், யாருக்கு சொல்லிக் கேட்டதாய் இந்தக் கதையின் ஆரம்ப அத்தியாயத்தில் நான் சொல்லியிருந்தேன்? அது உங்களில் யார் யாருக்கு நினைவு இருக்கிறது?

சரி, சரி...அதை நினைவு வைத்துகொள்வது கஷ்டம்தான். ஒப்புக்கொள்கிறேன். அதை திரும்ப உங்களுக்கு ஞாபகப் படுத்துகிறேன்.

சீதைக்கு, வனத்தில் வைத்து, வால்மீகி முனிவருடைய ஆசிரமத்தில் ரெட்டைப் பிள்ளைகள் பிறந்தார்கள்; அவர்கள் பெயர் லவனும் குசனும். என்ன, இப்போது நினைவு வருகிறதா? சரி சரி.

அவர்களை நல்லபடி வளர்த்து கல்வி கேள்வியெல்லாம் சொல்லித் தந்தவர் வால்மீகி முனிவர்தான். அவர்தான், தான் எழுதிய ராமாயண காவியத்தை லவன் குசனுக்கு சொல்லித் தந்து, நாடு முழுவதும் அந்தப் புண்ணியக் கதையைப் பாடிப் பரப்ப வைத்தார்.

அப்படி ஒரு நாள், லவனும் குசனும் ராமருடைய அரண்மனைக்கே வந்து ராமருக்கு முன்னால் முழு ராமாயணத்தையும் இதுவரை நாம் சொன்னது வரை பாடி முடித்தார்கள். அப்போது அவர்கள் இரண்டு பேருக்கும் ராமர்தான் தங்களின் அப்பா என்று தெரியாது.

விஷ்ணுவே ராமராய் அவதாரம் செய்து வந்து இந்தப் பூமில் வாழ்ந்த ராம கதையை முழுதாய்க் கேட்டு ரசித்த எல்லாருக்குமே மிகவும் புண்ணியம் கிடைக்கும்.

பொதுவாக பகவானுடைய கதைகளையோ, இல்லை பகவானை போற்றி துதிக்கிற ஸ்லோகங்களையோ நாம் சொன்னாலும், சொல்லக் கேட்டாலும் என்னென்ன பலன் கிடைக்குமென்று கடைசியில் சொல்லி முடிப்பது வழக்கம். அதற்கு 'ஃபல ச்ருதி' என்று பேர்.

இந்த ராம பட்டாபிஷேகக் கதையைக் கேட்பவர்களுக்கு, என்னென்ன பலன் கிடைக்கும் என்று வால்மீகி முனிவர் சொல்லியிருக்கிறார்? அதையும் நாம் இப்போது தெரிந்துகொள்ளலாம்.

புகழும் நீண்ட ஆயுளும் கிடைக்குமாம்; பிள்ளை பாக்கியம் இல்லாதவர்களுக்கு பிள்ளை பிறக்குமாம். ராம லக்ஷ்மணர்கள் மாதிரி நல்ல குணவான்களாகப் பிள்ளைகள் பிறப்பார்களாம்.

வறுமையில் வாடுகிறவர்களுக்கு செல்வம் வந்து சேருமாம். கஷ்டங்கள் விலகுமாம். பிரிந்து போன உறவுகள் திரும்பச் சேருமாம். வீட்டை விட்டுப் பிரிந்து தொலை தூரத்தில் வாழ்கிறவர்களுக்கு எல்லாமே நல்லபடி நடக்குமாம். அரசர்கள் எதிரிகளை வென்று வெற்றி பெறுவார்களாம்.

யார் யார் ராம கதையை விரும்பிக் கேட்கிறார்களோ அவர்கள் எல்லாருமே மஹாவிஷ்ணுவேயான ராமருக்கு மிகவும் பிரியமானவர்களாவார்கள்.

நல்லவர்கள் யார் யாருக்கெல்லாம் ஞானம், நீண்ட ஆயுள், நல்ல ஆரோக்கியம், புகழ், புத்திசாலித்தனம், நல்ல வாழ்க்கை

எல்லாம் வேண்டுமோ அவர்கள் ராமாயணக் கதையை கண்டிப்பாய் பக்தியுடன் கேட்கவேண்டுமென்று வால்மீகி முனிவர் சொல்கிறார்.

இப்படியாக யுத்த காண்டம் முடிவுக்கு வருகிறது.

பொதுவாகவே குழந்தைகள் மட்டுமில்லாமல் பல பெரியவர்களுக்கும் கூட "இப்படியாக அந்த ராஜா, தனது ராணியுடன் பல வருடங்கள் சந்தோஷமாய் வாழ்ந்தார்" என்று கதையை மகிழ்ச்சியுடன் முடிப்பது தான் பிடிக்கும். அதனாலேயோ என்னவோ, ராமாயணத்தைத் தமிழில் எழுதிய மூதறிஞர் ராஜாஜி கூட, ராம பட்டாபிஷேகத்தோடு கதையை முடித்துவிட்டார். ஏன், தமிழ்க் காவியமான கம்ப ராமாயணம் கூட அப்படித்தான் முடிகிறது.

ஆனால், வால்மீகி முனிவர் ராமாயணக் கதையை இன்னும் தொடர்ந்து உத்தர காண்டத்தில் எழுதியிருக்கிறார். அதில், ராவணனுடைய சரித்திரத்தை மிக விரிவாகச் சொல்லியிருக்கிறார்; ராமர், சீதையைக் காட்டுக்கு அனுப்பியது, அங்கே தனது ஆசிரமத்தில் வைத்து சீதைக்கு லவ குசர்கள் பிறந்து வளர்ந்தது, அப்புறம் ராமருடைய முடிவுக்காலம் வரை நடந்த பல நிகழ்ச்சிகள் எல்லாவற்றையும் பற்றியும் எழுதித்தான் ராம காவியத்தை முழுவதுமாய் நிறைவு செய்கிறார்.

அதனால், நாமும் அடுத்த அத்தியாயத்தில் உத்தரகாண்டத்தை ஆரம்பிப்போம். அதில் முதலில் ராவணனின் முந்தைய சரித்திரத்தை விரிவாகத் தெரிந்துகொள்வோம். தொடர்ந்து கதையைப் படியுங்கள். என்ன சரிதானே?

-=()=-

7. உத்தர காண்டம்

ஸ்ரீ ராமர் துதி

குழந்தைகளே! உத்தர காண்டம் தொடங்கும் முன் ஸ்ரீ ராமரைத் துதித்து சில ஸ்லோகங்களைச் சொல்லலாமா?

நம(ஹ்) கோதண்ட ஹஸ்தாய ஸந்தீ க்ருத சராயச

கண்டிதாகில தைத்யாய ராமா பாயன் நிவாரிணே

Namah kodanda hastaya sandhi krutha s(h)arayacha

kandita khila daitya rama payan nivarine: ||

(பொருள்: "கையில் கோதண்டமெனும் வில் தாங்கி, கூரம்புகளால் ராட்சசர்களையெல்லாம் வெட்டி வீழ்த்தி, பயத்தை நீக்கிய ராமரை வணங்குகிறேன்.")

வேத வேதாந்த வேத்யாய மேக ச்யாமள மூர்த்தயே

பும்ஸாம் மோஹன ரூபாய புண்யச்லோகாய மங்களம்

Vedavedāṃtavedyāya meghaśyāmalamūrtaye .

puṃsāṃ mohanarūpāya puṇyaślokāya maṃgalam ..

(பொருள்: "வேத வேதாந்தங்களை அறிந்தவரும், நீல மேக வர்ணம் கொண்டவரும், மனம் கவரும் அழகு உருவம் கொண்டவரும், புண்ணிய சுலோகங்களால் துதிக்கப் படுபவருமான ஸ்ரீ ராமருக்கு மங்களம்".")

மங்களம் கௌசலேந்த்ராய மகனீய குணாத்மனே

சக்ரவர்த்தி தனூஜாய ஸார்வபௌமாய மங்களம்

Maṃgalaṃ kauśalemdrāya mahanīya guṇātmane

Chakravarti tanūjāya sārvabhaumāya maṃgalam

(பொருள்: கோசல நாட்டின் மன்னனும், மகா குணவானும், தசரத சக்ரவர்த்தியின் குமாரனும், சகலலோகங்களுக்கும் அதிபதியுமான ராமருக்கு மங்களம்.)

-=()=-

அத்தியாயம் 81 (7.1)

ராவணனின் முன்னோர்கள்

குழந்தைகளே, ராமர் அவதரித்து வந்தது எதற்காக? ராவணனை வதம் செய்வதற்காக.

ஏன் ராமர் ராவணனை வதம் பண்ண வேண்டியிருந்தது? அவன் சீதையைக் கடத்திக்கொண்டு போனதற்காக.

ஆனால், அந்த ஒரு தனிப்பட்ட பகைக்காக மட்டுமா ராமர் அவனை வதம் செய்தார்? ராமர், தன்னை தசரதருடைய மகனாகிய ராமன் என்று மட்டும் நினைத்துக் கொண்டிருக்கும்போது அது சரிதான்.

ஆனால், தேவர்களும், முனிவர்களும், கந்தர்வர்களும், பிரம்மா, சிவன் எல்லாருமே, ராவணனைக் குலத்தோடு அழிக்கவேண்டும் என்பதற்காகத்தானே பகவான் விஷ்ணுவை ராமராக அவதரிக்க வைத்தார்கள்?

அப்படியென்றால், வானுலக வாசிகளுக்கும், பூவுலக வாசிகளுக்கும் எல்லாருக்குமே ராவணன் மேல் பயங்கர வெறுப்பும், கசப்பும், அதே சமயம் பயமும் இருந்தது. அவன் ஒழிந்தால்தான் நிம்மதி என்று அவர்கள் எல்லாருமே நினைக்கிற அளவுக்கு ராவணன் கொடியவனாய் இருந்தான். ராவணன் மட்டுமில்லை; அவனுடைய தாய் வழி ராட்சசர்களான முன்னோர்கள் பலருக்கும் தேவர்களோடும் அவர்களுக்குப் பக்க பலமாக இருந்த பகவான் விஷ்ணுவோடும் எத்தனையோ காலம் காலமாய்ப் பகையும் இருந்தது.

பூவுலகத்தில் யார் கொடிய ராட்சசர்களால் அதிகம் பாதிக்கப் பட்டவர்கள் என்று பார்த்தால், அவர்கள், தவம் செய்கிற முனிவர்களும், யாக யக்ஞங்கள் செய்கிற பிராம்மணர்களும்தான். அவர்களைத்தான் ராட்சசர்கள் தேடித் தேடி வந்து துன்புறுத்தினார்கள்; கொன்று போட்டார்கள்;

யாகங்களைப் பண்ணவிடாமல் கெடுத்தார்கள். யாகங்கள் முறையாக நடந்தால்தான் அதில் அக்னியில் இடுகிற ஹவிஸ் என்கிற உணவின் மூலமாக, வானுலக தேவர்கள் நலமாமாக இருக்க முடியும். தேவர்கள் நன்றாக இருந்தால், அவர்களின் அருளால், பூமியில் காலா காலத்தில் மழை பொழியும்; தானியங்கள் தாராளமாக விளையும்; பசி, பட்டினி, நோய் நொடிகள் இல்லாமல் மக்கள் நல்லபடி வாழ்க்கை நடத்துவார்கள். இயற்கை சக்திகள் சாந்தமாக இருக்கும்; இல்லாவிட்டால், வெள்ளமாகவோ, பூகம்பமாகவோ, காட்டுத் தீயாகவோ, எரிமலைகளாகவோ, புயல் காற்றாகவோ செயல்பட்டு, பூமியில் வாழ்கிற மக்களுக்கும் ஜீவராசிகளுக்கும் பெரும் கெடுதல் உண்டாக்கும்.

தவம் செய்கிற முனிவர்கள் நன்றாக இருந்தால்தானே நாட்டிலே தர்மம் நிலைத்திருக்கும்? அந்த முனிவர்கள், அரசர்களுக்கு நல்ல அறிவுரைகள் தந்து, தர்ம வழியில் மக்களைக் காப்பாற்றி நாட்டை ஆள வழிகாட்டித் தருவார்கள்.

ஆனால், அப்படி நல்லது நடப்பது எதுவும் ராட்சசர்களுக்குப் பிடிக்காது. அவர்களுக்கு நல்லவர்கள் எல்லாரையும் பயமுறுத்தி, கட்டுப்படுத்தி, கொடுமைப்படுத்தி ஆட்சி செய்வதுதான் பிடித்த காரியம். அதனால் காலப் போக்கில் தர்மம் நசிந்து, எல்லாம் குட்டிச்சுவராகிவிடும்.

அப்படி தர்மம் மிகவும் கீழ் நிலை அடையும்போதெல்லாம் பகவான் விஷ்ணு பூமியில் அவதாரம் செய்து, கொடியவர்களை அழித்து, நல்லவர்களைக் காப்பாற்றி, பழையபடி தர்மத்தை நிலை நாட்டுவார். அப்படித்தான் ராமாவதாரம் நடந்தது. அப்படித்தான் அடுத்த யுகமான துவாபர யுகத்தில் கிருஷ்ணாவதாரமும் நடந்தது.

குழந்தைகளே, போன ஆறு காண்டங்களில், லவ குசர்கள் வாய் வழியாக ராமருடைய பட்டாபிஷேகம் வரை நடந்த ராமரது சரித்திரத்தைப் பாட வைத்து வெளிப்படுத்திய வால்மீகி மகரிஷி, ராமாவதாரத்துக்குக் காரணமாயிருந்த ராவணனுடைய முழுக் கதையையும் உத்தரகாண்டத்தின் ஆரம்பத்தில் விரிவாகச் சொல்லியிருக்கிறார். பின்னர், தொடர்ந்து அயோத்தியாதிபதியான ராமரின் மீதி சரித்திரத்தையும் சொல்கிறார்.

ஒரு மனிதராய் பூமியில் வாழ்ந்த ராமருக்கு ராவணனுடைய பழைய சரித்திரம் எதுவும் முழுதாய்த் தெரியாது. அவர் ராவணனுடைய பராக்கிரமம், அவனுடைய சில கொடுமையான செயல்கள், அவனுடைய குடும்பம் பற்றியெல்லாம் ஓரளவு விபீஷணன் மூலமாகத் தெரிந்துகொண்டிருந்தாரே தவிர, ராவணனுடைய முழு சரித்திரத்தை அவர் கேள்விப்பட்டதில்லை.

அப்படி அவர் ராவணனுடைய முழு சரித்திரத்தைத் தெரிந்து கொள்கிற நேரம், அவர் அயோத்தியின் மன்னராகப் பொறுப்பேற்றுக்கொண்ட பிறகு தான் வந்தது.

அது யார் மூலமாக வந்தது என்றால், ராவணன் அழிந்ததால் பெரும் நிம்மதி அடைந்த ரிஷிகள் பலரும் ராமரைப் பார்க்க அயோத்திக்கு வந்தபோது, அவர்களுடன் வந்த அகஸ்திய முனிவர் வாய் வழியாக வந்தது.

அப்படி ஒரு சமயம் பல முக்கியமான ரிஷிகளும் ஒன்றாய்க் கூடி, அயோத்திக்கு வந்து ராமருடைய அரண்மனைக்கு வந்து சேர்ந்தார்கள். அவர்களில், கார்க்யர், கன்வர், கௌஸிகர், நமுசி, ப்ரமுசி, கௌதமர், அகஸ்தியர், காலவர், அத்ரி, ஸுமுகர், தௌம்யர், விச்வாமித்ரர், பாரத்வாஜர், ஜமதக்னி, மரீசி, அங்கீரஸர் இப்படியாகப் பல ரிஷிகளும் அவர்களின் சிஷ்யர்களும் இருந்தார்கள்.

அவர்கள் எல்லாரும் வந்த நோக்கம், ராமரைச் சந்தித்து, அவர் ராவணனைக் குலத்தோடு அழித்ததற்கும், அயோத்திக்கு மன்னரானதற்கும் தங்களின் பாராட்டையும் வாழ்த்துகளையும் தெரிவிப்பதற்காகத்தான்.

அவர்கள் எல்லாரும் தன்னை நாடி வந்திருப்பதை வாயிற்காவலன் மூலமாகக் கேள்விப்பட்ட ராமர், வாசலுக்கு ஓடோடி வந்து, எல்லா முனிவர்களையும் மரியாதையோடு வணங்கி, அவர்களின் கால்களைக் கழுவி, அரண்மனைக்குள்ளே கூட்டிக்கொண்டுப் போனார். எல்லாருக்கும் குடிக்க நீர் கொடுத்து, உயரமான ஆசனங்களில் உட்கார வைத்து நலமெல்லாம் விசாரிக்கிறார்.

"ராமா, ராவண குலத்தையே அழித்து நீ தர்மத்தை நிலை நாட்டியிருக்கிறாய். சீதையைத் திரும்பக் கூட்டிக் கொண்டு வந்து, இந்த அயோத்திக்கு மன்னனாக நீ அமர்ந்திருப்பதைப்

அத்தியாயம் 81 (7.1)
ராவணனின் முன்னோர்கள்

பார்ப்பதே மிகவும் மகிழ்ச்சியாய் இருக்கிறது" என்று பாராட்டிப் பேசினார்கள் அந்த ரிஷிகள்.

"ராமா, நீ ராவணனையும், கும்பகர்ணனையும் அவனுடைய பரம்பரையைச் சேர்ந்த எல்லோரையும் கொன்றது கூடப் பெரிதில்லை; ஆனால் இந்திரஜித்தை அழித்து ஒழித்தாயே, அதுதான் இருப்பதிலேயே பெரிய விஷயம்!" என்று பாராட்டினார்கள்.

அதைக் கேட்ட ராமருக்கே கொஞ்சம் ஆச்சரியமாகிவிட்டது. "முனிவர்களே, நான் ராவணன், கும்பகர்ணன், பிரஹஸ்தன், விருபாக்ஷன் இப்படிப் பலரையும், ராவணனுடைய மற்ற பிள்ளைகளையும் கூடப் போரில் அழித்தேன். ஆனாலும் நீங்கள் இவர்களை எல்லாம் விட ராவணனுடைய பிள்ளை இந்திரஜித்தைப் பற்றி உயர்வாய் நினைப்பது ஏனென்று தெரிந்துகொள்ளலாமா?"என்று கேட்டார்.

அப்போது அகஸ்திய முனிவர், "ராமா, அதைத் தெரிந்துகொள்வதற்கு முன்னால், நீ ராவணனுடைய முழுப் பரம்பரையின் கதையையும் தெரிந்து கொள்வது நல்லது..." என்று சொல்லவே, ராமரும் ஆவலாய்க் கேட்க ஆரம்பித்தார்.

இப்படி முனிவர் சொன்ன ராவணனுடைய சரித்திரத்தை, இப்போது நாமும் தெரிந்து கொள்வோம்.

ராமாவதாரம் நடந்த திரேதா யுகத்துக்கும் பல ஆயிரம் வருடங்கள் முன்னால் இருந்த கிருத யுகத்தில், புலஸ்தியர் என்கிற ஒரு ராஜரிஷி இருந்தார். அவர் பிரம்மாவின் மகன். அவர் சகல வேதங்களையும் கற்றறிந்தவராயும், மிகவும் நல்லவராயும், பரம ஞானியாகவும், தபஸ்வியாயும் வாழ்ந்து வந்தார்.

த்ரிணாவிந்து என்பவருக்கு சொந்தமான ஒரு வனப் பகுதியில் புலஸ்தியர் தங்கித் தவம் செய்து கொண்டிருந்தார். அவருடன் கூடவே இருந்து பணிவிடை செய்து, அவரை நன்றாகப் பார்த்துக்கொள்ள, த்ரிணாவிந்து, தனது மகளை அவருக்கு கட்டி வைக்க ஆசைப்படவே, முனிவரும் சம்மதித்தார்.

அப்படி மகிழ்ச்சியாய் வாழ்ந்த அவர்களுக்குப் பிறந்த மகனின் பெயர் விச்ரவன். அவனும் அவன் தந்தை

புலஸ்தியரைப் போலவே நல்லவனாயும், தபஸ்வியாயும், நான்கு வேதங்களையும் நன்றாகக் கற்றறிந்தவனாயும் இருந்தான்.

விச்ரவனுடைய சிறந்த குணங்களைப் பார்த்து சந்தோஷப்பட்ட பாரத்வாஜ முனிவர், தனது மகளான தேவவர்ணினியை அவனுக்குக் கல்யாணம் செய்து வைத்தார். அவர்களுக்குப் பிறந்த மகன், வைச்ரவணன். அவனுடைய இன்னொரு பெயர்தான் குபேரன். அவன் வளர்ந்ததும், பல வருடங்கள் பிரம்மதேவரை தியானித்து கடுமையாகத் தவம் செய்தான். அப்போது பிரம்மதேவர் அவன் முன்னால் வந்து காட்சி தந்து, "மகனே, உனக்கு என்ன வரம் வேண்டுமோ கேள்" என்றார்.

அதற்கு வைச்ரவணன், "பிரம்மதேவரே, எனக்கு ஒரு ராஜாவாக நாடாள ஆசை!" என்றான்.

அதற்கு பிரம்மதேவர் சம்மதித்ததோடு, அவனுக்குப் பரிசாய் புஷ்பக விமானத்தையும் தந்துவிட்டுக் கிளம்பிட்டார்.

வைச்ரவணனுக்கு குழப்பமாய்ப் போயிற்று. தான் அரசாளுவதற்கு நாடு எங்கே இருக்கிறது என்று பிரம்மதேவர் சொல்லிவிட்டே போகவில்லையே? அவன், தன் அப்பா விச்ரவரிடம் இதைப் பற்றி சொல்ல, விச்ரவ முனிவர் சொன்னார், "மகனே, கவலைப் படாதே! தென் திசையில் இலங்கை என்று ஒரு பெரிய தீவு இருக்கிறது. ஒரு காலத்தில் ராட்சசர்கள் அந்த நாட்டை ஆண்டு வந்தார்கள். ஆனால், அந்த ராட்சச மன்னர்களுக்கு பகவான் விஷ்ணு மேல் இருந்த பயத்தினாலும் பகையாலும், இலங்கையை விட்டுவிட்டுத் தப்பித்து ஓட வேண்டிய நிலைமை ஆகிவிட்டது. அந்த இலங்கை, பொன்னும் மணிகளும் மற்ற செல்வங்களும் நிறைந்த ஒரு வளமான பூமி. தேவலோக சிற்பியான விச்வகர்மாவே நிர்மாணித்த அழகான நகரம் அது. இப்போது அங்கே ஆட்சி பீடத்தில் யாரும் இல்லை. நீ அங்கே போய் உன்னுடைய ஆட்சியை நிறுவி ஆண்டு வா" என்று சொல்லி அவனுக்கு ஆசீர்வாதம் செய்து அனுப்பினார்.

அப்படி வந்து சேர்ந்த வைச்ரவணனை ராஜாவாக இலங்கையில் வாழ்ந்த மக்கள் ஏற்றுக் கொண்டார்கள். அவனும் நன்றாக ஆட்சி செய்து இலங்கையின் செல்வத்தை பல மடங்கு கூட்டினான். மிக மகிழ்ச்சியாய் வாழ்ந்து கொண்டிருந்தான்..."

அத்தியாயம் 81 (7.1)
ராவணனின் முன்னோர்கள்

என்று அகஸ்தியர் கதை சொல்லிக்கொண்டே வந்தார்.

கேட்டுக்கொண்டிருந்த ராமர், "சுவாமி, நீங்கள் சொன்னதைக் கேட்க ஆச்சரியமாய் இருக்கிறது. இலங்கையில் அதற்கு முன்னால் ஆண்டு கொண்டிருந்த ராட்சசர்கள் ஏன் பகவான் விஷ்ணுவுக்கு பயந்து ஓடிவிட்டார்கள்? பிற்பாடு மீண்டும் எப்படி ராவணன் இலங்கைக்கு ராஜாவாக ஆனான்?" என்று சந்தேகம் கேட்டார்.

"சரி, அந்த முன் கதையையும் உனக்கு சொல்கிறேன்" என்று அகஸ்தியர் சொல்ல ஆரம்பித்தார்.

ஆதியில் பிரம்மா தனது படைப்புத் தொழிலை செய்ய ஆரம்பித்தபோது, தண்ணீரைப் படைத்து, அதைப் பாதுகாக்க ராட்சசர்கள், யக்ஷர்கள் என்று இரண்டு இனங்களையும் படைத்தார். ராட்சச இனத்தை ஆள ஹேதி, ப்ரஹேதி என்று இரண்டு சகோதரர்கள் உண்டானார்கள்.

அதில், ப்ரஹேதி என்கிறவன் மிகவும் நல்லவனாய் இருந்தான்; அவன் தவ வாழ்க்கை வாழ்வதற்காகக் கிளம்பிப் போய்விட்டான். ஆனால் ஹேதியோ மிகவும் பொல்லாதவனாய் இருந்தான். அவன், காலனுடைய சகோதரியான 'பயம்' என்பவளைக் கல்யாணம் செய்துகொண்டான்..." என்று ஆரம்பித்து, முனிவர் ஹேதியின் பரம்பரையில் யார் யார் வந்தார்கள் என்று சொல்லிக்கொண்டே வந்தார். அப்படி அப்பரம்பரையில் வந்து பிறந்த ஸுகேசன் என்கிற ராட்சசக் குழந்தையை அவனுடைய தாய் தந்தையர் இருவருமே கவனிக்காமல் ஒதுக்கித் தள்ளி விட்டார்கள்.

பாவம், அந்த குழந்தை கதறி அழுதது. அது அழுத சத்தம் இடி இடிக்கிற மாதிரி பெரிதாக இருந்ததாம். அது பார்வதி தேவியின் காதில் விழுந்துவிட்டது. அவள் தன் கணவர் சிவனிடம், "பாவம் அந்தக் குழந்தை அழுகிறது; நீங்கள் என்னவென்று பார்த்து ஏதாவது செய்யக் கூடாதா?" என்று கேட்டுக்கொண்டாளாம்.

சிவபெருமானும், அந்த குழந்தை ஸுகேசனின் மேல் இரக்கப்பட்டு, "நீ குழந்தையாய் அழுது கொண்டிருக்காமல், உடனே உன் அம்மாவின் வயதுக்கு இணையாகப் பெரியவனாய் வளர்ந்துவிடுவாயாக"என்று ஒரு வரத்தைக் கொடுத்தாராம். அவனுக்கு நீண்ட வாழ்வும் அருள் செய்தாராம்.

கூடவே பார்வதி தேவி, ராட்சசர்கள் குலத்திற்காகவே இன்னொரு வரமும் கொடுத்தாளாம். அதன்படி, ராட்சசிகள் ஒரே நாளில் கர்ப்பம் தரித்து, அது கடகடவென்று வளர்ந்து, ஒரே நாளில் அந்தக் குழந்தையைப் பெற்று விடுவார்கள்; பிறந்த குழந்தை ஒரே நாளில் தனது அம்மாவின் வயதுக்கு வளர்ந்து பெரிதாகிவிடும்!

சுகேசனுக்குக் கல்யாணமாகி, அவனுக்கு மால்யவான், சுமாலி, மாலி என்று மூன்று பிள்ளைகள் பிறந்தார்கள். அவர்கள் மூன்று பேரும் பொல்லாதவர்களாகவும், பயங்கர பலம் கொண்டவர்களாகவும் இருந்தார்கள். அவர்கள் பிரம்மாவைத் தியானித்துக் கடுமையாகத் தவம் செய்ய ஆரம்பித்தார்கள். அவர்கள் செய்த தவத்தின் சூடு தாங்கமுடியாமல் மூன்று லோகங்களுமே தவிக்க ஆரம்பித்தன.

அதனால் பிரம்மதேவர் அவர்களது முன்னால் வந்து காட்சி தந்து, "என்ன வரம் வேண்டுமோ கேளுங்கள்" என்று சொன்னார்.

உடனே அவர்கள், "எங்களை யாருமே ஜெயிக்க முடியாத அளவுக்கு நாங்கள் சக்தி வாய்ந்தவர்களாய் இருக்கவேண்டும்; எங்கள் எதிரிகளை ஜெயிக்கவேண்டும்; நாங்களே எப்போதும் தலைவர்களாக இருக்கவேண்டும்; எங்களுக்கு எளிதில் மரணம் வரக் கூடாது; நாங்கள் மூன்று பேரும் என்றும் ஒற்றுமையாகவே இருக்கவேண்டும்" என்று வரம் கேட்டார்கள்.

பிரம்மாவும் சரி என்று ஒப்புக்கொண்டார்.

அவ்வளவுதான். ஆரம்பித்தது வினை. இந்த மூன்று பேருமாய் தேவர்களைப் போராடி ஒடுக்கினார்கள்; அசுரர்களை ஜெயித்தார்கள்; சாரணர்களையும், முனிவர்களையும் கொடுமைப் படுத்தினார்கள்;

தேவலோக சிற்பியான விச்வகர்மாவை வரவழைத்து, "இதோ பார், எங்களுக்காக நீ மேரு மலை மாதிரி உறுதியாய் இருக்கிற ஒரு கோட்டையை உருவாக்கித் தரவேண்டும்., நாங்கள் வசிக்க ஒரு பிரம்மாண்டமான அரண்மனையையும் உருவாக்கித் தரவேண்டும். அதற்கு இணை வேறு கிடையாது என்று சொல்கிற அளவுக்கு அது அமைய வேண்டும்"என்று சொன்னார்கள்.

உடனே விச்வகர்மா சொன்னார், "நான்கு புறமும் கடல் சூழ்ந்த இலங்கைத் தீவிலே திரிகூடம், சுவேலம் என்று

இரண்டு மலைகள் உண்டு; இரண்டுக்கும் நடுவிலே நான் உங்களுக்காக ஒரு பிரம்மாண்டமான நகரையே உருவாக்கித் தருகிறேன். தேவேந்திரனுடைய அமராவதிப் பட்டணத்துக்கு இணையாக ஆடம்பரமாகவும், பளபளப்பாகவும், செல்வச் செழிப்போடும் அது இருக்கும். அதன் கோட்டை மதில் சுவர்களெல்லாம் தங்கத்தால் ஆகியிருக்கும். அதன் பிரம்மாண்டமான நுழைவாயில்கள் எல்லாமும் தங்கத்தாலாகியிருக்கும். என்ன? அப்படிப்பட்ட ஒரு நகரை நான் இலங்கையில் உண்டாக்கி விடட்டுமா? அங்கே நீங்கள் உங்கள் குடிமக்களோடு போய் இருந்துகொண்டு ஆனந்தமாக ஆட்சி செய்யலாம். உங்கள் எதிரிகள் உங்களை சுலபமாய் வந்து தாக்க முடியாத அளவுக்கு அது பாதுகாப்பான இடமாய் இருக்கும்" என்றான்.

மால்யவான், சுமாலி மாலி மூன்று பேரும் உடனே சரி என்று ஒத்துக்கொண்டார்கள். அப்படித்தான் இலங்கை மாநகரத்தை ராட்சசர்களின் அசைக்கமுடியாத கோட்டையாக விச்வகர்மா உருவாக்கித் தந்தார்.

அங்கே போய் இந்த மூன்று ராட்சசர்களும் ஆட்சி செய்ய ஆரம்பித்தார்கள்.

குழந்தைகளே, இப்போது உங்களுடைய ஞாபக சக்திக்குக்கு ஒரு சிறிய சோதனை வைக்கப் போகிறேன். உங்களில் யாருக்காவது இந்த 'மால்யவான்'என்கிற பெயரை எப்போதாவது படித்த நினைவு இருக்கிறதா?

என்ன? 'முன்பே அறிந்த பெயராய் இருக்கிறது ஆனால், எங்கே என்றுதான் நினைவு வரவவில்லை' என்கிறீர்களா? சரி, பரவாயில்லை. நானே ஒரு குறிப்பு தருகிறேன். இந்தத் தொடருடைய 68 ஆவது அத்தியாயத்தில், மால்யவானைப் பற்றி நான் சொல்லியிருக்கிறேன்.

நீங்கள் வேண்டுமானால், 68 ஆவது அத்தியாயத்தை ஒரு தடவை எட்டிப் பார்த்து விட்டு, மால்யவான் ராவணனுக்கு என்ன உறவு என்று தெரிந்து கொள்ளுங்கள். சரியா?

-=()=-

அத்தியாயம் 82 (7.2)
தோல்வியைத் தழுவிய ராட்சசர்கள்

குழந்தைகளே, மால்யவான் யாரென்று தெரிந்துவிட்டதல்லவா? ராவணனுடைய தாய் வழிப் பெரிய தாத்தாதான் மால்யவான்.

இனி மேற்கொண்டு மால்யவான், மாலி, சுமாலி இவர்களின் கதையைத் தொடர்வோம்.

மூன்று பேரும் இலங்கையில் ஆட்சியை அமைத்து செல்வச் செழிப்போடு ஆட்சி செய்ய ஆரம்பித்ததும், நர்மதா என்கிற ஒரு கந்தர்வப் பெண்மணி, தனது மூன்று பெண்களை இந்த மூன்று பேருக்கும் கல்யாணம் செய்து வைத்தார்.

அப்படியாக, மால்யவான், சுந்தரி என்கிற மூத்த பெண்ணையும், சுமாலி, கேதுமதி என்கிற இரண்டாவது பெண்ணையும், மாலி மூன்றாவது பெண்ணையும் கல்யாணம் செய்துகொண்டார்கள்.

மால்யவானுக்கு நிறைய மகன்களும், ஒரு மகளும் பிறந்தார்கள். விரூபாக்ஷன், வஜ்ரமுஷ்டி, மத்தன், உன்மத்தன் இப்படிப் பேருள்ள பிள்ளைகளும், அனலா என்கிற ஒரு அழகான பெண்ணும் பிறந்தார்கள்.

அதே போல், ஸுமாலிக்குப் பிறந்த பிள்ளைகள்தான் பிரஹஸ்தன், கம்ப்பனன், தூம்ராக்ஷன், ஸுபர்ச்வன் முதலானவர்கள். ஸுமாலிக்குப் பிறந்த அழகான பெண்ணின் பெயர் கைகஸி.

அப்பிடியே மாலிக்குப் பிறந்த பிள்ளைகள் அனலன், நீலன், ஸம்பாதி என்று மூன்று பேர்.

அத்தியாயம் 82 (7.2)
தோல்வியைத் தழுவிய ராட்சசர்கள்

குழந்தைகளே, உங்களுக்கு மேலே சொன்ன ராட்சசர்களின் பேர்களில் பல பேரும் ஏற்கனவே கேட்ட நினைவு இருக்கலாம். உதாரணமாக, ப்ரஹ்ஸதன், தூம்ராக்ஷன், ஸுபர்ச்வன், விரூபாக்ஷன் எல்லாம். ப்ரஹ்ஸ்தன்தான் ராவணனுக்கு முக்கிய மந்திரியாய் இருந்தான். தூம்ராக்ஷன் போன்றவர்கள்தான் படைத்தலைவர்களாக இருந்தார்கள். என்ன, நினைவுக்கு வருகிறதா? இவர்கள் எல்லாருமே ராவணனுக்கு மாமன்மார்கள்தான். ஆக, ராவணனுடைய உறவுக்காரர்கள் எல்லாரும்தான் இலங்கையில் ஆட்சி, நிர்வாகம், படை இவற்றிலெல்லாம் முக்கிய பதவியில் இருந்தார்கள்.

மாலியின் பிள்ளைகளான அனலன், நீலன், ஸம்பாதி மூன்று பேரும் பின்னால் விபீஷணனுக்கு மந்திரிகளாய் ஆனார்கள்.

மால்யவான், மாலி, சுமாலி மூன்று பேருமே ஏற்கனவே பிரம்மா தந்த வரங்களின் பலனாய் யாராலும் ஜெயிக்க முடியாதவர்களாய் இருந்தார்கள்; இப்போது பராக்கிரமசாலிகளான பல பிள்ளைகளைப் பெற்றதும் அவர்களின் கர்வமும், திமிரும் அடாவடிக் காரியங்களும் இன்னும் அதிகமாகிவிட்டன.

தேவர்கள், யக்ஷர்கள், ரிஷிகள், மானுடர்கள் என்று மூவுலகங்களில் வாழ்கிற எல்லாருக்குமே இவர்களைப் பார்த்து எப்போதும் ஒரே கிலிதான். இந்த மூன்று பேரும் காற்றைப் போல மூன்று உலகங்களையும் சுற்றிவந்து, யார் என்ன யாகங்கள் செய்தாலும் அவற்றைக் கெடுப்பதையே முதல் வேலையாய் வைத்துக் கொண்டிருந்தார்கள்.

அதனால், தேவர்கள் எல்லாரும் ஒன்று சேர்ந்து சிவபெருமானிடம் போய், ஸுகேசனுடைய பிள்ளைகளான மால்யவான், மாலி, சுமாலி மூன்று பேரும் செய்கிற அழிச்சாட்டியங்களைப் பற்றி சொல்லி, 'அவர்களைக் கொன்று அழித்து எங்களைக் காப்பாற்றவேண்டும்' என்று கேட்டுக் கொண்டார்கள்.

பகவான் சிவன், "இதோ பாருங்கள், ஒரு விதத்தில், ஸுகேசனுக்கு வரம் கொடுத்துப் பெரிய ஆளாக்கியது நான்தான். அதனால் நானே போய் அவனது பிள்ளைகளை அழிப்பது சரியாகாது. நீங்கள் பகவான் விஷ்ணுவிடம் போய்

உங்கள் பிரார்த்தனையைச் செய்யுங்கள்; அவர் தான் இந்தக் காரியத்தை செய்து முடிக்கக் கூடியவர்" என்று சொல்லி அனுப்பிவிட்டார்.

தேவர்களும் ரிஷிகளும் நேரே வைகுண்டத்துக்குப் போய் பகவான் விஷ்ணுவிடம் சரணடைந்து, பிரச்சனையைச் சொன்னார்கள்; விஷ்ணுவும், "சரி, இந்த ராட்சசர்களை ஒழிக்கிற காரியத்தை நான் செய்கிறேன்"என்று ஒப்புக்கொண்டார்.

இப்படி தேவர்கள், ரிஷிகள் எல்லாரும் சிவபெருமானையும், விஷ்ணு பகவானையும் சந்தித்து, தங்களை அழிக்க சதி செய்கிற காரியம், மூன்று ராட்சச சகோதரர்களுக்கும் தெரிந்து போயிற்று. அவர்கள் ஒன்றாய்க் கூடி ஆலோசனை செய்தார்கள்.

மால்யவானுக்கு பகவான் விஷ்ணுவுடன் சக்தி, பராக்கிரமம் பற்றி நன்றாகவே தெரியும். அவன் தன் சகோதரர்களிடம், "தேவர்கள் நாராயணான மகா விஷ்ணுவிடம் போய், நம்மை ஒழித்துக் கட்டுவதற்காக சரணடைந்திருக்கிறார்கள். மகா விஷ்ணு சாமானியமானவரல்ல. எப்பேர்ப்பட்ட தவம் செய்து, எப்பேர்ப்பட்ட வரங்கள் வாங்கிய அசுரர்களானாலும் சரி, எப்பேர்ப்பட்ட புத்தியும், யுக்தியும், சாஸ்திர அறிவும் கொண்டவர்களாய் இருந்தாலும் சரி, எவ்வளவோ யாகங்கள் செய்து சக்திகளையும், திவ்யாஸ்திரங்களையும் சேகரித்தவர்களாய் இருந்தாலும் சரி, அந்த மகாவிஷ்ணுவுடன் போராடி ஜெயிக்க முடியாது; அவருடைய சக்ராயுதத்திலிருந்து தப்பிக்க முடியாது.

"ஹிரண்யகசிபு, காலநேமி, நமுசி, சும்பன், நிசும்பன் என்று பல பேரைச் சொல்லிக்கொண்டே போகலாம். இவர்களில் எவனும் விஷ்ணுவுடன் போராடி ஜெயித்ததில்லை; உயிர்வாழ்ந்ததுமில்லை; அதனால், நாம் நிறையவே எச்சரிக்கையாய் இருக்கவேண்டும்; நாம் என்ன மாதிரி போர் செய்து விஷ்ணுவை ஜெயிப்பது என்று நன்றாக சிந்திக்கவேண்டும்" என்றான்.

அதைக் கேட்ட சுமாலியும், மாலியும், " அண்ணா! நாம் மட்டும் என்ன சாமானியமானவர்களா என்ன? எல்லா சாஸ்திரமும் படித்திருக்கிறோம்; கடும் தவங்கள்

செய்திருக்கிறோம்; வரங்கள் வாங்கியிருக்கிறோம்; நம்மை ஜெயிக்கக் கூடியவர்கள் யாரும் இருக்கமுடியாது. நம் ஆயுளும் சீக்கிரம் போகாது. நம்மிடம் ஆயுத பலமும் இருக்கிறது; இந்திரன், பிரம்மா, சிவன், விஷ்ணு யாராயிருந்தாலும் அவர்களுக்கு நம்மைக் கண்டால் பயம்தான். விஷ்ணு வீணாக வந்து நம்மைப் பகைத்துக்கொள்வார் என்று தோன்றவில்லை; தேவர்கள், இல்லாததையும் பொல்லாததையும் சொல்லி அவரைச் சும்மா உசுப்பி விட்டிருக்கிறார்கள்; ஆக, நமக்கு எதிராய் சதி செய்வது தேவர்கள்தான். நமக்கு அவர்கள்தான் முதல் எதிரிகள். நாம் உடனே பெரிய படையைத் திரட்டுவோம்; தேவலோகம் போய் அந்த தேவர்களோடு போர் செய்து அவர்களை முதலில் ஒழித்துக்கட்டுவோம்" என்றார்கள்.

இப்படித் தீர்மானம் செய்து அவர்கள் இலங்கையில் ஒரு பிரம்மாண்டமான படையைத் திரட்டினார்கள். தேர்ப்படை, யானைப் படை, குதிரைப் படை எல்லாம் தயாராயிற்று. அவர்கள் படையில் சிங்கம், புலிகள், ஒட்டகங்கள், ஆமைகள் எல்லாம் கூட இருந்தன.

இப்படிப் பெரும்படைகளோடு அவர்கள் நேரே கிளம்பி தேவலோகத்துக்குப் போனார்கள். தேவர்கள் இதைக் கொஞ்சம் கூட எதிர்பார்க்கவில்லை; பொறுப்பை விஷ்ணுவிடம் விட்டாயிற்றே, அவர் படையெடுத்து இலங்கைக்குப் போய் இந்த மூன்று ராட்சசர்களையும் அழித்துவிடுவாராயிருக்கும் என்று நினைத்துக்கொண்டு அவர்கள் தம் போக்கில் சந்தோஷமாய் இருந்து கொண்டிருந்தார்கள்.

இப்படி எதிர்பாராமல் இந்த மூன்று ராட்சசர்களும் படை திரட்டித் தங்களைத் தாக்க வந்த போது பயந்து நடுங்கிப் போய்விட்டார்கள்!

ஆனால் பகவான் விஷ்ணுவுக்கு, இந்த ராட்சசர்கள் தேவலோகத்தைத் தாக்குவதற்காகப் படை திரட்டிக்கொண்டு வரும் விஷயம் முன்கூட்டியே தெரிந்துவிட்டது; 'சரி, இந்த ராட்சசர்களோடு போர் செய்து அவர்களை ஒரு வழி செய்வதற்கு இது தான் நேரம்' என்று தீர்மானம் செய்து, அவர் தமது எல்லா ஆயுதங்களையும் எடுத்துக்கொண்டு, தம் வாகனமான கருடன் மேல் ஏறி நேரே தேவலோகத்துக்கு வருகிறார்.

அவ்வளவுதான். ராட்சர்களுக்கும் பகவான் விஷ்ணுவுக்கும் இடையே பயங்கரமான போர் நடந்தது. விஷ்ணு தமது ஆயுதங்களால், கணக்கில்லாத ராட்சசர்களையும் அவர்களின் ரதங்கள், யானைகள், குதிரைகள் எல்லாவற்றையும் அழித்தார்.

தொடர்ந்து மாலிக்கும் விஷ்ணுவுக்கும் நேருக்கு நேர் கடுமையான போர் நடக்கிறது. விஷ்ணு விட்ட பல அம்புகள், மாலியின் உடம்பில் தைத்தன; அவனுடைய கிரீடம் உடைந்து கீழே விழுந்தது. அவனுடைய ரதத்தையும் பகவான் விஷ்ணு உடைத்துப் போட்டாயிற்று. அதனால் கடும் கோபத்தோடு மாலி தனது கதாயுதத்தை எடுத்து, விஷ்ணுவை சுமந்து வரும் கருடனின் தலையில் ஓங்கி அடித்தான்.

அந்த அடியின் வலி தாங்க முடியாமல், கருடன் விஷ்ணுவை சுமந்துகொண்டு போர்க்களத்தை விட்டு அப்பால் பறந்து போய்விட்டது. விஷ்ணு பயந்து ஓடிவிட்டார் என்று நினைத்து ராட்சசர்களெல்லாம் உற்சாகமாகக் கூப்பாடு போடுகிறார்கள்; அதனால் விஷ்ணுவுக்கு பயங்கர கோபம் வந்து, தனது சக்ராயுதத்தை எடுத்து எய்ய, அது நேரே பாய்ந்து மாலியின் கழுத்தை வெட்டிக் அவனைக் கொன்று போட்டுவிட்டது. அதைப் பார்த்த தேவர்கள் உற்சாகமாகக் கூக்குரல் இட்டார்கள்.

தங்களின் சகோதரன் மாலியை விஷ்ணு கொன்று போட்டதைக் கண்டதும் தாங்கமுடியாத துக்கமும் பயமும் வந்து, மால்யவானும் சுமாலியும் சோர்ந்து போய் விட்டார்கள். அவர்களுக்கு, இனிமேலும் போர் செய்து விஷ்ணுவை ஜெயிக்க முடியும் என்கிற நம்பிக்கை போய்விடவே, இலங்கையை நோக்கித் திரும்பி ஓட ஆரம்பித்தார்கள்; ராட்சசப் படைகளும் அவர்களின் பின்னாலேயே தப்பி ஓடினார்கள்.

மண்டையில் அடி வாங்கிய கருடன், இப்போது சுதாரித்துக்கொண்டு, தப்பி ஓடுகிற ராட்சசர்கள் பின்னால் துரத்திக்கொண்டே பறந்தது. அதன் இறக்கைகள் அடிக்கிற வேகத்தால் புயல் மாதிரி அடித்த காற்று, எத்தனையோ ராட்சசர்களைப் புரட்டிப்போட்டு கீழே தள்ளி சாகடித்தது.

பயந்து ஓடுகிற தங்களை விஷ்ணுதான் கருடன் மேலே இருந்துகொண்டு துரத்தி வருகிறார் என்று தோன்றியதால், மால்யவானுக்கு ரோஷம் வந்துவிட்டது. அவன், "ஏ விஷ்ணு, போராடுவதைக் கைவிட்டு, போர்க்களத்திலிருந்து திரும்பிப் போகிற எதிரிகளைத் தாக்குவதுதான் வீரமா? இதோ, நான்

ஓடவில்லை; உன்னுடன் மீண்டும் போர் செய்கிறேன்; தைரியமிருந்தால் என்னுடன் போராடி வென்று காட்டு பார்க்கலாம்" என்று சவால் விட்டான்.

பகவான் விஷ்ணு சிரித்துக்கொண்டே, "மால்யவான், நான் தேவர்களுக்கு, ராட்சசர்களிடமிருந்து பாதுகாப்பு கொடுப்பேன் என்று வாக்கு கொடுத்திருக்கிறேன். அதனால், அவர்களைக் காப்பாற்றுவதற்காக நான் என் உயிரையே கூடக் கொடுப்பேன். ஆனால், உங்களையெல்லாம் உயிரோடு விடுகிற எண்ணம் எனக்கில்லலை; நீங்கள் அதல பாதாள லோகத்துக்கே போய் ஒளிந்து கொண்டாலும், துரத்திக்கொண்டு வந்து ஒழித்துக்கட்டுவேன்!" என்று சொன்னார்.

சிறிது நேரம் மால்யவான் விஷ்ணுவுடன் வீர தீரத்துடன் போர் செய்து பார்த்தான்; கடைசியில் அவனாலும் தாக்குப் பிடிக்க முடியவில்லை. தப்பித்து ஓடுவதுதான் ஒரே வழி என்று புரிந்து போயிற்று. அவனும், சுமாலியும், உயிரோடிருந்த மற்ற எல்லாருமாய்த் திரும்பவும் இலங்கையைப் பார்க்க ஓடி வந்தார்கள்.

ஏராளமான ராட்சசர்களும், யானை, குதிரைப் படைகளும் இந்தப் போரில் அழிந்ததுதான் மிச்சம். கூடவே தங்களது சகோதரன் மாலியையும் இழந்தாயிற்று. இனிமேல் இலங்கையும் தங்களுக்குப் பாதுகாப்பு இல்லை என்று தோன்றிவிட்டது; அதனால் மால்யவானும், சுமாலியும் தங்கள் பெண்டாட்டி பிள்ளை குட்டிகளோடு இலங்கையைக் காலி செய்துவிட்டு, பாதாள லோகத்துக்குப் போய் ஒளிந்துகொண்டார்கள்.

இப்படியாக, இலங்கையை ஆட்சி செய்த யாருமே இல்லாத போது, விச்ரவ முனிவருடைய மகனான வைச்ரவணன், அதாவது குபேரன், பிரம்மாவிடம் வரம் வாங்கி, இலங்கைக்கு அரசனாக ஆனான். இதை முன்பே சொன்னோம், இல்லையா?

இந்தக் கதையெல்லாம் சொல்லிவிட்டு அகஸ்திய முனிவர் ராமரிடம், "ராமா! பார்க்கப்போனால், மால்யவான், மாலி, சுமாலி மூன்று பேருமே ராவணனைவிட அதிக சக்தி வாய்ந்த ராட்சசர்களாய் இருந்தார்கள். பகவான் விஷ்ணு, மாலியைக் கொன்று, மற்ற இரண்டு பேருக்கும் மரண பயத்தை

உண்டாக்கி, இலங்கையை விட்டே ஓடி ஒளிந்துகொள்ளும்படி செய்துட்டார்.

அந்த பகவானான விஷ்ணுவின் அவதாரமாய் வந்திருக்கிற நீ, ராவணனைக் கொன்று ராட்சசர்களின் கொடுமையிலிருந்து எல்லாரையும் காப்பாற்றினாய்" என்று சொல்லிவிட்டு, "சரி, நான் உனக்குத் தொடர்ந்து ராவணனுடைய பிறப்பு பற்றிய கதையெல்லாமும் சொல்கிறேன்" என்றார்.

ராமரும் தொடர்ந்து ஆவலாய்க் கேட்டுக்கொண்டிருந்தார்.

சுமாலி, சிறிது காலம் கழித்து, தனது உருவத்தை யாரும் காண முடியாதபடி ஆக்கிக்கொண்டு, பூலோகத்தில் பல இடங்களையும் சுற்றிவந்தான். அவனுக்கு கைகஸி என்று ஒரு அழகான பெண் இருக்கிறாள் என்று முன்பே சொல்லியிருந்தோம் இல்லையா? அவளுக்கு ஒரு நல்ல மாப்பிளையைத் தேடி கல்யாணம் செய்து வைக்கவேண்டுமென்று அவனுக்கு ஆசை. அவன் பெண்ணுக்கோ வயது ஏறிக்கொண்டே இருந்தது; அவள் எவ்வளவோ அழகாக இருந்தும், இதுவரை அவளைக் கல்யாணம் செய்துகொள்ள ஆசைப்பட்டு யாருமே முன்வரவில்லை.

இப்படிக் கவலையோடு சுமாலி சுற்றிக் கொண்டிருந்தபோது, அவன் கண்ணில் ஒரு நாள், புஷ்பக விமானத்தில் ஆகாய மார்க்கமாகப் போய்க் கொண்டிருந்த குபேரன் கண்ணில் பட்டான். இவ்வளவு அழகும், செல்வ வளமும், கம்பீரமுமாகப் போகும் அவன் யார் என்று சுமாலிக்குத் தெரிந்து போயிற்று. விச்ரவ முனிவருக்கும், அவருடைய மனைவிக்கும் பிறந்த வைச்ரவணன் தான் அது என்று தெரிந்தப்போது, அவன் மனதில் ஒரு கணக்கு ஓடியது.

அவன் தன் பெண் கைகஸியிடம் வந்து, "மகளே, உனக்கு வயது ஏறிக்கொண்டே போகிறது; காலா காலத்தில் உனக்கு ஒரு கல்யாணம் செய்து வைத்தால்தான் எனக்கு நிம்மதி; ஆனால், ராட்சசர்களாகிய நாங்களெல்லாம் இப்போது இருக்கிற கேவலமான நிலையைப் பார்! விஷ்ணுவுக்கு பயந்துகொண்டு பாதாள லோகத்தில் ஒளிந்து வாழ்ந்து கொண்டிருக்கிறோம்.

"இந்த நிலைமையில், எங்களுக்கு ஒரு கௌரவமான வாழ்க்கை திரும்பக் கிடைக்கவேண்டுமென்றால், அதற்கு ஒரு வழிதான் எனக்குத் தோன்றுகிறது. பிரம்மாவின் பிள்ளையான

அத்தியாயம் 82 (7.2)
தோல்வியைத் தழுவிய ராட்சசர்கள்

புலஸ்தியருக்குப் பிறந்த விச்ரவ முனிவர் பெரிய தபஸ்வி. அவருக்குப் பிறந்த பிள்ளை இன்று இலங்கைக்கு அரசனாக ஆட்சி செய்துகொண்டிருக்கிறான். அதனால் நீ விச்ரவ முனிவரைப் போய்ப் பார்த்து, உன்னைக் கல்யாணம் செய்துகொள்ள அவரை சம்மதிக்க வைக்கவேண்டும். அவர் மூலமாக நீ பெற்றுக்கொள்ளும் பிள்ளைகள் நிச்சயமாய் அதி பராக்கிரம சாலிகளாய் இருப்பார்கள்; ஏனென்றால், விச்ரவ முனிவருடைய தவ சக்தி அப்பேற்பட்டது. நீ ராட்சசர்கள் குலம் பழையபடி தலை எடுப்பதற்காக இதை செய்வாயா?" என்று கேட்டான்.

கைகஸியும் உடனே சம்மதித்தாள். அவள் கிளம்பி நேரே விச்ரவ முனிவருடைய ஆசிரமத்துக்குப் போனாள்.

விச்ரவ முனிவர் அன்றைய அக்னி சடங்குகளை செய்து முடித்துவிட்டு எழுந்து வந்தபோது, அவருக்கு நேரே வந்து தலை குனிந்து நின்றாள்.

அவளுடைய பேரழகு முனிவரை ஆச்சரியப்பட வைத்தது.

"யாரம்மா நீ? உன்னுடைய தந்தை யார்? யாரைப் பார்ப்பதற்காக இங்கே வந்து நின்று கொண்டிருக்கிறாய்? நீ வந்ததன் நோக்கம் என்ன?" என்று விசாரிக்கிறார்.

அதற்கு அவள், மிகுந்த பணிவுடன் "சுவாமி, நான் யாரென்று நான் சொல்லித்தான் உங்களுக்குத் தெரியவேண்டுமா? உங்கள் ஞானதிருஷ்டி மூலமாக உங்களுக்கு ஏற்கனவே தெரிந்திருக்குமே? என் பெயர் கைகஸி. என் அப்பாவின் ஒரு வேண்டுகோளை நிறைவேற்ற வேண்டி நான் உங்களை நாடி வந்திருக்கிறேன்; மீதியை நீங்களே என் மனதைப் படித்துத் தெரிந்து கொள்ளலாமே" என்று சொன்னாள்.

விச்ரவ முனிவர் உடனே கண்ணை மூடி தியானம் செய்தார். அவரது ஞான திருஷ்டியில், அவள் எந்த நோக்கத்துடன் தன்னிடம் வந்திருக்கிறாளென்று தெரிந்துபோயிற்று.

-=()=-

அத்தியாயம் 83 (7.3)

ராவணனும் சகோதரர்களும்

விச்ரவ முனிவர், கண் மூடி தியானித்தபோது, அவருக்கு கைகசி எந்த உள் நோக்கத்தோடு தன்னிடம் வந்திருக்கிறாள் என்று புரிந்து போயிற்று. அவளுக்கு, தன் மூலமாக, மிகவும் பராக்கிரமசாலிகளான ராட்சசப் பிள்ளைகள் வேண்டும்; அந்தப் பிள்ளைகள் மூலமாக, இப்போது பலவீனப்பட்டு அடங்கிக் கிடக்கிற ராட்சசர் குலம் பழையபடி பெரும் சக்தி வாய்ந்ததாய் வளர்ந்து வரவேண்டும். அதுதானே அவளுடைய நோக்கம்?

அவர் முக்காலமும் அறிந்த முனிவர் இல்லையா? விதிப்படி சில விஷயங்கள் நடந்துதான் ஆகவேண்டும் என்பது அவருக்குத் தெரியும். இருந்தாலும் அவர் சொன்னார், "பெண்ணே, இப்போது இருக்கிற கால நேரம் மோசமாக இருக்கிறது. இந்த சமயத்தில் உனக்கு பிறக்கிற பிள்ளைகள் கொடுமைக்காரர்களாய், குரூரமானவர்களாய், பயங்கரவாதிகளாய் இருப்பார்கள். அப்படிப்பட்ட பிள்ளைகள் மட்டுமா உனக்கு வேண்டும்?" என்று கேட்டார்.

"அப்படி என்று இல்லை சுவாமி, எனக்கு உங்கள் மாதிரி நல்லவராய், தவ சீலம் கொண்டவனாய், தர்ம வாழ்க்கை நடத்துகிறவனாகவும் ஒரு பிள்ளை வேண்டும்" என்று சொன்னாள்.

அதனால் திருப்தியான விச்ரவ முனிவர், "சரி, உனக்குப் பிறக்கிற கடைசி பிள்ளை மட்டும் நல்ல தர்மவானாய், சாஸ்திரம் அறிந்தவனாய், நல்லவனாய் இருப்பான்" என்று சொல்லி, அவளுடைய விருப்பத்துக்கு சம்மதித்தார்.

அத்தியாயம் 83 (7.3)
ராவணனும் சகோதரர்களும்

காலப் போக்கில், கைகேசிக்கு முதல் பிள்ளையாய் ராவணன் பிறந்தான். ராட்சசப் பிள்ளைகள்தான் ஒரே நாளில் தன் அம்மாவின் வயதுக்கு வளர்ந்துவிடுவார்கள் இல்லையா? அப்படிப் பிறந்து வளர்ந்த ராவணனுக்குப் பத்து தலைகள் இருந்ததன; இருபது கைகள்! பயங்கர கொடிய, கோரமான பெரிய முகங்கள்; பெரிய பெரிய பற்கள்; நெருப்பு போலத் தலை முடி. அவன் பிறந்த உடனே பூமி குலுங்கியது; இடி இடித்தது; புயல் காற்று அடித்தது; கடல் பொங்கியது; நரிகள் ஊளையிட்டன. இப்படியாகப் பல பயங்கர சகுனங்கள் தெரிந்தன. அவனுக்கு பத்து கழுத்துகளோடு கூடிய தலைகள் இருந்ததால் 'தசக்ரீவன்' என்று பேர் வைத்தார்கள். ராவணன் என்கிற பெயர், அவனுக்குப் பிற்காலத்தில் தான் வந்தது.

அவனுக்கப்புறம் கைகசிக்கு கும்பகர்ணன் பிறந்தான். அவன் உருவமே மலை மாதிரி பெரிதாகவும், பயங்கரமாகவும் இருந்தது. அவனுக்கு இருந்த சக்தி அபாரமாய் இருந்தது. அவனும் பொல்லாதவனாய், கொடூர குணம் கொண்டவனாய்த்தான் இருந்தான். அடுத்துப் பிறந்தவள்தான் பயங்கரத் தோற்றம் கொண்ட ராட்சசியான சூர்ப்பனகை. கடைசியாய்ப் பிறந்தது விபீஷணன். அவன் மட்டும்தான் நல்ல குணவானாவும், அமைதியானவனாயும், தர்மவானாயும் இருந்தான்.

ராவணனும் கும்பகர்ணனும் வளர வளர, மக்களுக்கெல்லாம் பயமும், துன்பங்களும் கூடிக்கொண்டே போயிற்று. கும்பகர்ணன், தெய்வ பக்தியுள்ள பிராம்மணர்கள், தவம் செய்கிற முனிவர்கள் எல்லாரையும் பிடித்துத் தின்பதையே வேலையாய் வைத்திருந்தான். அவன் சதா அதிருப்தியுடன் மூன்று உலகங்களையும் சுற்றிச் சுற்றி வந்தான்.

ஆனால், விபீஷணன் மட்டும் எங்கேயும் சுற்றாமல், ஆசிரமத்திலேயே இருந்து வேதங்கள் படித்தான்; அடக்க ஒடுக்கமாக இருந்தான்.

ஒரு நாளைக்கு, தன் அப்பாவைப் பார்க்க வைச்ரவணன், அதாவது குபேரன் புஷ்பக விமானத்தில் இலங்கைலிருந்து வந்தான்.

அவனைப் பார்த்ததும் கைகஸிக்கு அடி வயிறு எரிந்தது.

அவள் தன் மூத்த பிள்ளை ராவணனைக் கூப்பிட்டு, குபேரனைக் காண்பித்து, "பார்த்தாயா அவனை? அவன்தான் உன் அப்பாவின் முதல் மனைவியின் பிள்ளை வைச்ரவணன். பார்க்க எப்படிச் செல்வச் செழிப்போடு இருக்கிறான்! நம் ராட்சசர்களுக்கு சொந்தமான இலங்கையை அவன் தான் இப்போது ஆட்சி செய்து வருகிறான்! நீயும் நானும் நம் ராட்சச குலமும் இப்போது எப்படி இருக்கிறோம் பார்! மகனே! நீயும் ஒரு நாள் அவன் மாதிரி வரவேண்டும்" என்று சொல்லி பொறாமையை மூட்டிவிட்டாள்.

"நீ கவலையே படாதே அம்மா! நான் இவனைப் போல என்ன, இவனை விடப் பெரிய ஆளாய் ஆகிக் காட்டுகிறேன்" என்று சொன்னான் ராவணன்.

அதற்கு, தவம் செய்தால்தான் முடியுமென்று ராவணனுக்கு தோன்றியது. அதனால் தம்பி கும்பகர்ணனையும் தன் கூடக் கூட்டிக்கொண்டு, கோகர்ணம் எங்கிற இடத்துக்குப் போனான். அங்கே இரண்டு பேருமாய் சேர்ந்து தீவிரமாக தவம் செய்தார்கள்.

அவர்கள் கணக்கில்லாத வருடங்கள் தவம் செய்தார்கள். கும்பகர்ணன், கோடைக் காலத்தில் தன்னை சுற்றி ஐந்து பக்கம் தீ வளர்த்துத் தவம் செய்தான். மழைக்காலத்தில் தலைக்கு மேல் கூரை ஏதும் இல்லாமல் மழையிலேயே நனைந்துகொண்டு தவம் செய்தான்; குளிர்காலத்தில் தண்ணீரில் நின்றுகொண்டு தவம் செய்தான். இப்படியாய் பத்தாயிரம் வருடம் தவம் செய்தான்.

அத்தியாயம் 83 (7.3)
ராவணனும் சகோதரர்களும்

தன் அண்ணன்களைப் பார்த்து, விபீஷணனும் தவம் செய்த ஆரம்பித்தான். ஆனால், அவனுக்கு எந்தக் கெட்ட ஆசையும் இல்லை. அவன் ஒற்றைக் காலில் நின்று ஐந்தாயிரம் வருடமும், அப்புறம் கைகளையும் மேலே தூக்கி, ஒற்றைக் காலில் நின்றுகொண்டு சூரியனை நோக்கி இன்னும் ஒரு ஐந்தாயிரம் வருடமும் தவம் செய்தான். அப்போது அவனுடைய நோக்கம் வேதங்களின் பூரண ஞானத்தை அறிந்துகொள்ள வேண்டும் என்பதாய் இருந்தது.

ராவணன் ஹோமத் தீ மூட்டி, ஒவ்வொரு ஆயிரம் வருடம் தவம் செய்து முடித்ததும் தனது தலை ஒன்றை வெட்டித் தீயில் போடுவான். இப்படி ஒன்பது தலையையும் தீயில் போட்ட பிறகு, பத்தாயிரமாவது வருட முடிவில், பத்தாவது தலையையும் வெட்டிப் போடத் தயாரான போது, பிரம்மதேவர் அவன் முன்னால் வந்து காட்சி தந்தார்.

"தசக்ரீவா, உனது தவத்தால் நான் திருப்தியடைந்தேன்; உனக்கு என்ன வரம் வேண்டுமோ கேள்" என்றார்.

"சுவாமி, எல்லா உயிர்களுமே பயப்படுவது எதற்கு? மரணத்துக்குத்தான். மரணம் மாதிரி ஒரு கொடிய எதிரி கிடையாது; அதனால், எனக்கு மரணமே இல்லாத நிலை வேண்டும்" என்றான்.

"மகனே, மரணமில்லாமல் நித்தியமாய் வாழ்வது சாத்தியமில்லை; வேறு ஏதாவது கேள்" என்றார் பிரம்மா.

"அப்படி என்றால், எனக்குப் பறவைகளாலோ, பாம்புகளாலோ, தேவர்களாலோ, கந்தர்வர்களாலோ, யக்ஷர்களாலோ, அசுரர்களாலோ, தெய்வங்களாலோ, ராட்சசர்களாலோ மரணம் வராமல் இருக்க அருள் புரியவேண்டும். எனக்கு வேறெதையும் கண்டு பயமில்லை. நான் மனிதர்களையும் மற்ற இனங்களையும் வெறும் துரும்புகளாகத்தான் நினைக்கிறேன்." என்றான்.

"சரி; அப்படியே ஆகட்டும்" என்று பிரம்மா சொல்லிவிட்டு, ராவணனுக்கு இன்னும் இரண்டு வரமும் தாமாகவே கொடுத்தார். அதன்படி, ராவணன் நெருப்பில் வெட்டிப்போட்ட அவனுடைய ஒன்பது தலைகளும் திரும்ப அவனிடம் வந்துவிட்டன. ராவணன் நினைத்தபோது நினைத்த உருவத்தை எடுக்கிற சக்தியையும் அவர் வரமாகக் கொடுத்தார்.

குழந்தைகளே! 'நுணலும் தன் வாயால் கெடும்" என்று ஒரு பழமொழி கேள்விப்பட்டிருக்கிறீர்களா? அது என்ன, அதன் அர்த்தம் என்ன என்று உங்கள் அப்பா அம்மாவிடம் கேட்டுத் தெரிந்துகொள்ளுங்கள்.

பார்த்தீர்களா? ராவணன் எப்படித் தன் வாயாலயே தன் சாவுக்கு வழி ஏற்படுத்திக்கொண்டான் என்று? அவன் மனிதர்களை அற்பமாய் நினைத்தான்; அவர்களால் தன்னை ஒரு நாளும் கொல்ல முடியாது என்று திமிராய் நினைத்து அப்படி அலட்சியமாகச் சொல்லவும் சொன்னான். அதை வைத்துக்கொண்டுத்தான் பகவான் விஷ்ணு மனிதனாய் ராமாவதாரம் எடுத்து வந்து ராவணனைக் கொன்று போட்டார்!

ராவணனுக்கு வரம் கொடுத்த பிறகு, பிரம்மா விபீஷணனிடம் "உனக்கு என்ன வரம் வேண்டும்?" என்று கேட்டார்.

"சுவாமி, தாங்களே என் தவத்தில் திருப்தியாகி நேரில் வந்து காட்சி கொடுத்த பிறகு, எனக்கு இன்னும் வேண்டியது என்று என்ன இருக்கிறது? இருந்தாலும் கேட்கிறேன். என் வாழ்க்கையில் எத்தனை கஷ்டம் வந்தாலும் நான் தர்மத்திலிருந்து விலகாமல் இருக்க நீங்கள் அருள் புரியவேண்டும். அப்புறம், எந்த உபதேசத்துக்கும் அவசியமில்லாமல் எனக்கு பிரம்ம ஞானம் கிடைக்கவேண்டும். மற்றபடி, தர்ம வழி நடக்கிறவனுக்கு கிடைக்கவேண்டியது

எல்லாம் தானே கிடைக்கும், இல்லையா?" என்றான் விபீஷணன்.

அதைக் கேட்டு மிகவும் மகிழ்ந்த பிரம்மதேவர், "விபீஷணா, ராட்சச குலத்தில் பிறந்திருந்தாலும் நீ தர்மவான்; உத்தமன்; நான் உனக்கு மரணமில்லாப் பெருவாழ்வை வரமாய் அளிக்கிறேன்." என்று சொல்லி ஆசீர்வதித்தார்.

அப்புறம், கும்பகர்ணனுக்கு வரம் தரலாமென்று அவன் பக்கம் திரும்பினார். அப்போது தேவர்களெல்லாம் அவரைக் கையெடுத்துக் கும்பிட்டு, "பிரம்ம தேவா, நீங்கள் தயவு செய்து இந்தக் கும்பகர்ணனுக்கு மட்டும் எந்த வரத்தையும் கொடுத்து விடாதீர்கள். வரம் எதுவும் இல்லாமலேயே இவனுக்கு இருக்கிற சக்தியும், கொடூர புத்தியும் கொஞ்ச நஞ்சமில்லை. இவன் எத்தனை ரிஷிகளையும், அப்ஸரப் பெண்களையும், சிவனுடைய பூத கணங்களையும், மனிதர்களையும் பிடித்துத் தின்றிருக்கிறான் என்று உங்களுக்குத் தெரியாதா? இவனுக்கு வரம் ஏதாவது கொடுத்தீர்களென்றால் போயிற்று! அப்புறம் மூன்று உலகங்களையுமே பிடித்துத் தின்றுவிடுவான். அதனால் நீங்கள் வரம் கொடுக்கிற மாதிரி ஏதாவது ஏமாற்று வேலை செய்து, எங்கள் எல்லாரையும் காப்பாற்றவேண்டும்" என்று வேண்டிக்கொண்டார்கள்.

அப்போது, பிரம்மாவுடன் கூடவே அவரது பத்தினியான சரஸ்வதி தேவியும் இருந்தாள். அவளுக்கு தேவர்களின் நிலைமையை நினைத்து கவலையாய் இருந்தது. அவள் பிரம்மாவிடம், "சுவாமி, நான் உங்களுக்கு எந்த விதத்திலாவது உதவட்டுமா?" என்று கேட்டாள்.

பிரம்மா கொஞ்சம் யோசித்துவிட்டு, "வாணீ, நீ வாக்குக்கான தேவதை இல்லையா, அதனால், நீ இப்போது இந்த கும்பகர்ணனுடைய நாக்கில் போய் குடியேறி, என்ன செய்ய வேண்டுமோ அதைச் செய்" என்றார்.

அப்புறம் கும்பகர்ணனிடம் போய், "மகனே, நீ என்ன வரம் வேண்டுமோ கேள்!" என்றார்.

அப்போது ஒரு வேடிக்கை நடந்தது, குழந்தைகளே! அவன் என்ன கேட்டான் தெரியுமா? "பிரம்மதேவரே, நான் பல ஆண்டுகள் தூங்கிக்கொண்டே இருக்கிற வரம் தாருங்கள்" என்றான்! பிரம்மதேவரும், "அப்படியே ஆகட்டும்" என்று

சொல்லி உடனே மறைந்து போய்விட்டார். சரஸ்வதி தேவியும் கும்பகர்ணனுடைய வாயிலிருந்து கிளம்பி பிரம்மாவுடன் போய்விட்டாள்!

சரஸ்வதி தேவிதான் கும்பகர்ணனுடைய நாக்கில் குடியேறி, அதைப் புரட்டிப்போட்டு, அவன் கேட்க நினைத்த வரத்துக்குப் பதிலாய், தூக்கத்தை வரமாகக் கேட்கிறமாதிரி செய்துவிட்டாள் என்று உங்களுக்கு தெரிந்து விட்டதா? அதே தான்!

கும்பகர்ணன் குழம்பிப்போய் விழித்துக்கொண்டு நின்றான்! ‘என்னடா இது? நாம் எப்படி, இப்படியொரு பைத்தியக்காரத்தனமான வரத்தைக் கேட்டோம்?’

பிறகுதான் அவனுக்கு உறைத்தது. இதெல்லாம் அந்த தேவர்கள் செய்த வேலை என்று! இனி என்ன செய்ய?

இப்படியாக ராவணன் தவம் செய்து பிரம்ம தேவரிடம் வரம் வாங்கிவந்த சேதியைக் கேள்விப்பட்டு, பாதாளத்தில் ஒளிந்து வாழ்ந்துகொண்டிருந்த மால்யவான், சுமாலி, மாரீசன், பிரஹஸ்தன், விருபாக்ஷன், மஹோதரன் எல்லாருமாய்க் கிளம்பி ராவணனைப் பார்க்க வந்தார்கள்.

சுமாலி சந்தோஷத்தோடு ராவணனைக் கட்டிப்பிடித்துக்கொண்டு, "தசக்ரீவா, நீ பிரம்மதேவர் அருளால் இப்படி வரம் வாங்கிக்கொண்டு, பெரும் பராக்கிரமசாலியாய் ஆனதன் மூலமாக, எங்களுடைய இத்தனை கால துன்பமெல்லாம் முடிவுக்கு வரப்போகிறது. அந்த பொல்லாத விஷ்ணுவுக்குப் பயந்துகொண்டு நாங்கள் எங்கள் சொந்த தேசமான இலங்கையைக் கைகழுவிவிட்டு, பாதாள லோகத்தில் போய் ஒளிந்துகொள்ள வேண்டிய கேவலமான நிலைக்கு ஆளானோம். இப்போது, நமக்கு சொந்தமான இலங்கையை உன்னுடைய அண்ணன் ஆட்சி செய்துகொண்டிருக்கிறான். நீ எப்படியாவது அவனிடமிருந்து இலங்கையை திருப்பி மீட்டாகவேண்டும். அதை மட்டும் நீ செய்தால், நீயே இலங்கைக்கு அரசனாகிவிடலாம். இலங்கைக்கு மட்டுமா, மூன்று உலகங்களையுமே நீ வென்று உன் ஆதிக்கத்துக்குக் கீழே கொண்டு வந்துவிட முடியும்" என்றான்.

அத்தியாயம் 83 (7.3)
ராவணனும் சகோதரர்களும்

அதைக் கேட்ட ராவணன், "தாத்தா, அது சரியாகாது. அவன் என்ன இருந்தாலும் என்னுடைய அண்ணன். நீங்கள் இப்படி சொல்வது சரியில்லை" என்றான்.

சுமாலிக்கு மேற்கொண்டு என்ன சொல்வது என்று தெரியவில்லை. அவன் பேசாமல் நகர்ந்துவிட்டான்.

ஆனால், பிரஹ்ஸ்தனுக்கு இதை இப்படியே விட்டுவிட மனதில்லை. அவன் ராவணனிடம் தனியாய் வந்து சாமர்த்தியமாகப் பேச ஆரம்பிக்கிறான்.

"தசக்ரீவா, உனக்கு தேவர்கள், அசுரர்கள் எப்படி வந்தார்கள் என்று கதை தெரியாது போலிருக்கிறது. கச்யப முனிவருக்கு, திதி, அதிதி என்று இரண்டு மனைவிகள் இருந்தார்கள். இரண்டு பேருமே ஒருவர் மீது ஒருவர் பிரியமாய் இருக்கிற சகோதரிகள் தான். அதிதிக்குப் பிறந்தவர்கள் தேவர்கள்; திதிக்குப் பிறந்தவர்கள் தைத்யர்கள் என்கிற அசுரர்கள். ஆக தேவர்களும் அசுரர்களும் ஒருவருக்கொருவர் அண்ணன் தம்பிகள்தான். ஆனால், அவர்களுக்கிடையே எப்போதும் சண்டை தானே?

"ஆரம்பத்தில் அசுரர்களுக்குத்தான் இந்த பூமி சொந்தமாயிருந்தது. நாளாவட்டதில் அசுரர்களின் பலம் கூடிக் கூடி வந்தது. ஆனாலும் என்ன, இன்று மூன்று உலகத்தையும் தமக்கு சொந்தமாக்கிக்கொண்டு இருப்பவர்கள் யார்? தேவர்கள்தானே? அதனால், அண்ணன் தம்பிகளுக்குள்ளே சொத்துச் சண்டை, சச்சரவு, ஒருவன் சொத்தை இன்னொருத்தன் பிடிங்கிக்கொள்வது எல்லாம் சகஜமப்பா! அதனால் உன் அண்ணனிடமிருந்து நீ இலங்கையை எந்த விதத்திலாவது மீட்டெடுத்து உனக்கு சொந்தமாக்கிக்கொள்வது ஒன்றும் தப்பே கிடையாது" என்று புத்திமதி சொன்னான்.

ராவணனுக்கு அதைக் கேட்கப் பிடித்திருந்தது. உடனே அவன் தன் தம்பிகளையும் பிரஹஸ்தனையும் கூட்டிக்கொண்டு நேரே இலங்கையில் இருக்கிற திரிகூட மலையில் போய் இறங்கினான். அவன் பிரஹஸ்தனிடம், "சரி, நீ இப்போது, என்னுடைய தூதனாய்ப் போய் என் அண்ணன் குபேரனைப் பார். அவனிடம் இனிமையாய்ப் பேசு; அவனிடம் சொல்லு, "பாரப்பா, நான் ராவணனுடைய தூதனாய் வந்திருக்கிறேன்; உன்னுடைய தம்பியும், ராட்சச குலத்தை

சேர்ந்தவனுமான ராவணன், அவனுடைய தாத்தாக்களுக்கு சொந்தமான இந்த லங்கா பூமியை உன்னிடமிருந்து தானமாய்க் கேட்கிறான்" என்று சொல்லு" என்றான்.

பிரஹஸ்தனும் நேரே போய் குபேரனை சந்தித்தான். ராவணன் சொன்ன செய்தியை சொன்னான்.

அதைக் கேட்டதும் வைச்ரவணன், "ராட்சசர்கள் காலி செய்துவிட்டுப் போய் விட்டதால்தான் நான் இலங்கைக்கு வந்து அதை எனக்கு சொந்தமாக்கிக் கொண்டேன். இப்போது அது என்னுடைய சொத்து. நான் ஏராளமாக செல்வம் சேர்த்து இலங்கையை எவ்வளவோ சிறப்பானதாக ஆக்கியிருக்கிறேன். ஆனாலும், இலங்கை எனக்கு எப்படி சொந்தமோ, அதே மாதிரி அது என் தம்பி ராவணனுக்கும் சொந்தம்தான். அவனை தாராளமாக இங்கே வந்து என் கூடவே மகிழ்ச்சியாய் இருக்கச் சொல்லு. ஆனால், இலங்கையையோ அதன் சொத்துக்களையோ பிரிப்பது மட்டும் வேண்டாம்" என்றான்.

இதைச் சொன்ன பிறகு, அவனுக்கு, தன் அப்பா விச்ரவ முனிவரிடமும் அபிப்பிராயம் கேட்கலாமே என்று தோன்றியது. உடனே அவன் அவரைப் பார்க்கக் கிளம்பிப்போய், அவரிடம் விஷயத்தை சொன்னான்.

விச்ரவ முனிவர் சொன்னார், "மகனே! முன்னால் ஒரு தடவை ராவணனே இது பற்றி என்னிடம் பேச்செடுத்தான். அப்போது அவனை நான் நன்றாக திட்டிவிட்டேன். ஆனால், அவன் முரடன். நீயோ நல்லவன். உனக்கு பிரம்மதேவருடைய அருளால் வந்த பூமி அது. நீ அதன் மேல் பற்று வைக்காதே. பேசாமல் அதை நீ ராவணனுக்கே விட்டுக் கொடுத்துவிடு. கைலாச மலையில், மந்தாகினி நதி பாய்கிற ஒரு இடத்தில், நந்தனம் என்கிற அழகான மலர்வனப் பகுதி இருக்கிறது. நீ உன் சுற்றத்தாருடன் அங்கே போய் இனிமேல் வாசம் செய். பொல்லாத ராட்சசன் ராவணனோடு உனக்குப் பகை வேண்டாம்; அவன் எந்த மாதிரி வரம் வாங்கி வைத்திருக்கிறான் என்று உனக்கே தெரியுமே?" என்றார்.

வைச்ரவணனும் தந்தையின் பேச்சுக்கு மரியாதை கொடுத்து, சரி என்று ஒப்புக்கொண்டு திரும்ப வந்தான். அவன் தன் மனைவிகள், பிள்ளைகளோடு, தான் சேர்த்த செல்வங்கள் எல்லாவற்றையும் திரட்டிகொண்டு, புஷ்பக விமானத்தில் ஏறி கைலாச மலைக்கே போய்விட்டான்.

அத்தியாயம் 83 (7.3)
ராவணனும் சகோதரர்களும்

இந்த தகவலை மிகுந்த சந்தோஷத்தோடு பிரஹஸ்தன் ராவணனிடம் வந்து சொன்னான். இப்படியாக, ராவணன் தன் சகோதர்களோடும், மற்ற எல்லா உறவுகள், சுற்றத்தார், ராட்சச ஆட்படைகளோடும் இலங்கைக்கு வந்து, அதைத் தனக்கு சொந்தமாக்கிகொண்டு ஆட்சி செய்ய ஆரம்பித்தான்.

தன் அப்பாவின் வாக்குக்கு மரியாதை கொடுத்த குபேரனும், மந்தாகினி நதிக்கரையில் ஒரு அழகான அரண்மனையைக் கட்டிக்கொண்டு, தன் குடும்பம், சுற்றத்தாருடன் நிம்மதியாய்ப் புதிய வாழ்க்கையை ஆரம்பித்தான்".

இப்படியாக, அகஸ்திய முனிவர் ராமருக்கு ராவணனுடைய சரித்திரத்தை தொடர்ந்து சொல்லிக்கொண்டு வந்தார்.

-=()=-

அத்தியாயம் 84 (7.4)

ராவணனும் சிவபெருமானும்

இலங்கையைத் தன் வசப்படுத்திக்கொண்டு ஆட்சி புரிய ஆரம்பித்த ராவணன், தன் தங்கை சூர்ப்பனகைக்கு கல்யாணம் செய்து வைக்கவேண்டுமென்று வரன் தேட ஆரம்பித்தான். அசுர குலத்தை சேர்ந்த 'காலகர்'களின் அரசனாயிருந்த வித்யுஜ்ஜிபன் என்பவனுக்கு சூர்ப்பனகையை கல்யாணம் கட்டி வைத்தான்.

என்னது? சூர்பனகை ஏற்கனவே கல்யாணம் ஆனவளா? அவள் ஏன் ராமரைக் கண்டு மோகித்தாள்? அவள் புருஷன் என்னவானான் என்றெல்லாம் கேள்வி எழுகிறதா, குழந்தைகளே? அதைப் பிற்பாடு பார்ப்போம்.

பிறகு, ராவணன் பொழுதுபோக்காக வேட்டையாடுவதற்குக் காடுகளில் சுற்றிக்கொண்டிருந்தான். அப்போது ஒரு நாள் அவனை அசுரர்களின் சிற்பியான மயன் சந்தித்தான்.

அப்போது, மயனுடன் அவனுடைய பெண் மண்டோதரியும் இருந்தாள். அவளுடைய அழகைப் பார்த்து ராவணனுக்கு ஆசை வந்தது. மயன் ராவணனைப் பற்றி விசாரித்துத் தெரிந்துகொண்டு, தன்னைப் பற்றியும் சொன்னான். அவனுடைய மனைவி, தேவலோக அப்ஸரஸாயிருந்த ஹேமா. அவள் மூலமாக, மயனுக்கு மாயாவி, துந்துபி என்று இரண்டு மகன்களும், மண்டோதரி என்ற பெண்ணும் இருந்தார்கள். ராவணனுடைய பரம்பரையைப் பற்றித் தெரிந்ததும், மயன், தன் மகள் மண்டோதரியை ராவணனுக்கு கல்யாணம் கட்டித் தர மகிழ்ச்சியாய் சம்மதித்தான்.

குழந்தைகளே! உங்களது ஞாபக சக்தியை சோதிக்க இதோ ஒரு கேள்வி. இந்த மயனின் பிள்ளைகளான மாயாவி, துந்துபி

என்பவர்களின் பேர்களை நீங்கள் ராமாயணக் கதையில் முன்னரே கேட்டதுண்டா, இல்லையா? யோசியுங்கள்!

நினைவுக்கு வந்ததா? பலே! இல்லையா? பரவாயில்லை. நான் ஒரு குறிப்பு தருகிறேன். 45 ஆம் அத்தியாயத்தில், வாலி பற்றிய கதையில் இவர்களைப் பற்றி வருகிறது. கொஞ்சம் பின்னே போய், புரட்டிப் பார்த்து, உங்கள் நினைவைப் புதுப்பித்துக் கொள்ளுங்கள். சரிதானே?

இப்படி மண்டோதரியை கல்யாணம் செய்துகொண்டு மகிழ்ச்சியாய் வாழ்ந்த ராவணன், தன் தம்பிகளுக்கும் கல்யாணம் செய்து வைத்தான்.

கும்பகர்ணனுக்கு, விரோசனனுடைய மகள் வஜ்ரவாலாவையும், விபீஷணனுக்கு, கந்தர்வ குலத்தை சேர்ந்த சைலுஷனுடைய மகள் ஸரமாவையும் கல்யாணம் செய்து வைத்தான்.

காலப்போக்கில், மண்டோதரிக்கு ஒரு மகன் பிறந்தான். பிறந்த உடனே அவன் அழுத சத்தம் இடி இடிக்கிறமாதிரி இருந்ததாம்! அதனால் அவனுக்கு மேகநாதன் என்று பேர் வைத்தார்கள். அவன்தான் பிற்காலத்தில் இந்திரஜித் அதாவது இந்திரனையே ஜெயித்தவன் என்று பேர் வாங்கினான்.

கும்பகர்ணன் வாங்கிக்கொண்ட தூக்கம் என்கிற வரம் இருக்கிறதே, அது இப்போது வேலை செய்ய ஆரம்பித்தது! அவனுக்கு பயங்கரமாய் தூக்கம் சுழற்றி அடிக்கிறது! அவன் அண்ணன் ராவணனிடம் வந்து, "நான் சுகமாய்த் தூங்குவதக்கு எனக்கொரு பெரிய மாளிகை வேண்டும்" என்றான்.

ராவணனும் சரி என்று ஒப்புக்கொண்டு, பொன்னாலும் மணிகளாலும் அலங்காரம் செய்த ஒரு பெரிய மாளிகையை கட்டித் தந்தான். அதில் போய் அக்கடா என்று படுத்துக்கொண்டு கும்பகர்ணன், மாதக்கணக்கில் தூங்க ஆரம்பித்தான்.

ராவணன் இப்போது தனது கொடூரமான வேலைகளை செய்ய ஆரம்பித்தான். அவன் எங்கெங்கெல்லாம் தேவர்களும், ரிஷிகளும், யக்ஷர்களும், கந்தர்வர்களும் இருக்கிறார்களோ அங்கெல்லாம் தேடிப்போய் அவர்களைத் தாக்கிக் கொடுமை செய்ய ஆரம்பித்தான். குபேரனுக்கு சொந்தமான நந்தனம் எனும் அழகான பூங்காவை அழித்து நாசம் செய்தான்.

மதம் பிடித்த ஒரு யானை எப்படியெல்லாம் ஒரு ஆற்றில் இறங்கிக் கலக்குமோ, எப்படி புயல் காற்று அடித்து மரங்களை சாய்க்குமோ அப்படி, ராவணன் தான் போகிற இடமெல்லாம் சேதத்தை விளைவித்தான்.

இதைப் பற்றிக் கேள்விப்பட்ட அவனுடைய அண்ணன் வைச்ரவணனுக்கு மிகவும் வேதனையாய் இருந்தது. புலஸ்திய முனிவருக்குப் பேரனாய், விச்ரவ முனிவருக்கு மகனாய்ப் பிறந்தவன் இப்படியா தனது பரம்பரைக்குக் கெட்ட பெயர் உண்டாக்கும் விதம் நடந்து கொள்வான்? அதனால், ராவணனுக்கு நல்ல தர்மத்தை எடுத்துச் சொல்லி அவனை திருத்தவேண்டுமென்று நினைத்து, ஒரு தூதனிடம் தனது செய்தியை சொல்லி, அவனை ராவணனைச் சந்திக்க அனுப்பினான்.

இலங்கைக்கு வந்த அந்த தூதன், முதலில் விபீஷணனை சந்தித்தான். விபீஷணன் அவனுக்கு நல்ல மரியாதை தந்து வரவேற்று, அவனை ராவணனுடைய சபைக்குக் கூட்டிக்கொண்டுப் போனான்.

தூதன் ராவணனை வணங்கிவிட்டுப் பேச ஆரம்பித்தான்:

"மன்னா, நான் உங்கள் அண்ணனான வைச்ரவணர் அனுப்பிய தூதன். அவர் உங்களுக்கு சொல்லச் சொன்ன விஷயங்களை இதோ சொல்கிறேன்:

"தம்பி, நீ பிறந்து வந்த பரம்பரையின் கௌரவத்தையும் பெருமையையும் நினைத்துப் பார்க்கவேண்டும். நீ செய்து வரும் தப்புக்காரியங்களை உடனே நிறுத்தி, உன் தவறுகளைத் திருத்திக் கொள்ளவேண்டும். நீ ரிஷிகளைக் கொன்று போட்டதாய்க் கேள்விப்பட்டேன்; எனது நந்தன வனம் அழிந்து கிடப்பதை நானே பார்த்தேன். உனக்கு எதிராய் இப்போது மும்மூர்த்திகளும் அணி சேர ஆரம்பித்திருக்கிறார்கள் என்று கேள்விப்பட்டேன். இதெல்லாம் நல்லதற்கில்லை.

"நீ என்னையும் கொஞ்சம் கூட மதிக்கவில்லை. ஆனாலும் ஒருவன் தப்புப் செய்தால், அவனுக்கு வேண்டியவர்கள் நல்லதை எடுத்து சொல்லி அவனைத் திருத்தப் பார்க்கவேண்டும். அதனால் தான் நான் உனக்கு இதை சொல்கிறேன்.

அத்தியாயம் 84 (7.4)
ராவணனும் சிவபெருமானும்

"நான் சமீபத்தில் ஒரு தவம் செய்து, சிவ பெருமானைத் திருப்தி செய்ததன் மூலம் அவர் எனக்கு நெருங்கிய நண்பராகிவிட்டார். நீ இப்படியே தொடர்ந்து அட்டூழியங்களைச் செய்துகொண்டிருந்தால், தேவர்களும் ரிஷிகளும் மும்மூர்த்திகளின் உதவியோடு உன்னை ஒழித்துக் கட்ட நடவடிக்கை எடுப்பார்கள். ஜாக்கிரதை."

இதுதான் மகாராஜா, குபேரர் உங்களுக்கு சொல்கிற சேதி" என்று சொல்லி முடித்தார் அந்த தூதர்.

குழந்தைகளே, இதற்கு ராவணன் என்ன பதில் சொல்லியிருப்பான் என்று நீங்கள் நினைக்கிறீர்கள்? உங்களுக்கெல்லாம் ராவணனுடைய குணாதிசயம்தான் நன்றாகத் தெரியுமே! அவன் கோபத்தில் கொதிப்பான், குபேரனை ஒரு வழி செய்து விடுவேனென்று சொல்லியிருப்பான் என்று தானே ஊகித்தீர்கள்? மிகவும் சரி!

ராவணன் கோபத்தோடு தன் சிம்மாசனத்திலிருந்து எழுந்தது, கையில் வாளை உருவிக்கொண்டான். "ஏ தூதனே, வேலை மெனக்கெட்டு எனக்கு புத்திமதி சொல்ல வந்த உன்னையும் உயிரோடு விடப் போவதில்லை; சொல்லி அனுப்பித்த அண்ணன் குபேரனையும் நான் உயிரோடு விடப்போவதில்லை. ஏதோ அண்ணனாயிற்றே என்று இத்தனை காலம் மரியாதை கொடுத்து ஒதுங்கியிருந்தேன். தான் இப்போது சிவபெருமானுக்கு நண்பனென்று சொல்லி என்னை சீண்டிப்பார்க்கிறானா அவன்? அவ்வளவு திமிரா அவனுக்கு? நான் இப்போது ஒரு தீர்மானம் செய்துவிட்டேன்; என் தோள் பலத்தைக் கொண்டு நான் மூன்று உலகங்களையும் வென்று என் ஆதிக்கத்துக்குக் கீழே கொண்டுவருவேன். " என்று சொல்லித் தன் வாளைச் சுழற்றி, அப்பாவியான அந்த தூதனை ஒரே வீச்சில் வெட்டிப்போட்டான்.

காலம் தாழ்த்தாமல் ராவணன் உடனே தனது மந்திரிகளான மஹோதரன், பிரஹஸ்தன், மாரீசன், தூம்ராக்ஷன், சுகன், சரணன் ஆகிய ஆறு பேருடனும் ரதத்தில் ஏறிக் கிளம்பி நேரே கைலாச மலைக்குப் போய் இறங்கினான். அங்கே காவலுக்கு இருந்த யக்ஷர்கள், ராவணனைப் பார்த்து மிரண்டு போனார்கள். "இவன் நம் மன்னர் குபேரனுடைய தம்பியாச்சே? இவன் ஏன் படை திரட்டிக்கொண்டு இங்கே

வந்திருக்கிறான்? எதற்கும் மன்னரைக் கேட்டுக்கொண்டு அடுத்து என்ன செய்வது என்று தீர்மானிப்போம்" என்று நினைத்து, குபேரனைப் பார்க்க அரண்மனைக்கு ஓடினார்கள்; விஷயத்தை சொன்னார்கள்.

"நீங்கள் அவனை எதிர்த்துப் போர் செய்து துரத்திவிடுங்கள்" என்று கட்டளையிட்டான் குபேரன்.

உடனே யக்ஷ வீரர்களெல்லாம் திரும்பிப் போய், ராவணனோடு யுத்தம் செய்ய ஆரம்பித்தார்கள். பயங்கரமான யுத்தம் நடந்தது. ஆனால் ஏராளமான யக்ஷ வீரர்களும் படைத்தலைவர்களும் செத்துப்போனது தான் மிச்சம்.

கடைசியில் வைச்ரவணனே ராவணனை எதிர்த்துப் போர் செய்ய வந்தான். இரண்டு பேருக்கும் நடந்த போரில், ராவணன்தான் வென்றான். ஆனால் அவன் தன் அண்ணனைக் கொல்லாமல் விட்டு, தான் ஜெயித்ததன் அடையாளமாக குபேரனிடம் இருந்த புஷ்பக விமானத்தை தனக்கு சொந்தமாக்கிக்கொண்டு, வெற்றிப் பெருமிதத்தோடு, தன் மந்திரிகளுடன் புஷ்பக விமானத்தில் ஏறிக் கிளம்பினான்.

புஷ்பக விமானம் மேலே ஏறிப் பறக்க ஆரம்பித்தது; ராவணனுடைய கண்ணில் 'சரவணம்' என்கிற ஒரு நாணல் புல் காடு தென்பட்டது. அது தான் சிவனுடைய பிள்ளையான முருகன் அதாவது சுப்பிரமணியன் பிறந்த இடம். அந்த இடமே பொன்னொளியில் ஜொலித்துக்கொண்டிருப்பதை ராவணன் வியப்போடு பார்த்துக்கொண்டிருந்தபோது, திடீரென்று புஷ்பக விமானம் பறக்காமல் நின்று போயிற்று.

கைலாச மலையைத் தாண்டி ஏன் அதனால் பறக்கமுடியவில்லை என்று ராவணனுக்குப் புரியவில்லை. தன் மந்திரிகளிடம் கேட்டான்; அப்போது மாரீசன் சொன்னான், "மன்னா, ஒருக்கால் இது தன் எஜமானரான குபேரனைத்தவிர வேறு யாரையும் ஏற்றிக்கொண்டு போகாதோ என்னவோ?"

அப்போது, சிவபெருமானுடைய பாதுகாவலரான நந்தி தேவர் இவர்கள் எதிரே வந்து நின்றார். பார்க்கக் குள்ள உருவமாய், கோரமான தோற்றத்தோடும், குரங்கு போன்ற முகத்தோடும் இருந்தார் அவர். அவர் சொன்னார், "இப்போது கைலாச மலையில் சங்கரராகிய சிவனும், பார்வதியும் தனியாய் சேர்ந்து இருக்கிற சமயம். அதனால் நீ மலைக்கு

மேலாகப் பறந்து போக முடியாது. நான் தான் இந்த விமானத்தைத் தடுத்தேன்"

அதைக் கேட்டு ராவணனுக்கு கோபம் வந்து, "யாருடா அந்த சங்கரன்?" என்று கேட்டபடியே, புஷ்பக விமானத்திலிருந்து கீழே குதித்து, மலையின் அடிவாரத்துக்கு வந்தான். அங்கே காவலாய் நந்தி நின்று கொண்டிருந்தார். அவர் கையில் ஒரு சூலாயுதம் ஜொலித்துக்கொண்டிருக்கிறது.

நந்தியின் குரங்கு மாதிரி இருக்கிற முகத்தைப் பார்த்ததும் ராவணனுக்கு சிரிப்பாய் வந்தது. அவன் இடியிடிக்கிற மாதிரி சிரிக்க, நந்தி தேவருக்குக் கோபம் வந்து, "ஏ தசக்ரீவா, என் குரங்கு முகத்தைப் பார்த்து நீ ஏளனமாய்ச் சிரித்தாயில்லையா, அதற்குப் பலனாய் நீயும் உன் குலமும் அழிவதற்காகவே சக்தி வாய்ந்த ஏராளமான குரங்குகள் வேலை செய்யும். மலை மாதிரி உருவமும், பலம் வாய்ந்த கரங்களும், பற்களும், நகங்களும் கொண்டு, அவை உங்களையெல்லாம் தாக்கும்; அழிக்கும். உன்னுடைய அகங்காரத்தையெல்லாம் அந்த குரங்குகள் தவிடு பொடியாக்கும்!" என்று சாபம் கொடுத்தார் நந்தி தேவர். தொடர்ந்து,

"நான் நினைத்தால் இப்போதே கூட உன் கதையை முடிப்பேன்; ஆனால் நீ உன்னுடைய அடாத தீய செயல்களினால் உனக்கே அழிவை உண்டாக்கிக் கொள்வாய். அது தான் விதி" என்றும் சொன்னார் நந்தி.

"ஏ நந்தி, நீ என்னைப் பற்றி சரியாய்த் தெரிந்துகொள்ளாமல் பேசுகிறாய். நான் நினைத்தேனென்றால், எனக்கு வழிவிடாத இந்த கைலாச மலையைக் கையாலயே பிடுங்கி வீசிவிடுவேன். என்ன தைரியத்தில் சிவன் இந்த மலையில் குடியிருக்கிறார்? இப்போது அவரைப் பயம் பிடித்து ஆட்டப்போகிறது பார்" என்று சொன்ன ராவணன், குனிந்து அந்தக் கைலாய மலையையே தன் கையால் பிடுங்கினான். மலை குடுகுடு என்று ஆட ஆரம்பித்தது.

பயத்தில் நடுங்கிப் போய், பார்வதி தேவி சிவனைக் கட்டிப் பிடித்துக்கொண்டாள். அப்போது சிவன் என்ன செய்தார் தெரியுமா? தன் கால் கட்டவிரலை மலைமேல் அழுத்தினார். அவ்வளவுதான்! அவர் தந்த அழுத்தத்தில் மலை கீழே அமுங்க

ஆரம்பித்தது. அதன் அடியில் ராவணனுடைய தோள்கள் சிக்கி நெசுங்க ஆரம்பித்தன. வலி தாங்காமல் ராவணன் ஓவென்று கத்தினான்.

அவன் எழுப்பிய கூக்குரல் மூன்று உலகங்களிலேயும் கேட்டதாம்! தேவர்களும், யக்ஷர்களும், வித்யாதரர்களும், சித்தர்களும், "என்ன சத்தம் இது?" என்று திடுக்கிட்டுப் போனார்களாம். அந்த ஒலியின் அதிர்வால் கடல் பொங்கியதாம்! மலைகள் குலுங்கியதாம்!

ராவணனின் மந்திரிகள் அவனிடம், "மன்னா! நீலகண்டரான மகாதேவன் சிவனை நீங்கள் அடிபணிந்து, அவருடைய கருணைக்காக பிரார்த்தித்தாலேயொழிய நீங்கள் தப்பிக்க முடியாது. நீங்கள் உடனே சிவனைத் தோத்திரம் செய்யுங்கள்; அவரைப் புகழ்ந்து பாடுங்கள்; அவர் அதில் திருப்தியாகி உங்கள் மேல் கருணை காட்டுவார்" என்று ஆலோசனை சொன்னார்கள்.

மகா கர்வியான ராவணனுக்கு இப்போது தப்பிக்க வேறு வழியே இல்லை. அதனால் அவன் சிவனைப் போற்றிப் புகழ்ந்து துதிக்க ஆரம்பித்தான். இப்படி பல ஆண்டுகள் கடந்து போயின. கடைசியில் சிவபெருமான் ராவணன் மேல் இரக்கப்பட்டு அவன் தாங்கியிருந்த பாரத்தை நீக்கினார்.

ராவணனும் அப்பாடா என்று வெளியே வந்தான். சிவபெருமான் ராவணனைப் பார்த்து, "ஏ தசக்ரீவா, நீ பாடிய ஸ்தோத்திரங்களைக் கேட்டு நான் திருப்தி அடைந்தேன். நீ வலியில் கத்திய கத்தல் மூன்று லோகங்களையும் குலுக்கி, எல்லாரையும் பயத்தில் நடுங்க வைத்துவிட்டது. அதனால் உன்னுடைய பெயர் இனி 'ராவணன்' -- அதாவது உயிர்களுக்கெல்லாம் பீதியை உண்டாக்குகிறவன் என்று அறியப்படும். சரி, நான் உன்னை விடுவிக்கிறேன். நீ உன் விருப்பப்படி போய்க்கொள்" என்றார்.

குழந்தைகளே! கவனித்தீர்களா? உண்மையில், இப்போதுதான் தசக்ரீவனுக்கு 'ராவணன்' என்கிற பெயர் சிவபெருமான் மூலமாக வந்து சேர்ந்தது. அப்போது ராவணன், "மஹாதேவா, நீங்கள் என்னிடம் கருணை காட்டியதால், உங்களிடம் ஒரு வரம் கேட்கிறேன். நான் ஏற்கனவே தேவர்கள், அசுரர்கள், கந்தர்வர்கள் இந்த மாதிரியான யாரும் என்னை கொல்ல முடியாதபடி வரம் வாங்கியிருக்கிறேன். அற்ப

மனிதர்களைப் பற்றி நான் கவலைப் படவில்லை. பிரம்மா எனக்கு கொடுத்திருக்கும் நீண்ட வாழ்க்கையை நான் நிம்மதியாகக் கழிக்கவேண்டும். அதற்கு வேண்டி, எனக்கு நீங்கள் சக்தி வாய்ந்த ஆயுதம் ஏதாவது தரவேண்டும்" என்றான்.

பாருங்கள் குழந்தைகளே! இப்போதும் அவன் திமிர் போகவில்லை. அவனுக்கு வாழ்க்கை நிம்மதியாய் ஓடவேண்டுமானால் அதற்கு ஆயுதம் வேண்டுமாம்! கையில் ஆயுதம் இருந்தால் எங்கேயிருந்து நிம்மதி வரும்? 'இரும்பு பிடித்தவன் கையும், சொறி பிடித்தவன் கையும் சும்மா இருக்காது' என்று ஒரு பழமொழி உண்டு. 'கொள்ளிக்கட்டையை வைத்துக்கொண்டு, தலையை சொறிந்துகொள்கிற மாதிரி" என்று இன்னொரு பழமொழியும் உண்டு! இதற்கெல்லாம் என்ன அர்த்தமென்று உங்கள் அப்பா அம்மாவிடம் கேட்டுத் தெரிந்துகொள்ளுங்கள். என்ன?

சிவனும் ஒப்புக்கொண்டு, அவனிடம் 'சந்திரஹாசம்' என்கிற பெயர் கொண்ட ஒரு சக்தி வாய்ந்த போர்வாளைப் பரிசாகக் கொடுத்துவிட்டு, "ராவணா, நீ இந்த வாளை அவமரியாதை செய்யாமல் வைத்துக் கொள்ளவேண்டும். செய்தால், அது என்னிடமே திரும்பி வந்துவிடும்" என்று சொன்னார். ராவணன் சிவபெருமானைக் கும்பிட்டு வணங்கிவிட்டு, புஷ்பக விமானத்தில் ஏறி புறப்பட்டுப் போய்விட்டான்.

இப்படியாக ராவணனுடைய சரித்திரத்தை அகஸ்திய முனிவர் சொல்லச் சொல்ல, ராமர் தொடர்ந்து கேட்டுக்கொண்டே வருகிறார்.

குழந்தைகளே, சில பேர்கள் புராணக் கதைகள் சிலவற்றைப் படித்துவிட்டு, "ஆகா, ராவணன் எப்பேற்பட்ட சிவ பக்தன் தெரியுமா?" என்றெல்லாம் சொல்லிக் கொண்டாடுவார்கள். ஆனால், ராவணனின் சிவ பக்தி எப்படிப் பட்டது என்று வால்மீகி முனிவர் சொல்லியுள்ளது புரிகிறதல்லவா? "காரியம் ஆகணும்னா காலைப் பிடி" என்று ஒரு சொல்வழக்கு உண்டு. ராவணனின் சிவ பக்தி அந்த அளவுக்குத் தான்!

-=()=-

அத்தியாயம் 85 (7.5)

ராவணனும் வேதவதியும்

ராவணன் சிவ பெருமானிடம் வம்புக்குப் போய், நன்றாக மாட்டிக்கொண்டு, அப்புறம் அவரை துதி பாடி தப்பித்து வந்த பிறகும் அந்த அனுபவத்தால் அவனுக்கு ஒன்றும் பக்குவம் வரவில்லை. அவன் வழக்கம் போல திமிராய்த்தான் சுற்றிக்கொண்டிருந்தான். ஒரு நாள் அவன் புஷ்பக விமானத்தில் மேரு மலைப் பகுதியில் சுற்றிக்கொண்டிருந்தான்.

அப்போது அவன் கண்ணில் ஒரு அழகான பெண் பட்டுவிட்டாள்.

அவள் மான் தோலை ஆடையாய் அணிந்துகொண்டு, தலையில் ஜடா முடி தரித்துக்கொண்டு, பார்த்தால் ஒரு தபஸ்வினி என்று தெரிகிற மாதிரி இருந்தாள். அவள் அழகைப் பார்த்ததும் ராவணனுக்கு அவளை அடையவேண்டுமென்று ஆசை வந்துவிட்டது.

அவன் அவளிடம் போய், "பெண்ணே! நீ யார்? உன் அப்பா யார்? உனக்கு கல்யாணம் ஆகிவிட்டதென்றால் உன் கணவன் யார்? ஆண்களின் மனதை கொள்ளையடிக்கிற அளவுக்கு இத்தனை அழகாய், இளமையாய் இருக்கிற நீ ஏன் இந்தத் தவக்கோலத்தில் இருக்கிறாய்? தவம் செய்கிற வயதா உனக்கு இப்போது? அதையெல்லாம் வயதானப்புறம் வைத்துக்கொள்ளலாமே? உன் தவத்தின் நோக்கம் என்ன?" என்று ராவணன் அவளைக் கேள்வி மேல் கேள்வி கேட்கிறான்.

அந்தப் பெண் சொன்னாள்:

"ஐயா, என் பேர் வேதவதி. என் அப்பாவின் பேர் குசோத்வஜன்; அவர் பிருஹஸ்பதியின் மகன்; அவர் ஒரு பிரம்மரிஷி. அவருடைய தவ சக்தியால், அவர் சொல் மூலமாக மகளாப் பிறந்தவள் நான். எனக்கு இன்னும்

கல்யாணமாகவில்லை. காரணம், என் அப்பாவுக்கு பகவான் மகாவிஷ்ணுவைத்தான் தன் மருமகனாய் அடையவேண்டுமென்று ஆசை. அதனால், என் அழகைப் பார்த்து மயங்கிப் பெண் கேட்டு வந்த தேவர்கள், கந்தர்வர்கள், யக்ஷர்கள், ராட்சசர்கள் யாருக்கும் என்னைக் கல்யாணம் கட்டி வைக்க சம்மதிக்கவில்லை.

"தனது இச்சைக்கு ஒப்புக்கொள்ளாததால் கோபம் கொண்ட சும்பு என்கிற ஒரு அசுரன், ஒரு நாள் ராத்திரி என் அப்பா தூங்கும்போது அவரை வெட்டிக் கொன்று போட்டுவிட்டான். துக்கம் தாங்காமல் என் அம்மா என் அப்பாவை எரித்த சிதையில் தானும் விழுந்து உயிரை மாய்த்துக்கொண்டாள்.

"என் அப்பாவின் ஆசையை நான் நிறைவேற்றி வைக்கவேண்டுமென்று தீர்மானித்து, பகவான் விஷ்ணுவை அடைவதற்காக நான் கடுமையாய்த் தவம் செய்து கொண்டிருக்கிறேன். அந்த பகவான் நாராயணனைத் தவிர நான் வேறு யாரையும் என் கணவராய் நினைத்துக் கூடப் பார்க்க முடியாது. என் தவ சக்தி மூலமாக நீங்கள் யாரென்று தெரிந்துகொண்டேன். அதனால், புலஸ்திய முனிவரின் பேரரே, தப்பான ஆசை எதையும் மனதில் வளர்த்துக்கொள்ளாமல் நீங்கள் உங்கள் வழியைப் பார்த்துப் போய்க்கொண்டே இருங்கள்; அதுதான் நல்லது"

இதைக் கேட்டுவிட்டெல்லாம் ராவணன் போய்விடுவானா என்ன? அவன் தொடர்ந்து அவளை மயக்குகிற மாதிரி வார்த்தைகளைப் பேசுகிறான்;

"வேதவதி, இது என்ன முட்டாள்தனம்? தசக்ரீவனான என்னை நீ கல்யாணம் கட்டிக்கொண்டால் செல்வமும் வளமும் நிறைந்த என் இலங்கைக்கே நீ ராணியாகி, இந்த இளம் வயதில் எல்லா இன்பங்களையும் அனுபவிக்கலாம். நான் யார், என் பராக்கிரமம் என்ன, செல்வம், அதிகாரம், தவ சக்தி, வீரமெல்லாம் என்ன? எனக்கு முன்னால் அந்த விஷ்ணுவெல்லாம் நிற்கக் கூட முடியாது."

"தசக்ரீவரே, பகவான் விஷ்ணுவைப் பற்றி மட்டமாய் பேசாதீர்கள். அவர்தான் எல்லா உலகங்களுக்கும் அதிபதி. சகல ஜீவராசிகளும் அவரைத்தான் கும்பிடுகிறார்கள்." என்று சொன்னாள் வேதவதி.

அவ்வளவுதான். ராவணனுக்கு கோபம் வந்து, அவளுடைய தலைமுடியை ஒரு கையால் பிடித்து அவளைத் தன்னை நோக்கி இழுத்தான்.

அடுத்த கணம் வேதவதி, தன் தவ சக்தியினால், தனது கையையே ஒரு கத்தியாய் மாற்றிக்கொண்டு, தன் தலைமுடியை வெட்டி, ராவணனிடமிருந்து தப்பித்துக் கொள்கிறாள்.

"ஏ தசக்ரீவா, என்னிடம் தவறாய் நடக்க முயற்சி செய்வதை என்னால் ஒரு கணம் கூடப் பொறுத்துக்கொள்ள முடியாது. ஒரு பெண்ணாய் நான் உன்னைக் கொல்லவோ, உனக்கு சாபம் கொடுக்கவோ போவதில்லை; அப்படிச் செய்தால் என் தவ சக்தியெல்லாம் வீணாகிவிடும். அதனால், இதோ இப்போதே தீயில் குதித்து என் உயிரை உன் கண் முன்னாலேயே போக்கிக்கொள்வேன். என்னைக் கெடுக்கப் பார்த்த உன்னை அழிப்பதற்கு நான் மீண்டும் ஒரு பெண்ணாய்ப் பிறப்பு எடுத்து வருவேன். நான் செய்த தானங்கள், தவங்கள் எல்லாம் உண்மையானால், நான் ஒரு தவ முனிவருடைய மகள் என்பது உண்மையானால், நான் எந்த பெண்ணின் கர்ப்பத்தின் வழியாகவும் வராமல் இந்தப் பூமியில் பிறப்பெடுப்பேன்."

என்று சொல்லிவிட்டு, வேதவதி தீயில் குதித்து தன் உயிரைப் போக்கிக்கொண்டாள்.

இந்தக் கதையை ராமருக்கு சொல்லிக்கொண்டு வருகிற அகஸ்திய முனிவர், "ராமா, கிருத யுகத்தில் பிறந்த அந்த வேதவதிதான், இந்த திரேதா யுகத்தில், ஜனக மன்னர் யாக பூமியை உழும்போது அங்கே பெண் குழந்தையாய் உருவம் தாங்கி வந்து கிடந்தாள். ஜனகரின் வளர்ப்பு மகளாய், உன் மனைவி சீதையாய் வந்தாள். நீயே அந்த மகா விஷ்ணுவின் அவதாரம். நீ வந்து ராவணனை அழிக்க, அந்த வேதவதியே சீதையாய் வந்து ராவணனிடம் சிறைப்பட்டாள்" என்றார்.

ராவணன், இப்படித் தன் கண் முன்னால் நடந்ததைப் பார்த்த பின்னும் ஒன்றும் அலட்டிக்கொள்ளவே இல்லை. அவன் பழையபடி புஷ்பக விமானத்தில் ஏறிச் சுற்ற ஆரம்பித்தான். அடுத்து யாரை வம்புக்கு இழுக்கலாம், யாரை போர் செய்யக் கூப்பிடலாம், யாரை அடக்கியாளப் பார்க்கலாம் என்று தான் அவனுடைய போக்கே இருந்தது. இதுவே அவனுக்கு முழு நேர வேலையாகிவிட்டது என்று கூடச் சொல்லலாம்.

அத்தியாயம் 85 (7.5)
ராவணனும் வேதவதியும்

இனிமேல் வரும் ராவணனின் கதையின் பெரும்பகுதி அவனுடைய திக் விஜயங்கள் பற்றியும், அவன் யார் யாரை சண்டைக்குக் கூப்பிட்டான், யார் யாருடன் போர் செய்தான், யார் யார் அவன் வம்புக்கு பயந்து அவனிடம் தோல்வியை ஒப்புக்கொண்டார்கள் என்று தான் இருக்கும்.

இப்படியாய் ராவணன் முதலில் வம்புக்குப் போனது, தேவர்களோடு சேர்ந்து ஒரு பெரிய யாகத்தைப் செய்துகொண்டிருந்த மருத்தன் என்கிற அரசனிடம்தான். அந்த யாகத்தை தலைமை ஏற்று நடத்திக்கொண்டிருந்தவர் சம்வர்த்தர். அவர் தேவர்களின் குருவான பிருஹஸ்பதியின் சகோதரர்.

ராவணன், கண்ணுக்குத் தெரியாமல் தனது உருவத்தை மறைத்துக்கொண்டு அங்கே வருவது தேவர்களுக்கு தெரிந்துபோயிற்று. அவர்கள் ராவணனுக்கு பயந்து, தங்களது உருவங்களை மாற்றிக்கொண்டார்கள். இந்திரன், மயில் உருவம் எடுத்துக்கொண்டான்; யமதேவன் காக்கை வடிவத்துக்கு மாறினான்; குபேரன் ஒரு பச்சோந்தி போல் உருமாறினான்; வருணன் அன்னப்பறவை வடிவத்துக்கு மாறினான்.

ஒரு புனிதமான இடத்துக்குள்ளே ஒரு அழுக்கான நாய் நுழைவது போல, ராவணன் அந்த யாகசாலைக்குள் வந்து நுழைந்தான். யாகம் செய்துகொண்டிருந்த மருத்தனைப் பார்த்து, "ஏய்! நீ இப்போதே என் கூடப் போருக்கு வா; இல்லை நீ தோற்றாய் என்று ஒப்புக்கொள்" என்று சவால் விட்டான்.

"நீ யார்?" என்று கேட்டான் மருத்தன்.

"என்ன, என்னையே யாரென்று கேட்கிறாயா? என்னைத் தெரியாதவன் கூட இந்த மூன்று லோகத்தில் எவனாவது இருக்கிறானா என்ன? நான் தான் ராவணன், குபேரனுடைய தம்பி. குபேரனை போரில் வென்று, இதோ இந்த புஷ்பக விமானத்தை எடுத்துக்கொண்டு வந்தவன் இந்த ராவணன்; தெரிகிறதா?"

இந்தத் திமிர்ப் பேச்சைக் கேட்டதும் மருத்தனுக்கு மிகுந்த கோபம் வந்து, "சொந்த அண்ணனோடு போர் செய்து வென்று வந்ததைப் பெருமை போல் பீற்றிக் கொள்கிற நீ ஒரு பெரிய ஆளா? வெட்கக் கேடு. இதோ நான் எழுந்து வருகிறேன். இன்று

என் கூரான அம்புகளுக்கு உன்னையே பலி கொடுக்கிறேன்" என்று சொல்லி எழுந்தான். தன் வில்லம்புகளைக் கையில் எடுத்துக்கொண்டான்.

அப்போது குரு சம்வர்த்தர், "மன்னா! மகேச்வரனுக்காக நாம் செய்ய ஆரம்பித்த இந்த யாகத்தைப் பாதியில் விடக்கூடாது. அதனால், நீ இப்போது போர் செய்யக் கிளம்ப வேண்டாம். யாகம் செய்ய வேண்டுமென்று இறங்கியவன் உணர்ச்சி வேகங்களுக்கு ஆட்படக் கூடாது; ஒரு போர் என்று வந்துவிட்டால் வெற்றி பெறுவது நிச்சயமில்லை. இந்த ராவணனை போரிட்டு ஜெயிப்பதும் எளிதான காரியமில்லை" என்று எடுத்துச் சொன்னார்.

உடனே மருத்தனும் கோபத்தை அடக்கிக்கொண்டு, வில்லம்புகளைக் கீழே வைத்தான்.

"ஆகா! பார், பார்! நீ என்னிடம் தோற்றாயிற்று!" என்று கொக்கரித்த ராவணன், உடனே என்ன செய்தான் தெரியுமா? அங்கே யாகம் நடத்திக்கொண்டிருந்த பிராமணர்கள், ரிஷிகள் எல்லாரையும் பிடித்து, வாயில் போட்டு கடித்துத் தின்றுவிட்டான்! அப்புறம் அங்கேயிருந்து கிளம்பிப் போய்விட்டான்.

நிம்மதிப் பெருமூச்சு விட்டுக்கொண்டு, தேவர்களெல்லாம் தங்களின் பழைய உருவத்துக்கு மாறினார்கள். அப்போது அவர்கள் எடுத்துக்கொண்ட மயில், காக்கை, பச்சோந்தி, அன்னப் பறவை நான்கும் அங்கேயே இருந்ததாம்.

இப்படியாகத் தாங்களெல்லாம் எந்த உருவம் எடுத்துக்கொண்டு தப்பித்துக்க உதவியாய் இருந்தனவோ அந்த ஜீவராசிகளுக்கு என்று தேவர்கள் சந்தோஷத்தோடு சில தனித் தன்மைகளை வழங்கியதாய்ச் சொல்கிறார் வால்மீகி முனிவர்.

"இனிமேல் மயிலே, உன் இறக்கைகளில் நூற்றுக் கணக்கான கண்கள் இருக்கும்; உங்களுக்கெல்லாம் இனிமேல் பாம்புகளைக் கண்டு பயம் இருக்காது. இந்திரனாகிய நான் மழையாய்ப் பொழியும்போது, இனி நீங்கள் தோகையை விரித்து ஆனந்தமாய் நடனமாடுவீர்கள்" என்று சொன்னான் இந்திரன்.

அத்தியாயம் 85 (7.5)
ராவணனும் வேதவதியும்

"காக்கையே, இனிமேல் உங்களுக்குப் பறவைகளுக்கு வருகிற எந்த நோயும் அண்டாது. உங்களுக்கு மரண பயம் இருக்காது. உங்களை மனிதர்கள் கொல்லாதவரை நீங்கள் உயிரோடு வாழ்வீர்கள். பூமியில் இறந்து போன மனிதர்களின் ஜீவன்கள், பித்ரு லோகம் போன்ற மேலுகங்களில் வந்து வாழும்போது, காக்கைகளான நீங்கள் உங்கள் இனத்தோடு உணவு உண்ணுவதன் மூலமாக அவர்களின் பசி நீங்கும்" என்று ஆசி வழங்கினார் யமதேவர்.

குழந்தைகளே, நம் நாட்டில், செத்துப்போனவர்களின் நினைவு நாள் அன்று சிராத்தம் அல்லது படையல் எனும் சடங்கை செய்கையில், உணவு சமைத்து, அந்த உணவை காக்கைகளுக்கு முதலில் போடுகிற வழக்கம் இன்று வரை இருக்கிறது! அதற்கு ஆதாரமாய் இந்தக் கதையும் இருக்கிறது, இல்லையா?

முன்பெல்லாம் அன்னப்பறவைகளின் உடம்பில் நீலம், பச்சை மாதிரி நிறங்கள் இருந்ததாம். தான் மறைந்துகொள்ள உதவிய அன்னப்பறவைக்கு வருண தேவன், "இனிமேல் உங்கள் உடம்பு முழுவதும் வெள்ளை வெளேர் என்று அழகாக இருக்கும்; நீங்கள்ளெல்லாம் என்றும் அமைதியாய், திருப்தியாய் வாழ்வீர்கள்" என்று வரம் கொடுத்தாராம்.

மலைமேல் வாழ்கிற பச்சோந்திகளுக்கு குபேரன் கொடுத்த வரம், "இனிமேல் உங்களுடைய தலை தங்க நிறமாய் ஜொலிக்கும்" என்று.

ராவணனும் அடுத்தபடி யாரைப் போருக்குக் கூப்பிடலாமென்று தேட ஆரம்பிக்கிறான். சரி, பூமியில் பல தேசங்களையும் ஆள்கிற ராஜாக்களை வம்புக்கு இழுக்கலாம் என்று கிளம்புகிறான். ஆனால், அவனுடைய சக்தியும் பராக்கிரமும் தெரிந்த பல ராஜாக்கள் -- உதாரணமாய் துஷ்காந்தன், சுரதன், காதி, கயன், புரூரவன் போன்ற அரசர்கள், "அப்பா, ஆளை விடு, நாங்கள் தோல்வியை ஒப்புக் கொள்கிறோம்" என்று ராவணனுக்குக் கும்பிடு போட்டு ஒதுங்கிக் கொண்டார்கள்.

அடுத்து ராவணன் கண் வைத்தது எங்கே தெரியுமா? அயோத்தி மேலே! ஆனால் இது நடந்தது ராமருடைய காலத்துக்கும் பல ஆயிரம் வருடங்கள் முன்னால்.

அப்போது அந்த இக்ஷ்வாகு ராஜ வம்சத்தில் மன்னராயிருந்தது அனாரண்யர். ராவணன் அவரைப் போருக்குக் கூப்பிட்ட போது, சுத்த வீரரான அவர் மறுக்கவில்லை. துணிச்சலாய் அவர் ராவணனுடன் போர் செய்தார். பற்பல ஆயுதங்களையும் அஸ்திரங்களையும் உபயோகித்து அவர் தீரமாய் போர் செய்தாலும் கடைசியில் அவரால் ஜெயிக்க முடியவில்லை. ராவணன் அடித்த அடியில் மயங்கி பூமியில் விழுந்து கடைசி மூச்சை வாங்கிக் கொண்டிருந்த அயோத்தி மன்னர் அனாரண்யரைப் பார்த்து இளக்காரமாகச் சிரித்தான் ராவணன்.

அப்போது அயோத்தி மன்னர், "ராவணா, எனக்கு நேரம் சரியில்லை; விதிப்படி என் கதை முடியப் போகிறது. ஆனால் உன்னிடம் நான் தோற்ற அவமானத்துக்குப் பழிவாங்குகிற மாதிரி, என் இக்ஷ்வாகு வம்சத்திலேயே ஒருவன் பிறந்து வருவான். நான் தர்ம வழியில் ஆட்சி செய்து என் மக்களை மகிழ்ச்சியாய் வைத்துக்கொண்டது உண்மையானால், நான் பல யாகங்களும் தான தர்மங்களும் செய்தது உண்மையானால், பிற்காலத்தில் இந்த வம்சத்தில் வரப்போகிற மன்னர் தசரதருக்குப் பிள்ளையாய் வரும் ராமன் உன்னைக் கொன்று அழிப்பான். இது நடக்கும்" என்று சொல்லிவிட்டு உயிரை விட்டார்.

இப்படியாக, பூமியில் வேறு எந்த மன்னரோடு போரிட்டு ஜெயிக்கலாம் என்கிற யோசனையில் ஒரு நாள் ராவணன் சுற்றிக்கொண்டிருந்த போது, தேவ ரிஷியான நாரதர் அவனை சந்திக்கிறார்.

அவருக்கு தக்க மரியாதை செய்து வரவேற்ற ராவணனிடம் நாரதர் பேச ஆரம்பிக்கிறார். அவருடைய நல்ல நோக்கம் என்னவென்றால், பூமியில் வாழ்கிற மனிதர்களுக்கு ராவணனால் அதிகக் கஷ்டம் வரக் கூடாது என்பதுதான்.

அதை எப்படி சொன்னால் ராவணனிடம் எடுபடும் என்று அவருக்குத் தெரியும். அதனால் அவர் ராவணனிடம் மிகவும் சாமர்த்தியமாய்ப் பேச ஆரம்பிக்கிறார்.

-=()=-

அத்தியாயம் 85 (7.5)
ராவணனும் வேதவதியும்

அத்தியாயம் 86 (7.6)

ராவணனும் எம தேவனும்

நாரதர் சொன்னார், "ராவணா! உனக்கிருக்கிற அளவற்ற சக்தியையும் பராக்கிரமத்தையும் வைத்துக்கொண்டு, நீ கேவலம் பூமியில் வாழும் மனிதர்களோடு போரிட்டு அவர்களைக் கொன்று வெற்றி பெறுவதில் என்ன பெரிய சாதனை இருக்கிறது என்று நினைக்கிறாய்?

"மனிதர்களோ அற்பாயுசு உள்ளவர்கள்; அவர்கள் ஏற்கனவே இந்த பூமியில் பிறந்து, என்னென்னவோ சுகம் அனுபவிக்கவேண்டுமென்று ஆசையில் அலைந்து திரிந்து, கடைசியில் துக்கத்தைதான் அனுபவிக்கிறார்கள். பணம், செல்வம், உறவு, சுற்றம், நண்பர்கள் என்று எல்லாவற்றையும் சேர்த்துக்கொண்டு, மேலும் மேலும் கஷ்டத்தைத்தான் அனுபவிக்கிறார்கள். வியாதியிலும், முதுமையிலும் சிக்கி கடைசியில் செத்துதான் போகிறார்கள். எப்படியும் சாகப்போகிறவர்களை நீ கொஞ்சம் முன்கூட்டியே கொல்வதில் என்ன பெருமை இருக்கிறது?

"யாருக்கு சாவு கிடையாதோ, யார் பூலோக மனிதர்களின் சாவை நிர்ணயிக்கிறானோ அந்த எமதேவன் இருக்கிறானே, அவனோடு நீ போர் செய்து அவனை வென்றால்தான் உன்னுடைய தகுதிக்கும், வீரத்துக்கும், பராக்கிரமத்துக்கும் ஏற்ற மாதிரி இருக்கும்!" என்று மிகுந்த சாமர்த்தியமாய் ராவணனை உசுப்பி விட்டார் நாரதர்!

"தேவ ரிஷியே, நீர் சொல்வது சரிதான்! நான் இனி மனிதர்களை விட்டுவிடுகிறேன். நீர் சொல்கிற மாதிரி, அந்த எமதேவனையே போய் ஒரு கை பார்க்க இப்போதே கிளம்புகிறேன். தென் திசையில் உள்ள பித்ருலோகத்தை ஆளும் எமனின் இருப்பிடத்துக்கு இதோ புறப்படுகிறேன்!" என்றான் ராவணன்.

நாரதருக்கு, தான் வந்த காரியம் நிறைவேறியதில் திருப்தி! அவர் உடனே அங்கேயிருந்து கிளம்பினார். அவர் நினைத்துக்

கொண்டார், "சகல உயிர்களின் காலத்தையும் முடிவுக்குக் கொண்டுவரும் கால தேவனான எமனை இந்த ராவணன் எப்படி வெல்லப் போகிறான்? யாருடைய வரவைக் கண்டால் சலக ஜீவராசிகளும் மரண பயத்தால் நடு நடுங்குகிறார்களோ, அந்த எமனை ராவணன் எப்படி எதிர் கொள்ளுவான்? அதை நானே நேரில் பார்க்கவேண்டும்" என்று தீர்மானித்து நாரதர் எமதேவனுடைய பட்டணத்துக்குக் கிளம்பினார்.

நாரதர் அங்கே வந்து சேர்ந்த போது யமதேவன் அக்னி வளர்த்து ஹோமம் செய்து கொண்டிருந்தான். தேவரிஷி வந்ததைப் பார்த்ததும் எழுந்து வந்து அவரை வணங்கி, குடிக்க நீர் தந்து உபசாரம் செய்தான். என்ன விஷயமாக தன்னைப் பார்க்க வந்திருக்கிறார் என்று விசாரித்தான்.

"கால தேவா, உனக்கு வரப்போகிற ஒரு பெரும் ஆபத்தைப் பற்றி உன்னை முன்னெச்சரிக்கை செய்யத்தான் அவசரமாய் வந்தேன். பொல்லாத ராட்சசன் தசக்ரீவன் ராவணன் உன்னுடன் போர் செய்வதற்காக வந்து கொண்டிருக்கிறான். நீ எப்படியாவது உன்னைப் பாதுகாத்துக் கொள்ளவேண்டும்; அவன் மிகவும் பொல்லாதவன்; அவனை தேவர்களால் கொல்லவே முடியாது; அவனை ஜெயிப்பது மிகவும் கஷ்டம். அதனால், ஜாக்கிரதை!" என்று சொன்னார் நாரதர்.

குழந்தைகளே! 'பிள்ளையைக் கிள்ளி விட்டு, தொட்டிலையும் ஆட்டிவிடுவது' என்று ஒரு பழமொழி உண்டு, கேட்டிருக்கிறீர்களா? அது என்ன என்று புரியவில்லையென்றால், உங்கள் அப்பா அம்மாவிடம் கேட்டுத் தெரிந்து கொள்ளுங்கள். நான் ஏன் அந்தப் பழமொழியை இப்போது சொன்னேன் என்று உங்களுக்குப் புரியும்!

நாரதர் பேசிக்கொண்டிருக்கும்போதே, தூரத்தில் ராவணன் தனது படைத்தலைவர்கள் புடை சூழ, புஷ்பக விமானத்தில் யமபுரிக்குள்ளே நுழைந்து வருவது அவர்கள் இரண்டு பேர் கண்ணிலும் பட்டுவிட்டது.

ராவணன் மேலிருந்து யமலோகத்தை நோட்டம் விட்டுக்கொண்டே வந்தான். அங்கே ஒரு பக்கம் நரகம் இருக்கிறது. அதில், பூமியில் கொடிய பாவங்கள் செய்து செத்துப்போன ஜீவர்களை, யம தூதர்கள் பிடித்து, பல கொடுமையான தண்டனைகளைக் கொடுத்துக்

கொண்டிருக்கிறார்கள். அவர்கள் வேதனையில் போடுகிற கத்தலும், அழுகையும் எல்லா திக்குகளிலும் கேட்கின்றன.

இன்னொரு பக்கம் பார்த்தால் சொர்க்கம் இருக்கிறது. அங்கே பூமியில் சிறப்பாய் நல்ல புண்ணிய காரியங்கள் செய்து செத்துப்போன ஜீவர்கள் பலரும் மகிழ்ச்சியாய் பல சுகங்களை அனுபவித்துக்கொண்டிருப்பதையும் ராவணன் பார்க்கிறான்.

எம தேவனைச் சீண்டி, சண்டைக்கு இழுக்க என்ன செய்யலாமென்று யோசித்த ராவணன், உடனே தனது ஆட்களையும் சக்தியையும் உபயோகித்து, நரகத்தில் மாட்டிக்கொண்டுத் துன்பப்படுகிற பாவ ஜீவர்களையெல்லாம் விடுதலை செய்து விட்டான். அப்படித் தப்பித்தவர்கள் நிம்மதியாகி, சந்தோஷத்தோடு கூப்பாடு போடுகிறார்கள்!

அதைப் பார்த்ததும் யம தூதர்களுக்கெல்லாம் பயங்கர கோபம் வந்து, அவர்கள் ஆயுதங்களையெல்லாம் திரட்டிக்கொண்டு பெரும் படையாய் வந்து ராவனுடைய ஆட்களோடு போர் செய்கிறார்கள். போர் பயங்கரமாய் நடக்கிறது. இன்னொரு பக்கம், அவர்கள் ராவணனுடைய புஷ்பக விமானத்தை அடித்து நொறுக்கப் பார்க்கிறார்கள். ஆனால், என்ன ஆச்சரியம் பாருங்கள்! அவர்கள் எப்படித்தான் அதை உடைத்துப் போட்டாலும் அது பழையபடி புதிதாய், பொலிவாய் ஆகிவிடுகிறது!

தொடர்ந்து நடந்த போரில், ராவணன் பாசுபதாஸ்திரத்தை உபயோகித்து, யம கிங்கரர்களை எல்லாம் தாக்கி, அவர்கள் எல்லாரையும் அடக்கிவிடுகிறான்.

இனி தானே நேரில் போரில் இறங்கினால்தான் சரிப்படும் என்று யம தேவன் முடிவெடுத்து, தனது தேரை வரவழைத்தான். தனது எல்லா ஆயுதங்களையும் எடுத்துக்கொண்டு ராவணனோடு போர் செய்வதற்காகப் போனான்.

நெருப்பு மாதிரி ஜொலித்துக்கொண்டு யமதேவன் தேரில் வருவதைப் பார்த்ததும் ராவணனுடைய எல்லா படைத்தலைவர்களுக்கும் மரண பயம் வந்துவிட்டது! அவர்களுக்கு யமனோடு எதிர்த்துப் போரிடவேண்டும் என்கிற எண்ணம் கூட இல்லாமல், அங்கேயிருந்து எடுத்தார்கள் ஒரே ஓட்டம்! ஆனால், ராவணனுக்கு எமனைப் பார்த்து ஒரு பயமும்

இல்லை. அவன்தான் தேவர்களால் கொல்ல முடியாத சாகா வரம் வாங்கியிருக்கிறானே? அதனால், தைரியமாய் எதிர்த்து நின்று, பல்வேறு திவ்ய அஸ்திரங்களை யமன் மேல் விட்டுக் கடுமையாய் போர் செய்கிறான்.

இரண்டு பேருமே ஒருவருக்கு ஒருவர் சளைத்தவர்கள் இல்லை. இரண்டு பேருமே சோர்வடையாமல், விடாமல் ஏழு நாட்கள் ராத்திரி பகலாய் போர் செய்கிறார்கள். யாருக்கும் வெற்றி தோல்வி இல்லை. ஆகாயத்திலிருந்து இந்த பயங்கரமான போரை வேடிக்கை பார்க்க மற்ற தேவர்களும், யக்ஷர்களும், ரிஷிகளும், கந்தர்வர்களும் எல்லாருமே கூடிவிட்டார்கள். பிரம்மதேவரும் அங்கே வந்துவிட்டார். யம தேவனுக்குப் பொறுமை போய் விட்டது.

"தேவாதி தேவர்களே! இனியும் நான் சும்மா இருக்க முடியாது! இந்த ராவணனை நான் அழித்தே தீருவேன். என்னுடைய மகா ஆயுதமான கால தண்டத்தை உபயோகப் படுத்தி, நான் இப்போது இந்த ராவணனைக் கொன்று போடப்போகிறேன். என் கால தண்டத்துக்கு முன்னால் யாரால் நிற்க முடியும்? என்னென்னவோ வரங்கள் வாங்கிய ஹிரண்யகசிபு, காலநேமி, நெமுசி, தூமகேது, விருத்தாசுரன், பாணாசுரன், வாலி இப்படி எத்தனையோ மாவீரர்கள் காலனைத் தாண்டி நிற்க முடியாமல் உயிரை விட்டாயிற்று. இந்த ராவணன் மட்டும் என் கால தண்டத்துக்குத் தப்ப முடியுமா என்ன? இதோ அவன் கதையை முடிக்கிறேன்!" என்று சொன்னான்.

அப்போது பிரம்மதேவர் அவசரமாய் கீழே இறங்கி யமதேவனிடம் வந்தார். "வேண்டாம் எமதேவா! வேண்டாம். நான் ராவணனுக்கு எந்த தேவர்கள் மூலமாகவும் மரணம் சம்பவிக்காது என்று வரம் கொடுத்திருக்கிறேன். அது ஒரு நாளும் பொய்யாகக் கூடாது. ராவணன் அழிவதற்கான காலம் இன்னும் வரவில்லை. நீ சற்று பொறுமையாய் இரு. ஒரு வேளை நீ ராவணனைக் கொன்றால், பின் எனது வரம் பொய் என்று ஆகும்; இல்லை, உன் கால தண்டத்துக்கு ராவணன் தப்பித்தால், நீ காலத்தின் அதிபதி என்பது பொய்யாகிவிடும். ஆக, இரண்டுமே நடப்பது நல்லதல்ல. நீ பொறுமை காக்க வேண்டும்." என்றார் பிரம்ம தேவர்.

காலதேவன் யோசித்தான். அவன் சொன்னான், "பிரம்ம தேவரே, நான் உங்கள் ஆணைக்குக் கட்டுப் பட்டவன். உங்கள் வாக்கை மீறி நான் எதுவும் செய்ய மாட்டேன். நானோ, ராவணனோ தோல்வியை ஒப்புக்கொள்ளப் போவதில்லை. எனவே, மேற்கொண்டு போரைத் தவிர்க்க, நான் ராவணனின் கண்ணுக்குத் தெரியாமல் மறைந்து போவதுதான் எனக்குள்ள ஒரே வழி!" என்று சொல்லிவிட்டு, அந்தக் கணமே யமதேவன் கண்காணாமல் அங்கேயிருந்து மறைந்து போய் விடுகிறார்.

பிரம்மாவுக்கும் நிம்மதி ஆயிற்று.

திடீரென்று போர்க்களத்திலிருந்து யம தேவன் காணாமற் போய்விட்டதைக் கண்டு ராவணனுக்கு ஒரே சந்தோஷமாகிவிட்டது! எமன் தன்னோடு போரிட்டு ஜெயிக்க முடியாது என்பதைப் புரிந்துகொண்டு, தப்பித்து ஓடி மறைந்துவிட்டான் என்று அவன் நினைத்து..."ஆஹ்ஹாஹ்ஹா!" என்று பெரிதாகச் சிரித்தான். "நான் எமனையே ஜெயித்துவிட்டேன்; அவனைக் கண்காணாமல் ஓட வைத்துவிட்டேன்; எனக்கு இணையான வீரன் எவனும் இந்தப் பிரபஞ்சத்திலேயே கிடையாது!" என்று மார் தட்டிக்கொண்டு ராவணன் யமபுரியிலிருந்து மகிழ்ச்சியாய்க் கிளம்பினான்!

ராவணன் வெற்றிக் களிப்புடன் திரும்பி வருதைப் பார்த்ததும், இது வரை ஓடி ஒளிந்துகொண்டிருந்த மாரீசன் முதலான ராவணனுடைய படைத்தலைவர்கள் எல்லாரும் "ராவணனுக்கு வெற்றி!" என்று வாழ்த்தி கோஷம் போட்டுக்கொண்டே ஓடி வந்து புஷ்பக விமானத்தில் ஏறிக்கொண்டார்கள்!

ராவணன் அடுத்ததாய் குறிவைத்தது, நீருக்கு அதிபதியாய் இருக்கிற வருண தேவனை ஜெயிக்க வேண்டுமென்றுதான். அவன் கடலுக்குள்ளே புகுந்து, வருணனுடைய நகரத்தைத் தேட ஆரம்பிக்கிறான். அப்படி ஆழமாகத் தேடிக்கொண்டே போகும்போது, நாக லோகத்தை அடைந்து, 'போகவதி' என்ற அதன் தலை நகரைப் பாதுகாத்து வந்த வாசுகி என்ற சக்தி வாய்ந்த நாகத்தையும் மற்ற நாகர்களையும் போரிட்டு ஜெயிக்கிறான்.

அடுத்து அவன் கண்ணில் பட்டது, அசுரர்களான தைத்யர்களுக்கு சொந்தமான மணிமயி என்கிற ஒரு பிரம்மாண்டமான அரண்மனை. அதில் வாழ்ந்த

தைத்யர்களுக்கு நிவாதகவசர்கள் என்று பேர். அவர்களெல்லாமும் கடும் தவம் செய்து ஏராளமான சக்திகளை வரமாய் வாங்கியவர்கள்தான்.

ராவணன் அவர்களைப் போருக்குக் கூப்பிட்டான். அவர்களும் ஒப்புக்கொண்டு போருக்கு வந்தார்கள். பயங்கரமான யுத்தம் அங்கே நடந்தது. ஆனால் யாருக்கும் வெற்றி தோல்வி இல்லாமல் அந்தப் போர் தொடர்ந்து ஒரு வருட காலம் நடந்தது.

பிரம்மதேவர், நிவாத கவசர்கள்களிடம் வந்து, "வீணாய் இந்த ராவணன் கூடப் போர் செய்து உங்களுடைய சக்தியையும் நேரத்தையும் வீணடிக்காதீர்கள்; அவனை தேவர்களாலும், அசுரர்களாலும் வெல்ல முடியாது. பேசாமல் அவனிடம் சமாதானமாகப் போய், அவனை உங்களுடைய நண்பனாக்கிக் கொள்ளுங்கள். அதுதான் உங்களுக்கு நல்லது" என்று உபதேசம் செய்தார்.

நிவாத கவசர்களும் அவர் பேச்சுக்கு ஒப்புக்கொண்டு, ராவணன் கூட சமாதானமாகப் போய்விட்டார்கள்.

அதையும் ஒரு வெற்றியாய் எடுத்துக்கொண்டு ராவணன், எப்படியும் வருண தேவனை முறியடிக்கவேண்டும் என்று தொடர்ந்து சமுத்திரத்துக்குள்ளே ஆழமாப் போய்க்கொண்டே இருக்கிறான். பூமிக்கடியில் இருக்கிற ரசதலம் பகுதிக்குப் போனபோது, அங்கே காலகேயர்கள் என்கிற ஒரு அசுர இனம் ஆட்சி செய்துகொண்டிருக்கிறது. அவர்களும் பயங்கர சக்தி வாய்ந்தவர்கள்தான். அவர்கள் ராவணனை எதிர்க்கிறார்கள். அதில் இருந்த ஒரு அசுரன் பெயர் வித்யுஜ்ஜிபன்.

குழந்தைகளே, இந்த வித்யுஜ்ஜிபன் என்கிற பேரை நீங்கள் முன்னாலேயே கேள்விப்பட்டிருக்கிறீர்கள். யார் அவன்? யோசியுங்கள், உங்களில் யாருக்கு நினைவு வந்தது? சரி, பரவாயில்லை, நானே சொல்லிவிடுகிறேன்! ராவணன் தன் தங்கை சூர்ப்பனகைக்கு கல்யாணம் கட்டி வைத்தது இந்த வித்யுஜ்ஜிபனுடன் தான்!

நடந்த போரில், ராவணன் அந்த வித்யுஜ்ஜிபன் தனது தங்கையின் புருஷனாயிற்றே என்று கூட இரக்கம் காண்பிக்காமல் அவனைக் கொன்று போட்டுவிட்டான்.

பாருங்கள்! எந்த அளவு கொடியவன் ராவணன் என்று தெரிகிறதா?

தொடர்ந்து முன்னேறிய ராவணன், கடைசியாய் வருணனுடைய இருப்பிடத்தைக் கண்டு பிடித்துவிடுகிறான். கைலாச மலை மாதிரி ஜொலித்துக்கொண்டிருக்கிறது வருணனுடைய இருப்பிடம். அங்கே சுரபி எனும் தெய்வீகப் பசு இருந்தது. அது சுரக்கிற பாலால் அங்கே க்ஷிரோதம் என்கிற பாற்கடலே உருவாயிருந்தது.

அதை வலம் வந்து ராவணன் மேலே போக, ராவணனை வருணனுடைய மகன்களும், பேரன்களுமாய்ப் பெரிய ஆயுதங்களோடும், படைகளோடும் எதிர்க்கிறார்கள். சிறப்பாகப் போர் செய்து ராவணனைக் காயப் படுத்துகிறார்கள் வருணனுடைய பிள்ளைகள். அதனால் மிகுந்த கோபம் வந்து, மகோதரன் பயங்கரமாய் அவர்களை எதிர்க்கிறான். அப்போது ராவணன் அவர்களிடம், "வீணாய் என்னுடன் போர் செய்து அழிந்து போகாதீர்கள், உங்கள் அப்பா வருணனிடம் போய் சொல்லுங்கள்; ஒன்று அவன் நேருக்கு நேர் வந்து என்னுடன் மோதி ஜெயிக்கட்டும்; இல்லை, 'தோற்றேன்' என்று ஒப்புக்கொண்டு ஒதுங்கிக் கொள்ளட்டும்" என்றான்.

ஆனால் வருணனுடைய பிள்ளைகள் சளைக்காமல் போர் செய்கிறார்கள்; ஆனாலும் கடைசியில் அவர்கள் எல்லாரும் ராவணனால் தாக்கப் பட்டு வீழ்ந்தாயிற்று.

இப்போது மஹோதரன் வருணனைத் தேடிப் போய், திரும்பி வந்து சொல்கிறான், "தசக்ரீவா, வருணன் இங்கே இல்லைவே இல்லை; அவன் பிரம்மதேவரைப் பார்க்கப் போயிருக்கிறானாம். அவனுக்கு இங்கே நடந்தது எதுவுமே தெரியாது; அவன் பிள்ளைகளை நாம் ஜெயித்ததும் தெரியாது போலிருக்கிறது!'

ராவணன் சிரித்துக்கொண்டே, "அப்படியா! வருணனும் நம்மைக் கண்டு பயந்து ஓடி ஒளிந்து கொண்டான் போலிருக்கிறது. சரி, நாம் திரும்புவோம்" என்று சொல்லி அங்கேயிருந்து கிளம்பினான் ராவணன்.

-=()=-

அத்தியாயம் 86 (7.6)
ராவணனும் எம தேவனும்

அத்தியாயம் 87 (7.7)

ராவணனும் மகாபலியும்

ராவணன் அடுத்தபடியாய் மேரு மலைப் பகுதியில் தொடர்ந்து சஞ்சரித்தபோது, ஒரு பிரம்மாண்டமான, செல்வச் செழிப்பு நிறைந்த பொன்னொளிரும் மாளிகை கண்ணில் பட்டது. ராவணன், "பிரஹஸ்தா! யார் இந்த மாளிகையில் வசிக்கிறார்கள் என்று போய் பார்த்துவிட்டு வா, அவர்களை நான் போருக்குக் கூப்பிடுகிறேன் என்று சொல்" என்று சொல்லி அனுப்பினான்.

உள்ளே நுழைந்த பிரஹஸ்தன் ஒன்றுக்குள்ளே ஒன்றாய் அடுத்தடுத்து உள்ளே போய்க்கொண்டே இருந்த பகுதிகளைத் தாண்டி ஏழாவது பகுதிக்குப் போனபோது அங்கே பிரம்மாண்டமான ஜோதி ஒன்றைப் பார்த்தான். கண்ணைக் கூசிய அந்த ஒளிக்குள்ளே இரண்டு உருவங்கள் தெரிந்தன. பார்த்ததுமே பிரஹஸ்தனுக்கு மெய் சிலிர்த்தது. மிரண்டு போய் ஓடி வந்து ராவணனிடம் தான் கண்டதை சொன்னான்.

ராவணன் புஷ்பக விமானத்திலிருந்து இறங்கி உள்ளே போகப் பார்த்தபோது, அவன் கண் முன்னால் ஒரு பிரம்மாண்டமான, பயங்கரமான உருவம் அவனை உள்ளே போக விடாமல் தடுத்தது. அதன் ஒளியோ கண்ணைக் கூச வைத்தது. ராவணன் கொஞ்சம் மிரண்டு போனாலும், "நான் உள்ளே போய், இங்கே குடியிருக்கிறவனைப் பார்க்க விரும்பறேன்; அவன் யாரென்று எனக்குத் தெரியவேண்டும்; அவனை நான் போருக்கு அழைக்கவேண்டும்" என்றான்.

அந்த உருவம் சிரித்துக்கொண்டே, "உள்ளே இருப்பது யார் தெரியுமா? அசுர குலத்தை சேர்ந்த மஹா பலி. அவன் பரம பராக்கிரமசாலி! விஷ்ணுவின் பரம பக்தன்; அமரன். உனக்கு அவனோடு சண்டை போடவேண்டுமாக்கும்; சரி, சரி, உள்ளே போய்ப் பார்!" என்று வழிவிட்டது அந்த உருவம்.

குழந்தைகளே! உங்களுக்கு மகா பலி யார் என்று தெரியுமில்லையா? பகவான் விஷ்ணு வாமனாவதாரம் எடுத்து வந்தபோது அவருக்கு மூன்று அடி மண் தானமாத் தர

சம்மதித்து, கடைசியில் மூன்றாவது அடியில் தனது தலையைக் கொடுத்து பகவான் அருளால் பாதாள லோகத்தில் அழுத்தப்பட்ட அதே பலி தான் இது. அவன் பிரஹ்லாதனுடைய பேரன்; விரோசனனுடைய மகன்; அசுரன் ஹிரண்ய கசிபுவின் கொள்ளுப் பேரன்.

ராவணன் உள்ளே போய்ப் பார்த்தபோது பெரும் ஜோதி வடிவில் ஜொலித்துக்கொண்டிருந்த மஹா பலியைக் காண்கிறான்; அவனுக்கு உடம்பெல்லாம் சிலிர்த்துப் போகிறது. ராவணன் கொஞ்சம் கூட எதிர்ப்பார்க்காத விதத்தில், மஹாபலி அவனை அப்படியே தூக்கித் தனது மடியில் உட்கார்த்தி வைத்துக்கொண்டு இனிமையாய், "என்னப்பா, ராவணா? எதற்காக என்னைப் பார்க்க வந்தாய்?" என்று கேட்டான்.

ராவணன், "ஐயா, அது... வந்து.... உங்களை ஒரு காலத்தில் விஷ்ணு தன் பாதத்தால் அமுக்கி ஒடுக்கி விட்டதாகக் கேள்விப்பட்டிருக்கிறேன். அந்த விஷ்ணுவின் கட்டுப்பாட்டிலிருந்து உங்களை விடுவிக்கிற சக்தி எனக்கு உண்டு; அதற்கு உதவலாமே என்று நினைத்தேன்" என்றான்.

அதைக் கேட்டு மஹா பலி சிரிக்கிறான்; "ராவணா, வாசலில் ஒரு பிரம்மாண்டமான பயங்கர உருவத்தைப் பார்த்தாய் இல்லையா, அது தான் என்னைக் கட்டுப்பாட்டில் வைத்திருக்கும் விஷ்ணு!

"அந்த மஹா விஷ்ணுவைப் பற்றி நீ என்ன நினைத்தாய்? அவர்தான் சகல உலகங்களையும் படைத்தவர்; அனைத்து உயிர்களையும் காப்பவர்; அனைத்தையும் அழித்து முடிப்பவர்! அவரே காலம்; அவர் முக்காலங்களையும் கடந்தவர்; என்னென்னவோ சக்திகளையும், சாகா வரங்களையும் தவம் செய்து வாங்கிய எத்தனையோ பொல்லாத அசுரர்களை கொன்று அழித்தவர் அவர்! சும்பன், நிசும்பன், கால நேமி, வித்ராசுரன், மது, கைடபன், ஹிரண்ய கசிபு என்று அவரிடம் பகை வைத்து அழிந்துபோனவர்கள் எத்தனை பேர்? அந்த மஹா விஷ்ணு, பக்தர்களைக் காப்பவர்; பக்தர்களை நேசிப்பவர்." என்று சொன்ன மகா பலி, தொடர்ந்து,

"சரி, நான் சொல்லும் ஒரு காரியத்தை நீ செய்; அதோ அங்கே பெரியதாய் ஒரு குண்டலம் இருக்கிறதல்லவா? அதை நீ போய்த் தூக்கு பார்க்கலாம்?" என்றார்.

ராவணன் எழுந்து போய், அங்கே பெரிதாய் இருந்த, காதில் அணிந்து கொள்கிற ஒரு குண்டலத்தை, அலட்சியமாகத் தூக்கப் பார்த்தான். ஆனால் அவனால் முடியவில்லை! அவன் தன் இரண்டு கைகளையும் உபயோகித்து, முக்கி முனகிக் கொஞ்சம் தூக்கியபோது, தடால் என்று கீழே விழுந்து விட்டான்!! ராவணனுக்கு மிகவும் அவமானமாகி விட்டது!

"பார், உன்னால் அந்தக் குண்டலத்தைக் கூடத் தூக்க முடியவில்லை. அது என்னுடைய கொள்ளுத் தாத்தா ஹிரண்யகசிபு, காதில் அணிந்திருந்த குண்டலம்! இதிலிருந்தே தெரிகிறதல்லவா அவர் எப்பேற்பட்ட சக்தி வாய்ந்தவர் என்று?

"அவர் அந்தக் காலத்தில் கடுமையாகத் தவம் செய்து, தனக்கு பகலிலோ, இரவிலோ, காலையிலோ, மாலையிலோ, மனிதனாலோ, மிருகத்தாலோ, வீட்டுக்கு உள்ளேயோ, வெளியிலோ சாவு வரக்கூடாது; தரையிலோ, ஆகாசத்திலோ மரணம் வரக்கூடாது; எந்த ஆயுதத்தாலும் சாவு வரக்கூடாது என்று வரம் வாங்கினவர்.

"அவருடைய பிள்ளையான, அதாவது என்னுடைய தாத்தாவான பிரஹ்லாதனோ பெரும் விஷ்ணு பக்தனாய் இருந்தார்; அதனால் கோபம் கொண்ட கசிபு, தன் பிள்ளையையே தனக்கு எதிரியாய் நினைத்து, அவனைப் பல விதங்களிலும் கொல்லப் பார்த்தார்.

"பிரஹ்லாதனை எப்போதும் பாதுகாத்து வந்த பகவான் விஷ்ணு, கடைசியில் சிங்க முகமும், மனித உடம்பும் கொண்ட நரசிம்மராய் அவதாரம் எடுத்து வந்து, ஹிரண்ய கசிபுவின் வீட்டு வாசற்படியில் உட்கார்ந்து கொண்டு, சந்தியா வேளையில், அவரைத் தன் மடியில் போட்டுக்கொண்டு, தனது கூரான நகங்களையே உபயோகித்து அவர் வயத்தைக் கிழித்துக் கொன்று போட்டார்!

"ராவணா! பகவான் விஷ்ணுவே அனைத்துக்கும் அதிபதி; அனைத்துக்கும் காரண கர்த்தா! அவரே ஹரி; அவரே நாராயணர்; சக்கராயுதம் தாங்கிய அவரை யாராலும் எதுவும் செய்ய முடியாது. அவரே யாகங்களைப் படைத்தவர்; யாகங்கள் கொண்டு வழிபடப் படுபவரும் அவரே" என்று சொல்லி, ராவணனை அனுப்பி வைத்துவிட்டார் மஹாபலி. பாவம் ராவணன்; அவமானத்தோடு திரும்பி வந்தான்.

அத்தியாயம் 87 (7.7)
ராவணனும் மகாபலியும்

ராவணன் அடுத்து சந்திரலோகம் இருந்த திசையை நோக்கிப் பயணப்பட்டான். அப்போது அவன் சென்ற வழியில், பொன்மயமான ரதங்களில், ஆடையலங்காரங்களும், ஒளியும் கொண்ட ஒரு சிலர் ஆகாயமார்க்கமாகப் போய்க்கொண்டிருந்தார்கள். அவர்களை தேவலோக அப்ஸரஸ்கள் வரவேற்று, ஆடியும் பாடியும் அவர்களை மகிழ்வித்துக் கொண்டிருந்தார்கள். அங்கே தென்பட்ட ரிஷி பர்வதரிடம் ராவணன் அவர்களைப் பற்றி விசாரித்தான்.

"இவர்களெல்லாம் பூமியில் ஆட்சி செய்த மா வீரர்களான மன்னர்கள்; பெரும் போர்களில் வென்றவர்கள்; ஏராளமான யாகங்களும் தானங்களும் செய்து புண்ணியம் சேர்த்தவர்கள்; போரில் வீர மரணம் எய்தி, மேலுலகம் சென்று கொண்டிருக்கிறார்கள்; இவர்களுக்கு இந்திர லோகத்திலோ வேறு மேலுலகத்திலோ இடம் தருவான் தேவேந்திரன்" என்றார் முனிவர்.

"அவர்களிடம் போய், என்னோடு போரிட்டு ஜெயித்தபின் போகலாம் என்று சொல்வீரா முனிவரே?" என்றான் ராவணன்.

"இவர்கள் சொர்க்க போகத்தை அனுபவிக்கும் ஆசையில் போகிறவர்களாதலால், போரிட வரமாட்டார்கள்; உனக்கு ஏற்ற ஒரு ஆள் அதோ வருகிறான் பார்! அவன் தான் பராக்கிரமம் மிக்க மாந்தாதா! ஏழு தீவுகளைக் கடலோடு சேர்ந்து ஆட்சி செய்பவன்! அவன் அயோத்தியின் மன்னனும் கூட" என்றார்.

தங்க நிறத்தில் ஜொலிக்கும் தேரில் ஒளி மிகும் உடம்போடு வந்த மாந்தாதாவை ராவணன் நிறுத்தி, "என்னோடு போரிட்ட பிறகு நீங்கள் போகலாம்" என்றான்.

"உனக்கு உயிர் மேல் ஆசை இருந்தால் வா!" என்ற மாந்தாதா, போருக்குத் தயாரானான். நீண்ட நேரம் நடந்த போரில், வெற்றி தோல்வி மாறி மாறி வந்தது. இரண்டு பேருக்கும் காயம் பட்டாலும் விடாமல் போர் செய்தார்கள். கடைசியில் மாந்தாதா பிரம்மாஸ்த்திரத்தை கையிலெடுக்க, ராவணன் பாசுபதாஸ்திரத்தை எடுத்துக்கொண்டான்.

இதன் விளைவு விபரீதமாகி மூன்று லோகங்களுக்கும் பாதிப்பு வருமென்று பயந்து, ராவணனுடைய தாத்தாவான புலஸ்திய முனிவரும், காலவ முனிவரும் அங்கே வந்து பெரும் முயற்சி செய்து இரண்டு பேருக்கும் நடந்த சண்டையை

நிறுத்தி, பிரிந்து போகச் சொன்னார்கள். கடைசியில் இரண்டு மகா வீரர்களும் அவர்கள் அவர்கள் வழியில் போய்விட்டார்கள்.

தொடர்ந்து சந்திர லோகத்தை நோக்கித் தனது படைத்தலைவர்கள் புடை சூழப் பயணப் பட்ட ராவணன், பல மேல் உலகங்களையும் கடந்து போய் சந்திர லோகத்துக்கு அருகில் போய் சேர்ந்தான். அந்த சந்திரனுடைய ஒளிக்கிரணங்கள் பயங்கர குளிர்ச்சியாய் இருந்தது. அந்த குளிர்ச்சியே உடம்பை எரிக்கிற மாதிரி வேதனை தருவதாகவும் இருந்தது; அந்தக் குளிர்ச்சியைத் தாங்க முடியாமல் பிரஹஸ்தனும் மற்ற ராட்சசர்களும், "மன்னா! வேண்டாம்; எங்களால் தாங்க முடியவில்லை; நாம் திரும்பிப் போய்விடலாம்" என்றார்கள்.

ஆனால், ராவணனுக்கு சந்திரனையும் வம்புக்கு இழுக்கவேண்டுமென்று தான் நோக்கம். அதனால் 'நாராசம்' என்கிற ஒரு அம்பை எடுத்து வில்லில் பூட்டி, சந்திரனைக் குறி வைக்கிறான்.

அந்தக் கணமே பிரம்மதேவர் அங்கே தோன்றி, "வேண்டாம் ராவணா, வேண்டாம்; நிறுத்து. சந்திரன் எப்போதுமே எல்லாருக்கும் நல்லதையே செய்ய நினைப்பவன்; அவன் வம்புக்கு நீ போக வேண்டாம்; அதற்கு பதிலாக, நான் உனக்கு ஒரு சக்திவாய்ந்த மந்திரத்தை உபதேசிக்கிறேன்; நீ உன் மரண சமயத்தில் அதை சொன்னால், மரணம் உன்னை அண்டாது" என்று சொன்னார்.

ராவணனும் ஒப்புக்கொள்ள, பிரம்மா, சிவபெருமானைப் போற்றித் துதிக்கிற, அவரது எண்ணூறு நாமங்களைக் கொண்ட ஸ்தோத்திரத்தை ராவணனுக்கு உபதேசித்தார்.

"யார் மறக்காமல் தன் கடைசி தருணத்தில் இந்த ஸ்லோகத்தை சொல்கிறார்களோ அவனுக்கு மரணமில்லாப் பெருவாழ்வு கிடைக்கும்" என்று சொன்னார். ராவணனும் அதை உள் வாங்கிக்கொண்டு அங்கேயிருந்து திரும்பினான்.

-=()=-

அத்தியாயம் 87 (7.7)
ராவணனும் மகாபலியும்

அத்தியாயம் 88 (7.8)

ராவணன் அடைந்த சாபம்

இப்படி ராவணன் மேலுலகங்களில் வெறியாய்ச் சுற்றி அலைந்தபோது, அவன் பிரம்மாண்டமான ரூபம் கொண்ட கபிலரையும் தரிசிக்கிறான். கபிலர் மகாவிஷ்ணுவின் இன்னொரு தோற்றம்தான். அவருக்கு என்று தேவலோகம் போலவே ஒரு உலகம் இருப்பதையும் அதில் ஒரே மாதிரி தோற்றமும், கம்பீரமும், அழகும், பலமும் கொண்ட ஆயிரக்கணக்கான மேலுலக வாசிகள் இருப்பதையும் பார்க்கிறான்.

கபிலருடைய பயங்கரத் தோற்றத்தைப் பார்த்து அவன் மிரண்டாலும், தனக்கு எப்படியும் சாவு கிடையாதே என்கிற திமிரில் அவன் அவரையும் சண்டைக்கு இழுக்கப் பார்த்தான். ஆனால் அவர் அவனை ஒரு பொருட்டாகவே மதிக்காமல், "ராவணா, ஒரு நொடியில் நான் உன்னை அழித்துவிட முடியும்; ஆனால் உன் இறுதிக் காலம் இன்னும் வரவில்லை. அதனால் உன்னை உயிரோடு விடுகிறேன்; போய்விடு" என்று அனுப்பிவிடுகிறார்.

ராவணனும், சரி நம் திக் விஜயங்களை கொஞ்ச நாள் நிறுத்திவிட்டு, இலங்கையில் போய் இருக்கலாமென்று தீர்மானித்து தன் புஷ்பக விமானத்தில் வந்துகொண்டிருக்கிறான்.

அந்த புஷ்பக விமானத்தில் அவனுடைய படைத்தலைவர்கள் மட்டுமில்லை. அதில், அவன் எந்தெந்த லோகங்களுக்குப் போய் போரிட்டு வென்றானோ அந்தந்த லோகங்களைச் சேர்ந்த அழகான பெண்களையெல்லாம் பிடித்துக்கொண்டு வந்து விமானத்தில் கட்டிப்போட்டுக் கொண்டு வருகிறான். அவர்கள் கல்யாணமானவர்களா, ஆகாதவர்களா என்று கூட அவன் பார்க்காமல் எல்லா அழகான பெண்களையும் தனக்கு சொந்தமாக்கிக் கொள்ளும் கெட்ட எண்ணத்தோடுதான் தூக்கிக்கொண்டு வருகிறான். அதில்

அத்தியாயம் 88 (7.8)
ராவணன் அடைந்த சாபம்

நாகர்கள், தானவர்கள், தைத்தியர்கள், கந்தர்வர்கள், மானுடர்கள் -- இப்படி எல்லா இனத்துப் பெண்களும் இருக்கிறார்கள்.

எல்லாரும் அழுது புலம்புகிற ஒலி புஷ்பக விமானத்தில் எப்போதும் கேட்டுக்கொண்டே இருந்தது. "இந்தப் படுபாவி ராவணன், நம் எல்லாரையும் இப்படி அநியாயமாகக் கொண்டு போகிறானே? இவன் நம்மை கொன்று தின்பானோ? நம்மிடம் முறை தவறி நடந்து நம்மை நாசம் செய்வானோ? ஐய்யோ! நான் இல்லாமல் என் கணவர் எவ்வளவு துன்பப் படுகிறாரோ? என் குழந்தைகள் என்ன செய்யுமோ? என் அப்பா அம்மாக்களும் சகோதரர்களும் என்னை நினைத்துக் எவ்வளவு கவலைப் பட்டு அழுவார்களோ? ஆண்டவா! இந்த ராவணனை யாராலும் அழிக்க முடியாது என்று சொல்கிறார்களே! இவனுக்கு எப்போதுதான் சாவு வரும்? எங்களுக்கு எப்போதுதான் விடுதலை கிடைக்கும்?" என்று புலம்புகிறார்கள்.

இப்படி, இவர்களின் அழுகை ஒலியுடன், ராவணனுடைய புஷ்பக விமானம் இலங்கையில் வந்து இறங்கியது. அப்போது அவனுக்கு எதிரே, அவனுடைய தங்கை சூர்ப்பனகை மண்ணில் வந்து விழுகிறாள். ராவணன் பதட்டத்தோடு அவனிடம் போய், அவளைத் தூக்கி, "சூர்ப்பனகை, என்ன ஆயிற்று? நீ ஏன் இப்படி அழுதுகொண்டிருக்கிறாய்?" என்று கேட்கறான்.

"அண்ணா, அதி பராக்கிரமசாலியாய், யாராலும் வெல்ல முடியாத நீ, உன் தங்கைக்கு என்ன கொடுத்தாய்? 'விதவை' என்கிற பேரைத்தான் கொடுத்தாய்! பதினாலாயிரம் காலகேயர்களை நீ போரிட்டுக் கொன்று போட்டாய்; அவர்களுக்கு நடுவில் இருந்த என் உயிருக்கும் உயிரான கணவனையும் கொன்று போட்டாயே, நீயெல்லாம் ஒரு சகோதரனா? அவரைக் கொன்றதன் மூலம் நீ என்னையே கொன்று போட்டுவிட்டாய். யாரை உன் தங்கைக்காக நீ காப்பாற்ற வேண்டுமோ அவரையே இரக்கமில்லாமல் கொன்றுவிட்டாயே, நீ ஒரு அண்ணனா? வெட்கமாக இல்லை?" என்று சாடினாள்.

ராவணனுக்கு மிகவும் சங்கடமாகிவிட்டது; "அது, வந்து, ... சூர்ப்பனகா, ஒரு போர் என்று வந்தால் அங்கே ஆயிரக் கணக்கான ஆயுதங்கள் அங்கேயும் இங்கேயுமாய்ப்

பறந்துகொண்டிருக்கும். எதிரில் இருப்பவர்கள் யார் என்றெல்லாம் சரியாகத் தெரியாது; சமயத்தில் என்னுடைய படையைச் சேர்ந்தவர்கள் மேலேயே கூட தவறாய் அம்பை விடுகிற மாதிரி ஆகிவிடும். நான் உன் புருஷனை வேண்டுமென்றே கொல்லவில்லை.

“போனால் போகிறது. இனிமேல் உன் வாழ்க்கை மகிழ்ச்சியாய்க் கழிய நான் என்ன வேண்டுமென்றாலும் செய்கிறேன். நீ ஆசைபடுவதையெல்லாம் வாங்கித் தருகிறேன். உன் பாதுகாப்புக்கு செய்ய வேண்டிய எல்லா ஏற்பாடும் செய்கிறேன். தம்பி கரனை, தூஷணனோடும், 14 ஆயிரம் படைகளோடும் தண்டகாரண்ய வனத்தில் ஆட்சி செய்ய அனுப்புகிறேன். நீ அவன் கூடவே அங்கே தங்கிக்கொள். அவன் உன் கட்டளைப் படி நடப்பான்; உனக்கு வேண்டிய எல்லா வசதிகளையும் செய்து தருவான்; நீ கவலைப் படாமல் நிம்மதியாய் உன் இஷ்டப்படி அங்கே வாழலாம்" என்று வாக்குறுதி தந்தான்.

அதன்படியே, கரனைக் கூப்பிட்டு, தண்டகாரண்யத்துக்கு தூஷணனோடும், சூர்ப்பனகையோடும், ராட்சரர் படையோடும் போய் அங்கே ஆட்சி செய்யும்படி அனுப்பி வைத்தான்.

அப்புறம் ராவணன் இலங்கையில் இருந்த நிகும்பிலா என்கிற தோட்டத்துக்குப் போனான். அங்கே ராவணன் கண்ட ஒரு காட்சி அவனுக்கு ஆச்சரியமாய் இருக்கிறது! அவனுடைய பிள்ளை மேகநாதன், மான் தோல் ஆடை அணிந்துகொண்டு, கமண்டலமும், கரண்டியும் கையில் வைத்துக்கொண்டு, பற்பல ஹோம குண்டங்களுக்கு நடுவே உட்கார்ந்து யாகங்கள் செய்துகொண்டிருக்கிற காட்சிதான் அது. அவன் யாகத்தை பாதியில் விட்டுவிட்டு எழுந்து வரமுடியாததால், யாகத்தை நடத்தி வைத்துக்கொண்டிருந்த சுக்ரர் ராவணனிடம் வந்து பேசினார்:

"மன்னர் மன்னா! நீங்கள் திக் விஜயம் போயிருந்த சமயம், உங்கள் மகன் அடுத்தடுத்து பிரம்மாண்டமான பல யாகங்களை செய்து வந்தான். அச்வமேதம், அக்னிஸ்தோமம், வாஜபேயம், நாராயணம் போன்ற பல யாகங்களையும் செய்து பல வரங்களை வாங்கிச் சேர்த்துக் கொண்டிருக்கிறான். அவனுக்குக் கிடைத்த ஒரு வரத்தால், இப்போது அவன் நினைத்த இடத்தில் இருட்டை உண்டாக்க முடியும். அவனுடைய

ரதத்தில் ஏறி அவனால் மேலுலகங்களுக்கும் போக முடியும். தான் ரதத்தில் இருப்பது தெரியாமல் இருட்டை உண்டாக்கி, எதிரிகள் மேல் தாக்குதல் நடத்த முடியும்.

"அதோடு, எத்தனை அம்புகள் எடுத்தாலும் குறையாதபடி எப்போதும் நிறைந்திருக்கிற அம்பறாத் தூளி ஒன்றும், அதி சக்தி வாய்ந்த ஒரு வில்லும் அவனுக்கு வரமாய்க் கிடைத்திருக்கின்றன! இதோ இப்போதுதான் மகேசுவர யாகம் முடிந்து சிவபெருமானிடமிருந்து அருளும் கிடைத்தது"

இதையெல்லாம் கேட்ட ராவணனுக்கு ஒன்றும் பெரிய மகிழ்ச்சியாய் இல்லை. என்ன காரணம் தெரியுமா குழந்தைகளே? அவனுக்குத்தான் தேவர்களைக் கண்டால் பிடிக்காதே? அவர்களைத் தன் எதிரிகளாக நினைக்கிறவன் ஆயிற்றே? யாகங்களெல்லாம் தேவர்களைத் திருப்திப் படுத்த செய்யப் படுபவை தானே?

அதனால் அவன் மேகநாதனிடம் சொன்னான், "மகனே, என் எதிரிகளான இந்திரனையும் மற்றவர்களையும் கும்பிட்டு நீ யாகம் செய்தது சரியல்ல. பரவாயில்லை; நடந்தது நடந்தாயிற்று; இனி மாற்ற முடியாது; உனக்குக் கிடைத்த வரைக்கும் லாபம் தானே? போகட்டும்" என்று சொன்னான்.

அப்போது ராவணனுடைய தம்பி விபீஷணன், புஷ்பக விமானத்தில் அழுதுகொண்டிருந்த பெண்களையெல்லாம் இறக்கிவிட்டு, விஷயம் என்ன என்று தெரிந்துகொண்டு, ராவணனிடம் வந்தான். "அண்ணா, என்ன இது? உன் இஷ்டம்போல நடந்துகொண்டு, இத்தனை பேருடைய மனவேதனைக்கு காரணமாகி இருக்கிறாயே? இது நல்லதற்கில்லை. நீ செய்த இந்தக் காரியம், நீ சேர்த்த புண்ணியம், செல்வம், புகழ் எல்லாவற்றையும் நாசம் செய்யக் கூடியது. நீ செய்த இந்தக் கெட்ட வினையின் விளைவு இப்போது நம் இடத்திலேயே வந்து விடிந்திருக்கிறது. நம்முடைய தங்கை, அதான் பெரிய தாத்தா மால்யவானுடைய பேத்தி கும்பநாசியை மது என்ற பொல்லாத ராட்சசன், நாங்கள் யாரும் கவனிக்காத போது கடத்திக் கொண்டு போய்விட்டான்;

"நான் தண்ணீர்க்கடியில் உட்கார்ந்து தவம் செய்துகொண்டிருந்தேன்; உன் பிள்ளையோ யாகம் செய்துகொண்டிருந்தான்; கும்பகர்ணனோ

தூங்கிக்கொண்டிருந்தான். அந்த மது, இலங்கைக்கு வந்து, நம் காவல் வீரர்களை அடித்துக் கொன்று போட்டுவிட்டு அவளைத் தூக்கிக்கொண்டு போய்விட்டான்! நமக்கு இது எவ்வளவு பெரிய அவமானம்!" என்றான் விபீஷணன்.

அதைக் கேட்டதும் ராவணனுக்குப் பொல்லாத கோபம் வந்தது என்று சொல்லவும் வேண்டுமா என்ன?

"உடனே போருக்கான என் ரதம் தயாராகட்டும்; கும்பகர்ணனை எழுப்புங்கள். அவனும், மேகநாதனும், நம் படைத்தலைவர்களும், நால்வகைப் படைகளும் உடனே கிளம்பட்டும். நாம் நேரே போய், நமது ராஜ குடும்பத்துப் பெண் மேல் கைவைத்த அந்த மதுவைக் கொன்று பழிவாங்கிவிட்டு, அங்கிருந்து நேரே தேவலோகத்துக்குப் போய் அந்த இந்திரனையும் தேவர்களையும் அடுத்துப் போரில் முறியடிப்போம்" என்று கூவினான்.

விபீஷனனைத் தவிர மற்ற எல்லாரும் கிளம்பினார்கள். மேகநாதனுடைய தலைமையில் படை, மதுவின் நகரத்தைப் போய் சுற்றி வளைத்தது. மது போருக்கு வந்தானா? இல்லை! காரணம், அப்போது அவன் தூங்கிக்கொண்டிருந்தான். ராவணனை சந்திக்க பயத்தோடு வந்தது, தங்கை கும்பநாசிதான்!

அவள் நடுங்கிக்கொண்டே ராவணன் காலைத் தொட்டு வணங்கினாள். ராவணன் அவளைத் தொட்டு எழுப்பி, "பயப்படாதே; என்ன வேண்டுமென்று சொல்லு!" என்றான்.

கும்ப நாசி, "அண்ணா, மது என்னுடைய கணவர். நீ அவரை மன்னித்து விட்டுடவேண்டுமென்று உன்னிடம் வேண்டிக்கொள்கிறேன்" என்று சொன்னாள்.

அப்படி என்றால் என்ன அர்த்தம்? ராட்சசன் மது, அவளுடைய சம்மதத்தோடுதான் கடத்திக்கொண்டுப் போயிருக்கிறான் என்று எடுத்துக்கொள்ளலாம் இல்லையா?

ராவணன், "சரி, உன்மேல் இருக்கிற அன்பாலும் இரக்கத்தாலும் நான் மதுவை கொல்லாமல் விடுகிறேன். நாங்கள் அடுத்து தேவலோகத்தை வெற்றிகொள்ளப் போய்க் கொண்டிருக்கிறோம். அதற்கு உன் புருஷன் மது எங்கள் கூட வந்து உதவ வேண்டும்" என்று சொன்னான்.

அத்தியாயம் 88 (7.8)
ராவணன் அடைந்த சாபம்

கும்பநாசி ராவணனைக் கூட்டிக்கொண்டு, தன் கணவன் மது இருந்த இடத்துக்குப் போய் அவனை எழுப்பினாள். "நாதா, இதோ என் அண்ணன் ராவணன் வந்திருக்கிறார். அவர் தேவர்களோடு போர் செய்வதற்கு உங்களுடைய உதவியும் வேண்டுமென்று கேட்கிறார்" என்று சொன்னாள்.

மதுவும் உடனே ஒப்புக்கொண்டு, ராவணனை அன்புடன் வரவேற்று அவனுக்குத் தக்க மரியாதை செய்தான். ராவணனும் அவர்கள் கூட ஒரு ராத்திரி விருந்தாளியாகத் தங்கிவிட்டு, மறு நாள் அங்கேயிருந்து படைகளோடு கிளம்பி அடுத்துப் போனது கைலாய மலைக்கு. எல்லாப் படைகளும் அங்கே முகாம் போட்டார்கள். அங்கே ஒரு இரவு தங்கி ஓய்வெடுக்கலாம் என்று தீர்மானித்தார்கள்.

இரவு நிலா வெளிச்சத்தில் அந்த மலைப்பகுதியே மிகுந்த அழகாக இருந்தது. எல்லாப் பக்கத்திலும் பூக்கள் அடர்ந்த மலர்கள் கொண்ட மரங்கள், குளிர்ந்த காற்றில் அந்தப் பூக்களின் மென்மையான வாசனை அடித்துக்கொண்டே இருந்தது; பனி மூடிய மலைகள், தாமரை பூத்த தடாகங்கள், சலசலத்து ஓடும் மந்தாகினி நதி. தொலைவில் கின்னரர்கள் பாடுகிற இனிமையான இசையும், வித்யாதரப் பெண்கள் நடனமாடுகிற ஒலியும் கேட்டது. ராவணன் எல்லாவற்றையும் பார்த்துக்கொண்டு உட்கார்ந்திருந்தபோது, அந்தப் பக்கமாக, தேவ லோக அப்ஸரஸான ரம்பை போவதைக் கவனித்துட்டான். அவள் பிரமிக்கத்தக்க விதத்தில் அலங்காரமெல்லாம் செய்துகொண்டு பேரழகியாய் ஜொலித்தாள்.

உடனே அவளை அவன் கெட்ட எண்ணத்தோடு தடுத்து நிறுத்தி, "நீ இந்த ராத்திரியில் யாரை சந்திக்க, எங்கே போய்க்கொண்டிருக்கிறாய் என்று தெரிந்துகொள்ளலாமா?" என்று கேட்டதோடு நிற்கவில்லை. அவள் அழகை வர்ணித்துக் கீழ்த்தரமாய்ப் பேச ஆரம்பித்தான்.

ரம்பைக்கு அது ராவணன்தான் என்றும், அவன் எந்த கெட்ட எண்ணத்தோடு தன்னிடம் இப்படிப் பேசுகிறான் என்றும் தெரிந்தது. அதனால் அவள் உள்ளூர நடுங்கிக்கொண்டே, "தசக்ரீவரே, நீங்கள் இப்படி பேசுவது நன்றாக இல்லை; நான் இப்போது குபேரனுடைய மகனான நலகுவரனை சந்திக்கப் போய்க்கொண்டிருக்கிறேன். நானும் அவரும் காதல் வசப்பட்டு,

இப்போது கணவன் மனைவி போல வாழ்ந்துகொண்டிருக்கிறோம். குபேரன் உங்களுடைய அண்ணாதானே? அவருடைய மகன் உங்களுக்கும் மகன் மாதிரிதான். அதனால் நான் உங்கள் மருமகள். அவர் என் வரவுக்காக ஆவலுடன் காத்திருப்பார். அதனால் நீங்கள் உங்கள் மருமகளான எனக்குப் பாதுகாப்பு தந்து, என்னை போக அனுமதிக்கவேண்டும்" என்று பணிவோடு வேண்டினாள்.

அதைக் கேட்டு ராவணன் இளக்காரமாய்ச் சிரித்துக்கொண்டே, "ரம்பா, நீயோ தேவலோக அப்ஸரஸ்; உங்களுக்கெல்லாம் திருமண வாழ்க்கையெல்லாம் கிடையாது என்று எனக்குத் தெரியும். நீ முறைப்படி ஒன்றும் குபேரனுடைய மகனைக் கல்யாணம் கட்டிக்கொண்ட மனைவி இல்லையே; அதனால் நீ எனக்கு மருமகளாக முடியாது! " என்று சொல்லி, வெறியுடன் அவள் மேல் பாய்ந்து தன் ஆசையைத் தீர்த்துக் கொள்கிறான்.

அதனால் பயங்கர வெறுப்பும், கோபமும், ரோசமும் வந்து ரம்பை நலகுவரனிடம் ஓடிப்போய் அழுது புலம்பினாள்.

நலகுவரன் நல்லவன்; அவன் தவம் செய்தவனும் கூட. அதனால் அவன் கோபத்தோடு ராவணனுக்கு ஒரு சாபம் கொடுத்தான், "இனிமேல் அந்த ராவணன் எந்தப் பெண்ணையாவது அவளுடைய விருப்பம் இல்லாமல் முரட்டுத்தனமாய் தனக்கு உடமையாக்க முனைந்தால், அந்தக் கணமே அவன் தலை ஏழு துண்டாக உடைந்து அவன் சாகக் கடவது".

அதைக் கேட்டதும் பிரம்மா உள்பட வானுலக தேவர்களுக்கும் ஒரே சந்தோஷம்! தேவர்கள் கொம்பு வாத்தியங்களை ஊதினார்கள்; மலர் மாரி பொழிந்தார்கள். ராவணனுக்கும் அந்த சாபம் கேட்டது. அவனுக்கு பயம் வந்தது. அந்த சாபம், ராவணன் மூன்று லோகங்களிலிருந்து பிடித்துக் கூட்டி வந்த ஏராளமான பெண்களுக்கும் தெரிய வந்து, அவர்கள்ளெல்லாம் மிகவும் நிம்மதியும் சந்தோஷமும் அடைந்தார்கள்.

குழந்தைகளே, ராவணன், சீதையைக் கடத்தி வந்தாலும், அவளை வலுக்கட்டாயமாத் தன் மனைவியாய் ஆக்கிக்கொள்ளாமல், அவளை எப்படியாவது சம்மதிக்க

வைக்கவே பார்த்தான் இல்லையா? அதற்கு இந்த சாபமும் காரணம்.

-=()=-

அத்தியாயம் 89 (7.9)

இந்திரஜித் ஆன மேகநாதன்

மறுநாள் ராவணன் தன் படைகளோடு கைலாச மலையை விட்டுக் கிளம்பி, மேலுலகங்களை நோக்கிப் பயணப்பட்டு, இந்திர லோகத்துக்குப் போய்ச் சேர்ந்தான்.

குழந்தைகளே, ராமாயணம், மகாபாரதம், 18 புராணங்கள் எல்லாவற்றிலுமே நாம் மேரு மலை, சொர்க்கம், இந்திர லோகம், பித்ரு லோகம், தேவ லோகம், பிரம்ம லோகம், வைகுண்டம் இப்படி பலவற்றையும் பற்றிச் சொல்வதை கேட்டிருப்போம். தேவர்கள் முப்பத்துமுக்கோடி பேர் இருக்கிறார்கள் என்றும் உங்கள் காதில் விழுந்திருக்கும்.

புராணங்களில், மேலுலகங்களில் வாழ்கிற இந்திரன், அஷ்ட வசுக்கள், ஆதித்தியர்கள், ருத்ரர்கள், மருத்துகள், ஸாத்யர்கள், அப்புறம், படைக்கும் கடவுளான பிரம்மா, காக்கும் கடவுள் விஷ்ணு, அழிக்கும் கடவுள் சிவன் என்றெல்லாமும் படிப்போம். உங்களுக்கு இதெல்லாம் யார், என்ன என்று புரியாமல் குழப்பமாயும் இருக்கலாம். இவர்களைப் பற்றி சொல்கிற கதைகள் கூட அங்கே இங்கே வித்தியாசமாகவும் இருக்கும்.

நாம் முன்னாலேயே ஒரு தடவை தேவர்கள் யார், அசுரர்கள் யார், ராட்சசர்கள், யக்ஷர்கள், கந்தர்வர்கள், கிண்ணரர்கள் யார் என்றெல்லாம் சொல்லியிருந்தோம். உங்களுக்கெல்லாம் நினைவு இருக்கிறதா?

நாம் மேற்கொண்டு கதையை தொடர்வதற்கு முன்னால், மேலே சொன்ன விஷயங்களைப் பற்றி சுருக்கமாக ஒரு அறிமுகம் கொடுக்கிறேன். சரியா?

முதலில் மேரு மலை பற்றி. ராவணன் மேரு மலைப்பகுதியில் புஷ்பக விமானத்தில்

சுற்றிக்கொண்டிருந்தான் என்று நம் கதையில் ஏற்கனவே வந்திருக்கிறது இல்லையா? நாம் பொதுவாக, மேரு மலையென்றால் இமய மலை என்று அர்த்தம் செய்துகொள்கிறோம். ஆனால், அது இமய மலை அல்ல. புராணங்களின் படி, அது சாமானியக் கண்ணுக்குத் தெரியாத ஒரு பிரம்மாண்டமான, சூட்சுமமான மலை. அது இமயமலைக்குப் பக்கத்திலேயே இருப்பதாய் சிலர் விளக்கம் கொடுப்பார்கள். அதன் உயரமே 84000 யோஜனை. ஒரு யோஜனை என்பது கிட்டத்தட்ட 13 கிலோ மீட்டர்! அப்போது பார்த்துக்கொள்ளுங்கள் மேரு எவ்வளவு உயரம் என்று.

அந்த மேரு மலைதான் பூமியையும் மேலுலகங்களையும் இணைக்கிறதாம். மேரு மலை வழியாக மேலே மேலே போய்க்கொண்டிருந்தால், மேலுலகங்களுக்குப் போகலாமாம். வெவ்வேறு உயரங்களில் வெவ்வேறு உலகங்களும் அதை சுற்றி அமைந்திருக்குமாம்.

பொதுவாக நாம் தேவ லோகம் என்று சொல்வதிலேயே வெவ்வேறு உயரங்களில் வெவ்வேறு லோகங்கள் உண்டாம். இந்திர லோகம், அதற்கும் மேலே, பிரம்ம லோகம், பகவான் விஷ்ணுவின் வைகுண்டம் எல்லாம் அமைந்திருக்கின்றனவாம்.

முதலில் இந்திர லோகம். அதில்தான் தேவர்களும், தேவர்களின் சகாக்களும் இருக்கிறார்கள். இந்திரன் தான் தேவர்களின் தலைவன். இந்திர லோகத்தோடு சேர்ந்ததுதான் சொர்க்கமும்.

'தேவ' என்பதை நாம் தமிழில் தேவர் என்கிறோம். அதே தேவ எனும் பதம் 'தெய்வம்' என்றும் மருவி வரும். ஆனால், நாம் தெய்வம் என்றால் கடவுள் என்று அர்த்தம் செய்துகொள்கிறோம் இல்லையா? அப்படியென்றால் தேவர்கள் கடவுளா என்று கேட்டீர்களானால், இல்லை என்பதுதான் பதில். தேவர்கள், பொதுவாக இயற்கை சக்திகளுக்கான அதிபதிகள். இயற்கை சக்தியை ஆட்டுவிக்கிற, அந்த சக்திகளின் தெய்வீக வடிவங்கள் என்று சொல்லலாம். அவர்களால், கடவுளின் சக்திகளான படைத்தல், காத்தல், அழித்தல் எல்லாம் செய்ய முடியாது. அவர்கள் கடவுளின் ஆணைக்குக் கட்டுப் பட்டு நடக்கிறவர்கள்.

தேவலோகத்தில் முப்பத்து முக்கோடி தேவர்கள் இருக்கிறார்கள் என்று சொல்வதைக் கேட்டிருப்பீர்கள் இல்லையா? ஒரு கோடி என்றால் பத்து மில்லியன். ஒரு மில்லியன் என்றால் பத்து லட்சம். அப்படி என்றால் மொத்தம் 330 மில்லியன், அதாவது 3300 லட்சம் தேவர்களாக இருக்கிறார்கள்? அப்படியா நம் புராணங்களில் சொல்லியிருக்கிறார்கள்?

இல்லை குழந்தைகளே! தேவர்கள் என்பவர்கள் மொத்தம் 33 பேர்தான். 'கோடி' என்ற வார்த்தைக்கு 10 மில்லியன் என்று அர்த்தம் உண்டு என்றாலும், கோடி என்ற சொல்லை, மதிப்புமிக்க ஒன்றை புகழ்ச்சியாகச் சொல்வதற்காகவும் சம்ஸ்கிருத மொழியில் உபயோகிப்பார்கள். முப்பத்து மூன்று என்ற மிக மதிப்பு வாய்ந்த எண்ணிக்கையில் தேவர்கள் இருக்கிறார்கள் என்று சொல்வதற்குதான் அங்கே கோடி என்ற சொல்லை பயன் படுத்தியிருக்கிறார்கள்.

சரி, இந்த 33 தேவர்கள் யார்?

8 வஸுக்கள், 12 ஆதித்யர்கள், 11 ருத்ரர்கள், 2 அச்வினி குமாரர்கள் ஆக மொத்தம் 33 பேர்களைத்தான் தேவர்கள் என்று புராணங்களில் சொல்லியிருக்கிறது.

அஷ்ட வசுஸுக்கள் (அதாவது எட்டு வஸுக்கள்) எனப்படும் தேவர்களில், இயற்கையின் அம்சங்களுக்கு அதிபதிகளான பிருத்வி அதாவது பூமி, ஆதித்தியன் அதாவது சூரியன், ஆபஸ் அதாவது நீர், அக்னி அதாவது நெருப்பு, வாயு அதாவது காற்று, நக்ஷத்ராணி அதாவது த்ருவ நட்சத்திரம், சோமன் அதாவது சந்திரன், த்யௌஸ் அதாவது ஆகாயம் -- ஆகிய எட்டு பேர்.

12 ஆதித்யர்கள் என்பவர்கள் அதிதிக்குப் பிறந்தவர்கள். விவஸ்வான், ஆர்யமான், பூசன், த்வஷ்டா, வருணன் இப்படியாகப் 12 பேர்கள்.

அடுத்து 11 ருத்திரர்கள், சிவபெருமானுடைய பல்வேறு அம்சங்களாய், சக்தி வெளிப்பாடுகளாய் சொல்லப்படுகிறார்கள்.

பிறகு அச்வினி குமாரர்கள் என்கிற இரட்டையர்கள். ஆக மொத்தம் 33 தேவர்கள்.

நாம் யமன் அதாவது கால தேவனையும் தேவர்களில் ஒருவராக சொல்வது வழக்கமானாலும் யமன் அந்த 33 இல்

உட்படாதவன். அவனுடைய உலகம் யம லோகம். அவனுடைய கட்டுப்பாட்டில் தான் பித்ரு லோகம், சொர்க்கம் நரகமெல்லாம் இருக்கிறது என்றும் சொல்வார்கள். சொர்க்கம் என்பது, இந்திரலோகத்தின் ஒரு பகுதி என்றும் சொல்வார்கள்.

குழந்தைகளே, பூமியில் நாம் வாழ்கிறபோது ஏராளமான புண்ணிய காரியங்கள் செய்தால், மரணத்துக்குப் பின் சொர்க்கத்தில் அந்தப் புண்ணியம் தீர்கிற வரைக்கும் இன்பமாய் வாழலாம்; புண்ணியமெல்லாம் தீர்ந்தபின், திரும்ப பூமிக்கு வந்து பிறப்பெடுக்கவேண்டும்; அது மாதிரியே, பூமியில் பயங்கர பாவம் செய்தவர்கள் மரணத்துக்குப் பிறகு நரகத்துக்குப் போய் கொடும் தண்டனை அனுபவிக்கவேண்டும், அதெல்லாம் தீர்ந்த பின், மீண்டும் பூமியில் பிறப்பெடுக்கவேண்டும். இது தான் நம் சனாதன தர்மம் சொல்வது என்று நான் உங்களுக்கு முன்னாலேயே சொல்லியிருக்கிறேன்; நினைவிருக்கிறதா?

இந்த தேவர்களெல்லாம் எப்படிப் பிறந்தார்கள், வந்தார்கள் என்று பல கதைகளும் புராணங்களில் இருக்கின்றன.

தேவர்கள் பல போர்கள் செய்ததைப் பற்றிக் கதைகள் பலவும் உண்டல்லவா? அப்படி தேவர்களின் போர்படையில் இருக்கிற வீரர்கள்தான் மருத்துகள். அடுத்தபடி, இந்திர லோகத்தில் பாடல் ஆடல்கள் செய்து தேவர்களை சந்தோஷப் படுத்த அப்ஸரஸ்கள் என்கிற தேவதைகள் இருக்கிறார்கள்; ரம்பை, ஊர்வசி, திலோத்தமா என்றெல்லாம் கேள்விப்பட்டிருப்பீர்களே அவர்கள்தான் அப்ஸரஸ்கள். அப்புறம் பூமியில் தவம் செய்து மேலான கதியை அடைந்த பல ரிஷிகளும் அங்கே இருக்கிறார்கள்; அப்புறம் ஸாத்யர்கள் என்கிற வகையினரும் இந்திரலோகத்தில் இருக்கிறார்கள். அவர்களெல்லாம், மேலான தர்மத்தை அறிந்தவர்கள், ஒழுக்கமும் நேர்மையும் மிகுந்தவர்கள். யாகங்களோடு தொடர்புடையவர்கள். இந்திரனுக்குக் கட்டுப்பட்டு அந்த லோகத்தில் வாழ்பவர்கள்.

அப்புறம், நான் முன்னாலேயே ஒரு பகுதியில் சொல்லியிருந்தபடி, யக்ஷர்கள், கந்தர்வர்கள், கிண்ணரர்கள் இவர்களெல்லாம் மேலுலகத்துக்கும் பூமிக்கும் நடுவில் வாழ்கிற, மனிதர்களை விட சக்தி வாய்ந்த, வேற்றுக் கிரக

வாசிகளான ஏலியன்ஸ் மாதிரி என்று நாம் கற்பனைப் செய்து கொள்ளலாம். இவர்கள் எல்லாருமே இந்திரனுக்கு சேவை செய்பவர்கள்.

குழந்தைகளே, நீங்கள் தெரிந்துகொள்ள வேண்டிய இன்னொரு முக்கியமான விஷயம் என்னவென்றால், நம் மதத்திலும் கடவுள் ஒருவர்தான். அவரை 'ப்ரம்மம்', பரப்ரம்மம், பரமாத்மா என்றெல்லாம் வேதங்களின் முடிவுப் பகுதியான உபனிஷத்கள் சொல்கின்றன. அந்த பிரம்மம், உருவங்களைக் கடந்ததாய் இருக்கிறது; பெயர்களுக்கு அப்பாற்பட்டதாய் இருக்கிறது; அதுதான் எல்லாப் படைப்புகளுக்கும் காரணமானது; எல்லாவற்றையும் தனக்குள்ளே அடக்கியது; எல்லாமே தானாய் ஆனது; அது இல்லாமல் எதுவுமே இல்லை; எதுவுமே இல்லாவிட்டாலும் அது இருக்கும்; நம் எல்லார் இதயத்துக்குள்ளேயும் அதுதான் குடியிருக்கிறது என்றெல்லாம் உபநிஷத்தில் சொல்லியிருக்கிறது. நம் மதத்தில் எத்தனையோ மகாத்மாக்கள் அதுதான் சரி என்று அனுபவத்தில் கண்டு ஏற்றுக்கொண்டிருக்கிறார்கள்.

அந்தப் பிரம்மம்தான் உள்ள ஒரே கடவுள். அதுதான் படைக்கும் சக்தியாய் செயல்படும்போது பிரம்மா; காக்கும் சக்தியாய்ச் செயல்படும்போது விஷ்ணு; அழிக்கும் சக்தியாகச் செயல்படும்போது சிவன். அந்தந்த செயல்களை செய்யும்போது அந்தப் பிரம்மத்துக்கு பெயரும் உருவமும் தனித்தனியாய் இருக்கிறது. இருக்கிற ஒரே பிரம்மம்தான் எல்லாமே எனும்போது அது எந்த ரூபத்தையும் பெயரையும் எடுத்துக்கொள்ளலாம்தானே? இந்த மூன்று தெய்வங்களையும்தான் நாம் 'மும்மூர்த்திகள்' என்று சொல்வோம்.

நாம் பிள்ளையார், முருகன், சரஸ்வதி, பார்வதி என்று இப்படியெல்லாம் இன்னும் பல தெய்வ வடிவங்களைக் கும்பிட்டாலும் எல்லாமே அந்தப் பிரம்மத்துக்கு செய்கிற வழிபாடுதான் என்று நீங்கள் மனதில் வைத்துக்கொள்ளுங்கள், குழந்தைகளே!

இதெல்லாம் இந்த வயசில் உங்களுக்கு சரியாகப் புரியாவிட்டாலும் பரவாயில்லை. நான் சொல்லி, நீங்கள் காதில் வாங்கிக் கொண்டுவிட்டீர்கள்; அது உள்ளே உங்கள் மனதுக்குள்ளே போய் ஒரு விதை மாதிரி குடியிருக்கும்.

அத்தியாயம் 89 (7.9)
இந்திரஜித் ஆன மேகநாதன்

பிற்காலத்தில் இதையெல்லாம் புரிந்துகொள்கிற வயதும் பக்குவமும் வரும்போது, நான் போட்ட விதை வளர்ந்து பெரிதாகி உங்களுக்கு புரிந்துகொள்ள உதவியாய் இருக்கும். சரிதானே?

சரி. இப்போது கதைக்குத் திரும்ப வரலாம்.

ராட்சசர்களின் பிரம்மாண்டமான படை எழுப்பிய சத்தத்தத்தை கேட்டதுமே இந்திரனுக்கு உடம்பில் நடுக்கம் வந்தது. சரிதான், பொல்லாத ராட்சசன் ராவணன்தான் போருக்கு வந்திருக்கிறான் என்று தெரிந்து விட்டது.

இந்திரன் உடனே அஷ்ட வசுக்கள், ஆதித்தியர்கள், ருத்ரர்கள், மருத்துகள், ஸாத்யர்கள் எல்லாரையும் சபையில் கூட்டி, "நீங்கள் எல்லாரும் உடனே போருக்கு வேண்டிய எல்லா ஏற்பாடுகளையும் செய்து போரில் இறங்கத் தயாராகுங்கள்; நான் இதோ ஓடிப்போய், பகவான் விஷ்ணுவிடம் அடுத்து என்ன செய்வது என்று கேட்டுத் தெரிந்துகொண்டு வருகிறேன்" என்று சொல்லிவிட்டு வைகுண்டத்துக்குக் கிளம்பிப் போனான்.

நடந்ததைக் கேட்ட விஷ்ணு, "தேவேந்திரா, அந்த ராவணனை தேவர்கள் போரிட்டுக் கொல்ல முடியாது; ஏனென்றால் அவன் வாங்கியிருக்கிற வரம் அப்படி. நானே நேரே வந்து உங்களுக்கு சகாயமாப் போர் செய்தாலும் நான் அவனைக் கொல்ல வழியில்லை. அதற்காக நீ வருத்தப் படவேண்டாம். உனக்கு இப்போது கஷ்டகாலம் வந்திருக்கிறது; நீ அதை அனுபவித்துத்தான் ஆகவேண்டும். நான் எப்படியும் ராவணனை அழிக்கும் காலம் வரும். அது வரை கொஞ்சம் பொறுமையாய் நீங்கள் கஷ்டத்தை அனுபவிக்கத்தான் வேண்டியிருக்கும். என்ன செய்ய? சரி! வந்த போரை நீ எதிர்கொள்ளத்தான் வேண்டும். தைரியமாக ராவணனை எதிர்த்துப் போர் புரிவாய்!" என்று சொல்லி அனுப்பி வைத்துவிட்டார் பகவான்.

இந்திரன் திரும்பிப் போய் போரை ஆரம்பித்தான். எல்லா தேவர்களும் பல வித ஆயுதங்களோடு ராவணனுடைய பிரம்மாண்டமான படைகளை எதிர்த்துப் போர் செய்தார்கள். போர் மிகக் கடுமையாய் நடந்தது. ராவணனுடைய தாத்தாவான சுமாலியும் அந்தப் போரில் வீரதீரமாகப் போர் செய்தான். அவனை சவித்ர் என்கிற தேவன் ஒரு கதையால்

அடித்துத் தாக்கியதில் அங்கேயே செத்து சாம்பலாகி விழுந்தான் சுமாலி. அதைப் பார்த்ததும் ராட்சசப் படைவீரர்களுக்கு ளுக்கு ஒரே பயமாகி, நாலா பக்கமும் சிதறி ஓட ஆரம்பித்தார்கள்.

அப்போது இந்திரஜித் அவர்களுக்கெல்லாம் தைரியம் சொல்லி, அவனே முன்னணியில் நின்று பிரமாதமாக போர் செய்ய, இப்போது தேவர்களுக்கெல்லாம் பயம் வந்து ஓட ஆரம்பித்தார்கள்!

இந்திரன் அவர்களைத் தடுத்து, "இந்த ராவணனுடைய மகனுக்கு சமமாய்ப் போர் செய்யும் திறமையுள்ள என் மகன் ஜெயந்தனை அனுப்புகிறேன்; அவன் கூடச் சேர்ந்து நீங்கள் தைரியமாகப் போர் செய்யுங்கள்" என்று சொல்கிறான்.

இந்திரன் மகன் ஜெயந்தனுக்கும் ராவணன் மகன் மேகனாதனுக்கும் பயங்கரமான ஒரு போர் நடந்தது. இரண்டு பக்கத்திலிருந்தும் பல திவ்யாஸ்திரங்களை விட்டு தாக்கிக் கொண்டார்கள். பார்த்தான் மேகனாதன்; இதுதான் இருட்டை உண்டாக்கி அதில் ஒளிந்துகொண்டு தாக்க சரியான சமயம் என்று தீர்மானித்து, தனது வரத்தை உபயோகித்து, இருட்டை உண்டாக்கினான். அவனுக்கு மட்டும் எல்லாம் கண்ணுக்குத் தெரியும்; அவன் ஆயுதங்களை சர சர என்று விட்டு எதிரிகளைத் தாக்க ஆரம்பித்தான்.

இருட்டில் தேவர்களுக்கும் சரி, ராட்சசர்களுக்கும் சரி, ஒன்றுமே கண்ணுக்குத் தெரியவில்லை. மனது வேறு குழம்பிப் போயிற்று. யார் யாரை அடிக்கிறோமென்று தெரியாமலேயே தங்களுடைய ஆட்களையே தாக்கி அழிக்க ஆரம்பித்தார்கள். குழப்பம் தாங்காததால் பலரும் போரைக் கைவிட்டு ஓட ஆரம்பித்தார்கள்.

அப்போது, ஜெயந்தன் மேல் அடுத்தடுத்தடுத்து அஸ்திரங்களை இந்திரஜித் விட்டுத் தாக்க, அவன் திக்கு திசை புரியாமல் குழம்பிப் போனான்; அப்போது, இந்திரனுடைய அப்பாவும், ஜெயந்தனுடைய தாத்தாவுமான புலோமர் தன் பேரனைக் காப்பாற்றுவதற்காக உள்ளே நுழைந்து, ஜெயந்தனைத் தூக்கிக்கொண்டு மறைந்து போய்விட்டார்!

ஆளைக் காணவில்லை என்று புரிந்ததும் ஜெயந்தன் அழிந்துவிட்டான் என்று ராட்சசர்கள் நினைத்து உற்சாகக்

கூப்பாடு போடுகிறார்கள். தன் மகனைக் காணவில்லை என்று தெரிந்ததும், இந்திரன் உடனே தன் தேரோட்டி மாதலியை கூப்பிட்டு, தேரை வரவழைத்து, தானே நேரே மேகனாதனோடு போர் செய்யப் போனான்.

கடுமையாய் நீண்ட நேரம் நடந்த போரில், இந்திரன் ஒரு கட்டத்தில் தளர்ச்சி அடைந்தப்போது, இந்திரஜித் அவனை சிறைப்பிடித்துவிட்டான்.

தொடர்ந்து போர் செய்துகொண்டிருந்த ராவணனிடம் இந்திரஜித், "தந்தையே, இந்திரனை நான் கைது செய்துவிட்டேன்; அவன் பிள்ளை ஜெயந்தனும் என்ன ஆனான் என்று தெரியவில்லை. ஆகவே நாம் போரில் ஜெயித்தாயிற்று; நாம் போரை நிறுத்திட்டு, இந்திரனை நம் கூட கைதியாய் இலங்கைக்குக் கொண்டுபோய்விடலாம்" என்றான். ராவணனும் சந்தோஷத்தோடு ஒப்புக்கொண்டான். தேவர்களெல்லாம், இந்திரனும் இல்லாமல், அவனுடைய மகனும் இல்லாமல், தலையைத் தொங்கப் போட்டுக்கொண்டு திரும்பிப் போனார்கள்.

ராவணனும் மற்ற எல்லாரும் இந்திரனையும் கூட்டிக்கொண்டு இலங்கைக்குத் திரும்பி வந்தார்கள்.

ராவணனுக்கு தனது மகன் செய்த காரியத்தை நினைத்து ஒரே பெருமை! இந்திரனையே வென்று அவனைக் கட்டி இழுத்துக்கொண்டு வருவதென்றால் சும்மாவா?

இந்திரனைக் கைது செய்து கூட்டிக்கொண்டுப் போய்விட்டார்கள் என்று கேள்விப்பட்டதும், பிரம்மதேவர் மற்ற தேவர்கள் உடன் வர, தாமே நேரே ராவணனை சந்திக்க வந்து, ராவணனிடம் இனிமையாய்ப் பேசினார்:

"மகனே! உன்னுடைய போர்த்திறமையை பார்த்து நான் மிகவும் மகிழ்ந்தேன். உன் மகனுடைய சாமர்த்தியமும் சாமானியமானதில்லை! நிஜமாகவே நீ இன்று மூன்று லோகங்களையும் ஜெயித்தவனாகிவிட்டாய்! இந்திரனையே உன் மகன் வென்றது ஒரு மகத்தான சாதனைதான்; அதனால் உன் மகன் இன்றிலிருந்து 'இந்திரஜித்" -- இந்திரனை ஜெயித்தவன் என்கிற பெயரால் அறியப்படுவான்.

“சரி. இப்போது நான் உன்னிடம் ஒன்று கேட்கிறேன். நீ இந்திரனை விடுதலை செய்துடவேண்டும்; அதற்கு இணையாக

நீ தேவர்களிடமிருந்து என்ன எதிர்பார்க்கிறாய் என்று சொல்!" என்றார்.

அதைக் கேட்ட இந்திரஜித் உடனே, "எனக்கு சாகா வரம் வேண்டும்" என்றான்.

"சாகாவரம் என்பது யாருக்குமே தர இயலாது. வேறு ஏதாவது வரம் கேள்" என்று சொன்னார் பிரம்மா.

இந்திரஜித் கொஞ்சம் யோசித்துவிட்டு, "சரி! நான் எப்போதெல்லாம் தீ வளர்த்து ஒரு குறிப்பிட்ட ஹோமத்தை செய்து ஆகுதியை சமர்ப்பிக்கிறேனோ, அப்போதெல்லாம் அந்த அக்னியிலிருந்து ஒரு ரதம், குதிரைகளோடு எழும்பி வரவேண்டும். அந்த ரதத்தில் இருந்துகொண்டு நான் போர் செய்கிற போதெல்லாம் யாரும் என்னைக் கொல்லமுடியாமல் இருக்கவேண்டும்" என்று சொன்னான்.

"எப்படியும் நான் மரணத்தை சந்தித்துதான் ஆகவேண்டுமானால், நான் எப்போது என் ஹோமத்தைப் செய்து முடிக்கமுடியாமல் பாதியில் எழுந்துகொள்ள நேர்கிறதோ அப்போது என் சாவு வரட்டும்" என்றான். கூடவே திமிராய் இன்னொன்றும் சொன்னான்: "எல்லாரும் பல ஆண்டு காலம் கடுமையாய்த் தவம் செய்து மரணமில்லாத வாழ்க்கையை வரமாய் வேண்டுவார்கள்; ஆனால், நான் என் சொந்த முயற்சியிலேயே அதை அடைவேன்!" என்று சொன்னான்.

பிரம்மதேவரும் அவன் கேட்ட வரத்தைத் தந்தார்.

குழந்தைகளே! உங்களுக்கு நினைவிருக்கிறதா? ராம ராவண யுத்தத்தின் போது, இந்திரஜித்துக்கும் லக்ஷ்மணனுக்கும் இடையே நடந்த போரில் என்ன நடந்தது என்று?

இந்திரஜித் நிகும்பிலா தேவி கோவிலின் முன்பு தனது அந்தக் குறிப்பிட்ட யாகத்தை செய்து கொண்டிருந்த போது, என்ன ஆயிற்று?

லக்ஷ்மணன் குறுக்கிட்டதால், அவன் யாகத்தைத் தொடர்ந்து செய்ய முடியாமல் பாதியிலேயே கைவிட்டு, எழுந்து போரில் ஈடுபட வேண்டியதாயிற்று. இல்லையா? ஆக, அவன் தன் மரணம் நிகழ்வதானால் எந்த ஒரு காரணத்தால் நிகழட்டும் என்று பிரம்ம தேவரிடம் சொல்லி வரம்

வாங்கினானோ அவ்விதமே நிகழ்ந்து அவன் மரணமும் சம்பவித்தது!

-=()=-

அத்தியாயம் 90 (7.10)

ராவணனும் கார்த்தவீர்யார்ஜுனனும்

இந்திரஜித், இந்திரனை விடுதலை செய்துவிட்டான். இந்திரன் தலை குனிந்தவாறே மற்ற தேவர்களோடும், பிரம்மாவோடும் வந்து சேர்ந்துகொண்டான். அவன் முகத்தில் ஒளியே இல்லை. அவனுக்குத் தனது நிலைமையை நினைத்து அவமானமாகவும், வெட்கமாகவும், ரோசமாகவும் இருந்தது.

அவனைப் பார்த்து இரக்கப் பட்டு, பிரம்மதேவர் அவனிடம் பேச ஆரம்பித்தார்;

"இந்திரா, உன் வருத்தமும், சோகமும் நியாயம்தான். ஆனாலும் என்ன செய்ய? நீயானாலும் சரி, வேறு யார் தேவேந்திர பதவியில் இருந்தாலும் சரி, அவர்களுக்கு இந்த நிலைமை வரத்தான் செய்யும். அதற்குக் காரணம், கௌதம முனிவர் உனக்குத் தந்த சாபம். அதை நான் உனக்கு நினைவு படுத்துகிறேன்...' என்று சொல்லிவிட்டு ப்ரம்மா, அகல்யை-கௌதம மகரிஷி கதையை சொன்னார்.

குழந்தைகளே! உங்களுக்கு அந்தக் கதை நினைவிருக்கிறதா? மிதிலைக்கு விச்வாமித்திரரோடு ராமர் போனபோது, வழியில் இருந்த கௌதமர் ஆசிரமத்தில் மண்ணோடு மண்ணாய் இருந்த அகல்யை, ராமருடைய பாதம் பட்டதும் எழுந்து வந்தாளே, அந்தக் கதை! அப்போது வந்த அந்த கதையில் இல்லாத சில கூடுதல் விஷயங்கள், பிரம்மா இப்போது இந்திரனிடம் சொல்வதில் இருக்கிறது. அதனால், பிரம்மா என்ன சொன்னார் என்று தொடர்ந்து பார்ப்போம்.

"இந்திரா, நான் படைப்புத் தொழிலை ஆரம்பித்தபோது, எல்லா மனிதர்களையும் ஒரே மாதிரி உருவம், ஒரே நிறம், ஒரே தோற்றம் என்றுதான் படைத்தேன். அப்புறம் நான் படைத்த எல்லாப் பெண்களையயும் விடப் பேரழகியாய் ஒரே ஒரு

பெண்ணைப் படைத்தேன். அவள்தான் அகல்யா. அவளை யாருக்குத் திருமணம் செய்து கொடுக்கலாமென்று நான் யோசித்துக்கொண்டிருந்தேன். அவளுடைய இணையில்லா அழகைப் பார்த்து மயங்கிய நீ, அவளை உனக்கு சொந்தமாக்கிக்கொள்ள ஆசைப்பட்டாய். ஆனால், நீ உன் ஆசையை வெளிக்காட்டிக் கொள்ளவில்லை.

"நான் அப்புறம் கௌதம முனிவருடைய தவ சக்தியையும் பொறுமையையும், அடக்கத்தையும் பார்த்து சந்தோஷப் பட்டு, அகல்யையை அவருக்கு கல்யாணம் செய்து கொடுத்தேன். அதனால் பல தேவர்களுக்கும் ஏமாற்றம். தம்பதியர் இருவரும் நீண்ட நாள் மகிழ்ச்சியாய் வாழ்ந்தார்கள். அப்புறம் கௌதமர் தவ வாழ்க்கையை மறுபடியும் மேற்கொண்ட சமயத்தில், நீ அவளை உன்னுடைய ஆசைக்கு இணங்க வைத்தாய். விஷயம் தெரிந்துபோன கௌதம முனிவர் உனக்கு ஒரு சாபம் கொடுத்தார். நினைவிருக்கிறதா?" என்ற பிரம்மதேவர்,

தொடர்ந்து "கௌதமர் உன்னிடம் சொன்னார், "ஏ இந்திரா, நீ புத்தி பிசகிப்போய் என் மனைவி மீது தகாத ஆசை கொண்டு தவறாய் நடந்து கொண்டாய். அதன் பலனாய், இனி நீ எதிரியுடன் போர் புரியும்போது, தோற்றுப் போய் அவர்களிடம் சிக்கிக்கொள்வாய். உனக்கு இந்த இந்திர பதவி தந்த அகங்காரத்தால்தானே இப்படித் தவறாய் நடந்துகொள்கிற திமிரும் துணிவும் உனக்கு வந்தது? இனி உனக்கு இந்தப் பதவி நிரந்தரம் இல்லை; அவ்வப்போது நீ பதவியை இழந்து திண்டாடுவாய்; அவமானப் படுவாய்" -- இதுதான் கௌதமர் உனக்கு தந்த சாபம்." என்றார் பிரம்ம தேவர்.,

தொடர்ந்து "இந்திரா, நீ செய்த அந்தத் தப்பின் விளைவாய் வந்த சாபத்தைத்தான் நீ இப்போது அனுபவித்தாய். போகட்டும். நீ கொஞ்சம் உன் புலன்களையெல்லாம் அடக்கி, பகவான் விஷ்ணுவைத் திருப்திப் படுத்த ஒரு யாகம் செய்து, உன்னை புனிதமாக்கிக்கொண்டு, திரும்ப இந்திரலோகத்துக்குப் போ; உன் மகன் ஜயந்தன் உயிரோடு அவன் தாத்தாவின் பாதுகாப்பில்தான் இருக்கிறான்; கவலைப்படாதே" என்று சொல்லிவிட்டு பிரம்மதேவர் மறைந்து போய்விட்டார்.

குழந்தைகளே, இதெல்லாம் அகஸ்திய முனிவர், ராமருக்கு சொல்லிக்கொண்டு வந்த கதைகள் என்பது உங்களுக்கு நினைவிலிருக்கிறதல்லவா?

"ராமா, இப்படித்தான் ராவணனுடைய பிள்ளை இந்திரஜித் மாபெரும் சக்திவாய்ந்த ராட்சசனாய் பேரும் புகழும் அடைந்தான்." என்றார்.

கதை கேட்ட ராமர், "முனிவரே, இந்த ராவணனை ஜெயித்து அடக்க பூலோகத்தில் எவருமே இல்லையா? அவன் பல ராஜாக்களை வென்றான், பலரும் அவனுக்கு பயந்து முன்னாலேயே தோல்வியை ஒப்புக்கொண்டார்கள் என்றெல்லாம் சொன்னீர்கள். ஆனால், அவனை அடக்க இங்கே யாருமே இல்லையா?" என்று கேட்டார்.

அகஸ்தியர் சிரித்துக்கொண்டே, "இருந்தான், அப்படி ஒருவன். அவன் பெயர் அர்ஜுனன் என்கிற கார்த்தவீரியார்ஜுனன். அவன் ஆயிரம் கைகள் கொண்ட அதி பராக்கிரம சாலி. அவன் ஹைஹயர்கள் என்கிற இனத்தின் அரசன். அவன் மஹிஸ்மதி என்ற தனது தலை நகரில் இருந்து ஆட்சி செய்துகொண்டிருந்தான். அவனைப் பற்றிக் கேள்விப்பட்ட ராவணன், வழக்கம் போல அவனை சண்டைக்கு இழுக்க மஹிஸ்மதிக்குப் போனான். ஆனால், அப்போது கார்த்தவீரியார்ஜுனன் அங்கே இல்லை. அவன் தன் மனைவிகளோடு இன்பமாய்ப் பொழுது போக்க, விந்திய மலை பகுதிக்குப் போயிருந்தான். அங்கே நர்மதை நதியில் மகிழ்ச்சியாய் மன்னரும் அவருடைய மனைவிகளும் குளித்து விளையாடிக்கொண்டிருந்தார்கள்.

அது தெரியாயல், ராவணனும் அங்கே தன் படைத்தலைவர்களோடு போனான். நர்மதை நதியும் கங்கையைப் போலவே மிகவும் புனிதமான நதி. அதனால் ராவணன், தன் படைத்தலைவர்ளோடு தானும் அதில் குளித்தான். குளித்ததில் அவன் மனது மிகவும் அமைதியாயிற்று. சரி, இப்போது சிவ பூஜை செய்யலாமென்று தீர்மானித்து, நிறைய பூக்களைப் பறித்து சிவலிங்கத்துக்கு பூஜை செய்ய கரையில் போய் உட்கார்ந்தான்.

நர்மதை நதி அமைதியாகப் பாய்ந்துகொண்டிருந்தது. அது ஓடுகிற திசையிலேயே தொலைவில் கார்த்தவீரியார்ஜ்ஜுனனும் குளித்துக்கொண்டிருந்தான். அவன்

விளையாட்டாய்த், தன் ஆயிரம் கைகளையும் விரித்து, நதியின் ஓட்டத்தைத் தடை செய்தான்.

அதனால் ஓடமுடியாமல் தேங்கிய நீர் பொங்கி, கரையெல்லாம் தாண்டிப் பெருகியபோது, ராவணன் உட்கார்ந்திருந்த இடத்தில் அவன் பூஜைக்கு வைத்திருந்த பூக்களையெல்லாம் நீர் அடித்துக்கொண்டுப் போய்விட்டது.

"ஏன் நதி நீர் ஓடாமல் இப்படித் திடீரென்று தேங்குகிறது? என் பூஜைக்கு இடைஞ்சலாகி விட்டதே? என்ன ஆயிற்று என்று பார்த்து வாருங்கள்" என்று சொல்லி தன் படைத்தலைவர்களை அனுப்ப, அவர்கள் நதிக் கரையோரமாகவே தேடிக்கொண்டு போனார்கள். அப்போதுதான் தெரிந்தது மலை மாதிரி பிரம்மாண்டமான தோற்றத்தோடும், ஆயிரம் கைகளும் கொண்ட ஒரு ஆள் தண்ணீரை ஓடாமல் தடுத்து நிறுத்தி விளையாடிக்கொண்டிருக்கிறான் என்று. ஓடி வந்து ராவணனிடம் விஷயத்தை அவர்கள் சொல்ல, ராவணன், "என்னது? ஆயிரம் கைகள் உள்ள ஆளா? அப்படியானால், அவன்தான் கார்த்தவீரியார்ஜுனன்! அவனை நான் போருக்குக் கூப்பிட்டதாய்ப் போய் சொல்லுங்கள்" என்று திரும்ப அனுப்பினான்.

அவர்கள் போய்,கரையில் காவலாய் நின்றுகொண்டிருந்த கார்த்தவீரியார்ஜுனனுடைய படைத்தலைவர்களிடம் விஷயத்தைச் சொன்னார்கள். அவர்கள், "மன்னர் இப்போது ஓய்வாய் இருக்கிறார்; மனைவிமார்களோடு குளித்துக்கொண்டிருக்கிறார்; இப்போது சண்டைக்கு வரமாட்டார்; ராவணனை பிறகு வரச்சொல்லுங்கள்" என்று அலட்சியமாய்ச் சொன்னார்கள். அப்போது பிரஹஸ்தன், தூம்ராக்ஷன், சுகன், சரணன் போன்ற ராவணனுடைய படைத்தலைவர்கள், அவர்களை சண்டைக்கு இழுக்க, அங்கே ஒரு பெரிய சண்டை நடந்தது. அர்ஜுனனின் படைத்தலைவர்களை இவர்களால் ஜெயிக்க முடியவில்லை.

தப்பித்து ஓடிவந்து ராவணனிடம் விஷயத்தை சொன்னார்கள். ராவணனுக்கு பயங்கர கோபம். அவன் உடனே அவர்கள் எல்லாரையும் கூட்டிக்கொண்டு கார்த்த வீரியார்ஜுனனிடம் போனான்; அவனைப் போருக்குக் கூப்பிட்டான்.

அர்ஜ்ஜுனன் சிரித்துக்கொண்டே ராவணனிடம் சண்டைக்கு வந்தான். இரண்டு பேருக்கும் நடந்த பயங்கரப் போரின் கடைசியில், அர்ஜுனன் ராவணனைத் தன் பல கைகளால் பிடித்து, இறுக்கக் கட்டிப் போடுவிட்டான்; ராவணன் வலி தாங்காமல் கூவினான். பிரஹஸ்தனும் மற்றவர்களும் ஓடி வந்து ராவணனை விடுவிக்க எவ்வளவோ முயற்சி செய்தும் நடக்கவில்லை. அவர்கள் அர்ஜுனனிடமிருந்து மேலும் மேலும் உதையும் அடியும் தாக்குதலும் வாங்கிக்கொண்டு, என்ன செய்வது என்று தெரியாமல், பயந்து இலங்கைக்கு ஓடிவிட்டார்கள்.

வானத்திலிருந்து இந்த சண்டையைப் பார்த்துக்கொண்டிருந்த தேவர்களுக்கெல்லாம் ஒரே குஷி! "பலே பலே! நல்ல காரியம் செய்தாய் அர்ஜுனா!" என்று பாராட்டினார்கள்!

ராவணன் தப்பிக்கவே முடியாமல் இசகு பிசகாய் அர்ஜுனனிடம் மாட்டிக்கொண்டான் என்று தெரிந்ததும், ராவணனின் தாத்தாவான புலஸ்திய முனிவர், அர்ஜுனனைப் பார்க்கப் போனார். முனிவரை மிகுந்த மரியாதையுடன் வரவேற்று, அவருக்கு உபசாரமெல்லாம் செய்து, "சுவாமி, இவ்வளவு பெரியவரான நீங்கள் என்னை நாடி எதற்கு வந்தீர்கள் என்று தெரிந்துகொள்ளலாமா?" என்று பணிவோடு கேட்டான் அர்ஜ்ஜுனன்.

"மன்னா, யாராலும் வெல்ல முடியாமல் திமிராய்ச் சுற்றிக்கொண்டிருந்த என் பேரன் ராவணனை நீ வென்று அடக்கிவிட்டாய். இது சாமானியமான காரியம் இல்லை. உள்ள வீரர்களிலேயே நீதான் அதி பராக்கிரமசாலி என்று நிரூபித்து, ராவணனுடைய அகங்காரத்தை ஒடுக்கிவிட்டாய். அதனால், நீ ராவணனை விடுதலை செய்துவிடவேண்டுமென்று நான் உன்னிடம் கேட்டுக்கொள்கிறேன்" என்றார்.

ஒரு எதிர்வார்த்தையும் பேசாமல், "தங்கள் சித்தம் சுவாமி!" என்று மரியாதையாய் சொல்லிவிட்டு அர்ஜ்ஜுனன் ராவணனை சிரித்த முகத்தோடு விடுதலை செய்துவிட்டான்.

அதோடு மட்டுமில்ல; ராவணனுக்கு பல பரிசுகளும் ஆபரணங்களும் கொடுத்து, "இனிமேல் நீ எனக்கு நண்பன்" என்று சொல்லி, அவனுக்கும் உபசாரமெல்லாம் செய்து, தனது விருந்தினனாய் ஒரு நாள் தன் கூடவே வைத்துக்கொண்டு,

அத்தியாயம் 90 (7.10)
ராவணனும் கார்த்தவீர்யார்ஜுனனும்

பிறகு ராவணனுக்கு விடை கொடுத்து அனுப்பினான். பாவம் ராவணன், வெட்கத்தாலும் அவமானத்தாலும் முகத்தைத் தொங்கப் போட்டுக்கொண்டு இலங்கைக்குத் திரும்பி வந்தான்.

குழந்தைகளே, "இன்னா செய்தாரை ஒறுத்தல், அவர் நாண நன்னயம் செய்துவிடல்" என்று ஒரு திருக்குறளை நீங்கள் பள்ளிப் பாடத்தில் படித்திருக்கிறீர்களோ? இதன் பொருள் தெரியாவிட்டால், உங்கள் பெற்றோரிடம் கேளுங்கள். என்ன?

இந்தக் கதையை ராமரிடம் சொல்லிவிட்டு, அகஸ்திய முனிவர் சொன்னார், "ராமா, மகா பராக்கிரமசாலியாய், யாராலும் ஜெயிக்க முடியாதவனாய் தன்னை நினைத்துக்கொண்டிருந்த ராவணன், கடைசியில் தாத்தா புலஸ்தியருடைய சிபாரிசில் அர்ஜ்ஜுனனிடமிருந்து தப்பித்து வருகிறமாதிரி ஆகிப்போயிற்று. அதோடு அர்ஜுனன், ராவணனைத் தன் நண்பனாகவும் ஏற்றுக்கொண்டு, தான் எவ்வளவு பெருந்தன்மை கொண்ட ஒரு மன்னன் என்றும் நிரூபித்துவிட்டான். "வல்லவனுக்கு வல்லவன் வையகத்தில் உண்டு" என்று சொல்லுவார்கள் இல்லையா; அது தான் இங்கே நடந்தது" என்று சொன்னார் அகஸ்தியர்.

குழந்தைகளே, இப்படி அவமானப் பட்ட ஒருவன், கொஞ்சம் அடக்கத்தைக் கற்றுக்கொண்டு அடுத்தவர்களிடம் மரியாதையாய்ப் பழகலாம் இல்லையா? ஆனால், ராவணன் அப்படியில்லை; தான் பட்ட அவமானம் எல்லாவற்றையும் துடைத்துப் போட்டுவிட்டு, கொஞ்சம் கூட வெட்கமே இல்லாமல் இனி அடுத்து யாரை சண்டைக்கு இழுக்கலாமென்று பழையபடியும் கிளம்பிவிட்டான்!

குழந்தைகளே! இதைத்தான் அசுர குணமென்று சொல்வது. எவ்வளவு வாய்ப்பு தந்தாலும் சரி, இவர்கள் செய்கிற தப்பை செய்துகொண்டே இருப்பார்களே தவிர, மாற்றி சிந்திக்கவே மாட்டார்கள்; இவர்களைத் திருத்தி சரியாக்கவே முடியாது; அதனால்தான் பகவானே அவதாரம் எடுத்து வந்து அவர்களைக் குலத்தோடு அழிக்க வேண்டிவருகிறது.

சரி. அடுத்து ராவணன் யாரிடம் சண்டைக்குப் போனான் தெரியுமா? நான் உங்களுக்கு மூன்று குறிப்புகள் தருகிறேன்: அவன் பெயர் உங்களுக்கே தெரியும். அவன் இப்போது

உயிருடன் இல்லை. அவன் ஒரு வானர மன்னன். என்ன? கண்டு பிடித்து விட்டீர்களா? சபாஷ்!

வாலி தான் அது!

ராவணன் வாலியை சண்டைக்கு இழுக்கலாமென்று கிஷ்கிந்தை நகருக்குப் போனான். அங்கே இருந்தது வாலியின் மனைவி தாராவும், தம்பி சுக்ரீவனும், தந்தை சுஷேணனும்தான். அவர்கள் ராவணனிடம், "தசக்ரீவரே! நீங்கள் வாலி கூட போர் செய்ய வேண்டுமென்றா வந்திருக்கிறீர்கள்? வாலி இப்போது தெற்குக் கடற்கரையில், மூன்று கடல்களும் சங்கமிக்கிற இடத்தில் சந்தியாவந்தனம் செய்யப் போயிருக்கிறார். அவர் திரும்பி வர கொஞ்சம் நேரம் ஆகும். ஆனால், வாலி திரும்பி வருவதற்கு முன்னால் நீங்கள் கொஞ்சம் யோசித்துக்கொள்வது நல்லது.

"அதோ பாருங்கள், நிறைய எலும்புகள் குவிந்து கிடப்பதை. அதெல்லாம் வாலிகூடப் போரிட்டு செத்துப் போனவர்களின் எலும்புகள்தான்! வாலியை எதிர்த்தவர்கள் யாரும் உயிரோடு திரும்ப முடியாது; அதுதான் நடப்பு. நீங்கள் அமிர்தத்தையே குடித்திருந்தாலும் சாவு நிச்சயம். உங்களுக்கு வாலிக்காக காத்திருக்கப் பொறுமை இல்லை, உயிரை அவசரமாய் விட்டாகவேண்டுமானால், நேரே கிளம்பி தெற்குக் கடற்கரைக்குப் போங்கள்!" என்று சொன்னார்கள்.

ராவணன் தாராவைக் கடுகடுவென்று பார்த்துவிட்டு, தன் புஷ்பக விமானத்தில் ஏறி நேரே வாலி இருந்த இடத்துக்குப் போனான். வாலி அங்கே உட்கார்ந்து சந்தியாவந்தனம் செய்துகொண்டிருந்ததைப் பார்த்து ராவணன், "நாம் மெதுவாய்ச் சத்தமில்லாமல் வாலியின் பின்பக்கமாகப் போய், அவனை நம் பிடியில் கொண்டு வந்து இறுக்கிவிடலாம்" என்று தீர்மானம் செய்து, பையப் பைய நடந்து போனான்.

ஆனால், வாலிக்கு ராவணன் வந்தது தெரிந்துவிட்டது; அவன் எண்ணமும் புரிந்து விட்டது. "அந்த ராவணன் பயல் வருகிறானா? வரட்டும், வரட்டும். நான் தெரியாத மாதிரி அசங்காமல் உட்கார்ந்திருக்கிறேன். அவன் அருகில் வரட்டும். அப்புறம் என்ன நடக்குமென்று அவனுக்குத் தெரியாது!" என்று உள்ளூரச் சிரித்துக்கொண்டே தனக்குள்ளே ஒரு திட்டத்தைத் தீட்டிக்கொண்டான் வாலி!

அத்தியாயம் 90 (7.10)
ராவணனும் கார்த்தவீர்யார்ஜுனனும்

-=()=-

அத்தியாயம் 91 (7.11)

ராவணனும் வாலியும்

ராவணன், கடற்கரையில் சந்தியாவந்தனம் செய்துகொண்டிருந்த வாலியை பின்னாலிருந்து அமுக்கிப் பிடித்துடவேண்டுமென்று மெல்ல மெல்ல வந்து கொண்டிருந்தான்.

வாலி அதைக் கவனித்துவிட்டாலும், கவனிக்காத மாதிரி இருந்தான். ராவணன் வாலியின் அருகே இதோ வந்தாயிற்று. அடுத்த கணம் வாலி மின்னல் வேகத்தில் செயல்பட்டு, தன் கையைப் பின்பக்கமாக வீசி, ராவணனைப் பிடித்து, தனது கக்கத்தில் ஒரே அமுக்காக அமுக்கிக்கொண்டு, சட்டென்று எழுந்தான்; ஒரு தாவு தாவி, ராவணனைக் கிடுக்கிப் பிடியாப் பிடித்துக்கொண்டே ஆகாயத்தில் பறக்க ஆரம்பித்தான்!

ராவணன் இதைக் கொஞ்சம் கூட எதிர்பார்க்கவில்லை; வாலி தனது கக்கத்தில் பிடித்து அமுக்குவதில் அவனுக்கு மூச்சு திணறுகிறது; உடம்பெல்லாம் வலிக்கிறது; என்ன திருகிப் பார்த்தும் வாலியின் பிடியிலிருந்து தப்பிக்கவே முடியவில்லை! வாலி, மேக மண்டலத்துக்கும் மேலாகப் பறந்து போய், முதலில் கிழக்குக் கடல், பிறகு, மேற்கு, வடக்கு கடல்கள் மேலாகப்

பறந்துகொண்டே, அந்தக் கடல்களுக்கு மாலை வந்தனம் செய்துவிட்டு, நேரே கிஷ்கிந்தையில் வந்து இறங்குகிறான்.

ராவணனையும் கீழே இறக்கி விடுகிறான். "என்னப்பா? நீ யார்? எங்கேயிருந்து வந்தாய்?" என்று சிரித்துக்கொண்டே விசாரிக்கிறான்!

ராவணன் நடுக்கத்தோடு, "வானரர் மன்னா, நான் ராட்சசர்களின் ராஜா ராவணன்; உங்களோடு போர் செய்யலாமென்று வந்தேன்; ஆனால் உங்களிடம் தோற்றே போய்விட்டேன்! யப்பா! என்ன ஒரு பிடி! என்ன ஒரு பலம்! என்னையும் தூக்கிக்கொண்டு நான்கு கடல்களும் சுற்றிப் பறந்துவருவதென்றால் சும்மாவா! பறப்பதிலும் என்ன ஒரு வேகம்! கருடன், குரங்கு, மனித மனது இந்த மூன்றுக்கும் தான் வேகம் மிக அதிகம் என்று சொல்லுவார்கள்; அது நிஜம்தான் என்று இன்று எனக்குப் புரிந்துவிட்டது! இப்பேர்ப்பட்ட பராக்கிரமசாலியான உங்களோடு நான் ஆயுள் முழுக்க நண்பனாய் இருக்க ஆசைப்படுகிறேன். நாம் நெருப்புக்கு முன்னால் கை கோர்த்து, நட்பை உறுதி செய்துகொள்ளலாம்" என்று சொன்னான் ராவணன்.

வாலியும் சம்மதிக்க, அது போலவே இருவரும் நட்பை உறுதி செய்துகொண்டார்கள். ஒரு மாத காலம் இரண்டு பேரும் சேர்ந்தே இருந்தார்கள்; மகிழ்ச்சியாய் நேரத்தை செலவு செய்தார்கள். அப்புறம், ராவணனின் படைத்தலைவர்கள் வற்புறுத்தி ராவணனைத் தங்களோடு கூட்டிக்கொண்டு இலங்கைக்குத் திரும்பினார்கள்.

இப்படி ராவணன்-வாலி நட்பையும், வாலியின் அசாத்திய பலத்தைப் பற்றியும் அகஸ்திய முனிவர் ராமரிடம் சொன்னபோது ராமர், "சுவாமி, எனக்கென்னவோ ராவணன், வாலி இரண்டு பேரையும் விட சக்தி வாய்ந்தவர் ஹனுமார்தான் என்று தோன்றுகிறது" என்று சொன்னார். ஹனுமார் எப்படிக் கடல் கடந்து போய்ச் சீதையைக் கண்டு பிடித்தார், எப்படி இலங்கையையே கொளுத்தினார், ராம- ராவண யுத்தத்தின் போது என்னென்ன சாகசங்களெல்லாம் செய்தார் என்பதையெல்லாம் சொல்லி, தொடர்ந்து,

"மகரிஷி, எனக்கு என்ன தோன்றுகிறதென்றால், சுக்ரீவன் மேல் எவ்வளவோ அன்பு கொண்டிருக்கிற ஹனுமாரே கூட

வாலியைக் கொன்று, சுக்ரீவனுக்கு அரச பதவியை வாங்கிக் கொடுத்திருக்க முடியும். ஹனுமார் அப்படி செய்யவில்லையென்றால், அப்போது அவருக்கு தனது உண்மையான சக்தியைப் பற்றித் தெரியவில்லையோ என்று தோன்றுகிறது" என்றார் ராமர்.

"உண்மை தான் ராமா! சக்தியிலும் வேகத்திலும் ஹனுமாருக்கு ஈடு இணை யாரும் கிடையாது; ஆனால் அவருக்கு தனது சக்தி தெரியாமல் மறந்து போகிறமாதிரி அவருக்கு முனிவர்கள் சாபம் கொடுத்தார்கள்; அப்படி சாபம் கொடுக்க, இளம் வயதில் ஹனுமாருக்கு இருந்த பொல்லாத குரும்புத்தனம் தான் காரணம்; நான் உனக்கு இப்போது ஹனுமாருடைய கதையை சொல்கிறேன்" என்று சொன்னார் அகஸ்திய முனிவர்.

குழந்தைகளே! இப்போது உங்கள் ஞாபக சக்திக்கு ஒரு சோதனை. ஹனுமார் யாருக்குப் பிறந்தார்; அவர் சிறிய வயசில் எப்படி சூரியனைப் பிடிக்கறேன் பேர்வழி என்று ஆகாயத்தில் பறந்து போனார்; அப்போது என்ன ஆயிற்று என்ற கதையை நான் முன்னாலேயே சொல்லியிருக்கிறேன். எப்போது? எங்கே? யாருக்கு நினைவிருக்கிறது? சரி, இன்னொரு குறிப்பும் தருகிறேன். அதையெல்லாம் ஹனுமாரிடமே சொன்னவர், ஜாம்பவான்!

என்ன நினைவு வந்துவிட்டதா? சபாஷ்!

அதனால், நான் அந்தப் பழைய கதையை திரும்பவும் சொல்லப் போவது இல்லை; நினைவுக்கு வராதவர்கள், 52 ஆவது அத்தியாயத்தைத் திரும்பப் படியுங்கள்; என்ன?

தொடர்ந்து அகஸ்தியர், வாலியும், சுக்ரீவனும் பிறந்த கதைகளையும் ராமரிடம் சொன்னார்; அப்புறம் ராவணன் சம்பந்தமாக நடந்த வேறு சில நிகழ்ச்சிகளையும் சொன்னார். குழந்தைகளே! அவையெல்லாம் உங்களுக்கு ஒன்றும் பெரிய சுவாரசியமாய் இருக்காது என்பதால் நான் இங்கே எழுதவில்லை.

இப்படியாக ராவணனுடைய சரித்திரத்தைச் சொல்லி முடித்த அகஸ்திய முனிவர், "ராமா! அப்பேற்பட்ட பராக்கிரமசாலியான ராவணனை அழிக்க வந்த நீ சாக்ஷாத் மகாவிஷ்ணுவே தான்; சீதை மகா லக்ஷ்மிதான்" என்று சொல்லி,

அத்தியாயம் 91 (7.11)
ராவணனும் வாலியும்

ராமரை விஷ்ணுவாகவே கண்டு, அவரைப் போற்றி வணங்கினார். பிறகு, எல்லா முனிவர்களும், ராமரிடம் விடை பெற்றுக்கொண்டு அயோத்தியை விட்டுக் கிளம்பினார்கள்.

குழந்தைகளே, ஒன்று சொல்ல மறந்துவிட்டேன். ராம பட்டாபிஷேகம் முடிந்த பிறகு, விபீஷணன், அவன் கூட வந்த ராட்சசர்கள், சுக்ரீவன், அவன் கூட வந்த வானரர்கள் எல்லாருமாய் ராமருடைய விருந்தினர்களாய் அயோத்தியில் ஒரு மாதத்துக்கும் மேல் தங்கியிருந்தார்களாம். அந்த சமயத்தில்தான் முனிவர்களெல்லாம் ராமரை சந்திக்க வந்ததும், எல்லாக் கதைகளையும் அகஸ்தியர் சொன்னதும். இந்தக் கதைகள் எல்லாவற்றையும் அவர்களும் ராமர் கூட சேர்ந்து கேட்டார்களாம்.

அதற்கு பிறகுதான் அவர்கள் எல்லாரும் அவரவர்கள் நாட்டுக்குத் திரும்பும் சமயம் வந்தது.

அப்போது ஹனுமார் ராமரிடம் சொல்கிறார்:

"ராமா, எனக்கு உங்கள் மேல் உள்ள பக்தி ஒரு நாளும் மாறாமல் இருக்கவேண்டும்; இந்த பூமியில் ராமருடைய கதை நிலைத்திருக்கிற காலம் வரைக்கும் நான் உயிரோடு இருக்கவேண்டும். உங்களுடைய கதையை நான் எப்போதும் காது குளிரக் கேட்டுக்கொண்டே இருக்கவேண்டும்" என்று கண்கள் கசிய வேண்டிக்கொள்கிறார்.

ராமர் சிம்மாசனத்திலிருந்து எழுந்து வந்து ஹனுமாரைக் கட்டித் தழுவிக்கொண்டு சொல்கிறார், "ஹனுமான்! அப்படியே ஆகட்டும். இந்த பூமியில் என் கதை நிலைத்து நிற்கும் காலம் வரை நீயும் உயிரோடு இருப்பாய். இந்த உலகம் நிலைத்திருக்கிற வரைக்கும் என் கதையும் நிலைத்திருக்கும். ஏ மாருதி! நான் உனக்குப் பட்டிருக்கிற நன்றிக் கடன் கொஞ்ச நஞ்சமில்லை. நான் உயிரையே தந்தாலும் கூட, நீ செய்ததற்கான நன்றிக் கடனை என்னால் தீர்க்க முடியாது." என்று சொல்லிவிட்டு ராமர், தன் கழுத்தில் அணிந்திருந்த ஒரு ரத்தின மாலையைக் கழற்றி ஹனுமார் கழுத்தில் போட்டுவிடுகிறார்.

ராமரை சுக்ரீவனும், விபீஷணனும் கண்ணீர் மல்கக் கட்டித் தழுவிக்கொள்கிறார்கள். எல்லா வானரர்களும் ராமர் காலைத் தொட்டுக் கும்பிடுகிறார்கள். எல்லார் கண்களிலும் கண்ணீர்.

எல்லாரும் ராமர் தந்த விலையுயர்ந்த பரிசுப் பொருட்களை எடுத்துக்கொண்டு, பிரியா விடை பெற்று அயோத்தியை விட்டுக் கிளம்பினார்கள்.

அடுத்து, ஒரு ஆச்சரியமான காட்சி அங்கே நடக்கிறது; ராமர் குபேரனிடமே திருப்பி அனுப்பிவைத்த புஷ்பக விமானம் ஆகாயத்தில் பறந்து வந்து இறங்குகிறது.

அந்தப் புஷ்பக விமானம் ராமரிடம் பேசியது; "ராமா, நீங்கள் அனுப்பிவைத்த படி நான் திரும்பி குபேரரிடமே போய்விட்டேன். அவரும் நடந்த கதைகளையெல்லாம் கேள்விப்பட்டு மிகவும் மகிழ்ச்சியடைந்தார். அவர், "பொல்லாத ராவணனையே அழித்து மூன்று உலகங்களையும் காத்த ராமருக்கு, நீ சேவை செய்வதுதான் சரியாக இருக்கும். அவர் விருப்பப்படும் இடத்துக்கெல்லாம் நீதான் அவரைக் கொண்டு போகவேண்டும். அதனால் நான் சந்தோஷத்தோடு உன்னை அவருக்குத் தருவதாய்ச் சொல்" என்று சொல்லி என்னை உங்களிடம் திரும்ப அனுப்பி வைத்திருக்கிறார்" என்று சொல்லியது.

ராமர், "அப்படியா! மிக்க மகிழ்ச்சி!" என்று சொல்லி, அந்த விமானத்துக்கு பூஜை செய்து மரியாதை செய்துட்டு, "நீ, நான் உன்னை நினைக்கும்போது மட்டும் என்னிடம் வந்து என்னை சுமந்துகொண்டு போகலாம்; அது வரைக்கும் நீ சென்றுவா!" என்று அனுப்பி வைக்கிறார்.

இப்படியாக ராமர் அயோத்தியில் பல்லாண்டுகள் ஆட்சி செய்தார்; ராமரும் சீதையும் மனம் ஒத்த தம்பதிகளாக மகிழ்ச்சியாய் வாழ்ந்துகொண்டிருக்கிறார்கள். சீதை ஒரு சமயம் கண்ணைப் பறிக்கும் அழகுடன் ஜொலிக்கும்போது, ராமருக்கு சீதை கர்ப்பவதியாயிருக்கிறாள் என்று தெரிந்து போகிறது. அவருக்கு வந்த சந்தோஷம் கொஞ்ச நஞ்சமில்லை.

அவர் சீதையிடம், "சீதா, கர்ப்பவதியாயிருக்கிற உனக்கு ஏதாவது ஆசை இருந்தால் சொல்; நான் அதை உடனே நிறைவேற்றி வைக்கிறேன்" என்று சொன்னார்.

அதற்கு சீதை, "நாதா! இந்த மாதிரி நான் கர்ப்பமாய் இருக்கிற சமயத்தில் எனக்கு ரிஷிகளின் ஆசிரமங்களைப் பார்க்கப் போகவேண்டுமென்று ஆசையாய் இருக்கிறது. ஒரு நாள் இரவாவது ரிஷிகளைப் போலவே பழங்களும்

கிழங்குகளும் உணவாய் உண்டு, அவர்களின் புனிதமான குடிலில் தங்கியிருக்கவேண்டுமென்று விரும்புகிறேன்" என்று சொன்னாள்.

ராமரும், "சரி, அப்படியே ஆகட்டும் மைதிலி! நாளைக்கே நான் அதற்கான ஏற்பாட்டைச் செய்கிறேன்" என்று சொன்னார்.

குழந்தைகளே! சீதையின் ஆசை எவ்வளவு வித்தியாசமாக இருக்கிறது பார்த்தீர்களா? கிட்டத்தட்ட பதிமூன்று வருடம் சீதை காட்டில் ராமரோடு வாழ்ந்திருந்தாள். அப்போது மாறி மாறி பல முனிவர்களின் ஆசிரமங்களிலும், குடில்களிலும் தங்கித்தான் ராம லக்ஷ்மணர்களும் சீதையும் வாழ்ந்தார்கள். பெரும்பாலும், பழங்களையும் கிழங்குகளையும் உணவாக உண்டுதான் வாழ்ந்திருந்தார்கள். காட்டு வாழ்க்கையில் சீதை பட்ட கஷ்டங்களும் எவ்வளவோ. பிறகு ராவணனிடம் சிக்கி, அசோக வனத்தில் பட்ட வேதனையோ எல்லாவற்றையும் விடக் கொடுமையான, வேறு விதமான கஷ்டம்.

இப்போது எல்லாம் முடிவுக்கு வந்து, ஒரு மகா ராணியாய் அயோத்தியில் ராஜ போகத்தோடு சௌக்கியமாக வாழ்ந்துகொண்டிருப்பது ஒரு சில வருடங்களாய்த்தான்.

ஆனாலும், சீதைக்கு ரிஷிகளோடு குடிலில் போய்த் தங்கி பழமும் கிழங்குகளும் சாப்பிட்டுக்கொண்டு ஒரு நாள் ராத்திரியாவது தங்கவேண்டுமென்று தான் ஆசை! ஆச்சரியமாய் இல்லை?! அப்படியானால், அந்த எளிமையான ஆசிரம சூழலில் இருக்கிற ஏதோ ஒரு விளக்கமுடியாத ஆனந்தமும் அமைதியும் அவளுக்கு அரண்மனை சுகபோகங்களில் இல்லை என்று நாம் புரிந்துகொள்ளலாம். இந்த மனது எல்லாருக்கும் இருக்காது, இல்லையா?

ஆனால், பாருங்கள்; சீதையின் இந்த ஆசைக்குள்ளே விதி புகுந்து இனி மோசமாக ஆடப் போகிறது. அவள் ஆசைப் பட்டதோ ஒரு நாள்; ஆனால், விதியோ அவளை ராமரைவிட்டு நிரந்தரமாகப் பிரியவைத்து, அவளை ஒரு முனிவருடைய குடிலில் வருடக் கணக்காகத் தங்க வைக்கப் போகிறது.

-=()=-

அத்தியாயம் 92 (7.12)

சீதையை வனத்துக்கு அனுப்பிய ராமர்

அன்று பிற்பகலில், ராமர் தனது நெருங்கிய ஆலோசகர்களோடும், நண்பர்களோடும் பேசிக்கொண்டிருந்தார். விஜயன், மதுமத்தன், வத்ரன் முதலானவர்கள் அதில் இருந்தார்கள். நாட்டு நடப்புகள், வேடிக்கையான நிகழ்ச்சிகள் இப்படிப் பலவற்றையும் அவர்கள் பேசிக்கொண்டிருந்தபோது, ராமர் குறிப்பாய் வத்ரனைப் பார்த்து, "வத்ரா, நீ சொல்லு, நம் நாட்டு மக்கள், நகரங்களிலும், கிராமப் புறங்களிலும் என்னைப் பற்றியும், என் சகோதரர்கள், என் மனைவி சீதை, கைகேயி பற்றியும் என்னவெல்லாம் பேசிக்கொள்கிறார்கள்? ஒரு ராஜா, சரியான தர்ம வழியில் நடக்கவில்லையென்றால் பொதுவாக அதைப் பற்றி மக்கள் குறை சொல்லிப் பேசுவார்களே?" என்றார்.

"மன்னா, நம் நாட்டு மக்கள் நீங்கள் செய்த பல நல்ல காரியங்களைப் பற்றிப் புகழ்ந்து பேசுகிறார்கள்; அவ்வாறே நீங்கள் ராவணனை கொன்று அழித்தது சம்பந்தமாகவும் பலவற்றையும் பேசிக்கொள்கிறார்கள்; ஆனால்..." என்று வத்ரன் தயங்கினான்.

"எதையும் மறைக்காமல் தைரியமாய் எல்லாவற்றையும் சொல்; நான் ஏதாவது தப்புக் காரியம் செய்திருந்தால் அதை நான் திருத்திக் கொள்ளலாமில்லையா? அதனால் பயப்படாமல் சொல்!" என்றார் ராமர்.

வத்ரன் கை கூப்பிக்கொண்டே தயங்கித் தயங்கிச் சொல்ல ஆரம்பித்தான்:

"மன்னவா! மக்கள் வீடுகளிலும், கடைத்தெருக்களிலும், பொது இடங்களிலும், பூங்காக்களிலும் உங்களைப் பற்றிக் குற்றம் சொல்லிப் பேசுவதையும் நான் அடிக்கடி கேட்கிறேன். "நம் ராமர் நம்முடைய முன்னோர்கள் யாருமே செய்து

அத்தியாயம் 92 (7.12)
சீதையை வனத்துக்கு அனுப்பிய ராமர்

கேள்விப்படாத விதமாகக் கடலுக்குக் குறுக்காலேயே பாலம் கட்டி, இலங்கைக்குப் போய், வெறும் வானரப் படைகளின் உதவியோடு பொல்லாத ராட்சசன் ராவணனையே கொன்றாரென்றால் அது சாதாரண காரியம் இல்லை தான்; ஆனால், சீதையை ஏன் தன் கூடவே கூட்டிக்கொண்டு வந்தார் என்றுதான் புரியவில்லை; ராவணன் அவளைத் தொட்டுத் தூக்கிக்கொண்டு போயிருக்கிறான்; வலுக்கட்டாயமாகத் தன் மடியில் உக்கார்த்தி வைத்துக்கொண்டு போயிருக்கிறான்; அசோக வனத்தில் ராட்சசிகளின் காவலில் வைத்துப் பார்த்துக்கொண்டிருக்கிறான்; எல்லாம் ஆன பிறகும் ராமர் எப்படி சீதையை வெறுத்து ஒதுக்காமல் தன் கூடவே அழைத்துக்கொண்டு வந்தார்? ஒரு ராஜாவே இப்படிச் செய்தால், நாம் என்ன செய்வது? நாளைக்கே நம் பெண்டாட்டி ஒழுக்கக் கேடாய் நடந்துகொண்டால், நாம் பேசாமல் இருக்கவேண்டியதுதானா?' இப்படியெல்லாம் நாட்டின் பல இடங்களிலும் மக்கள் பேசிக்கொள்வது என் காதில் விழுகிறது, மகாராஜா" என்று சொன்னான்.

அதைக் கேட்டதும் ராமருடைய முகம் இருண்டு போயிற்று; அவர் மற்ற நண்பர்களிடம், "உங்கள் காதுகளிலும் இப்படிப் பட்ட பேச்சுகள் விழுந்ததா? சொல்லுங்கள்!" என்றார். எல்லாரும் தலையைத் தொங்கப் போட்டுக்கொண்டு, "ஆமாம் மன்னா" என்று மெல்லிய குரலில் சொன்னார்கள்.

ராமர் அவர்களையெல்லாம் அனுப்பிவிட்டு, ஆழ்ந்த யோசனையில் மூழ்கிவிடுகிறார்.

கொஞ்ச நேரம் கழித்து அவர் ஒரு காவலனைக் கூப்பிட்டு, "லக்ஷ்மணன், பரதன், சத்ருக்னன் மூவரையும் உடனே நான் வரச்சொன்னதாய் சொல்" என்று சொன்னார்.

மூன்று பேரும் வந்து சேர்ந்தார்கள். ராமருடைய முகத்தைப் பார்த்தால், கிரகணம் பிடித்த சந்திரன் மாதிரி ஒளியிழந்து இருந்தது. வாடிப்போன தாமரை மலர் மாதிரி இருந்தது. அவர் கண்கள் கலங்கியிருந்தன. மூன்று பேருக்குமே ராமருக்கு என்ன ஆயிற்று என்று கவலை தோன்றியது.

ராமர் "நீங்கள் மூன்று பேரும் என் உயிருக்கு உயிரானவர்கள்; நீங்களெல்லாம் நன்றாக சாஸ்திரம் படித்தவர்கள்; புத்திசாலிகள்; உங்களுக்கெல்லாம் ராஜ தர்மம்

என்ன என்று நன்றாகத் தெரியும். அதனால் நான் சொல்வதை குறுக்கே பேசாமல் கேட்டு அதன்படி நடக்கவேண்டும். என்ன?

"லக்ஷ்மணா, ராவணனைக் கொன்ற பிறகு, நான் சீதையை என் கூட சேர்த்துக்கொள்வதற்கு முன்னால், அவளுக்கு அக்னிப் பரிட்சை வைத்து, அதில அவள் தனது தூய்மையை நிரூபித்த பிறகுதான் அவளை என் கூட சேர்த்துக்கொண்டேன்; அதற்கு நீ சாட்சி. இந்திரனும் தேவர்களும் கூட சாட்சி. ஆனாலும் என்ன? நம் நாட்டு ஜனங்களுக்கு அதெல்லாம் சரியாகத் தெரியுமா, இல்லை சீதையின் பரிபூரணத் தூய்மை புரியத்தான் செய்யுமா? நம் மக்கள் பரவலாய், சீதையை நான் என் கூட அழைத்துக்கொண்டு வந்தது சரியில்லை என்று பேசிக்கொள்கிறார்கள்; அது இப்போது என் காதிலும் வந்து விழுந்துவிட்டது;

"அதைக் கேட்ட பிறகு நான் படுகிற வேதனை கொஞ்ச நஞ்சமில்லை. சீதை எப்பேற்பட்ட புனிதவதி என்று எனக்குத் தெரியும். ஆனால் ஒருவர் மீது நியாயமாவோ, அநியாயமாவோ ஒரு கெட்ட பேர் வந்துவிட்டதென்றால், அது நிலைக்கும் காலம் வரை, ஊருலகம் அவனைக் கெட்டவனாகத்தான் நினைக்கும். அதனால், தங்களுக்கு நல்ல பேர் நிலைக்கவேண்டும் என்று எண்ணும் நல்லவர்கள் எல்லாருமே, அந்த நற்பெயரை எப்படியாவது நிலை நிறுத்திக்கொள்ளவே பாடுபடுவார்கள். எனக்கு ஒரு கெட்ட பேர் வராமல் இருப்பதற்காக நான் என் உயிரையே தியாகம் செய்வேன்; அப்படியிருக்க, என் உயிர்க்கு உயிரான சீதையையுமே நான் தியாகம் செய்துதான் ஆகவேண்டும். என் வாழ்க்கையில் இந்த அளவு வேதனையை நான் ஒரு நாளும் சந்தித்ததில்லை.

"அதனால், லக்ஷ்மணா, நான் சொல்வதைக் கவனமாகக் கேள். நாளைக் காலையில் நீ முதல் காரியமாய், சுமந்திரரைத் தேர் கொண்டு வரச்சொல்லி, சீதையைக் கூட்டிக்கொண்டு காட்டுக்குப் போகவேண்டும். கங்கையைத் தாண்டி அக்கரைக்குப் போய், ரிஷி வால்மீகியின் குடிலின் அருகே சீதையை விட்டுவிட்டு நீ திரும்பி வந்துவிடவேண்டும். சீதை, வனத்தில் இருக்கிற முனிவர்களைப் போய் தரிசிக்கவேண்டுமென்று தனது ஆசையை என்னிடம் சொன்னாள். அந்த ஆசை நிறைவேறட்டும்" என்று சொன்னார்.

அத்தியாயம் 92 (7.12)
சீதையை வனத்துக்கு அனுப்பிய ராமர்

அவர் கண்ணிலிருந்து கண்ணீர் வழிகிறது. அவர் தொடர்ந்து, "லக்ஷ்மணா, இந்த விஷயத்தைப் பற்றி நீ ஏதும் விவாதம் செய்யக் கூடாது. என் மேல் உனக்கு மரியாதை உண்டென்றால், நீ இதை அரச கட்டளையாய் எடுத்துக்கொண்டு அதை நிறைவேற்ற வேண்டும்" என்று சொல்லிவிட்டு ராமர் எழுந்து தன் அரண்மனைக்குள்ளே போய் விடுகிறார்.

சகோதரர்கள் மூன்று பேருக்கும் தாங்கமுடியாத அதிர்ச்சி என்று சொல்லவும் வேண்டுமா?

நிம்மதியை இழந்து ஒரு நாள் இரவுப் பொழுதைக் கழித்த லக்ஷ்மணன், மறு நாள் காலை, சுமந்திரரிடம் தேரை ஓட்டிவரச் சொல்லி, சீதையின் அரண்மனைக்குப் போகிறான். சீதையை வணங்கி, "மகாராணி, நீங்கள் ராமரிடம் வனத்தில் வாழும் முனிவர்களின் குடில்களுக்குப் போகவேண்டுமென்று சொன்னீர்களாமே? ராமர் உங்களைக் அழைத்துக் கொண்டு போவதற்காக என்னை அனுப்பியிருக்கிறார்; சுமந்திரரும் தேருடன் தயாராக வந்திருக்கிறார். நீங்கள் உடனே கிளம்பவேண்டும் என்பது மன்னருடைய கட்டளை" என்றான்.

சீதைக்கு தனது ஆசை உடனே நிறைவேறுவதில் சந்தோஷம்தான்; அவள் உடனே பல பட்டாடைகளையும் நகைகளையும் எடுத்துக் கொள்கிறாள்; "லக்ஷ்மணா, இதெல்லாம் முனிவர்களின் மனைவிமார்க்கு நான் பரிசாய்க் கொடுக்க" என்று சொல்லிவிட்டு, அவசர அவசரமாகத் தானும் கிளம்புகிறாள்; தேரில் வந்து ஏறிக்கொள்கிறாள்.

அவளுக்கு ஏனோ ராமரிடம் விடை பெற்றுக்கொள்ளவேண்டுமென்று தோன்றவே இல்லை; ஏன் அப்படி என்று நமக்கும் புரியவில்லை.

தேர் கொஞ்ச தூரம் போனதும் சீதை, "லக்ஷ்மணா, ஏனென்றே தெரியவில்லை; எனக்கு ஏதோ உள்ளூர கவலை அரிக்கிறது; ஒரே படபடப்பாய் இருக்கிறது. என் வலது கண்ணும் உடம்பும் துடிக்கிறது; பல மோசமான சகுனங்கள் தெரிகின்றன. ராமருக்கு ஒன்றுமில்லையே? என் மாமியார்கள் எல்லாரும் நலம்தானே?" என்று கவலையுடன் விசாரிக்கிறாள். லக்ஷ்மணன் "எல்லாரும் நன்றாக இருக்கிறார்கள்" என்று சொன்னான்.

தேர் போய்க் கொண்டிருந்தது. அன்றைய இரவு கோமதி ஆற்றங்கரையில் இருந்த ஒரு ஆசிரமத்தில் தங்கிவிட்டு, மறு நாள் காலை தொடர்ந்து பயணம் செய்து, நண்பகலில் கங்கைக் கரையை வந்து அடைகிறார்கள். அதைக் கடந்து அக்கரைக்குப் போய், அங்கே சீதையைத் தனியாக விட்டுவிட்டுத் தான் திரும்ப வந்தாகவேண்டுமென்று நினைத்தபோது லக்ஷ்மணனுக்கு துக்கம் தாங்க முடியவில்லை; வாய் விட்டு அழுகிறான். அதைப் பார்த்து சீதை, "ஏன் லக்ஷ்மணா அழுகிறாய்? ஒன்றிரண்டு நாள் ராமரைப் பிரிந்திருக்கிற துக்கத்தாலா அழுகிறாய்? நீதான் காட்டில் எத்தனையோ வருடங்கள் அவர் கூட சேர்ந்து இருந்திருந்திருக்கிறாயே? பார், அவரைப் பிரிந்து வந்ததில் நானே துக்கப் படவில்லை; எனக்கு இந்தக் கங்கையைப் பார்த்தாலே மகிழ்ச்சியாய் இருக்கிறது!" என்றாள் சீதை.

"சரி லக்ஷ்மணா! நாம் கங்கையைக் கடந்து போவோம்" என்று சீதை சொல்ல, லக்ஷ்மணன் கண்ணைத் துடைத்துக்கொண்டு, சுமந்திரரை இக்கரையில் தேருடன் காத்திருக்கும்படி சொல்லிவிட்டு, ஒரு படகு ஏற்பாடு செய்து, சீதையை அக்கரைக்கு கூட்டிக்கொண்டுப் போனான். அங்கே போய்ச் சேர்ந்ததும் பழையபடியும் லக்ஷ்மணனுக்கு தாங்க முடியாத அழுகை.

"ஜானகி தேவி! நீங்கள் என்னை மன்னிக்கவேண்டும்; அண்ணன் ராமர் என் தலை மேல் திணித்திருக்கும் இந்தக் காரியத்தை செய்ய வேண்டியிருக்கிறதே என்று நினைத்தால் என் இதயத்தில் அம்பு துளைத்த மாதிரி வலிக்கிறது. இனி காலம் முழுவதும் இந்த உலகம் நான் செய்யும் இந்தக் காரியத்திற்காக என்னை சபிக்கப் போகிறது. தயவு செய்து நான் இந்தக் காரியத்துக்குப் பொறுப்பு என்று நினைக்காதீர்கள். எனக்கு இதைவிட சாவு வந்தால் மேலானது என்று நினைக்கிறேன்" என்று சொல்லி அழுகிறான்.

சீதைக்கு ஒன்றுமே புரியவில்லை. "என்ன ஆயிற்று லக்ஷ்மணா? எதுவாயிருந்தாலும் தயங்காமல் சொல்" என்றாள்.

"தேவி! அண்ணன் ராமன் சொன்ன வார்த்தைகளை ஒரு நாளும் என்னால் உங்களிடம் சொல்ல முடியாது. மிகச் சுருக்கமாக சொல்லவேண்டுமென்றால், நாட்டு மக்கள் உங்களைப் பற்றிப் பேசுகிற தப்பான பேச்சுகளை சகிக்க

முடியாமல், ராமர் உங்களைத் தள்ளி வைத்துவிட்டார். நீங்கள் தீக்குளித்து உங்களுடைய பரிசுத்தத்தை நிரூபித்ததை கண் முன்னால் பார்த்தவன் நான்; ஆனாலும், என்னால் எதுவுமே சொல்ல முடியவில்லை. நீங்கள் முனிவர்களை தரிசிக்க ஆசைப்பட்டதை சாக்காய் வைத்துக்கொண்டு, ராமர் உங்களை வால்மீகி முனிவருடைய குடிலுக்குப் பக்கத்தில் விட்டுவிட்டு என்னைத் திரும்ப வரும்படி கட்டளை இட்டிருக்கிறார். தேவி! தயவு செய்து என்னைத் தப்பாய் நினைக்காதீர்கள்; அதோ தெரிகிறது பாருங்கள் வால்மீகி முனிவருடைய குடில்; சுற்றி மற்ற முனிவர்களின் குடில்களும் இருக்கின்றன. நீங்கள் அங்கே போய் அவரிடம் அடைக்கலம் தேடுங்கள்; அவர் கண்டிப்பாய் உங்களைப் பாதுகாப்பார். இனி மீதி நாட்களை ராமருடைய நினைப்போடும், பகவானின் நினைப்போடும் செலவழியுங்கள்; உங்களுக்கு நல்லதே நடக்கும்" என்றான் லக்ஷ்மணன்.

அந்த வார்த்தைகளைக் கேட்டு சீதை தலை சுற்றி மயக்கமாக சாய்ந்துவிட்டாள். அப்புறம் கண்ணை விழித்துப் பார்த்து, தாங்கமுடியாத துக்கத்தோடு லக்ஷ்மணனிடம் பேச ஆரம்பித்தாள்.

"நான் முன் ஜன்மங்களில் என்ன பெரிய பாவம் செய்தேனோ, எந்த அன்பான கணவன் மனைவியைப் பிரித்தேனோ தெரியவில்லையே! அந்தப் பாவம்தான் என்னை இப்படி ஆட்டிப் படைக்கிறது. நான் பரிசுத்தமானவள் என்று

நன்றாகத் தெரிந்தே ராமர் என்னைத் தள்ளி வைத்திருக்கிறார் என்றால் நான் என்ன செய்வேன்? ரிஷிகளின் குடில்களுக்கு வந்து மகிழ்ச்சியாய்த் தங்கவேண்டும், ஒரு நாள் தங்கிவிட்டு ராமருக்கு சேவை செய்யத் திரும்பப் போகவேண்டும் என்று நினைத்த எனக்கு இப்படி ஒரு துக்கமா? 'ராமன் ஏன் உன்னைத் தள்ளி வைத்தான்?' என்று ரிஷிகள் கேட்கும்போது நான் என்ன சொல்வேன்? கங்கையில் குதித்து என் உயிரை விடவேண்டுமா? அது முடியாது. ஏனென்றால் இந்த ரகு வம்சத்தின் சந்ததியைத் தொடர வைக்கும் பொறுப்பு எனக்கு இருக்கிறதே!" என்று சொன்ன சீதை, தொடர்ந்து,

"சரி லக்ஷ்மணா, என் தலைவிதி இப்படி இருக்க நீ என்ன செய்வாய்? உன் அண்ணனின் ஆணையை நிறைவேற்றிவிட்டாய்; நீ திரும்பிப் போ; போய், என் மாமியார்களுக்கு என் நமஸ்காரத்தை சொல். ராமரை வணங்கி, நான் இப்படி சொன்னதாக நீ அவரிடம் சொல்: 'ஹே ராகவா! நான் பரிசுத்தமானவள் என்று தெரிந்தும் நீங்கள் என்னை விலக்கிவிட்டீர்கள் என்றால், அதற்குக் காரணம் ஒரு நல்ல அரசனாக உங்களுடைய பேரையும் புகழையும் காப்பாற்றிக் கொள்வதற்குதான் என்று எனக்குப் புரிகிறது. ஒரு சிறந்த அரசனின் தர்மமே தன் நாட்டு மக்களைத் தனது சகோதர சகோதரிகளாகப் பாவித்து அவர்களுக்கு நல்லது செய்வதும், பாதுகாப்பு தருவதும் தான். அதன் மூலமாக மன்னன் புகழடையவேண்டும்.

"அதனால் என் கணவரின் பேரைக் காப்பாற்றுவதற்காக இந்தத் தியாகத்தை செய்வதில் வருத்தமில்லை; ஆனால், என்னுடைய பெரிய துக்கம் என்னவென்றால், இந்த நாட்டு மக்கள் என்னைப் பற்றி இவ்வளவு கேவலமாகப் பேசிவிட்டார்களே என்றுதான். ஒரு மனைவிக்கு கணவனே கண்கண்ட தெய்வம், நண்பன், வழிகாட்டி எல்லாமே. அதனால் கணவனின் நன்மைக்காக ஒரு மனைவி தன் உயிரையுமே தியாகம் செய்வதும் சரிதான்." லக்ஷ்மணா! நான் இப்படி சொன்னதையெல்லாம் நீ ராமரிடம் சொல்"என்றாள் சீதை.

அப்புறம், "சரி, நீ புறப்படு. ஆனால் கிளம்புவதற்கு முன்னால், நீ என்னை சரியாப் பார். நான் இப்போது கர்பவதியாயிருக்கிறேன்; அதைக் கவனி" என்று சொன்னாள் சீதை.

அத்தியாயம் 92 (7.12)
சீதையை வனத்துக்கு அனுப்பிய ராமர்

அதைக் கேட்டதும் லக்ஷ்மணன் அதிர்ந்து போய்விட்டான். அவன் தரையில் விழுந்து சீதையை நமஸ்காரம் செய்துட்டு, அவளை ஒரு தடவை சுற்றி வந்து வணங்குகிறான். பிறகு, "மகாராணி, நான் என்றைக்கு நிமிர்ந்து உங்களைப் பார்த்திருக்கிறேன்? நான் என்றுமே உங்கள் பாதத்தைத் தவிர எதையுமே பார்த்ததில்லையே? இப்போது மட்டும் எப்படி நிமிர்ந்து பார்ப்பேன்?" என்று தொண்டை அடைக்கச் சொல்கிறான்.

தான் கர்ப்பமாக இருக்கிற விஷயம் லக்ஷ்மணனுக்குக் கண்டிப்பாகத் தெரிந்திருப்பது அவசியமென்று சீதைக்குத் தோன்றியிருக்கவேண்டும். அதனால்தான் அவள் அதைக் குறிப்பாய் அவனிடம் சொன்னாள் என்று நாம் எடுத்துகொள்ளலாம். சீதை புனிதமானவள் என்பதற்கு லக்ஷ்மணன் என்றுமே ஒரு சாட்சி.

லக்ஷ்மணன் அழுதவாறே படகில் ஏறி அக்கரைக்குப் போய், அங்கேயிருந்து சீதையைத் திரும்பிப் பார்த்தவாறே ரதத்தில் ஏறிப் போவதை சீதை பார்த்துக்கொண்டே நின்றாள். அவன் கண் பார்வையிலிருந்து மறைந்ததும் அவளைத் தாங்க முடியாத துக்கமும் வேதனையும் வந்து மூழ்கடித்தது. அவள் ஓவென்று பெரிய குரலில் அழுத சத்தம், காட்டில் கூவும் மயில்களின் குரல்களோடு சேர்ந்து ஒலித்தது.

குழந்தைகளே, உங்களுக்கெல்லாம் இந்தப் பகுதிக் கதையைப் படிக்கும்போது மிகவும் வேதனையாய் இருக்கிறதல்லவா? உங்களில் பல பேருக்கு ராமர் மேல் கோபம் கூட வரும். இல்லையா? காலங்காலமாய் ராமருடைய கதையைக் கேட்கிற பல பெண்களுக்கும் கூட ராமர் இப்படிச் செய்தது பெரிய தப்பு, அவர் ஒரு பாவமும் செய்யாத சீதைக்கு செய்த பெரும் கொடுமை இது என்று கோபம் வருவதுண்டு.

இது பற்றி உங்களுக்கு என்ன தோன்றுகிறது? நீங்கள் உங்கள் அப்பா அம்மாவிடம் இதைப் பற்றி பேசுகிறீர்களா?

நாம் அடுத்த பகுதியில், ராமர் இப்படி செய்தது எந்த விதத்தில் நியாயமென்று கொஞ்சம் தொடர்ந்து ஆராய்ச்சி செய்யலாம்.

-=()=-

அத்தியாயம் 93 (7.13)

சீதை இல்லாத ராமர்

கதையை தொடர்வதற்கு முன்னால், இந்த நிகழ்ச்சியைப் பற்றி நாம் கொஞ்சம் விரிவாக சிந்தித்துப் பார்க்கலாம்.

ராமருடைய நிலைமையையும் நாம் நினைத்துப் பார்க்கவேண்டும், குழந்தைகளே!

மக்கள் இப்படியெல்லாம் பேசுவார்கள் என்று அவருக்கு முன்பே தெரிந்ததால்தான், இலங்கையில் சீதையைப் பல பேர்கள் சாட்சியாய் இருக்க, தீக்குளிக்க வைத்து தன்னுடன் சேர்த்துக்கொண்டார். ஆனாலும் என்ன பயன்? நாட்டு மக்கள் தங்கள் காதில் விழுந்த எல்லா செய்திகளையும் எடுத்துக் கொள்ளவில்லையே? அவர்களுக்கு மோசமான வம்பு பேசத்தான் பிடிக்கும். ஒழுக்கம் மிக்க நல்லவங்களைப் பற்றி அவதூறு பேசி அவர்களைப் பற்றி எல்லாரும் மட்டமாய் நினைக்கிற மாதிரி பேசுவதுதான் பிடிக்கும்.

இப்படி மோசமாகப் பேசுபவர்கள் மத்தியில் நல்லவர்கள் யாராவது "இல்லை, இல்லை, இப்படி அபாண்டமாகப் பேசாதீர்கள்; ராமர் சீதையைத் தீக்குளிக்க வைத்து, அக்னி தேவன் அவளை எரிக்காமல், சீதை புனிதமானவள்தான் என்று அவளை ராமரிடம் கொண்டு சேர்த்த பிறகு தானே ராமர் அவளை ஏற்றுக்கொண்டார்?" என்று சொன்னால், பொதுவாக மக்கள் என்ன சொல்லுவார்கள் தெரியுமா?

"அடப் போய்யா, நீ! நெருப்பில் ஒரு மனுஷி குதிக்கிறதாவது; குதிச்சப்புறம் எரிந்து போகாமல் திரும்பி வருவதாவது? நீ என்ன நேரே பார்த்தாயா? ராமருக்கு சீதையின் அழகில் பயங்கரமான ஒரு மோகம். அதனால் இப்படியெல்லாம் கதை கட்டி விட்டுவிட்டு அவளைத் தன் கூடவே கூட்டிக்கொண்டு வந்திருப்பார்; அவர் தன் பெண்டாட்டியைக் கடத்திக்கொண்டு போனதற்காக ராவணனைக் கொன்று பழிவாங்கினது சரிதான்; ஆனால், ஒரு வருட காலம் ராட்சசனான ராவணனின் காவலில் இலங்கையிலேயே உயிரோடு வாழ்ந்த சீதையைக்

கூட்டிக்கொண்டு வந்தது சரியே இல்லை" என்றுதான் வாதம் செய்வார்கள்.

ராமர் பிறந்து வந்த ரகு வம்சத்துக்குக் காலம் காலமாய் நல்ல பெயர்தான் இருந்து வந்திருக்கிறது. அந்த வம்சத்து ராஜாக்கள் தர்மப்படி நாட்டு மக்களுக்கு நல்ல ஆட்சி வழங்குவதிலும், மக்களுக்கு முன் உதாரணமாய் வாழ்ந்து காட்டுவதிலும் அப்பழுக்கு இல்லாமல் நடந்துகொண்டவர்கள். அவர்கள் தங்களின் பேர் புகழை என்றும் தக்க வைத்துக்கொண்டார்கள். அதுதான் சரியான ராஜ தர்மம். அதனால், ராமருக்கும் தனது புகழுக்கும், தனது பரம்பரையின் புகழுக்கும் களங்கம் உண்டாகிற மாதிரி நடந்துகொள்ள விருப்பமில்லை.

"உலை வாயை மூடினாலும் ஊர் வாயை மூடமுடியாது" என்ற பழமொழியை முன்பே சொல்லியிருக்கிறேன் நினைவிருக்கிறதா? ஆனாலும் அதை மூட வைப்பதற்காக ராமருக்கு, ஒரு மன்னராய், தனது உயிருக்குயிரான சீதையை விட்டுப் பிரிவதைத் தவிர வேறு வழியில்லை.

சீதை மேல் அவருக்கு என்றுமே மாறாத நம்பிக்கையும், அன்பும், மனதளவில் அறுகாத பந்தமும் இருந்ததால்தான் அவர் சீதையை காட்டுக்கு அனுப்பித்த பிறகு வேறொரு கல்யாணம் செய்துகொள்ளாமல் தனியாகவே வாழ்ந்தார்.

அந்தக் கால வழக்கப்படி, ராஜாக்கள் பல மனைவிகளோடு வாழ சுதந்திரம் இருந்ததே? தர்மவான தசரதருக்கே மூன்று மனைவிகள் இருந்தார்களே? அதையெல்லாம் அந்தக் காலத்தில் நாட்டுமக்கள் யாருமே தப்பு என்று நினைத்ததில்லை. ஆனால், நாட்டின் மகாராணி மீது எந்த ஒரு கெட்ட பெயரும் இருக்கக் கூடாது என்று மக்கள் நினைத்தார்கள்!

அப்படி இருந்த கால கட்டத்தில், ராமர், மக்களின் எண்ணத்துக்கு மதிப்பு கொடுத்து, வேறு வழியே இல்லாமல்தான் சீதையை விலக்கி வைத்துவிட்டார். சீதையைப் பிரிந்தாலும் அவர் ஏக பத்தினி விரதனாக – அதாவது தனக்கு ஒரே ஒரு மனைவி மட்டும்தான் என்பதை விரதமாகவே கொண்டவராகவே இருந்தார் என்பது எவ்வளவு பெரிய விஷயம்? அதன் மூலமாய், அவர் எப்பேர்ப்பட்ட ஒரு

பெரும் முன்னுதாரணத்தை உலக மக்களுக்குக் காட்டித் தந்திருக்கிறார்?

குழந்தைகளே, இன்றைய காலகட்டத்தில் வேண்டுமானால் ராமர் சீதைக்கு செய்தது அநீதி, பெண்களுக்கு சம உரிமை தராத கொடுமை என்றெல்லாம் பேசலாம். ஆனால் பல ஆயிரக்கணக்கான காலம் முன்னால் சமூக நிலைமையும், சிந்தனையும் அப்படி இல்லை. அதை நீங்கள் புரிந்துகொள்ளவேண்டும்.

சரியா? இனி கதையைத் தொடறலாம்.

காட்டிலே, ஆசிரமத்துக்குப் பக்கத்தில், பார்க்க மகாலக்ஷ்மி போன்று அழகாக இருக்கிற ஒரு பெண்மணி தனியாய் உட்கார்ந்து அழுதுகொண்டிருக்கிற சேதியை அந்த ஆசிரமத்துப் பிள்ளைகள் வால்மீகி மகரிஷியிடம் போய் சொல்கிறார்கள். வால்மீகி மகரிஷி கண்ணை மூடி ஒரு கணம் சிந்தித்த போது, அவரது ஞான திருஷ்டியில், அங்கே வந்திருப்பது சீதைதான் என்றும், அவள் ஏன் வந்திருக்கிறாள் என்றும் தெரிந்துபோய்விடுகிறது.

அவர் கிளம்பி நேரே சீதையிடம் வந்து, மிகவும் அன்பாய், "ஜனகரின் மகளே! பிரபு ராமரின் மனைவி சீதாதேவீ! நீ ஏன் இங்கே தனியாய் வந்திருக்கிறாய் என்று எனக்குத் தெரியும். நீ கவலையே படவேண்டாம். இங்கே ஆசிரமத்தில் நிறைய ரிஷிகள், தங்கள் பத்தினிகளோடு தங்கியிருக்கிறார்கள்; நீயும் எங்களில் ஒருத்தியாய் நிம்மதியாய் இங்கே தங்கிக்கொள்ளலாம்; எல்லாரும் உன்னை அன்புடன் கவனித்துக் கொள்வார்கள்; இது உன்னுடைய சொந்த வீடு மாதிரி. வா; முதலில் இந்த தீர்த்தத்தைக் குடி!" என்று தனது கமண்டலத்திலிருந்து சீதைக்குக் குடிக்க தண்ணீர் தந்து அவளை வரவேற்கிறார்.

சீதை அவருடைய பாதத்தில் விழுந்து வணங்கி, "உங்கள் விருப்பம் எப்படியோ அப்படியே ஆகட்டும் சுவாமி!' என்று சொல்லிவிட்டு அவரைப் பின் தொடர்ந்து ஆசிரமத்துக்குப் போகிறாள். வால்மீகி முனிவர், அங்கே இருந்த ரிஷிகளின் மனைவிமார்களுக்கு சீதை யார், அவள் எப்பேர்ப்பட்ட புனிதவதி, அவள் என்ன காரணத்திற்காக அங்கே வரும்படி ஆனது என்று எல்லாவற்றையும் சொல்லி, அவளை அன்போடு, ஜாக்கிரதையாகப்

பார்த்துக்கொள்ளவேண்டுமென்று சொல்கிறார். எல்லாரும் சீதையை மலர்ந்த முகத்தோடு வரவேற்கிறார்கள். சீதைக்கும் நிம்மதி ஆயிற்று.

லக்ஷ்மணன் அயோத்திக்குத் திரும்பிச் செல்லும் வழியில், சுமந்திரரிடம் தனது மன வேதனையைச் சொல்லிப் புலம்புகிறான்:

"சுமந்திரரே! சீதை மேல் ராமர் எந்த அளவு பிரியம் வைத்திருக்கிறார் என்று எனக்குத்தான் தெரியும். அவள் புனிதவதி என்று தெரிந்தும் அவளைத் தன்னிடமிருந்து பிரித்து, காட்டுக்கு அனுப்பி, ரிஷிகளோடு தங்க வைப்பதில் அவர் படுகிற வேதனை எவ்வளவு கொடுமையாய் இருக்கும்? இதெல்லாம் விதியின் விளையாட்டு என்று சொல்லாமல் வேறு என்ன சொல்வது? சீதைக்கு அவர் செய்தது அநீதி! இந்த நாட்டு மக்கள் சீதையைப் பற்றி இப்படி அபாண்டமாய்ப் பேசியது மிகவும் தவறு. அதைக் கேட்டு ராமர் செய்ததை என்னால் ஒப்புக்கொள்ளவே முடியவில்லை" என்று மிகவும் வேதனைப் பட்டுப் பேசினான்.

அதைக் கேட்ட சுமந்திரர், "லக்ஷ்மணரே, நீங்கள் வருத்தப் படுவதில் பயனில்லை; இதெல்லாம் இப்படித்தான் நிகழும் என்பது எனக்கு முன்னாலேயே தெரிந்த ஒரு விஷயம். ராமர், சீதையை மட்டும் பிரியப் போவதில்லை; உங்களையும், பரத சத்ருக்கனர்களையும் கூடப் பிரிய நேரிடும். ராமர் வாழ்க்கையில் சதா மனவேதனையை அனுபவித்துக் கொண்டிருக்கவேண்டும் என்று தான் விதி. இதை ரிஷி துர்வாசர் தசரத மன்னரிடம் சொன்னதை நானே நேரே கேட்டிருக்கிறேன். இது ரகசியம். யாருக்கும் தெரியக் கூடாது; பார்க்கப் போனால் நான் உங்களிடம் கூடச் சொல்லியிருக்கக் கூடாது; ஆனாலும் உங்கள் வேதனயை குறைக்க இது உதவும் என்பதால் சொல்லும்படி ஆயிற்று" என்று சொன்னார் சுமந்திரர். அவர் தொடர்ந்து,

"பல வருடங்களுக்கு முன்னால், நீங்களெல்லாம் பிறந்த பிறகு, மன்னர் தசரதர், வசிஷ்ட மகரிஷியின் ஆசிரமத்துக்கு வந்திருந்த ரிஷி துர்வாசரை சந்திக்க நேர்ந்தது. அப்போது தன் பிள்ளைகளின் எதிர்காலம், தனது வம்சத்தோடு தொடர்ச்சி எப்படி இருக்குமென்று அவர் ரிஷி துர்வாசரிடம் கேட்டார்.

"அப்போது துர்வாசர், மகாவிஷ்ணுவே ராமராய் அவதரித்து வந்திருப்பதைச் சொல்லி, அப்படி விஷ்ணு மனிதப் பிறவி எடுப்பதற்குப் பின்னால் பிருகு முனிவருடைய ஒரு சாபம் இருந்தது என்பதையும், ராமர் தனது மனைவியை விட்டுப் பிரிந்து துக்கப்பட வேண்டிவரும் என்றும், ஆயினும், அவர் அயோத்தியை பல வருடங்கள் சிறப்பாய் ஆள்வார், நாட்டு மக்களின் நலனுக்காகப் பல யாகங்கள் செய்வார், அப்படி ஆண்டபிறகுதான் வைகுண்டத்துக்குத் திரும்புவார் என்றும் சொன்னார்; ராமருக்கு இரண்டு பிள்ளைகள் வாரிசாய்ப் பிறப்பார்கள் என்றும் சொன்னார். அதனால், லக்ஷ்மணரே, வீணாய் துக்கப் பட்டுக்கொண்டே இருக்காதீர்கள். ராமர் சீதையை பிரிந்த துக்கத்திலிருந்து மீண்டு வந்து, தொடர்ந்து நல்ல ஆட்சி செய்வார்; கவலை வேண்டாம்" என்று ஆறுதல் சொன்னார். அதைக் கேட்டு லக்ஷ்மணனுக்கும் மனது கொஞ்சம் அமைதியாயிற்று.

அயோத்திக்கு வந்து சேர்ந்ததும், லக்ஷ்மணன் நேரே ராமரைப் போய்ப் பார்த்தான். ராமர் சோகமே உருவாய், கண்ணீர் சிந்திக்கொண்டே சிம்மாசனத்தில் தனியாய் அமர்ந்திருப்பதைப் பார்க்க அவனுக்கு ஒரே வேதனையாய் இருந்தது.

ராமரிடம் நடந்த விவரங்களையெல்லாம் சொன்னான். ராமர் மனத்தளர்ச்சியில் ஆட்படும்போதெல்லாம் லக்ஷ்மணன்

அவருக்கு ஆறுதல் வார்த்தை சொல்லி உற்சாகப் படுத்துவது தானே வழக்கம்? அதையே இப்போதும் செய்தான்.

"ராமா! எல்லாமே விதிப்படி நடக்கிறது. நல்லறிவு உள்ளவர்கள் இதனால் துக்கப்பட மாட்டார்கள். எங்கே வளர்ச்சி இருக்கிறதோ அங்கே தேய்வும் வரும்; எங்கே செல்வம் இருக்கிறதோ அங்கே ஏழ்மையும் வரும்; எங்கே பிறப்பு இருக்கிறதோ அங்கே மரணமும் வரும். அதனால் வீணாய் 'என் மனைவி, என் பிள்ளைகள், என் உறவுகள்' என்றெல்லாம் பந்த பாசத்தை வளர்த்துக்கொண்டால், அப்புறம் எப்படியும் பிரிவு வரும்; அதன் கூட துக்கமும் வரத்தான் செய்யும்; மனதை எளிதில் அடக்க முடியாதுதான்; ஆனால், இந்த பிரிவின் வேதனையை நீ பொறுத்துக் கொள்ளலாமே? நீயே இப்படி இடிந்து போய்விட்டால், அப்புறம் இந்த நாட்டின் கதி என்ன ஆகும்? அதனால் நீ இந்த பலவீனத்திலிருந்து விடுபட்டு, உன்னை தேற்றிக் கொள்ளத்தான் வேண்டும்" என்று எடுத்து சொல்கிறான்.

ராமரும், "தம்பி, நீ சொன்ன வார்த்தைகள் உண்மையானவை. என் கட்டளையை நீ நிறைவேற்றியதில் மகிழ்ச்சி. நானும் என்னை தேற்றிக் கொள்கிறேன். நாலைந்து நாட்களாய் நான் அரசாங்க காரியம் எதையுமே கவனிக்கவில்லை. அதற்கு உன்னுடைய உதவியும் இப்போது அவசியம்" என்றார் ராமர்.

தொடர்ந்து இரண்டு பேரும் பேசிக்கொண்டிருந்தார்கள். ராமர், ஒரு மன்னன் தன்னைப் பார்க்க வருகின்ற பிரஜைகளை உடனே சந்தித்து அவர்கள் பிரச்சனைகளைக் கேட்டு தீர்வு தருவது எவ்வளவு முக்கியம் என்பதைச் சொல்கிற சில கதைகளை லக்ஷ்மணனிடம் சொல்கிறார்.

அப்புறம் ராமர், லக்ஷ்மணனை நகர வாயிலுக்கு அனுப்பி, மக்கள் யாராவது தங்களின் குறைகளை சொல்ல வந்திருந்தார்களென்றால் கையோடு கூட்டிக்கொண்டு வரச் சொன்னார். லக்ஷ்மணன் போய்ப் பார்த்தபோது அப்படி மக்கள் யாருமே இல்லை. ராம ராஜ்ஜியத்தில் எல்லா நிர்வாகமும் நல்லவர்களால் சிறப்பாக நடத்தப்பட்டதால், மக்களுக்கு ஒரு குறையும் இல்லை.

ஆனால் முதலில் ஒரு நாய், பிறகு ஒரு பருந்தும், ஒரு ஆந்தையும் ராமரிடம் தங்களின் பிரச்சனைகளை சொல்லி நீதி வழங்கச் சொன்னதாய் கதையைக் கொண்டு போகிறார் வால்மீகி மகரிஷி. அந்தக் கதைகள் மூலமாய், ராஜ தர்மங்கள், சமுதாய தர்மங்கள் இதையெல்லாம் பற்றி எடுத்து சொல்வதற்கு இந்த சம்பவங்களை உபயோகிக்கிறார் வால்மீகி முனிவர். குழந்தைகளே! இந்தக் கதையெல்லாம் உங்களுக்கு ஒன்றும் பெரிய சுவாரசியமாய் இருக்காது என்பதால் நான் அதையெல்லாம் சொல்லவில்லை. சரியா?

மறு நாள் காலையில், பார்க்கவர், ச்யவனர் என்கிற ரிஷிகளின் தலைமையில் சுமார் 100 ரிஷிகள் ராமரைச் சந்திக்க வந்தார்கள். அவர்கள் எல்லாரும் யமுனை நதிக்கரையில் வாழ்ந்து தவம் செய்து கொண்டிருந்தவர்கள். ராமர் அவர்கள் எல்லாரையும் மிகுந்த மரியாதையோடு வரவேற்று, உபசாரம் செய்து, "ரிஷிமார்களே, என்ன காரியமாய் என்னைப் பார்க்க வந்திருக்கிறீர்கள் என்று தெரிந்துகொள்ளலாமா? எதுவாயிருந்தாலும் தயக்கமில்லாமல் கேளுங்கள்; நான் உடனே நிறைவேற்றி வைக்கிறேன்" என்று சொன்னார்.

அதைக் கேட்டு சந்தோஷப் பட்ட பார்க்கவர், "சமீபகாலமாய் யமுனை நதி தீரத்தில் ரிஷிகளாகிய நாங்கள் மிகுந்த கஷ்டங்களை அனுபவித்துக்கொண்டு இருக்கிறோம். அதற்குக் காரணம், அசுரன் மதுவின் மகன் லவணன் தான். மது அசுரனாயிருந்தாலும் நல்லவன்; அவன் ரிஷிகளுக்கும், சன்னியாசிகளுக்கும், பிராமணர்களுக்கும் மரியாதை தரு பவனாய் இருந்தான். அவனுடைய நல்ல குணத்தைப் பாராட்டி, சிவபெருமான் அவனுக்கு சக்திவாய்ந்த கை வேல் ஒன்றைக் கொடுத்து, "இதை நீ உன் கூட வைத்திருக்கும் வரை, உன்னை யாராலும் வெல்ல முடியாது. இது எதிரியைத் தாக்கி, எரித்துச் சாம்பலாக்கி விட்டு உன்னிடமே திரும்பி வரும். இதை நீ தேவர்களுக்கும், முனிவர்களுக்கும் எதிராகப் பயன்படுத்தாதவரை இது உன்னிடமே இருக்கும்." என்று வரம் கொடுத்தார்.

"அவன், "இதை என் பரம்பரையே தொடர்ந்து உபயோகிக்க அருள் புரியவேண்டும், பகவானே" என்று சிவபெருமானிடம் கேட்டான். அதற்கு சிவன், "உன்னுடைய ஒரு பிள்ளைக்கு மட்டும்

நீ இதைக் கொடுக்கலாம். அவன் கையில் இந்த வேல் இருக்கும்போது அவனை யாராலும் வெல்லமுடியாது" என்று அருள் செய்தார்.

"அந்த மதுவுக்கும், ராவணனின் ஒன்றுவிட்ட சகோதரியான கும்பநாசிக்கும் பிறந்தவந்தான் இந்த லவணன். ஆனால் இவன் பயங்கரப் பொல்லாதவனாய் இருந்தான். மதுவால் கூடத் தன் மகனை கட்டுப் படுத்த முடியவில்லை; ஆனாலும் தந்தைப் பாசத்தால், தனது கை வேலை இவனிடம் தந்துவிட்டுக் காலமாகிவிட்டான். அதற்கப்புறம் இந்த லவணன், மதுவனம் என்கிற இடத்தில் வாழ்ந்துகொண்டு, தேவர்களையும் முனிவர்களையும் தாக்குவது, ஒடுக்குவது, கொடுமைப் செய்வது என்று வாழ்ந்து கொண்டிருக்கிறான். அவனுக்கு ஆகாரமே தவம் செய்கிற முனிவர்களும், காட்டில் வாழ்கிற சிங்கம் புலிகளும்தான். ராமா! அவனால் கொல்லப்பட்ட ரிஷிகள் ஏராளம். அவனை ஒழிப்பதற்காக, ராவணனையே ஜெயித்த உன் தயவை நாடி வந்திருக்கிறோம்" என்றார்கள்.

ராமரும், லவணனை அழித்து முனிவர்களுக்குப் பாதுகாப்பு தருவதாய் வாக்குறுதி தந்தார்.

அவர்களுக்கெல்லாம் விடை கொடுத்து அனுப்பிவிட்டு, ராமர் பரதனையும் சத்ருக்னனையும் கூப்பிட்டு, "ராட்சசன் லவணனை போரிட்டு அழிப்பதாய் முனிவர்களுக்கு நான் வாக்கு கொடுத்திருக்கிறேன். பரதா, சத்ருக்னா! உங்களில் யார் அவனோடு போய்ப் போரிட முன்வருவீர்கள்?" என்று கேட்டார்.

உடனே பரதன் அதைச் செய்ய முன்வந்தான். அப்போது சத்ருக்னன் குறுக்கிட்டு, "ராமா! நீ காட்டில் போய் வாழ்ந்த காலத்தில், பரதன் அயோத்தியின் நிர்வாகத்தை ஏற்று சிறப்பாக ஆட்சி செய்தான்; அதே சமயம் பரதன் கனிகளையும், கிழங்குகளையுமே சாப்பிட்டு வந்ததால், உடம்பு பலவீனப்பட்டுப் போய்விட்டான்; அவனைப் போருக்கு அனுப்புவது சரியில்லை; அவன் உனக்கான சேவையை செய்தாயிற்று. எனக்குதான் அதற்கு இது வரை வாய்ப்பு வரவில்லை. அதனால், நான் தான் அந்த லவணனை போரிட்டுக் கொல்வேன்" என்றான்.

-=()=-

அத்தியாயம் 94 (7.14)

ராமரும் சத்ருக்னனும்

ராமர் சந்தோஷத்தோடு, "சரி, அப்படியே ஆகட்டும் சத்ருக்னா! நீ லவணனை வென்று, யமுனை தீரத்தில் இருக்கிற அவனுடைய நாட்டுக்கு அரசனாவாய். அதற்காக நான் உனக்கு முன் கூட்டியே அரசனாகப் பட்டாபிஷேகம் செய்து வைத்துவிடுகிறேன். நீயும் அரசனாகி, அந்தப் பகுதி மக்களுக்கு நல்லாட்சியைத் தந்த பிறகு என்னை வந்து பார்த்தால் போதும்" என்று சொன்னார்.

அதைக் கேட்ட சத்ருக்னனுக்கு இரண்டு காரணங்களால் மிகவும் வருத்தம் வந்துவிட்டது. ஒன்று, தான் குறுக்கே பேசாமல் இருந்திருந்தால், அண்ணன் பரதன் போருக்குப் போய், மதுவை வென்று அரசனாகி யிருப்பான்; அண்ணனான அவனுக்கு அரச பதவி கிடைப்பதுதான் நியாயமென்று சத்ருக்னன் நினைக்கிறான்; இரண்டாவது, அவன் ராமரை விட்டுப் பிரிந்து போகவேண்டுமே? இப்போது ராமர் இட்ட கட்டளையை மீறவும் முடியாதே?

அதை நினைத்து அவன் வருத்தப் பட்டுப் பேச, ராமர் அவனை சமாதானப் படுத்துகிறார்.

குல குரு வசிஷ்டர் எல்லா ஏற்பாடும் செய்ய, எப்படி ராமர் ராவணனை ஜெயிப்பதற்கு முன்னாலேயே விபீஷணனை இலங்கை அரசனாக்கிப் பட்டாபிஷேகம் செய்து வைத்தாரோ, அதே மாதிரி, லவணனோடு போர் செய்வதற்கு முன்னாலேயே சத்ருக்னனை லவணனின் நாட்டுக்கு அரசனாக்கி பட்டாபிஷேகம் செய்து வைத்துவிட்டார்!

அப்புறம் அவர் சத்ருக்னனை அன்புடன் தன் மடியில் உட்கார்த்தி வைத்துக்கொண்டு, "தம்பி! இதோ இந்த அம்பை நான் உனக்குத் தருகிறேன்; இது பகவான் விஷ்ணு, மது கைடபன் என்ற இரண்டு ராட்சசர்களை கொன்று அழிக்க உபயோகித்த சக்தி வாய்ந்த அம்பு. நான் ராவணனைக் கொன்னபோது இதை உபயோகிக்காமல் வைத்திருந்தேன்; இது

கண்டிப்பாக லவணனைக் கொன்று அழிக்கும். ஆனால் நீ ஒன்றை முக்கியமாகச் செய்தாகவேண்டும். நீ லவணனின் நாட்டு எல்லைக்கு வெளியில் இருந்து அவனுடன் போர் செய்ய வேண்டும்; அப்போது அவன் கையில் சிவபெருமான் தந்த கை வேல் இல்லாமல் இருப்பதை நீ உறுதி செய்துகொள்ள வேண்டும். அப்போதுதான் நீ அவனைக் கொல்ல முடியும்.

"அதற்கு, நீ போருக்கு வருவதை அவன் எதிர்பாராத சமயம் பார்த்து அவனை சண்டைக்கு இழுக்கவேண்டும். அதற்கேற்ற சரியான காலம், மழைக்காலம் தான். மழைக்காலத்தில் யாரும் போர் செய்ய வரமாட்டார்கள் என்பதால், லவணன் தன் கையில் அந்த வேலை வைத்திருக்காமல் இருக்க சாத்தியம் அதிகம். நீ முதலில் நம் நால்வகைப் படைகளை அனுப்பி வைத்துவிட்டு, தனியாகப் பின்னாலேயே போ! நான் சொன்ன எச்சரிக்கையை மறக்காதே!" என்று சொல்லி வாழ்த்தி அனுப்பி வைத்தார்.

சத்ருக்னனும் படையை முன்னால் மதுவனம் இருக்கிற யமுனை நதிப் பகுதிக்கு அனுப்பிவிட்டு, பின்னர் ஒரு மாதம் கழித்து எல்லாரிடமும் பிரியா விடை பெற்றுக்கொண்டு தனியாகக் கிளம்பினான்.

அவன் போகிற வழியில், வால்மீகி முனிவருடைய ஆசிரமத்துக்குப் போகிறான். முனிவரும் அவனை அன்புடன் வரவேற்று, எல்லா உபசாரமும் செய்து, அவன் அன்றைய ராத்திரி அங்கே தங்க சௌகர்யமெல்லாம் செய்து தந்தார்.

அவன் அங்கே தங்கியிருந்த அந்த ராத்திரியில், இரண்டு வயதான ரிஷி பத்தினிகளின் பாதுகாப்பில் தங்கியிருந்த சீதைக்கு இரட்டைப் பிள்ளைகள் பிறந்தன! சேதி கேள்விப்பட்டதும் வால்மீகி முனிவர் போய் குழந்தைகளைப் பார்த்து, ஆசீர்வாதம் செய்து, மூத்தவனுக்கு குசன் என்றும் இளையவனுக்கு லவன் என்றும் பேர் சூட்டி வாழ்த்தினார்.

சேதி சத்ருக்னன் காதிலும் விழுந்தது; அவனுக்கும் சீதாதேவிக்கு இரட்டைப் பிள்ளைகள் பிறந்தது பற்றி சந்தோஷம். ஆனாலும், அவன் சீதையையும் குழந்தைகளையும் பார்த்தானா, சீதையை நலம் விசாரித்தானா என்று எதுவும் வால்மீகி முனிவர் இங்கே குறிப்பிடவில்லை.

மறு நாள் அவன் அங்கேயிருந்து கிளம்பி தொடர்ந்து பயணப்பட்டு, யமுனை நதி தீரத்துக்குப் போய் சேர்ந்தான். அங்கே இருந்த முனிவர்கள் அவனை வரவேற்று நன்றாக கவனித்துக் கொண்டார்கள்.

அவர்கள், லவணன் எத்தனை சக்தி வாய்ந்தவன், அவன் ராவணனாலேயே ஜெயிக்க முடியாத மாந்தாதாவை எப்படித் தனது கை வேலின் சக்தி கொண்டு கொன்று வெற்றிபெற்றான் என்று கதைகளை எடுத்து சொல்லி, "சத்ருக்னா, நீ நாளை காலையிலேயே புறப்பட்டுப் போய் அந்த லவணனைக் கொல்வாய். ஏனென்றால், அவன் காலையில் சீக்கிறமாகக் கிளம்பி, பெரும் பசியுடன் காட்டுக்குள்ளே போய், பல கொடிய மிருகங்களைப் பிடித்துத் தின்றுவிட்டுத் திரும்பி வருவான். அவன் போகும்போது கை வேலை எடுத்துக்கொண்டுப் போக மாட்டான். அதனால் அவன் திரும்பவும் நகரத்துக்குள்ளே போய் தன் ஆயுதத்தை எடுக்க விடாமல், நீ அவனை போருக்கு இழுக்கவேண்டும்" என்று ஆலோசனை சொன்னார்கள்.

அதன்படியே, சத்ருக்னன், காலையில் கையில் வில்லம்புகளோடு போய் நகர வாயிலுக்கு வெளியில் நின்றான். லவணன், ஏற்கனவே காட்டுக்குள்ளே போய் வயிறு முட்ட மிருகங்களைப் பிடித்துத் தின்றுவிட்டு, நண்பகல் நேரமாகத் திரும்ப வந்து தன் நகரத்துக்குள்ளே நுழைகிற போது, கையில் வெறும் வில்லம்புடன் ஒற்றை ஆளாய் சத்ருக்னன் நிற்பதைப் பார்க்கிறான். அவனுக்கு சிரிப்புத்தான் வருகிறது!

"அட யாரப்பா நீ? ஏதோ என்னை சண்டைக்கு இழுக்கிற மாதிரி வெறும் வில்லம்பைக் கையில் வைத்துக்கொண்டு நிக்கிறாய்? ஓ! எனக்கு ஆகாரமாய் ஆகவேண்டும் என்று ஆசைப்பட்டு நிற்கிறாயா? அடடா! நான் இன்று வயிறு முட்ட சாப்பிட்டுவிட்டேனே? உன்னை எடுத்துத் தின்ன முடியாதே? என்ன செய்ய?" என்று கிண்டலாகப் பேசுகிறான்!

அதைக் கேட்டு சத்ருக்னனுக்கு பயங்கரமாய்க் கோபம் வருகிறது. "நான் ரகு வம்சத்து தசரத மன்னருடைய மகன்; அயோத்தி மன்னர் ராமருடைய தம்பி சத்ருக்னன். நான் இப்போது உன்னை நேருக்கு நேர் போர் செய்யக் கூப்பிடுகிறேன்; உனக்கு தைரியமிருந்தால் என் கூட சண்டை செய்" என்று சொல்கிறான்.

அத்தியாயம் 94 (7.14)
ராமரும் சத்ருக்னனும்

"ஏய்! அந்த ராமன் தானே என் அம்மாவின் சகோதரன் ராவணனைக் கொன்றவன்? அவன் மீது எனக்குப் பயங்கரக் கோபம் உண்டு. என் எதிரி; அவன் தம்பியான நீயும் எனக்கு எதிரிதான்; உன்னை கொன்று போடவேண்டியது அவசியம்தான்; ஆனால் கொஞ்சம் பொறு; நான் என் அரண்மனைக்குப் போய் என் ஆயுதத்தை எடுத்துக்கொண்டு வருகிறேன்" என்று கோபத்தோடு சொன்னான் லவணன்.

"நான் உயிரோடு இருக்கும் வரை நீ என்னைத் தாண்டி ஒரு அடி வைக்க முடியாது; எதிரி வசமாய் எதிரே மாட்டியிருக்கும்போது புத்தியுள்ள எவனும் அவனை நழுவிப் போக விடமாட்டான்; இன்று உன் உயிரை எடுக்காமல் உன்னை நான் விடுவதாய் இல்லை" என்றான் சத்ருக்னன்.

வேறு வழியில்லாமல், லவணன் சத்ருக்னனோடு போருக்கு இறங்குகிறான். அவன் தன் ராட்சச பலத்தைப் பயன்படுத்தி, பெரிய மரங்களை வேரோடு பிடுங்கி சத்ருக்னனைத் தாக்குகிறான். சத்ருக்னன் பல அம்புகளை விட்டு அந்த மரங்களை பொடிப்பொடியாக்குகிறான்.

கடைசியில் ராமர் தந்த சக்தி வாய்ந்த அம்பை பயன்படுத்தி, லவணனின் மாரைக் குறிவைத்து அந்த அம்பை எய்ய, அது லவணனைத் தாக்கிக் கொன்று போட்டுவிட்டது.

ஆகாயத்தில் தேவர்களெல்லாம் கூடி, பொல்லாத ராட்சசன் லவணனை சத்ருக்னன் கொன்று போட்டதைக் கொண்டாடி வாழ்த்துகிறார்கள். சத்ருக்னன் அவர்களையெல்லாம் வணங்கி, "நான் இந்த மதுவனத்தில் லவணனின் ஆட்சியில் இருந்த பிரதேசங்களுக்கு அரசனாகி, இங்கே ஒரு பிரம்மாண்டமான அழகிய தலை நகரை உருவாக்க நீங்கள் ஆசி தரவேண்டும்" என்று வேண்டிக்கொண்டான்.

விரைவிலேயே, சத்ருக்னன் ஏற்கனவே வரவழைத்திருந்த நால்வகைப் படைகளை யமுனைக் கரையிலிருந்த முகாமிலிருந்து அங்கே வரவழைத்து, தனது ஆட்சியை நிறுவுகிறான்.

அடுத்த 12 ஆண்டுகள் அவன் சிறப்பாக நாட்டை ஆட்சி செய்து, தனது தலை நகரையும் செல்வச் செழிப்பு மிக்க ஒரு பிரம்மாண்டமான நகரமாய் உருவாக்கினான். அவனுக்கு தான் திரும்பி அயோத்திக்குப் போய் ராமரை

தரிசிக்கவேண்டுமென்று தீவிர வேட்கை வருகிறது. உடனே அங்கேயிருந்து தன் சேவகர்கள், காவல் வீரர்கள், மேலும் பலரும் உடன் வரக் கிளம்பி அயோத்திக்குப் பயணப்பட்டு, வழியில் முன்பு போலவே வால்மீகி முனிவருடைய குடிலுக்கு வருகிறான்.

வால்மீகி முனிவர் அவனை மரியாதையுடன் வரவேற்று, அவனுக்கும் அவன் கூட வந்தவர்களுக்கும் சாப்பாடெல்லாம் ஏற்பாடு செய்து தந்து நன்றாக உபசாரம் செய்கிறார். பகல் உணவு உண்டதும் எல்லாருமாய் ஓய்வெடுக்கப் போனார்கள்.

அப்போது சத்ருக்னன், அவன் கூட வந்தவர்கள் எல்லார் காதிலும் சம்ஸ்கிருதத்தில் இயற்றப்பட்ட ராமருடைய கதை நல்ல இசையோடும், தாள வாத்தியங்களோடும் பாடப்படுவது கேட்கிறது. ராமர் பிறந்ததிலிருந்து தொடங்கி அவருடைய வாழ்க்கையில் நடந்த எல்லா சம்பவங்களும் அருமையான பாட்டு வடிவில் கேட்கக் கேட்க சத்ருக்னனுக்கு உடம்பெல்லாம் புல்லரிக்கிறது; கண்ணிலிருந்து ஆனந்தக் கண்ணீர் வழிகிறது. அவன் கூட வந்தவர்களுக்கும் அதைக் கேட்டு மனது மிகவும் இளகிப்போயிற்று. "ஆஹா! என்ன ஒரு அற்புதம்!" என்று எல்லாரும் வியந்து போகிறார்கள்.

"மன்னரே! நாம் கேட்ட இந்த அற்புதப் பாடல்கள் எங்கேயிருந்து வந்தன? இது எப்படி நடந்தது? ஒன்றுமே புரியவில்லையே? கொஞ்சம் வால்மீகி முனிவரிடம் கேட்கிறீர்களா?" என்று சத்ருக்னனிடம் சொல்கிறார்கள்.

அதற்கு சத்ருக்னன், "இது ஒரு தவ முனிவருடைய குடில்! அவருக்கு எத்தனையோ சக்திகள் உண்டு; இங்கே இன்னும் என்னென்னவோ அற்புதங்கள் இருக்கும். இதைப் பற்றியெல்லாம் முனிவரிடம் விசாரிப்பது மரியாதையாய் இருக்காது" என்று சொல்லிவிட்டான்

அன்றைய ராத்திரியும் அவன் அந்தப் பாடல்களைக் கேட்கமுடிந்தது; அவனால் பரவசத்தில் சரியாகத் தூங்கக் கூட முடியவில்லை.

குழந்தைகளே! அவன் கேட்டது வால்மீகி ராமாயணம்தான் என்று உங்களுக்கே தெரியும், இல்லையா? அதை அவன் கேட்கப் பாடியது யார்? ஒருவேளை லவ குசர்கள் தானோ? அவர்களுக்கு இப்போது பன்னிரண்டு வயது ஆயிருக்குமே? இம்முறையாவது சத்ருக்னன் சீதா தேவியைப்

அத்தியாயம் 94 (7.14)
ராமரும் சத்ருக்னனும்

போய்ப் பார்த்தானா, லவ குசர்களை சந்தித்தானா என்று எதுவும் வால்மீகி முனிவர் கதையில் சொல்லவே இல்லை.

மறு நாள் சத்ருக்னன் தொடர்ந்து பயணம் செய்து, அயோத்திக்கு வந்து சேர்ந்தான். நேரே ராமரை அவருடைய அரச சபையில் போய்ப் பார்த்தான்.

பன்னிரண்டு வருடம் கழித்து சகோதரர்கள் மீண்டும் சந்தித்துக் கொள்வதில் எல்லார் கண்ணிலும் ஆனந்தக் கண்ணீர். "ராமா! உன் கட்டளைப் படி லவணனைக் கொன்று, அங்கே ஒரு நல்ல ஆட்சியை நிறுவி, மக்களுக்கெல்லாம் பாதுகாப்பு தந்துவிட்டேன். உன்னைப் பிரிந்து 12 ஆண்டுகள் பல்லைக் கடித்துக்கொண்டு வேதனையை பொறுத்துக் கொண்டேன். ராமா! எனக்கு இனிமேல் அங்கே திரும்பப் போக வேண்டாம்; நான் உன் கூடத்தான் இருப்பேன். உன்னைப் பிரிந்து என்னால் இனிமேலும் இருக்க முடியாது!' என்று சொல்லிக் கண்ணீர் விட்டான்.

ராமர் அவனுக்கு ஆறுதல் தந்து அன்புடன் சொன்னார், "சத்ருக்னா! நீ இப்போது ஒரு நாட்டின் ராஜா. அரசனின் கடமை தனது நாட்டு மக்களைப் பாதுகாத்து அவர்களுக்கு நல்ல ஆட்சியைத் தருவதுதான். நீயும் எனக்கு உயிருக்கும் உயிரானவன் தான். இருந்தாலும் நாமெல்லாம் க்ஷத்திரிய தர்மத்தை கைவிடக் கூடாது. நீ என் கூட ஏழு நாட்கள் தங்கியிரு; அப்புறம் உன் நாட்டுக்குத் திரும்பிப் போ; அவ்வப்போது வந்து என்னைப் பார்த்துவிட்டுப் போ! அது போதும்" என்று சொன்னார்.

அப்படியே சத்ருக்னனும் ஏழு நாட்கள் அரண்மனையில் தங்கியிருந்தான். தன் சகோதர்கள், தாய்மார்கள், நண்பர்கள், உறவினர்களோடு மகிழ்ச்சியாய் நேரத்தை செலவழித்தான்.

ஒரு வாரம் போனதும் பிரியா விடை பெற்றுகொண்டு, கனத்த மனதோடு தனது நாட்டுக்குத் திரும்பிப் போனான்.

-=()=-

அத்தியாயம் 95 (7.15)

சம்புகனை ராமர் கொல்லுதல்

சில நாட்களுக்கு பிறகு, ஒரு நாள் கிராமப்புறத்திலிருந்து வந்திருந்த ஒரு பிராமணன், அரண்மனை நுழைவாயிலின் வெளியே நின்று அழுது கொண்டிருந்தான். அவன் தன் தோளில் செத்துப்போன அவனது பதினைந்து வயது மகனின் பிணத்தை சுமந்து கொண்டு, அங்கு கூடியிருந்த எல்லோரையும் பார்த்துப் பெரிய குரலில் புலம்பினான்:

"ராமருடைய ஆட்சி தர்ம ஆட்சி, இங்கே வயதானவர் உயிரோடு இருக்கும்போது பிள்ளைகள் யாரும் சாகமாட்டார்கள் என்று எல்லாரும் பேசுகிறார்கள்; ஆனால் என் பிள்ளை அநியாயமாய்ச் செத்து விட்டானே? அப்படியானால், நாட்டில் எங்கேயோ தர்மம் கெட்டுக்கிடக்கிறது, அதை ராஜா ராமர் கவனித்துச் சரியாக்கவில்லை என்று தானே அர்த்தம்? ராஜா சரியில்லையென்றால் இப்படித்தான் அகால மரணம் நேரும். என் பிள்ளையே போய்விட்டான்; இனி நான் உயிரோடு இருந்து என்ன பிரயோஜனம்? நான் செத்த பிறகு எனக்கு பித்ரு கர்மா செய்ய யாருமில்லையே? இப்படி நாட்டில் ஒரு ஆட்சி நடந்தால் எல்லாம் கெட்டுக் குட்டிச்சுவராகத்தான் போகும்" என்று சொல்லி ராமரை வசை பாடிக்கொண்டிருந்தான் அந்த பிராமணன்.

செய்தி ராமருக்குப் போய்ச் சேர்ந்தது. ராமருக்கு மிகவும் அதிர்ச்சியாகிவிட்டது. உடனே தனது ராஜ சபையைக் கூட்டுகிறார். அதில் வசிஷ்டர், வாமதேவர் எனும் முனிவர்களும், மார்க்கண்டேயர், மௌத்கஜர், காச்யபர், காத்யாயனர், ஜாபாலி, கௌதமர், நாரதர் போன்ற ரிஷிகளும் பங்கெடுத்தார்கள். வாசலில் நீதி கேட்டு வந்து நிற்கும் பிராமணனுக்கு என்ன நியாயம் வழங்குவது, இப்படி ஒரு அகால

மரணம் நாட்டில் நிகழ்வதற்கு காரணம் என்னவாயிருக்கும் என்று ராமர் பணிவோடு அவர்களிடம் கேட்கிறார்.

அப்போது நாரதர் எழுந்து பேச ஆரம்பிக்கிறார்.

குழந்தைகளே! நாரதர் என்ன சொன்னார் என்பதைப் பார்ப்பதற்கு முன்னால், நான் உங்களுக்கு, பண்டைய காலங்களில் பாரதத்தில் நிலவியிருந்த வர்ணாசிரம தர்மம் பற்றி கொஞ்சம் விளக்கிச் சொல்லவேண்டும். பிராமணர், க்ஷத்திரியர், வைசியர், சூத்ரர் என்று அந்தக் கால சமுதாய மக்கள் நான்கு பிரிவாக, அதாவது வர்ணங்களாகப் பிரிக்கப் பட்டிருந்தார்கள்.

பிராமணர்களின் முக்கிய கடமை வேதத்தைக் கற்பது, அதை முறைப்படி தினந்தோறும் ஓதுவது, அதை தங்களின் அடுத்தடுத்த தலைமுறையினருக்கு கற்றுக்கொடுப்பது, முறைப்படி தினந்தோறும் அக்னி வளர்த்து ஹோமம் செய்வது, வேத நியமப்படி மற்ற மக்கள் செய்யவேண்டிய முக்கிய கர்மாக்களை செய்விப்பது, ராஜாக்களுக்கு வேண்டி யாகங்கள் நடத்துவது, ஆசிரியர்களாய் இருந்து வேதம் சார்ந்த சமுதாயக் கல்வி, கலைகள், வில்வித்தையாகிய தனுர் வேதத்தைக் கற்றுக் கொடுப்பது இப்படியெல்லாம் இருந்தது. பிராமணர்கள் எப்போதும் தர்மத்தையே கடை பிடிக்கவேண்டும், பொய் புரட்டு செய்யக் கூடாது, தூய்மையான வாழ்க்கையை எப்போதும் மேற்கொள்ளவேண்டும், அஹிம்சையைக் கடைப்பிடிக்கவேண்டும், பகவானை சதா நினைக்கவேண்டும். அவர்கள் ஆயுதம் எடுத்துப் போரெல்லாம் செய்யக் கூடாது.

பிராமணர்கள் எப்போதும் எளிமையாய், எந்த ஆடம்பரமும் இல்லாமல், கிட்டத்தட்ட ஒரு சாமானியமான ஏழை, அல்லது நடுத்தர வருமானமுள்ள மனிதனின் வாழ்க்கை போலத்தான் வாழவேண்டும். தானமாக வரும் பணம், பொன், பசு, நிலம் இதெல்லாம் ஏற்றுக்கொள்ளலாமே தவிர, அவர்கள் வேறு எந்த தொழிலோ, வியாபாரமோ செய்து பணம் சம்பாதிக்கக் கூடாது. அவர்கள் செய்கிற ஹோமம், தரும் கல்வி இவற்றுக்கெல்லாம் அவர்களுக்கு தட்சணையாய் மக்கள் என்ன விருப்பப் பட்டுக் கொடுக்கிறார்களோ அதை பேசாமல் வாங்கிக்கொள்ள வேண்டும். 'எனக்கு இவ்வளவு பணம் தந்தால்தான் செய்வேன்'னு அவர்கள் எதையும் வற்புறுத்திக்

கேட்டு வாங்கவே கூடாது. வயதான பிறகு, குடும்பத்தை விட்டு, காட்டுக்குப் போய்த் தவ வாழ்க்கை வாழ்ந்து மோட்சம் அடையப் பாடுபடவேண்டும். மோட்சம் என்றால் விடுதலை; இனிமேல் மீண்டும் பூமியில் வந்து பிறக்காமல் பகவானோடு ஒன்றாய் ஆகிடுவது என்று அர்த்தம்.

அந்தக் காலத்தில், இப்படியெல்லாம் வாழ்ந்த பிராமணர்களுக்கு சமுதாயமே மிகுந்த மதிப்பும் மரியாதையும் கொடுத்தது. பிராமணர்களின் தேவைகளையெல்லாம் அந்தக்கால ராஜாக்கள் தாரளமாய்த் தானமாகத் தந்து நன்றாகப் பார்த்துக்கொண்டார்கள்.

அடுத்து க்ஷத்ரிய வர்ணம். க்ஷத்திரியர்களின் கடமை நாட்டை ஆள்வதும், நிர்வாகம் செய்வதும்; நாட்டை எதிரிகள் வந்து தாக்கினால், போர் செய்து அவர்களை ஜெயிப்பது; நாட்டில் மக்கள் தர்மப்படி வாழ்வதை அவர்கள் உறுதி செய்ய வேண்டும். தப்பு செய்கிறவர்கள், திருடர்கள், ஏமாற்றுப் பேர்வழிகளுக்கு தண்டனை கொடுப்பது; நாட்டு மக்கள் சுபிட்சமாய், நல்லபடியாய் வாழ்க்கை நடத்த எவற்றையெல்லாம் செய்யவேண்டுமோ அவற்றையெல்லாம் செய்வது -- இவையெல்லாம் அவர்கள் கடமையாய் இருந்தது. க்ஷத்திரியர்கள் வேதம் படித்தார்கள்; ஆனால் அவர்கள் பிராமணர்கள் மாதிரி வேதம் ஓத அனுமதி இல்லை. க்ஷத்திரியர்கள் செல்வம் சேர்த்து ராஜபோகமாய் எல்லா சுகங்களையும் அனுபவிக்க அனுமதி இருந்தது.

அடுத்தபடி வைசியர்கள். வைசியர்கள் வியாபாரம், தொழில், விவசாயம் எல்லாம் செய்து பணம் சம்பாதிக்கலாம். அவர்களும் செல்வம், சொத்து எல்லாம் இஷ்டப்படி சேர்த்து சுக போகமாய் வாழலாம். அவர்களுக்கும் வேதக் கல்வி உண்டு. ஆனால் வேதம் ஓத அனுமதி இல்லை.

அடுத்தபடி சூத்ரர்கள். சூத்ரர்கள், மேற் சொன்ன வர்ணத்தவர்களுக்காக வேலை செய்கிறவர்கள். அவர்களுக்கு சாதாரண உலகியல் கல்வி உண்டே தவிர வேதக் கல்வி கிடையாது. அவர்கள் வேதம் படிக்கக் கூடாது. அவர்கள் மற்ற வர்ணத்தவர் செய்கிற எந்தக் காரியத்திலும் இறங்கக் கூடாது. சூத்ரர்களே எல்லா அடிமட்ட வேலைகளையும் செய்வார்கள். நிலத்தில் உழுது பாடுபடுவார்கள்; வாகனங்கள் ஓட்டுவார்கள்; ஆடு மாடு மேய்ப்பார்கள்; மற்ற வர்ணத்தவர்களுக்கு வேண்டிய

அத்தியாயம் 95 (7.15)
சம்புகனை ராமர் கொல்லுதல்

எல்லா எடுபிடி வேலைகளும் சகாயங்களும் செய்கிறவர்கள் அவர்களே.

பொதுவாகவே எல்லா வர்ணத்தவர்களும் இந்த சமுதாய அமைப்பை ஏற்றுக்கொண்டு, முடிந்த அளவு மீறாமல் நடந்தார்கள். அதனால், அனாவசியமான போட்டி, பொறாமை, வயற்றெறிச்சல், சண்டை சச்சரவு எல்லாம் மிகவும் குறைவாய், சமுதாயம் அதன் போக்கில் பெரும்பாலும் அமைதியாகப் போய்க் கொண்டிருந்தது.

அந்தக் காலத்து ராஜாக்கள், இந்த வர்ணாசிரம தர்மம் மீறப்படாமல் இருப்பதை உறுதி செய்தார்கள். அப்படி மீறி எங்கேயாவது தப்பு நடந்தால், அதைக் கடுமையாய் தண்டித்து நிறுத்தினார்கள். எது தர்மம், எது அதர்மம் என்றெல்லாம் சந்தேகம் வரும்போது ராஜாக்கள், சாஸ்திரம் நன்கு அறிந்த பிராமணர்களிடம் ஆலோசனை கேட்டு, அதன்படி நடந்தார்கள்.

குழந்தைகளே, அந்தக் கால சமுதாய நிலைமை எப்படி இருந்தது என்று புரிந்து கொண்டீர்கள் இல்லையா? இப்போது நாரதர் ராமரிடம் என்ன சொன்னார் என்று பார்ப்போம். அவர் சொன்னதை உங்களால் இப்போது தெளிவாகப் புரிந்து கொள்ள முடியும்.

நாரதர் சொன்னார், "ராமா, இன்று இந்த பிராமணருக்கு இப்படி நேர்ந்திருக்கிறதென்றால், எங்கேயோ வர்ணாசிரம தர்மம் மீறப்பட்டிருக்கிறது என்று அர்த்தம். அதன் பாதிப்புதான் இது.

"ராமா! போன யுகமான க்ருத யுகத்தில் பிராமணர்களே சமுதாயத்தில் மிகுந்த மேலான நிலையில் இருந்தார்கள்; தவம் செய்கிற உரிமை அந்த யுகத்தில் அவர்களுக்கு மட்டுமே இருந்தது.

"இப்போது நீ ஆட்சி செய்கிற இந்த திரேதா யுகத்தில், க்ஷத்ரியர்கள் மிகவும் மேம்பாடு அடைந்தவர்களாக இருக்கிறார்கள். அதனால் பிராமணர்களும் க்ஷத்திரியர்களும் சமமான அந்தஸ்த்தில் இருக்கிறார்கள். இந்த யுகத்தில் ப்ராமணர்கள், க்ஷத்திரியர்கள் இரண்டு வர்ணத்தவருக்குமே தவம் செய்ய சாஸ்திரப்படி உரிமை இருக்கிறது. ஆனால், வைசியர்களும் சூத்ரர்களும் தவம் செய்வது தடை செய்யப் பட்டிருக்கிறது. இனி எதிர்காலத்தில் வரவிருக்கும் துவாபர

யுகத்தில், பிராமணர்களும், க்ஷத்ரியர்களும் கொஞ்சம் ஒளி மங்கிப் போவார்கள்; வைசியர்கள் இன்னும் முன்னேறி இருப்பார்கள். அதனால் பிராமணர், க்ஷத்ரியர், வைசியர் என்று மூன்று வர்ணத்தவருமே சமமான அந்தஸ்தில் இருப்பார்கள். அதனால் வைசியர்களுக்கும் தவம் செய்கிற உரிமை கிடைக்கும். ஆனால் அப்போதும் சூத்ரர்களுக்கு அது தடை செய்யப்பட்டிருக்கும்.

"அடுத்து வரும் கலியுகத்தில், சூத்ரர்கள் மேம்பாடு அடைவார்கள். மற்ற வர்ணத்தவர்கள் தங்களின் ஒழுக்கங்களையும் தர்மங்களையும் கைவிட்டு கீழான கதிக்குப் போவார்கள். கலியுகத்தில் சூத்ரர்கள் கையே ஓங்கி இருக்கும். கலியுகத்தில் அவர்களுக்கும் தவம் செய்கிற உரிமை உண்டு." இப்படியெல்லாம் விளக்கிய நாரதர்,

"ராமா, ஆக நாம் வாழ்கிற இந்தக் கால கட்டத்தில் சூத்ரர்கள் தவம் செய்தால் அது கேட்டில் போய் முடியும். அது போல எங்கோ நடக்கிறது என்று நினைக்கிறேன். நீ உடனே அதைக் கண்டுபிடித்து, தக்க தண்டனை கொடுக்கவேண்டும்; அதை செய்தால் இந்தப் பிராமணனுக்கும் நிவாரணம் கிடைக்கும்" என்று சொன்னார்.

தொடர்ந்து நாரதர் லக்ஷ்மணன்னிடம், "நீ போய் அந்த பிராமணரிடம் பேசி சமாதானப் படுத்தி, அவருடைய மகனின் உடம்பை அழுகிப் போகாமல் பாதுக்காக்க ஒரு எண்ணைத் தொட்டியில் எண்ணையோடு வாசனை திரவியங்கள் சேர்த்துப் பத்திரப் படுத்து" என்று சொல்லி அனுப்பினார்.

ராமர் கால தாமதம் செய்யாமல், புஷ்பக விமானத்தை வரவழைத்து அதில் ஏறி வடக்கு திசையில் தேடிக்கொண்டே போகிறார்; எங்கேயாவது எவனாவது தவம் செய்துகொண்டிருக்கிறானா என்று பார்த்துக்கொண்டே போகிறார். இப்படியே மேற்கேயும், கிழக்கேயும் போய்த் தேடுகிறார். கடைசியில் தென் திசையில் பயணித்தப்போது, அவர் ஒரு இடத்தில் ஒரு ஆள் தலைகீழாய் நின்று தவம் செய்துகொண்டிருப்பதைப் பார்த்துவிடுகிறார். உடனே புஷ்பக விமானத்தை அவனருகில் கொண்டு நிறுத்தி இறங்கிக்கொண்டு, அவனிடம் ராமர் விசாரிக்கிறார்.

அத்தியாயம் 95 (7.15)
சம்புகனை ராமர் கொல்லுதல்

"ஐயா, நீங்கள் யார்? எந்த நோக்கத்துக்காகத் தவம் செய்துகொண்டிருக்கிறீர்கள்? நீங்கள் எந்த வர்ணத்தை சேர்ந்தவர் என்று சொல்லமுடியுமா?" என்று கேட்டார்.

அந்த ஆள் தயங்கிக்கொண்டே, "நான் இந்த மனித உடம்புடனேயே மேலுலகம் போகவேண்டும் என்கிற ஆசையில் தவம் செய்துகொண்டிருக்கிறேன்; நான் ஒரு சூத்ரன்; என் பெயர் சம்புகன்" என்று உண்மையை சொல்கிறான்.

அடுத்த கணம், ராமர் வாளை எடுத்து அவன் கழுத்தை ஒரே சீவாகச் சீவி அவனைக் கொன்று போட்டுவிடுகிறார்.

இப்படி ராமர், அவர் வாழ்ந்த யுகத்துக்கான ஒரு தர்மத்தை நிலை நாட்டியதற்காகப் பாராட்டி தேவர்கள் பூமாரி பொழிந்தார்கள். இந்திரன், அக்னி முதலான தேவர்கள் ராமரிடம் வந்து பாராட்டி, "ராமா, நீ செய்த இந்தக் காரியத்திற்காக உனக்கு வேண்டிய வரத்தைத் தரத் தயாராய் இருக்கிறோம்; கேள்" என்று சொன்னார்கள்.

ராமர் அவர்களை வணங்கி, "இந்த சம்புகனின் தவறான செயலினால் ஒரு பிராமணருடைய மகன் அகாலமாய் சாகும்படி நேர்ந்துவிட்டது. அந்தச் சிறுவனை நீங்கள் உயிர் பிழைக்க வைக்கவேண்டும்" என்று பிரார்த்திக்கிறார். தேவேந்திரனும் "அப்படியே ஆகட்டும்!" என்று சொல்லிவிட்டு, "ராமா, நாங்கள் இப்போது ரிஷி அகஸ்தியரைப் பார்க்கப் போய்க் கொண்டிருக்கிறோம்; நீயும் வருகிறாயா?" என்று கேட்க, ராமரும் புஷ்பக விமானத்தில் ஏறி, அவர்கள் பின்னாலேயே பிரயாணப் பட்டு, அகஸ்திய மகரிஷியைப் பார்க்கப் போனார்.

குழந்தைகளே, இந்த சம்புகன் கதையையும் நான் உங்களுக்கு ஏன் விரிவாக சொன்னேன் தெரியுமா? இந்தக் காலத்தில் பல பேரும் ராமரைப் பற்றி, "அவர் வாலியைக் கொன்றது தப்பு; சீதையைக் தீக்குளிக்க வைத்தது மிகவும் தப்பு; சீதையைக் காட்டுக்கு அனுப்பியது அதைவிடத் தப்பு; அவ்வாறே, ஒரு சூத்ரன் தவம் செய்தான் என்று அவனைக் கொன்றது ஒரு சமுதாய அநீதி; இந்த ராமரெல்லாம் ஒரு தெய்வமா? அவரைப் போய்க் கும்பிடுகிறீர்களே' என்று பலரும் தப்பாகப் பேசுகிறார்கள்.

ராமர் சம்புகனைக் கொன்றதன் பின்னால் இருக்கும் இரண்டு விஷயங்களைக் கவனிக்கவேண்டும். சம்புகன் எந்த நோக்கத்தோடு தவம் செய்வதாய்ச் சொன்னான்? அவன் தன் மனித உடம்புடனேயே மேலுலகம் போகவேண்டுமென்று சொன்னான். அது சாத்தியமில்லை என்பது உங்களுக்கே தெரியும் இல்லையா? உங்களுக்கு விசுவாமித்ரர் - திரிசங்கு மகாராஜா கதை நினைவிருக்கிருதல்லவா? திரிசங்கு மகாராஜாவும் அதுதானே ஆசைப்பட்டான்? ஆனால் தேவேந்திரன் அவனை சொர்க்கத்திலேயே நுழைய விடவில்லையே? நினைவிருக்கிறதல்லவா?

ஒரு வேளை அது முடியாது என்று தெரிந்தால், அவன் வேறு வரம் எதையாவது கேட்டு, 'நான் யாரை வேண்டுமானாலும் போரிட்டு அழிக்கும் சக்தி வேண்டும், அது இது' என்று வரம் கேட்டு வாங்கினான் என்றால் அதுவும் கெடுதல் தானே?

தகுதியும் நிதானமும் உள்ளவனுக்கு ஒரு பயங்கர சக்தி கிடைப்பதற்கும், அது இல்லாதவனுக்கு அதே சக்தி கிடைப்பதற்கும் வித்தியாசம் இருக்கிறது. அசுரர்களான இரணியன், இரணியாட்சன் போன்றவர்களும், ராட்சசர்களான ராவணன் போன்றவர்களும் தமது தவ வலிமையால் பயங்கர சக்தி பெற்று எத்தனை அட்டூழியங்கள் செய்தார்கள் என்று உங்களுக்கே தெரியுமே? அதே மாதிரி சம்புகனும் ஆகிவிட்டால்? அதனால் தான் ராமர் அவனை அழித்தார் எனலாம்.

இரண்டாவதாய், நாம் வாழ்ந்துகொண்டிருக்கிற கலியுகத்தின் தர்மம் வேறு, பல ஆயிரம் வருடங்களுக்கு முன்னால் வாழ்ந்த ராமருடைய யுகத்தில் இருந்த சமுதாய தர்மம் வேறு. அந்தக் கால சமுதாய தர்மத்தை நிலை நிறுத்துவதற்காக ராமர் ஒரு அரசனாய்த் தம் கடமையை செய்து சம்புகனை கொன்றார். அவ்வளவு தான். ஒருக்கால் இந்தக் காலத்தில் ராமர் இருந்தார் என்றால் அவர் ஒரு நாளும் இதை செய்திருக்கப் போவது இல்லை. காரணம், இந்தக் கலியுகத்தில், சூத்ரர்கள் எல்லா விதத்திலும் மேம்படுவதை சமுதாய அமைப்பும், அரசியல் சாசனமும், சட்டங்களும், நியமங்களும் உறுதி செய்கின்றன.

குழந்தைகளே, இதெல்லாம் உங்களுக்கு இப்போது தெளிவாகப் புரியாவிட்டாலும் பரவாயில்லை. எதற்கும்

அத்தியாயம் 95 (7.15)
சம்புகனை ராமர் கொல்லுதல்

இருக்கட்டுமென்று நான் உங்கள் காதில் இதையெல்லாம் போட்டு வைத்தேன். அவ்வளவுதான். நீங்கள் வளர்ந்த பிறகு இதெல்லாம் இன்னும் தெளிவாய் புரியும். என்ன?

-=()=-

அத்தியாயம் 96 (7.16)

ராமரின் முன் பாடிய லவ குசர்கள்

சென்ற அத்தியாயத்தில், அகஸ்திய முனிவரைச் சந்திக்க தேவர்கள் சென்றதையும், அவர்கள் விருப்பத்துக்கிணங்க ராமர் அவர்களைப் பின் தொடர்ந்ததையும் பார்த்தோம். முதலில் தேவர்கள் போய் அகஸ்திய முனிவரைப் பார்த்தார்கள்; முனிவர் அவர்களை மிகுந்த மரியாதையுடன் வரவேற்று அவர்களை வணங்கினார்; அவர்களும் அவரிடம் நலம் விசாரித்துவிட்டுக் கிளம்பிவிட்டார்கள். அப்புறம் ராமர் புஷ்பக விமானத்திலிருந்து இறங்கி, அகஸ்திய முனிவரிடம் போகிறார்.

முனிவருக்கு ராமர் வந்திருப்பதைப் பார்த்து மிகுந்த சந்தோஷம். அவருக்கு உபசாரம் செய்து, தனதருகில் உட்கார வைத்துக்கொண்டு, "ராமா, எனக்கே உன்னைப் பார்கவேண்டுமென்று தோன்றிக்கொண்டிருந்தது; நீயே வந்துவிட்டாய்; உன்னைப் பார்ப்பதில் எனக்கு ஏன் இவ்வளவு சந்தோஷம் தெரியுமா? நீ சாக்ஷாத் மகா விஷ்ணுவே அல்லவா? அதனால்தான்! எல்லா உலகங்களும் உனக்குள்ளே குடியிருக்கின்றன; நீதான் பரம புருஷன்; சகல ஜீவராசிகளுக்கும் பகவான் நீதான். உனக்கு சமர்ப்பிக்கவேண்டுமென்று நான் என்னிடம் தேவ சிற்பி உண்டாக்கிய மிக அபூர்வமான இந்தத் தங்க மாலையை வைத்திருக்கிறேன்; அதை உனக்கு சமர்ப்பிக்க ஆசைப்படுகிறேன்!" என்று சொன்னார்.

ராமர் முதலில் அதை வாங்கிக்கொள்ளத் தயங்கினாலும், பின்னால் முனிவர் வற்புறுத்தியதால் ஏற்றுக்கொண்டார். முனிவருடைய விருப்பத்துக்கிணங்க, ராமர் அன்று அவர் கூடவே தங்கினார். அந்த நகை எப்படி அகஸ்தியரிடம் வந்தது என்று ராமர் கேட்க, அந்த நகையின் பின்னணி

பற்றி அகஸ்தியர் ராமருக்குக் கதையாய் எடுத்துச் சொன்னார்; தொடர்ந்து தனது வாழ்க்கை சரித்திரத்தையும் அகஸ்தியர் ராமரிடம் சொன்னார். குழந்தைகளே! அந்தக் கதைகளெல்லாம் உங்களுக்கு அவ்வளவு சுவாரசியமாகப் படாது என்பதால் நான் அதையெல்லாம் இங்கே சொல்லப் போவதில்லை. சரியா?

மறு நாள், ராமர் அகஸ்திய முனிவரிடம் பிரியா விடை பெற்றுக்கொண்டு, திரும்ப அயோத்திக்கு வந்து சேர்ந்தார்.

வந்ததும், பரதனையும் லக்ஷ்மணனையும் வரவழைத்து, "எனக்கு ஒரு ராஜசூய யாகம் செய்யலாமென்று தோன்றுகிறது. பல ராஜாக்களும், தேவர்களும் அதை செய்து பெரிய பராக்கிரமசாலிகளாய் ஆனார்கள் என்று கேள்விப்பட்டிருக்கிறேன்; அதனால்தான் உங்களிடம் ஆலோசனை கேட்கறேன்" என்றார்.

அப்போது பரதன், கை கூப்பிக்கொண்டே சொல்கிறான்; "ராமா, சாமானியமான ராஜாக்கள் தங்களுக்கு ஆட்சி, அதிகாரம், மண்ணாசை, பெயர், புகழ் எல்லாம் பெற வேண்டி ராஜசூய யாகம் செய்வார்கள்; ஆனால் நீ என்ன சாதாரண அரசனா? இந்த பரத கண்டத்தில் இருக்கிற ராஜாக்களெல்லாருமே உன்னை மதிக்கிறார்கள்; கொண்டாடுகிறார்கள்; நாட்டு மக்கள் உன் மீது கொண்டிருக்கிற பிரியமும், மரியாதையும் சாமானியமில்லை; உன்னுடைய பேர் புகழெல்லாம் எல்லாத் திக்கிலும் பரவியிருக்கிறது; நிலைமை இப்படி இருக்க, உனக்கெதற்கு ராஜ சூய யாகம்? அதெல்லாம் வீணாய் அரசர்கள் சண்டை போட்டு அழிந்து போவதற்குத்தான் காரணமாகும். எதற்கு இதெல்லாம்? அவசியமா என்ன?"

குழந்தைகளே! அதைக் கேட்டதும் ராமர் என்ன சொல்லியிருப்பார் என்று நினைக்கிறீர்கள்?

ராமர் என்ன, ராவணனா, தனக்கு யாராவது புத்தி சொன்னால் கோபத்தில் எழுந்து குதிப்பதற்கு?

ராமர் என்ன தெரியுமா சொன்னார்? "பரதா! நீ சொன்னதைக் கேட்டு எனக்கு மிகவும் சந்தோஷம்! இந்த பூமியைக் காப்பாற்றுவதற்கு நீ உன் மனதில் சரி என்று பட்டதை தயங்காமல் சொன்னாய். நல்லது; உன் அறிவுரையை

ஏற்றுக்கொள்கிறேன். நான் ராஜசூய யாகம் செய்யப் போவதில்லை. மக்களுக்குத் துன்பம் தரக்கூடிய எதையும் அறிவுள்ளவர்கள் செய்யக் கூடாது; இந்த விஷயத்தில் ஒரு சிறு பிள்ளை புத்தி சொன்னாலும் அதைக் கேட்கவேண்டும்" என்று சொன்னார்.

குழந்தைகளே! ராமரை ஏன் எல்லாரும் கொண்டாடிப் போற்றுகிறார்கள் என்று தெரிகிறதா? இப்பேற்பட்ட உயர்ந்த குணம் இருந்ததால் தான்!

அடுத்து லக்ஷ்மணன் எழுந்து, "அண்ணா! நீங்கள் அச்வமேத யாகம் செய்வதுதான் சரியாக இருக்குமென்று நினைக்கிறேன். அந்த யாகம் பாவங்களைப் போக்கக் கூடியது; தூய்மையை அளிக்கக் கூடியது; அதை செய்ததால் பாவங்கள் நீங்கி நல்லது நடந்த கதைகள் புராணங்களில் சொல்லப் பட்டிருக்கிறது" என்று சொல்லி, தான் கேள்விப்பட்ட ஒரு கதையை ராமரிடம் சொன்னான். ராமரும் அச்வமேத யாகம் செய்வதால் என்ன நன்மை என்று தமக்குத் தெரிந்த ஒரு புராணக்கதையை லக்ஷ்மணனுக்கும் பரதனுக்கும் சொல்கிறார்.

முடிவாக, அச்வமேத யாகமே செய்துவிடலாமென்று ராமர் தீர்மானித்து, அதற்கு வேண்டிய ஏற்பாடுகளைச் செய்ய வசிஷ்டர், வாமதேவர் முதலான ரிஷிகளிடம் சொன்னார்.

குழந்தைகளே! இந்த ராமாயணப் பகுதியின் தொடக்கத்தில், தமக்குப் பிள்ளை வரம் வேண்டி, தசரத மன்னர் அச்வமேத யாகம் செய்ததைப் பற்றியும், அந்த யாகத்தின் போது ஒரு குதிரையை பூஜை செய்து, அதை நாடு நாடாகச் சுற்ற விடுவார்கள் என்றும், அதை எந்த அரசராவது பிடித்து வைத்துக்கொண்டால் என்ன ஆகும் என்றும் நிறைய விவரமெல்லாம் சொல்லியிருந்தேன். உங்களில் எத்தனை பேருக்கு நினைவு இருக்கிறது? பரவாயில்லை. நினைவு வரவில்லையென்றால், இந்தத் தொடருடைய 3 ஆம் அத்தியாயத்தை இன்னொரு தடவை வேண்டுமென்றால் படியுங்கள். சரியா?

இப்படி, ராமர் அச்வமேத யாகம் செய்யத் தீர்மானித்ததும், ஒரு கருப்பு நிற யாகக் குதிரையைத் தயார் செய்து அதை விட்டார்கள். அதற்குப் பாதுகாப்பாய், ஒரு படையோடு லக்ஷ்மணனும் பின்னாலேயே போனான். அதுவும் பல அண்டை

நாடுகளையெல்லாம் சுற்றிவிட்டு வந்தபோது, யாரும் அதைப் பிடிக்க முன்வரவில்லை.

ராமர் நடத்திய அச்வமேத யாகத்துக்கு, இலங்கையிலிருந்து விபீஷணன் தன் ராட்சசப் படைத்தலைவர்களோடும், கிஷ்கிந்தையிலிருந்து சுக்ரீவன் தன் வானரப் படைத்தலைவர்களோடும் வந்திருந்தார்கள். அவர்களையெல்லாம் வசதியாகத் தங்கவைத்து நன்றாகக் கவனித்துக்கொண்டான் பரதன். எல்லா அண்டை நாட்டு அரசர்களும் பரிசுப் பொருட்களோடு வந்து யாகத்தில் கலந்துகொண்டார்கள். அவர்களுக்கு ராமரும் விலையுயர்ந்த பரிசுப் பொருட்கள் கொடுத்தார்.

ஏராளமான ஏழை மக்களுக்கும், பிராமணர்களுக்கும் கேட்கக் கேட்கக் குறைவில்லாமல் பொற்காசுகளும், தங்க ஆபரணங்களும், ஆடைகளும், பசுக்களும் தாராளமாக தானமாகக் கொடுத்துக்கொண்டே இருந்தார்கள். 'இதுவரை இப்படியொரு அச்வமேத யாகம் நடந்ததில்லை' என்று எல்லாத் தரப்பு மக்களும் பாராட்டும் விதத்தில் வெகு சிறப்பாக அந்த யாகம் நடந்தது.

அந்த யாகத்துக்கு வால்மீகி முனிவரும், தன் கூட லவ குசர்களையும் கூட்டிக்கொண்டு வந்து தங்கியிருந்தார். அவர் லவ குசர்களிடம், "இங்கே பல நாட்டு ராஜாக்களும், செல்வந்தர்களும், வியாபாரிகளும், மெத்தப் படித்த பண்டிதர்களும், சங்கீத வித்வான்களும், கவிஞர்களும், மேதைகளும் ஒன்றாய்க் கூடியிருக்கிறார்கள். அவர்கள் கூடி இருக்கிற சபையில் நீங்கள் இரண்டு பேரும் ராமாயண கதையின் முதல் 20 ஸர்க்கங்களை நல்ல இசையோடும் தாளத்தோடும் பாடி, எல்லாரையும் மகிழ்விக்கவேண்டும்; உங்களுடைய திறமையைக் கண்டு பொன்னையும் செல்வத்தையும் அள்ளி வழங்க முன்வருவார்கள்; ஆனால், நீங்கள் அதற்கெல்லாம் மயங்கக் கூடாது; கனிகளையும் கிழங்குகளையும் சாப்பிட்டுக்கொண்டு தவ வாழ்க்கை வாழ்கிற நம்மைப் போல முனிவர்களுக்கு பொன்னும் பொருளும் எதற்கு? நீங்கள் யார் என்று ராமர் கேட்டால், வால்மீகி முனிவருடைய சீடர்கள் என்று சொல்லுங்கள்; போதும்" என்று சொல்லி அனுப்பி வைத்தார்.

அவர்களும் சபையில் போய் ராம காவியத்தைப் பாட ஆரம்பிக்கிறார்கள்; அந்தச் சபையில் ராமரும் இருக்கிறார். அவர்கள் பாடிய முதல் 20 ஸர்கக்ங்களைக் கேட்டு சபையோர் எல்லாரும் அசந்து போய்விட்டார்கள்; 'ஆகா! பாட்டில் என்ன ஒரு அழகு, கவி நயம், அழகான சந்தம், இசை!" என்று வியந்து போகிறார்கள்; "அடடா! இந்தப் பிள்ளைகளுக்கு என்ன ஒரு தேஜஸ் பார்த்தீர்களா? பார்த்தால் அச்சு அசல் ராமருடைய ஜாடையாக வேறு இருக்கிறார்கள்: இவர்கள் மட்டும் ரிஷி புத்திரர்களாய் இந்த எளிய மரவுரி ஆடை அணிந்து, தலையில் ஜடாமுடி கட்டியிருக்கவில்லையென்றால் ராமருக்கும் இவர்களுக்கும் தோற்றத்தில் வித்தியாசமே இருக்காது" என்றெல்லாம் பேசிக்கொள்கிறார்கள்.

அவர்கள் பாடியதைக் கேட்டு அசந்து போன ராமர், "லக்ஷ்மணா, இவர்கள் இரண்டு பேருக்கும் பதினெட்டாயிரம் பொற்காசுகள் சன்மானமாகக் கொடு; அப்புறம் அவர்கள் ஆசைப் படுவதையெல்லாம் தானமாகக் கொடு" என்று சொல்கிறார்.

அதைக் கேட்ட லவ குசர்கள், "மன்னா! நாங்கள் பழங்களையும் கிழங்குகளையும் உண்டு காட்டில் எளிமையாய் வாழ்கிறவர்கள்; எங்களுக்கு எதற்கு பொன்னும், பரிசும்? அதெல்லாம் வேண்டாம்" என்று சொன்னார்கள்.

ராமர் ஆச்சரியத்தோடு, " குழந்தைகளே, நீங்கள் யார்? நீங்கள் பாடிய கதைக்கு ஆதாரம் என்ன? எந்த முனிவர் இத்தனை அருமையாக இதை இயற்றியது?" என்று கேட்டார்.

அத்தியாயம் 96 (7.16)
ராமரின் முன் பாடிய லவ குசர்கள்

"மன்னா! இந்த காவியத்தை இயற்றினவர் வால்மீகி முனிவர்; இது உங்களுடைய முழு சரித்திரத்தையும் கொண்டது; மொத்தம் ஆறு காண்டங்கள்; இருபத்தி நாலாயிரம் ஸ்லோகங்கள் இதில் இருக்கிறது; அந்த வால்மீகி முனிவர்தான் எங்கள் குரு; அவர் இந்த யாகத்தில் கலந்துகொள்வதற்காக இங்கே வந்திருக்கிறார்; அவருடன் நாங்களும் வந்தோம்; அரசே! நீங்கள் இந்த முழு ராமாயணத்தையும் உங்கள் ஓய்வு நேரத்தில், உங்கள் சகோதரர்களோடு சேர்ந்து கேட்க விரும்பினால், நாங்கள் பாடத் தயாராய் இருக்கிறோம்" என்றார்கள்.

"அப்படியே ஆகட்டும்; நான் ஏற்பாடு செய்கிறேன்" என்று சொல்கிறார் ராமர்; லவ குசர்கள் உடனே அங்கேயிருந்து கிளம்பி வால்மீகி முனிவர் தங்கியிருந்த இடத்துக்குத் திரும்பி வந்து நடந்ததைச் சொன்னார்கள்.

அப்படியே அடுத்த சில நாட்கள் தொடர்ந்து ராமருக்கும், மற்ற விருந்தினர்களுக்கும் ராமாயண முழுக் கதையைப் பாடிக் காட்டுகிறார்கள். அப்போதுதான் ராமருக்கு லவ குசர்கள் சீதைக்குப் பிறந்த குழந்தைகள் என்று தெரியவருகிறது.

அவர் உடனே தனது தூதர்களை கூப்பிட்டு, "நீங்கள் உடனே போய் வால்மீகி முனிவரை சந்தித்துப் பேசுங்கள்; அவர் எந்த நோக்கத்தோடு இங்கே வந்திருக்கிறார் என்று தெரிவிக்கட்டும். காட்டில் சீதை தூய்மையான வாழ்க்கை வாழ்ந்தவளாய் இருந்தாள் என்றால், அவள் வால்மீகி முனிவருடைய அனுமதியுடன் இந்த ராஜ சபையில் வந்து தான் தூய்மையான வாழ்க்கை வாழ்ந்ததை நிரூபிக்கட்டும்; சத்தியம் செய்யட்டும்!" என்று சொல்லி அனுப்பினார்.

சேதியைக் கேட்ட வால்மீகி முனிவர், "சீதை தன் கணவனின் பேச்சைக் கேட்டு நடப்பவள்; அதனால், மன்னர் விருப்பட்டபடியே நடக்கும்" என்று ராமருக்கு பதில் சொல்லி அனுப்பினார்.

அதைக் கேட்டு மகிழ்ந்த ராமர், சபையில் இருந்தவர்களிடம் சொன்னார், "நாளை சபை இங்கே கூடும்; எல்லா ரிஷிகளும், முனிவர்களும், மன்னர்களும், மற்றவர்களும் இதில் வந்து கலந்துகொள்ளலாம்; சீதை நாளை இங்கே வந்து தனது

தூய்மையை நிரூபிப்பாள்; பிறகு அவளை நான் மீண்டும் ஏற்றுக்கொள்வேன்" என்று சொன்னார்.

குழந்தைகளே! அடுத்து என்ன ஆயிற்று? சீதை ராஜ சபைக்கு வால்மீகி முனிவரோடு வருவாளா? அதைப் பார்ப்பதற்கு முன்னால், உங்களில் சில பேர் ஒரு கேள்வி கேட்க ஆவலாய் இருக்கிறீர்கள் என்று எனக்குத் தெரிகிறது! அதை இப்போது பார்த்துவிடலாம்.

குழந்தைகளே, நீங்கள் ஒரு வேளை அந்தக் காலத்தில் வந்த 'லவ குசா' சினிமாவைப் பார்த்தோ, இல்லை உங்கள் பாட்டி தாத்தாக்கள் அதைப் பார்த்து, அதிலிருந்து சொன்ன கதையை வைத்துக்கொண்டோ, ஒரு முக்கியமான சந்தேகம் எழுப்ப நியாயம் இருக்கிறது.

அந்தக் கதைப் படி, ராமர் யாகக் குதிரையை நாடு நாடாக அனுப்பி வைத்தபோது, காட்டு வழியாகப் போன அதை லவ குசர்கள் கட்டிப் போட்டுவிட்டார்கள் என்றும், அவர்கள், குதிரைக்குக் காவலாய் வந்த லக்ஷ்மணனையும் படை வீரர்களையும் தங்களது வில்லாற்றலால் போரிட்டு வென்றுவிட்டார்கள் என்றும் வரும். அப்புறம் வேறு வழியில்லாமல் ராமரே போருக்கு வருவார் என்றும், லவ குசர்கள் ராமருக்கெதிராய்ப் போர் செய்ய தயாராகிவிடுவார்கள் என்றும், அப்போது சீதை அதை தடுக்க ஓடி வருவாள் என்றும், அப்போதுதான் ராமரும் சீதையும் திரும்பப் பார்த்துக்கொள்வார்கள் என்றும் அக் கதையில் வரும்.

குழந்தைகளே! இதெல்லாம் வேறு ராமாயணக் கதைகளிலேயோ, இல்லை செவி வழிக் கதைகளிலேயோ சொல்லக் கேட்க சுவாரசியமாய் இருந்தாலும், வால்மீகி ராமாயணத்தில் அப்படி எதுவுமே வரவில்லை. என்ன, சரிதானே?

-=()=-

அத்தியாயம் 96 (7.16)
ராமரின் முன் பாடிய லவ குசர்கள்

அத்தியாயம் 97 (7.17)

மண்ணுக்குள் மறைந்த சீதை

மறு நாள் ராமருடைய சபை கூடியது. சீதையைப் பார்க்கவும், அவள் என்ன சொல்லப் போகிறாள் என்று கேட்கவும் மிகுந்த ஆவலோடு எல்லா நாட்டு மன்னர்களும், மற்ற விருந்தினர்களும், நாட்டு மக்களும் கூடியிருக்கிறார்கள். வசிஷ்டர், வாமதேவர், கார்க்கியர், பார்க்கவர், நாரதர் என்று எல்லா முனிவர்களும் வந்து அவையில் அமர்ந்திருக்கிறார்கள்.

அப்போது வால்மீகி முனிவர் சபைக்குள்ளே நுழைகிறார்; அவர் பின்னாலேயே குனிந்த தலையோடும், கூப்பிய கைகளோடும், கண்ணீர் வடியும் கண்களோடும் சீதா தேவியும் சபைக்குள் வருகிறாள். சீதையைப் பார்த்ததும் பலருக்கும் துக்கம் தாங்காமல் நெஞ்சை அடைக்க, அவர்கள் விம்மும் ஒலி கேட்கிறது. சிலர் 'ராமருக்கு ஜெய்'என்றும் சிலர் 'ஜானகி தேவிக்கு ஜெய்'என்றும் கோஷம் போடுகிறார்கள்.

வால்மீகி முனிவர், ராமரைப் பார்த்து கம்பீரமாகப் பேச ஆரம்பிக்கிறார்:

"தசரத புத்திரா, நாட்டு மக்கள் உன்னைப் பற்றிக் கேவலமாக வம்பு பேசியதைப் பொறுக்க முடியாமல் நீ, மகா புனிதவதியும், பதிவ்ரதையுமான சீதையை காட்டில் என்னுடைய குடிலுக்குப் பக்கத்தில் தனியே விட்டுவிட்டுப் போக ஏற்பாடு செய்தாய். தான் தூய்மையானவள்தான் என்று நிரூபிக்க சீதா இதோ தயாராய் இருக்கிறாள்;

"ராமா! எங்கள் ஆசிரமத்தில் பிறந்து வளர்ந்த அருமையான ரெட்டைப் பிள்ளைகள் லவனும் குசனும் உன்னுடைய மகன்கள் தான். என் வாழ்நாளில் நான் ஒருபோதும் பொய் சொன்னதில்லை. மனதாலும், வாக்காலும், செயலாலும் எந்தக் குற்றத்தையும் செய்ததில்லை. நான் எண்ணிலா ஆண்டுகள் தவம் செய்தவன். இந்த சீதையிடம் துளி பாவம் இருந்தாலும்,

அத்தியாயம் 97 (7.17)
மண்ணுக்குள் மறைந்த சீதை

என் தவத்தால் நான் பெற்ற புண்ணிய பலன்கள் எல்லாம் இல்லாமல் போகட்டும் என்று நான் இங்கே சத்தியம் செய்யறேன். இந்த சீதை உன்னையே தன் தெய்வமாக எப்போதும் நினைப்பவள். நீ நாட்டு மக்களின் வாய்ச்சொல்லுக்குப் பயந்துதான் அவளைக் காட்டில் விட்டுவிட ஏற்பாடு செய்தாய்; இது என் தவ சக்தியினால் எனக்கு நன்றாகத் தெளிவாய்த் தெரிந்த விஷயம்".

வால்மீகி முனிவர் இப்படிப் பேசி முடித்ததும் ராமர் எழுந்து சபையோரை வணங்கி, "மேன்மக்களே! தர்மமெல்லாம் அறிந்தவர்கள் நீங்கள்; சீதை பரிசுத்தமானவள் என்பது எனக்கு நன்றாகவே தெரியும். ஆயினும், இந்த அவை முன் சீதை, தான் தூய்மையானவள் என்பதை நிரூபிக்கட்டும். காரணம், ஏற்கனவே அவள் ஒரு முறை இலங்கையில் தேவர்கள் முன்னிலையில் தீக்குளித்து நிரூபணம் செய்த பிறகுதான் நான் அவளை அயோத்திக்குக் கூட்டிக்கொண்டு வந்தேன். ஆனாலும் என்ன? நாட்டு மக்களின் அபவாதம் மிகவும் சக்தி வாய்ந்தது. அதன் விளைவால்தான் சீதை பாபத்தின் கறையே படாதவள் என்று நன்றாகத் தெரிந்தும், நான் அவளை விலக்கி வைத்தேன். என்னுடைய அந்த செயலுக்காக நீங்கள் எல்லாரும் என்னை மன்னிக்கவேண்டும். இந்த லவ குசர்கள் என்னுடைய பிள்ளைகள்தான் என்பதும் எனக்கு நன்றாகத் தெரியும்."

இந்த அபூர்வமான காட்சியைப் பார்க்க, வானுலக தேவர்கள் எல்லாரும் வானில் வந்து கூடிவிட்டார்கள். பிரம்மதேவரும் கூட வந்துவிட்டார்.

ராமர் வால்மீகி முனிவரைப் பார்த்து, "சுவாமி, உங்களைப் போன்ற ரிஷிகளின் வாக்கிலிருந்து ஒரு நாளும் பொய் வராது என்று எனக்குத் தெரியும். நான் சீதையை ஏற்றுக் கொள்வதற்கு நீங்கள் சொன்ன வார்த்தைகள் மட்டுமே எனக்குப் போதும். இருந்தாலும் ஜானகி தன் தூய்மையை இங்கே நிரூபித்துவிட்டால் நான் சந்தோஷப்படுவேன்" என்றார்.

அதைக் கேட்டதும் சீதா தேவி, கை கூப்பிக்கொண்டு, கீழே பூமியைப் பார்த்தவாறே சொன்னாள், "நான் ராமரைத் தவிர எந்த ஒருவனையும் என் மனதால் நினைத்ததில்லை; என்னுடைய இந்த கற்பின் மகிமையை ஏற்றுக்கொண்டு, ஏ பூமா தேவி! நீ எனக்கு உன்னுள்ளில் இடம் தருவாயாக! நான்

மனதாலும், வாக்காலும், செயலாலும் எப்போதுமே ராமருடைய நலத்தை மட்டுமே பிரார்த்தித்தவளாக வாழ்ந்தது உண்மையானால், ஹே வசுந்தரா தேவி! உன் கர்ப்பப் பையில் எனக்கு இடம் தருவாயாக!" என்று பிரார்த்தனை செய்தாள்.

அந்தக் கணம் ஒரு அற்புதம் நடந்தது. அங்கே பூமியைப் பிளந்துகொண்டு ஒரு அற்புதமான சிம்மாசனம் மேலே வந்தது; அதை நாகர்கள் தலையில் சுமந்திருக்கிறார்கள்; அதில் பூமாதேவியாகிய வசுந்தராதேவி சர்வ அலங்காரத்தோடும் உட்கார்ந்திருக்கிறாள்; அவள் சீதைய நோக்கித் தன் இரண்டு கைகளையும் நீட்ட, சீதையும் ஓடி வருகிறாள்; பூமாதேவி சீதையை அணைத்துக்கொண்டு அவளை தன் பக்கத்திலேயே சிம்மாசனத்தில் உட்கார வைத்துக்கொள்கிறாள். மெல்ல மெல்ல அந்த சிம்மாசனம் பூமிக்குள்ளே இறங்க ஆரம்பிக்கிறது; "ஆகா! சீதா! எப்பேற்பட்டது உன் நடத்தை! வாழ்க வாழ்க!" என்று தேவர்கள் உற்சாகமாய் வாழ்த்திப் பூ மாரி பொழிகிறார்கள்.

சபையில் கூடியிருந்த ரிஷிகளும், மன்னர்களும், எல்லாரும் "அடடா! என்ன ஒரு ஆச்சரியம்! என்ன ஒரு அற்புதம்!" என்று குரல் கொடுக்கிறார்கள். சிலர் சந்தோஷத்தால் கூக்குரல் இடுகிறார்கள்; சிலர் துக்கம் தாங்காமல் அழுகிறார்கள்; சிலர் மௌனமாய் ராமரையும் சீதையையும் மாறி மாறி பார்த்துக்கொண்டே அசையாமல் நிற்கிறார்கள். ரிஷிகளுக்கெல்லாம் இந்தக் காட்சியைக் கண்டு சந்தோஷம். உலகமே இந்த நிகழ்வால் ஒரு பேரமைதியில் முழுகிய மாதிரி இருந்தது. பூமித்தாயுடன், சீதா தேவியும் பாதாள உலகுக்குள்ளே இறங்கி, சபையோர் கண்ணிலிருந்து மறைந்தே போயாயிற்று.

ராமருடைய துக்கம் சொல்லி மாளாது; அவர் தலை குனிந்தவாறே, கண்ணீர் பெருக, இடிந்து போய் உட்கார்ந்து விடுகிறார். அவர் வாய் விட்டு அழுதவாறே,

"இத்தனை காலம் நான் அனுபவிக்காத துக்கத்தை இன்று என் கண் முன்னாலேயே என் லக்ஷ்மி தேவியான சீதை மறைந்து போனதில் அனுபவிக்கிறேன்! அன்றைக்கு ராவணன் என் சீதையைத் தூக்கிக்கொண்டுப் போனான்; நான் விடாது கடலையும் கடந்து போய் அவளை மீட்டுக் கொண்டு வந்தேனே? அதே மாதிரி நான் பாதாள உலகத்துக்குப் போய் அவளை மீட்டுக் கொண்டு வரமாட்டேனா என்ன? ஏ பூமாதேவி

அத்தியாயம் 97 (7.17)
மண்ணுக்குள் மறைந்த சீதை

வசுந்தரா! நீயே அவளை ஒழுங்காய் என்னிடம் திரும்பக் கொண்டு வந்து ஒப்படைத்துவிடு. எனக்கு சீதை வேண்டும்; எனக்கு அவள் கூடச் சேர்ந்து வாழவேண்டும். அவள் இல்லாமல் நான் இல்லை; நீ மட்டும் அவளைத் திரும்பக் கொண்டு வந்து தரவில்லையென்றால், நான் இந்தப் பூமியையே அழித்துத் தண்ணீரில் மூழ்கடிப்பேன்; உன் மலைகள் ஆறுகள், காடுகள் எல்லாவற்றையும் மூழ்கடிப்பேன்!" என்று கோபத்தோடும் வேதனையோடும் புலம்புகிறார் ராமர்.

அப்போது பிரம்ம தேவர் இறங்கி வந்து, "ராமா, நீ இந்த அளவு துக்கமும் வேதனையும் படக்கூடாது; நீ உண்மையில் யார்? நீ சாட்சாத் பகவான் விஷ்ணுவே அல்லவா? நீ அதை மறந்ததால் இந்த தெய்வீக ரகசியத்தை சபையோர் எல்லார் முன்னாலும் சொல்கிறமாதிரி ஆகிவிட்டது. சீதை சுபாவமாகவே பரிசுத்தமானவள், எப்போதும் உன்னையே அடைக்கலமாகக் கொண்டவள். அவள் தனது கற்பின் சக்தியினால் பூமிக்குள்ளே புகுந்து நாக லோகத்துக்குப் போய்விட்டாள். நீ மீண்டும் மேலுலகம் வந்து சேரும்போது அவளும் உன் கூட வந்து சேர்ந்துகொள்வாள்.

"ராமா! நான் சொல்வதைக் கேள்; வால்மீகி முனிவர் உன்னுடைய முழு சரித்திரத்தையும் விரிவாக எழுதியிருக்கிறார்; இனி வரும் காலத்தில் நடக்கப்போவதைப் பற்றியும் உத்தர ராமாயணத்தில் எழுதியிருக்கிறார். இதை நீ உன்னுடைய ராஜ ரிஷிகளோடு சேர்ந்து உட்கார்ந்து கேட்கவேண்டும். அவர்களைத் தவிர வேறு யாரும் கேட்க அனுமதியில்லை" என்று சொல்லிவிட்டு பிரம்மா மற்ற வானுலக வாசிகள் புடை சூழக் கிளம்பிப் போய்விட்டார்.

அவர் சொற்படியே, மறு நாள் தொடங்கி ராமரும் ரிஷிகளும் வால்மீகி ராமாயணத்தின் கடைசி பகுதியான உத்தர காண்டத்தை லவ குசர்கள் பாடிக் கேட்கிறார்கள். தன் பிள்ளைகளான லவ குசர்களை தன் கூடவே இருத்தி வைத்துக்கொண்டு, ராமர் வால்மீகி முனிவருக்கு விடை கொடுத்து அனுப்புகிறார்.

அடுத்த சில நாட்கள் ராமர் சீதையை நிரந்தரமாகப் பிரிந்த வேதனையில் தவியாய்த் தவித்தாலும், மெல்ல மெல்ல தன் மனதைத் தேற்றிக்கொண்டு, ஆட்சிப் பொறுப்பை

பழையபடியும் கவனிக்க ஆரம்பிக்கிறார். தங்கத்தால் சீதையின் சிலை ஒன்றை வடிவமைத்துத் தன் கூடவே வைத்துக்கொண்டு, இன்னும் பல யாகங்களை நடத்துகிறார். சீதையைத் தவிர வேறு எந்தப் பெண்ணையும் அவர் மனதால் கூட நினைக்கவில்லை.

இப்படிப் பல ஆண்டுகள் கடந்து போயின.

ஒரு சமயம், பரதனின் மாமாவும் கேகேய நாட்டின் அரசனுமான யுதாஜித், அங்கீரஸ் முனிவரின் மகனான கார்க்கியரை ராமரைச் சந்திக்க அனுப்புகிறார்.

தன்னை வந்து சந்தித்த கார்க்கியரை மிகுந்த மரியாதையுடன் வரவேற்று எல்லா உபசாரமும் செய்து, என்ன விஷயமென்று விசாரிக்கிறார் ராமர்.

"ராமா, சிந்து நதிக்கரையில் ஏராளமான பழங்கள் கிடைக்கிற ஒரு செழிப்பான நிலப் பகுதியை சைலுகன் என்கிற ஒரு கந்தர்வனின் பிள்ளையான சங்கரதன் முதலானவர்கள் வந்து ஆக்கிரமித்துத் தங்களுக்கு சொந்தமாக்கிக் கொண்டார்கள்; அங்கே ஒரு அழகான நகரத்தையும் நிர்மாணித்து ஆட்சி செய்ய ஆரம்பித்துட்டார்கள். ராமா! என்னுடைய வேண்டுகோள் என்னவென்றால், அந்தப் பகுதியை நீ உனக்கு சொந்தமாக்கிக் கொள்ளவேண்டும்; அதில் உன்னுடைய வெற்றிக் கொடி பறக்கவேண்டும்; அதுவும் உன்னுடைய ஆட்சிப் பகுதியின் ஒரு அங்கமாக ஆகவேண்டுமென்று தான்" என்று சொன்னார் முனிவர்.

"அப்படியே ஆகட்டும் முனிவரே," என்று சொன்ன ராமர், தன் பக்கத்தில் இருந்த பரதனை ஒட்டி நின்றுக்கொண்டிருந்த இரண்டு இளைஞர்களைக் கைகாட்டி, "சுவாமி, இந்த இரண்டு பேரும் பரதனின் பிள்ளைகள்; பெயர் தக்ஷன்; புஷ்கலன். நீங்கள் இவர்களையும் பரதனையும் படைகளோடு கூட்டிக்கொண்டு செல்லுங்கள்; யுதாஜித்தும் படைகளோடு வரட்டும்; இவர்கள் அந்த யட்சர்களோடு போரிட்டு அவர்களை வென்ற பிறகு, நீங்களே முன் நின்று இந்த இரண்டு பேருக்கும் இரண்டு நாடாக அதைப் பிரித்துக் கொடுத்து ஆட்சி செய்ய ஏற்பாடு செய்யுங்கள்; பரதா! நீ அதையெல்லாம் முடித்துவிட்டு என்னிடம் திரும்ப வந்தால் போதும்" என்று சொன்னார் ராமர்.

அத்தியாயம் 97 (7.17)
மண்ணுக்குள் மறைந்த சீதை

கந்தர்வர்களைப் போரில் வென்று, சங்கரதனைக் கொன்று ஆட்சியைக் கைப்பிடித்தார்கள் பரதனும் அவன் பிள்ளைகளும். அவர்கள் பிடித்த பகுதியை இரண்டாகப் பிரித்து, தட்சசீலம் என்கிற பகுதியை பரதனின் பிள்ளை தக்ஷன் ஆட்சி செய்யவும், புஷ்கலாபதி எனும் பகுதியை புஷ்கலன் ஆட்சி செய்யவும் ஏற்பாடு செய்தான் பரதன். அந்தப் பகுதிகளில் செல்வச் செழிப்பை உண்டாக்கி, அழகான புது நகரங்களை உருவாக்கிய பிறகு, ஐந்து வருடம் கழித்து பரதன் ராமரிடமே திரும்பி வந்து விட்டான்.

அடுத்து ராமர், லக்ஷ்மணனின் பிள்ளைகளான அங்கதன், சந்திரகேது இரண்டு பேரும் நாடாள ஏற்பாடு செய்ய ஆசைப்பட்டார். உடனே பரதன் அதற்கான ஆலோசனைகளை ராமருக்குச் சொன்னான்; அங்கதனுக்கு கருபதம் என்கிற நாட்டையும், சந்திரகேதுவுக்கு சந்த்ரத்யுதி எனும் நாட்டையும் ஆட்சிப் செய்யப் பொறுப்பைத் தருமாறு பரதன் சொன்னதை ராமர் ஏற்றுக்கொண்டார்.

லக்ஷ்மணன் தன் பிள்ளை அங்கதனைக் கூட்டிக்கொண்டு மேற்கே இருந்த கருபதம் நாட்டுக்குப் போய், அவனை அங்கே சிம்மாசனத்தில் அமர்த்தி முடி சூட்டுகிறான். லக்ஷ்மணனின் இன்னொரு பிள்ளை சந்திரகேதுவுக்குத் துணையாக பரதன் சென்று, வட திசையில் இருந்த சந்த்ரத்யுதி நாட்டுக்கு அவனை அரசனாக முடி சூட்டி வைக்கிறான். சுமார் ஒரு ஆண்டு காலம் கூடவே இருந்து, சரியான படி ஆட்சி செய்ய வழி காட்டித் தந்துவிட்டு, பரதனும் லக்ஷ்மணனும் திரும்பவும் ராமரிடமே வந்து சேர்ந்துவிட்டார்கள்.

குழந்தைகளே, ஒன்று கவனித்தீர்களா? பரதனுக்கும் சரி, லக்ஷ்மணனுக்கும் சரி, தாங்கள் போய் எந்த நாட்டையும் ஆள ஆசை இல்லை; அவர்களுக்கு எப்போதும் ராமர் கூடவே இருக்கவேண்டும். ராமரை விட்டுப் பிரிய அவர்கள் தயாராய் இல்லை; ஆனால் சொந்தப் பிள்ளைகளை விட்டுப் பிரிய அவர்கள் தயங்கவே இல்லை! கடவுளே மனிதனாக அவதரித்து வரும்போது, அவரிடம் இருக்கிற தெய்வீகக் கவர்ச்சி அப்படிப்பட்டது!

-=()=-

அத்தியாயம் 98 (7.18)

ராமர் எடுத்த முடிவு

இப்படியாக ராமர் அயோத்தியில் ஆட்சிப் பொறுப்பை ஏற்றுக்கொண்டு நாடாண்டது பதினோராயிரம் வருடங்கள் என்று உத்தரகாண்டத்தில் சொல்லியிருக்கிறது.

குழந்தைகளே! ஒரு எண்ணிக்கையுடன் 'ஆயிரம்' அதாவது 'ஸஹஸ்ரம்' என்கிற பதத்தை சேர்த்து அதை உயர்த்தியாக சொல்வது ஒரு வழக்கம் என்று முன்னாலேயே ஒரு தடவை சொல்லியிருந்தோம், நினைவிருக்கிறதா? அப்படித்தான் இதையும் எடுத்துக்கொள்ள வேண்டும். அப்படியென்றால், பதினோரு ஸஹஸ்ரம் என்பததை, 11 வருடம் என்று எடுத்துக்கொள்ளலாமா என்று கேட்டீர்களானால் அது சரிப்படாது! ஏனென்றால், ஏற்கனவே நாம் சத்ருக்னன் 12 வருடம் கழித்து ராமரைப் பார்க்க வந்தான் என்று சொல்லியிருந்தோம். பரதன் ஐந்து ஆண்டுகள் ராமரை விட்டுப் பிரிந்திருந்தான் என்றும் சொல்லியிருந்தோம்.

சில அறிஞர்கள் என்ன சொல்கிறார்களென்றால், பதினோராயிரம் வருடங்கள் என்பதை பதினோராயிரம் நாட்கள் என்று எடுத்துக்கொள்ளலாம் என்று. ராமர் ஆண்ட ஒவ்வொரு நாளும் ஒரு வருடத்துக்கு சமானமாய் அவ்வளவு சிறப்பாக இருந்தது என்று சொல்கிறார்கள். அந்த விதத்தில் பார்த்தால், 11000 நாட்கள் என்பது கிட்டத்தட்ட 30 வருடங்கள் என்று வரும். அது நம்மால் ஏற்றுக் கொள்கிற விதத்தில் இருக்கிறது. எது எப்படியோ, ராமர் பல வருடங்கள் ஆட்சி செய்தார் என்று நாம் வைத்துக்கொள்ளலாம்.

இப்போது ராமர் தனது அவதாரத்தை முடித்துக்கொண்டு வைகுண்டத்துக்குத் திரும்புகிற வேளையும் வந்தாயிற்று. அதனால், காலதேவனான எமன், தானே நேரில் போய் ராமருக்கு அதை ஞாபகப் படுத்தவேண்டுமென்று தீர்மானித்து, ஒரு ரிஷியின் வேஷத்தில் ராமருடைய அரண்மனை வாசலுக்கு வந்து சேர்ந்தான். அங்கே இருந்த லக்ஷ்மணனிடம், "நான்

அத்தியாயம் 98 (7.18)
ராமர் எடுத்த முடிவு

அதிபலா எங்கிற ரிஷியின் தூதனாய் வந்திருக்கிறேன்; எனக்கு ராமரை உடனே சந்திக்க வேண்டும்" என்று சொல்கிறான்.

லக்ஷ்மணனும் ராமரிடம் போய்ச் சொல்ல, ராமர் உடனே அவரை வரச்சொல்லி, அவரை வணங்கி, உபசாரமெல்லாம் செய்துவிட்டு, என்ன விஷயமென்று விசாரிக்கிறார்.

"ராமா, நான் மகா முனிவரிடமிருந்து கொண்டுவந்திருக்கிற செய்தியை, நாம் இரண்டு பேரும் ஒரு தனியான இடத்தில் இருக்கும்போது மட்டுமே சொல்வது அவசியம். நாம் பேசிக்கொண்டிருக்கும்போது, யாராவது உள்ளே வந்து நாம் பேசுவதைக் கேட்டாலோ, இல்லை பார்த்தாலோ அது விபரீதமாக ஆகிவிடும். அப்படி யாராவது வந்துவிட்டார்களென்றால் அவர்களை நீ கொன்று போட்டுவிட வேண்டும்" என்று சொன்னான் ரிஷி வேஷத்தில் இருந்த யமதேவன்.

ராமரும் லக்ஷ்மணனைக் கூப்பிட்டு, "தம்பி, அரண்மனை வாசலில் நீயே காவலுக்கு நின்றுகொள்; நாங்கள் மிகவும் முக்கியமான ஒரு விஷயத்தை பேசப்போவதால், அதை யாரும் கேட்கவோ பார்க்கவோ கூடாது; அதனால் யாரும் உள்ளே வராமல் நீ பார்த்துக்கொள். அப்படி யாராவது உள்ளே வந்துவிட்டால் அவர்களை நானே கொன்று விடுவேன்" என்று சொல்லிவிட்டு, ராமர் ஒரு தனி அறைக்கு யம தேவனைக் கூட்டிக்கொண்டு போனார்.

அப்போது யமதேவன் பேச ஆரம்பிக்கிறான்: "ராமா! நான் யார்? பரப்பிரம்மமான உங்களது மாயைக்குப் பிறந்த யம தேவன். என் சகோதரர்களான அசுரர்கள் மது கைடபனையும், பிரம்மாண்டமான பாம்பான அனந்தனையும் நீங்கள் தான் படைத்தீர்கள். நான் தான் எல்லா ஜீவர்களின் அழிவுக்கு அதிபதியாய் இருப்பவன். நீங்கள் முன்னொரு காலத்தில் என்னை உயிர்களை உற்பத்தி செய்யச் சொன்னீர்கள். அப்படி ஜீவர்கள் ஏராளம் உண்டானபோது எனக்கு அவர்களைக் காப்பாற்றுகிற சக்தி இல்லை என்று பரம்பொருளான உங்களிடம் சொன்ன போது, நீங்கள் காக்கும் கடவுளான விஷ்ணுவாக உருவம் எடுத்துக்கொண்டு தேவர்களையும், மானுடர்களையும் காக்கிற பொறுப்பை ஏற்றுக் கொண்டீர்கள். குறிப்பாக, வானுலக தேவர்களுக்கு நீங்கள் எப்போதும்

பாதுகாப்பாய் இருந்தீர்கள். தேவர்களுக்கும் மானுடர்களுக்கும் கொடுமை செய்த பொல்லாத ராட்சசன் ராவணனைக் கொல்வதற்காக நீங்கள் மனிதனாய் அவதாரம் எடுத்து வந்தீர்கள். அப்படி வரும்போது 'நான் ராவணனை அழித்து, இந்த பூமியில் பதினோராயிரம் வருடம் ஆட்சி செய்துவிட்டுத் திரும்பி வருவேன்' என்று சொன்னீர்கள்.

"ராமா, நீங்கள் சொன்ன அந்த 11 ஆயிரம் வருடங்கள் முடிவுக்கு வரும் சமயம் வந்தாயிற்று; வானுலக தேவர்கள் எல்லாரும் உங்களை எப்போது பழையபடி தங்கள் கூடவே உன்னுடைய விஷ்ணு ரூபத்தில் பார்க்கப்போகிறோமென்று ஏக்கத்தோடு காத்திருக்கிறார்கள். அதனால், ஸ்ரீ ராமா! நீங்கள் மேலுகம் திரும்ப வருவதை உங்களுக்கு ஞாபகப் படுத்தத்தான் பிரம்ம தேவர் சொற்படி நான் நேரில் வந்திருக்கிறேன்; எல்லாமே உங்களுடைய விருப்பம்; நீங்கள் ஒருவேளை இன்னும் கொஞ்ச காலம் பூமியிலேயே இருக்கலாமென்று தீர்மானித்தால் அதுவும் உங்கள் இஷ்டம்தான்; இதை சொல்லிவிட்டுப் போகத்தான் வந்தேன்" என்றான்.

அதைக் கேட்டு ராமர் சந்தோஷப் பட்டு, "மகனே! நீ வந்து சொன்னது நல்லதுதான்; நானும் இதைப் பற்றி சிந்தித்துக் கொண்டுத்தான் இருந்தேன்; நான் இந்த பூவுலகை விட்டுக் கிளம்பி, என் வரவுக்காகக் காத்திருக்கிற தேவர்களோடு வந்து சேர்ந்துகொள்கிறேன்; பிரம்மதேவர் விருப்பப்படியே நடக்கட்டும்" என்று சொல்கிறார்.

இப்படி யம தேவன் ராமரிடம் பேசிக்கொண்டிருக்கும்போது, அரண்மனை வாசலில் ரிஷி துர்வாசர் வந்து நிற்கிறார்.

குழந்தைகளே! நீங்கள் மகாபாரதமோ, இல்லை வேறு புராணக் கதைகளோ கேட்டிருந்தீர்களென்றால் உங்களுக்கு ரிஷி துர்வாசரைப் பற்றித் தெரிந்திருக்கும். தேவ ரிஷி நாரதரும் சரி, ரிஷி துர்வாசரும் சரி, நிறையக் கதைகளில் வருவார்கள். நாரதர், உலக நன்மைக்காக ஏதாவது கலகம் மூட்டிவிடுகிற வேலையை செய்வார்; துர்வாசரோ பயங்கர கோபக்கார ரிஷி. அவரும், விதிப்படி நடக்கவேண்டிய சில காரியங்களை நடத்தி வைப்பதற்காக வருவார்; அவர் பேச்சை யாராவது கேட்கவில்லையென்றால் அவருக்கு சட்டென்று பயங்கரமாக் கோபம் வந்து சாபம் கொடுத்துவிடுவார்; இல்லை,

அத்தியாயம் 98 (7.18)

ராமர் எடுத்த முடிவு

வந்த காரியத்தை நடத்திவைக்க, 'சாபம் கொடுத்துவிடுவேன்' என்று பயமுறுத்துவார்!

ரிஷி துர்வாசரைப் பார்த்ததும் லக்ஷ்மணன் அவரைப் பணிவுடன் வணங்கி, என்ன காரியமாய் வந்திருக்கிறார் என்று விசாரித்தான். "லக்ஷ்மணா, எனக்கு அவசரமாக ராமரைப் பார்த்தே ஆகவேண்டும்; நீ உடனே என்னை அவரிடம் கூட்டிக்கொண்டுப் போ" என்றார்.

அவன், "ஸ்வாமி, ஒரு ரிஷி ராமரைப் பார்க்க வந்து, ஏதோ வெகு முக்கியமான காரியமாய் ராமருடன் தனிமையில் பேசிக்கொண்டிருக்கிறார்; இப்போது யாரையும் உள்ளே விடவேண்டாமென்று எனக்கு ராமர் உத்தரவு தந்திருக்கிறார்; அதனால் தயவு செய்து நீங்கள் கொஞ்ச நேரம் காத்திருக்கவேண்டும்" என்று சொன்னான்.

"லக்ஷ்மணா, உடனே நீ போய் ராமரிடம் நான் வந்திருக்கிற விஷயத்தை சொல்லவில்லையென்றால், நான் ராமரையும், உன்னையும், பரத சத்ருக்னர்களையும் சபிப்பேன்; இந்த அயோத்தியும் பிற நகரங்களும் அழிந்து போக சாபம் கொடுப்பேன்; என் கோபம் கூடிக்கொண்டே வருகிறது" என்றார்.

'ஐயோ! இந்தக் கோபக்கார முனிவர் சாபத்தால் சகலமும் அழிந்து போகவேண்டுமா என்ன? இதை விட, நான் ஒருவன் மட்டும் அழிவது எவ்வளவோ மேல்; பேசாமல் நான் ராமர் பேச்சை மீறி, உள்ளே போய், இவர் வந்திருக்கிற விஷயத்தை

சொல்லிவிடுகிறேன்; ராமர் என்னைக் கொன்று போடட்டும்; பரவாயில்லை' என்று தீர்மானித்து உள்ளே போய் ராமரிடம் துர்வாச முனிவர் வந்திருக்கும் விஷயத்தை சொல்கிறான்.

ராமர் உடனே எம தேவனுக்கு விடை கொடுத்து அனுப்பிவிட்டு, வாசலுக்கு ஓடி வந்து துர்வாச முனிவரை வணங்கி வரவேற்றார்.

"ராமா, நான் நீண்டகாலம் எதுவும் சாப்பிடாமல் ஒரு தவம் செய்து, இப்போதுதான் முடித்தேன்; எனக்கு பயங்கரமாகப் பசிக்கிறது; நீதான் எனக்கு உணவு தரவேண்டும்" என்று கேட்கிறார்.

ராமரும் அவரை உள்ளே அழைத்துக்கொண்டுப் போய் அவருக்கு திருப்தியாக உணவு படைத்து, அவரை சந்தோஷப் படுத்தி அனுப்பினார்.

அப்புறம்தான் ராமருக்கு நினைவு வருகிறது, தனது கட்டளையை மீறி, எமதேவனோடு தான் பேசிக்கொண்டிருக்கும்போது லக்ஷ்மணன் உள்ளே வந்தான் என்பது. அவரை உடனே பயங்கர வேதனையும், சோகமும் வந்து சூழ்ந்துவிட்டது. அவர் இப்போது தன் உயிர்க்குயிரான தம்பி லக்ஷ்மணனைக் கொன்று போட்டாகவேண்டும். அது சாத்தியமா என்ன?

ஆனாலும், அவருக்கு இப்போதுதான் தெரிந்து போய்விட்டதே! தான் பூமியை விட்டு வைகுண்டம் திரும்பும் நேரம் வந்தாயிற்று என்று. இப்போது பலவும் விபரீதமாகத்தான் நடக்கும்; எதையும் தடுக்க முடியாது என்று.

லக்ஷ்மணன் சிரித்த முகத்தோடு ராமரைப் பார்த்து, "ராமா! நீ வருத்தப் படாதே; நல்லதோ கெட்டதோ எல்லாம் விதிப்படி நடக்கிறது. நீ சொன்ன வாக்கைக் காப்பாற்றித்தான் ஆகவேண்டும்; அதுதானே தர்மம்? அதனால் நீ உன் கையாலேயே என்னைக் கொன்று போட்டால் அதுதான் எனக்கு சந்தோஷம்" என்று சொன்னான்.

ராமர், வசிஷ்டர், வாம தேவர் மற்ற மந்திரிகளை வரவழைத்து, நடந்ததை சொல்லி ஆலோசனை கேட்டார். அப்போது மற்றவர்கள் எல்லாரும் என்ன சொல்வது என்று தெரியாமல் வாய் மூடி இருக்க, வசிஷ்ட முனிவர் எழுந்து, "ராமா! விதிப்படி நீ லக்ஷ்மணனை நிரந்தரமாகப் பிரிகிற

அத்தியாயம் 98 (7.18)
ராமர் எடுத்த முடிவு

நேரமும், நீயும் உலகத்திலிருந்து கிளம்பும் வேளையும் வந்தாயிற்று. அதனால் நீ லக்ஷ்மணனை உன்னிடமிருந்து பிரித்துத்தான் ஆகவேண்டும்" என்று சொல்கிறார்.

உடனே ராமர் லக்ஷ்மணனைப் பார்த்து, "தம்பி, ஒருவனை அழிப்பதும், அவனை முழுதாகத் துறப்பதும் சமம்தான் என்று முனிவர்கள் சொல்வார்கள். அதனால் நான் உன்னை இப்போதே துறக்கிறேன்" என்று சொல்கிறார்.

அடுத்த கணம் லக்ஷ்மணன் ராமரை வணங்கி அங்கேயிருந்து கிளம்பிவிடுகிறான். அவன் தனது அரண்மனைக்கே போகவில்லை; நேரே வெளியே கிளம்பி சரயு நதிக்கரைக்குப் போகிறான். நதி நீரில் வாய் கொப்பளித்துவிட்டு, லக்ஷ்மணன் அங்கேயே தன் மூச்சை முழுவதுமாய் அடக்கி, அங்கேயே உயிரை விட்டுவிடுகிறான். அவனுடைய இந்த அற்புதமான செயலைப் பார்த்து தேவர்கள் பூமாரி பொழிகிறார்கள். பகவான் விஷ்ணுவின் கால் பாகமான லக்ஷ்மணனுடைய ஜீவனை தேவேந்திரன் தனக்குள்ளே இழுத்துக்கொண்டு இந்திரலோகத்துக்கு திரும்பிவரும்போது, தேவர்களெல்லாம் லக்ஷ்மணனை பூஜிக்கிறார்கள்.

குழந்தைகளே! இப்படியாக ராம லக்ஷ்மணர்களுக்குள்ளே கடைசியாய் பிரிவு வந்து லக்ஷ்மணன் முதலில் மேல் உலகம் போய் சேர்ந்துவிட்டான்.

இனி ராமரும் தான் கிளம்புவதற்கான முன்னேற்பாடுகளைப் செய்ய ஆரம்பிக்கிறார். அவர் லவ குசர்களுக்கு ஆட்சிப் பொறுப்பைத் தரத் தீர்மானிக்கிறார். ஆனால் அந்தத் தீர்மானத்தில் அயோத்தி நகரத்தின் ஆட்சி உட்படவில்லை. அதற்கு ஒரு காரணம் இருக்கிறது; அதைப் பின்னால் பார்ப்போம்.

அவர் பரதனைக் கூப்பிட்டு, "பரதா! நான் எல்லாவற்றையும் துறந்து, தம்பி லக்ஷ்மணன் போன வழியில் நானும் மேலுலகம் போக நேரம் வந்தாயிற்று. என் கூடவே நீயும் சத்ருகனனும் வருவீர்கள்; உடனே சத்ருக்னனை அவசரமாகக் கூட்டி வர ஆட்களை அனுப்பு; நம் நாட்டை இரண்டாகப் பிரித்து, வட கோசலைப் பகுதியை லவனும், கோசலை நாட்டுப் பகுதியை குசனும் ஆட்சி செய்வற்கான ஏற்பாடுகளை உடனே செய். நான் இந்த உலகத்தை விட்டுக் கிளம்பப் போகிற சேதியை என் உயிர்

நண்பர்களான வானர மன்னன் சுக்ரீவனுக்கும், ராட்சச மன்னன் விபீஷணனுக்கும் அவசர செய்தியாய்த் தெரிவிக்க ஏற்பாடு செய்" என்று சொன்னார்.

ராமர் இந்த உலகத்தை விட்டே கிளம்பப் போகிறார் என்கிற செய்தி காட்டுத் தீ போல் பரவ, அயோத்தி மக்களெல்லாம் ராமரைக் காண்பதற்காக பெரும் கூட்டமாகத் திரண்டு அரண்மனைக்கு வந்துவிட்டார்கள். வசிஷ்ட முனிவருடைய ஆலோசனைப் படி, ராமர் நகர மக்களை வந்து பார்த்து, "உங்களுக்கெல்லாம் என்னிடமிருந்து என்ன வேண்டும்?" என்று கேட்கிறார்.

அப்போது அயோத்தி மக்களெல்லாம் ஒரே குரலில், "ராமா! நீங்களே கிளம்பிப் போய்விட்டால், பிறகு எங்களுக்கு உயிர் வாழ்வதில் என்ன அர்த்தம் இருக்கிறது? அதனால் நீங்கள் தயவு செய்து எங்கள் எல்லாரையும் எங்கள் பிள்ளை குட்டிகளோடு சேர்த்து உங்கள் கூடவே கூட்டிக்கொண்டு போய்விட வேண்டும். எங்களுடைய ஒரே ஆசை அதுதான்; அது மட்டும் நடக்கவில்லையென்றால், நாங்கள் எல்லாரும் அயோத்தியைக் காலி செய்துவிட்டு காட்டுக்கோ, இல்லை கண்காணாத ஏதாவது இடத்துக்கோ போகவேண்டியதுதான்; இல்லை, கடலில் போய் விழுவதுதான் எங்களுக்கு வழி'; ஆகவே, ராமா, எங்களையும் நீங்கள் உங்கள் கூடவே கண்டிப்பாக் கூட்டிக்கொண்டுதான் போகவேண்டும்" என்கிறார்கள்.

அயோத்தி மக்கள் தன் மேல் வைத்திருக்கும் அளவிட முடியாத அன்பால் ராமர் மனம் நெகிழ்ந்து போய், "சரி, அப்படியே ஆகட்டும்" என்று சொல்லிவிடுகிறார்.

பரதன் தகவல் சொல்லியனுப்பித்த விவரம் கேட்டதும், சத்ருக்னன் தனது நாட்டை மதுரா, விதிஷா என்று இரண்டு பகுதிகளாகப் பிரித்து, தனது ஒரு மகனான ஸுவாஹுவை மதுராவுக்கும், இரண்டாவது மகனான சத்ருகதியை விதிஷாவுக்கும் மன்னர்களாக ஆக்கி முடி சூட்டிவிட்டு, உடனே கிளம்பி அயோத்திக்கு வந்து சேர்ந்தான்.

ராமர் மேலுலகம் திரும்பத் தீர்மானித்த செய்தி வந்து சேர்ந்ததும், சுக்ரீவன் அங்கதனுக்கு ஆட்சிப் பொறுப்பைத் தந்துவிட்டு, ஹனுமாரும், தனது வானரத் தலைவர்கள் பலரும் புடை சூழ அவசர அவசரமாய்க் கிளம்பி அயோத்திக்கு வந்து சேர்கிறான். சுக்ரீவன் ராமரை வணங்கி, "ராமா! நீ இந்த

உலகில் இல்லையென்றால், எங்களுக்கு இங்கே இன்னும் தொடர்ந்து வாழ்ந்து, எமனின் பிடியில் சிக்கி என்றோ ஒரு நாள் செத்துப் போவதில் விருப்பமே இல்லை; அதனால், நீ உன் கூடவே எங்கள் எல்லாரையும் கூட்டிக்கொண்டு போகவேண்டும்" என்று சொல்கிறான். ராமரும் ஒப்புக்கொள்கிறார்.

ஹனுமாரிடம் ராமர், "ஹனுமார், நான் உன்னிடம் முன்பே சொல்லியிருந்த விதம், என் நாமமும், கதையும் இந்த உலகத்தில் நிலை நிற்கிற காலம் வரை நீயும் அதைக் கேட்டு ஆனந்தித்தவாரே இந்த பூவுலகிலேயே நீண்ட நாள் இருப்பாய்" என்று சொல்ல, ஹனுமாரும் சந்தோஷத்தோடு ஒப்புக்கொள்கிறார்.

இதே மாதிரி, விபீஷணனும் அவனுக்கு நெருக்கமான ராட்சசர்களும் அயோத்திக்கு வந்து சேர்கிறார்கள். விபீஷணனிடம் ராமர், "ராட்சசர்களின் மன்னா, இந்தப் பிரபஞ்சத்தில் சூரிய சந்திரர்கள் இருக்கும் வரைக்கும், என்னுடைய பேரும் சரிதமும் நிலைத்து நிற்கிற காலம் வரைக்கும் நீ இலங்கையிலேயே இருந்து ஆட்சி செய்வாய்; மக்களுக்கு நல்ல ஆட்சி தருவாய்; என்னுடைய பிரதிநிதியாய் நீ இந்த உலகில் இருப்பாய்; இக்ஷ்வாகு குலத்தோடு தெய்வமான ஜகன்னாதரை நீயும் எப்போதும் வணங்குவாய்!" என்று சொல்கிறார்.

இப்படியாக ராமர் தனது அவதாரத்தை முடித்துக்கொண்டு கிளம்ப எல்லா ஏற்பாடும் செய்து முடித்தாயிற்று.

-=()=-

அத்தியாயம் 99 (7.19)

ராமாவதாரம் நிறைவு

மறு நாள் காலையில் ராமர் தன் அரண்மனையை விட்டு சரயு நதிக் கரையை நோக்கிக் கிளம்பிவிட்டார். அவர் மெல்லிய ஆடை உடுத்தி, கையில் குசப்புல்லை எடுத்துக்கொண்டு, வேத மந்திரங்களை சொல்லிக்கொண்டே நடக்கிறார். அவருக்கு முன்னால், பிராமணர்கள் வாஜபேயம், அக்னி ஹோத்ரம் என்கிற ஒளிமிகுந்த குடைகளைத் தாங்கிக்கொண்டு வழி நடத்திப் போகிறார்கள்.

மகாவிஷ்ணுவேயான ராமரின் பக்கத்திலேயே செல்வத்துக்கு அதிபதியான ஸ்ரீதேவியும், பூமிக்கு அதிபதியான பூதேவியும், ராமருக்கு முன்னால் காலனும், பின்னால் அவருடைய விற்களும், திவ்யாஸ்திரங்களும், மற்ற ஆயுதங்களும், நான்கு வேதங்களும், காயத்ரி போன்ற மந்திரங்களும் மனித வடிவம் தாங்கி அவர் கூடவே போனதாய் கவிதை நயத்தோடு சொல்கிறார் வால்மீகி மகரிஷி.

ராமரைத் தொடர்ந்து பரதனும் சத்ருக்னனும் தங்களது மனைவிகளோடு போகிறார்கள். ராமருடைய அமைச்சர்கள், குருமார்கள், அரண்மனை சேவகர்கள், சேவகிகள், நாட்டியப் பெண்கள், பிராமணர்கள், விபீஷணன், அவனுடன் வந்த ராட்சசர்கள், அயோத்தி நாட்டு மக்கள், சுக்ரீவனும் அவன் கூட வந்த வானரர்களும் என்று எல்லாரும் பின் தொடர்ந்து போகிறார்கள்.

நாட்டு மக்கள் மட்டுமில்லை, அவர்களின் பிள்ளை குட்டிகள், அவர்களுக்கு சொந்தமான மிருகங்கள், பறவைகள் எல்லாமே போகிறார்கள். எல்லார் முகத்திலும் ராமர் கூடவே சேர்ந்து மேலுலகம் போகிற சந்தோஷம் தெரிகிறதே தவிர, யாருக்கும் எந்தவித மரண பயமோ, சொத்து சுகம் எல்லாவற்றையும் விட்டுவிட்டுப் போகிற வருத்தமோ இல்லை!

ராமர் சரயு நதியில் இறங்கி, தான் மேலுலகம் புறப்படத் தீர்மானித்த இடத்தில் வந்து நிற்கிறார்.

அத்தியாயம் 99 (7.19)
ராமாவதாரம் நிறைவு

அப்போது ஆகாயத்திலிருந்து பிரம்ம தேவரும், தேவேந்திரனும், மற்ற தேவர்களும், இவர்கள் எல்லாரையும் மேலுலகத்துக்குக் கூட்டிப் போவதற்காக பொன் மயமான ரதங்களோடு இறங்கி வருகிறார்கள்.

நதியில் முழுகுவதற்குத் தயாராய் இருந்த ராமரைப் பார்த்து பிரம்ம தேவர் கை கூப்பிக்கொண்டே பேசுகிறார்:

"ஹே விஷ்ணு, உங்களை மேலுலக வாசிகள் எல்லாரும் சந்தோஷத்தோடு வரவேற்கிறோம். எங்கும் மங்களம் உண்டாகட்டும். ஹே ராகவா, நீங்கள் உங்கள் சகோதரர்களுடன், உங்களுக்கு விருப்பமான ரூபத்திலோ, இல்லை விஷ்ணுவின் ரூபத்திலோ வரலாம். சகல ஜீவராசிகளுக்கும் ஆதாரம் நீங்கள்தான்; உங்களை முழுவதுமாய் அறிந்தவர்கள் மாயா சொரூபிணியான உங்கள் பத்தினியைத் தவிர யாருமில்லை. உங்களுக்கு எந்த ரூபம் விருப்பமோ அந்த ரூபத்தில் வாருங்கள்!" என்கிறார்.

ராமர் தன் சகோதரர்கள் புடை சூழ தண்ணீரில் முழுகி, தமது மானுட உடலைத் துறந்துவிட்டு, மகாவிஷ்ணுவின் ரூபத்தில் வெளியில் வருகிறார். அப்போது ஆகாயத்தில் கூடியிருந்த ஸாத்யர்களும், ரிஷிகளும், கிண்ணரர்களும், கந்தர்வர்களும், மருத்துகளும் பூமாரி பொழிகிறார்கள்; கொம்புகளையும் சங்குகளையும் ஊதி மங்கல ஒலியை எழுப்புகிறார்கள்.

தேவேந்திரனும் மற்ற தேவர்களும், "ஹே நாராயணா, உங்களுடைய வருகையினால் எங்களுடைய பாவங்களெல்லாம் நீங்கிவிட்டன; எங்கள் சந்தோஷத்துக்கு அளவில்லை; எங்களுடைய வேண்டுதல்கள் எல்லாம் நிறைவேறியாயிற்று!" என்று சொல்லி பகவான் விஷ்ணுவைத் துதிக்கிறார்கள்.

மகாவிஷ்ணு பிரம்மாவைப் பார்த்து சொல்கிறார், "பிரம்ம தேவரே, என் கூடவே வந்திருக்கும் இவர்கள் எல்லாரும் என் மேல் உள்ள அன்பால் வந்திருக்கிறார்கள்; அவர்கள் எல்லாரும் எனக்குப் பிரியமானவர்கள்; எனது மரியாதைக்கு உரியவர்களும் கூட. நீங்கள் இவர்கள் எல்லாருக்கும் மேலுலகத்தில் இடம் ஒதுக்கித் தரவேண்டும். ஏனென்றால், அவர்கள் எல்லாரும் எனக்காகவே எல்லாவற்றையும்

துறந்துவிட்டு என் கூடவே வந்திருக்கிறார்கள்!" என்று சொல்கிறார்.

பிரம்ம தேவரும், "பிரபூ, அப்படியே ஆகட்டும்; என் பிரம்ம லோகத்துக்குப் பக்கத்திலேயே இவர்கள் எல்லாருக்குமாக 'ஸந்தானகம்' என்கிற இடத்தை ஒதுக்கித் தந்துவிடுகிறேன். ஒருவன் பூமியில் எத்தனை கேவலமாகப் பிறந்து வாழ்ந்திருந்தாலும், அவன் மட்டும் அனைத்தையும் விஷ்ணுவின் ரூபமாகவே பார்க்கிறவனாய் இருந்தால், அவனுக்கு இந்தப் பகுதியில் நிச்சயமாய் இடம் உண்டு" என்று சொல்கிறார்.

ராமருடன் வந்த எல்லாரும் சரயு நதியில் மூழ்கி, அதில் தங்களது உடம்பை விட்டுவிடுகிறார்கள். அவர்களெல்லாம் ஒளி உடம்பு பெற்று, ராமர் கூடவே தேவலோக ரதங்களில் ஏறிக்கொண்டு மேலுலகத்துக்குப் பயணப் படுகிறார்கள்.

சுக்ரீவன் சூரியனுக்குப் பிறந்தவனானதால், அவன் சூரிய தேவனோடு கலந்துவிடுகிறான். மற்ற வானரர்கள் எல்லாரும் எந்த எந்த தேவர்களுக்குப் பிறந்தார்களோ அந்தந்த தேவர்களோடு ஒன்றாய்க் கலந்துவிடுகிறார்கள். ராமர் கூடவே வந்த எல்லா மிருகங்கள், பறவைகளின் ஜீவன்களும் கூட ஒளி வடிவம் தாங்கி இனி மறு பிறவி இல்லாத மேலுகத்துக்கு வந்து சேர்ந்தாயிற்று.

குழந்தைகளே! இப்படியாக உத்தர ராமாயணம் முடிவுக்கு வந்துவிட்டது. வால்மீகி முனிவர் எழுதிய இந்த ராமாயணக் கதையை தேவர்களும், கந்தர்வர்களும், மற்ற வானுலக வாசிகளும், வானுலகத்துக்கு வந்து சேர்ந்த எல்லாரும், தினம் தினம் பாடக் கேட்டு ஆனந்தம் அனுபவித்தார்களாம்.

பொதுவாவே இப்படிப் பட்ட புனிதமான ஸ்லோகங்கள் முடிவுக்கு வரும்போது ஃபலச்ருதி என்று ஒன்றைச் கூடவே சேர்த்து சொல்வது வழக்கம். அதாவது இதைக் கேட்டாலோ, படித்தாலோ என்னென்ன பலன்கள் கிடைக்குமென்று சொல்வது வழக்கம். உங்களுக்கு நினைவு இருக்கிறதா? ஆறாம் காண்டமான யுத்தகாண்டத்தின் முடிவில் ராம பட்டாபிஷேகத்தோடு கதை முடிவுக்கு வந்தபோதும் நாம் ஃபலச்ருதி பற்றி சொல்லியிருந்தோம்.

அத்தியாயம் 99 (7.19)
ராமாவதாரம் நிறைவு

அதைத் தொடர்ந்து வால்மீகி முனிவர் எழுதிய உத்தர ராமாயணத்தின் முடிவிலும், ராமாயணத்தைக் கேட்பதால் வரும் பலன்கள் பற்றித் திரும்பவும் சொல்லப் பட்டிருக்கிறது.

ராமருடைய கதையில் சில ஸ்லோகங்களை பக்தியுடன் கேட்டால் கூட, பிள்ளைப் பேறு இல்லாதவர்களுக்கு குழந்தை பிறக்குமாம்; ஏழைகளுக்கு வறுமை நீங்குமாம். பாவங்களெல்லாம் போகுமாம். ராமாயணக் கதையை காலையிலோ, நண்பகலிலோ, மாலையிலோ எப்போது கேட்டாலும் சோர்வு நீங்குமாம்.

குழந்தைகளே! நீங்கள் எல்லாரும் இந்த ராமாயணக் கதையை ஆரம்பம் முதல் முடிவு வரை ஆர்வத்தோடு கேட்டுவிட்டீர்கள் இல்லையா? அப்படியானால், உங்களுக்கும் பகவான் ராமருடைய அன்பும், ஆசீர்வாதமும், அருளும், எப்போதும் கிடைக்கும். இன்றும் நம் கண்ணில் படாமல் சிரஞ்சீவியாய் வாழ்ந்து கொண்டிருக்கிற ராம பக்த ஹனுமாருடைய பாதுகாப்பும் உங்களுக்கு எப்போதும் கிடைக்கும். இதை உறுதியாக நம்புங்கள். சரிதானே?

கதையின் முடிவில் உங்களுக்கு ஒரு சந்தேகம் வரலாம். அயோத்தியில் இருந்த எல்லாருமே நகரை விட்டுவிட்டு ராமர் கூடவே போய்விட்டார்கள் என்றால், அயோத்தி நகர் அப்புறம் என்ன ஆயிற்று என்று. அதைப் பற்றியும் வால்மீகி முனிவர் எழுதியிருக்கிறார்.

பல வருடங்கள், அயோத்தி நகரமே மக்கள் யாருமே இல்லாமல் பாழடைந்து கிடந்ததாம். பிறகு ரிஷபன் என்கிற ராஜா காலத்தில் திரும்பவும் அயோத்தியில் மக்கள் வந்து வசிக்க ஆரம்பித்தார்களாம்.

குழந்தைகளே! புத்தக வடிவில் நீங்கள் இந்தக் கதையைப் படித்து ரசித்தீர்கள் அல்லவா? இதே கதை, ஒலி வடிவில் இதற்கு முன்பே யூடியூபில் "கதை ஓசை" எனும் ஒலி நூல் சானனில் வெளிவந்திருக்கிறது. புத்தக வடிவில் படிப்பதில் ஒரு ருசி உண்டு; அதைப் போலவே, ஒலி வடிவில் கேட்பதிலும் ஒரு வித ருசி கிடைக்கிறது. அந்த ருசியையும் நீங்கள் அனுபவிக்கவேண்டும் என்பது எங்கள் ஆசை!

சரி குழந்தைகளே! உங்களிடமிருந்து விடை பெறும் நேரம் வந்துவிட்டது.

நிறைவாக, ஹனுமாரைத் ஒரு முறை துதித்து, ஸ்ரீ ராமருக்கொரு மங்களம் பாடி நாம் இந்தத் தொடரை நிறைவு செய்யலாம்.

யத்ர யத்ர ரகுநாத கீர்த்தனம் தத்ர தத்ர க்ருதமஸ்தகாஞ்சலீம்

பாஷ்பவாரி பரிபூர்ண லோசனம் மாருதிம் நமத ராக்ஷஸாந்தகம்

ஆஞ்சனேயமதிபாடலானனம் காஞ்சனாத்ரி கமனீய விக்ரஹம்

பாரிஜாத தருமூல வாஸினம் பாவயாமி பவமான நந்தனம்

(yatra yatra raghunātha kiirtanam tatra tatra krtamastakāmjalim

Bāshpavāri paripuurnālochanam mārutim namata rāksasāntakam

Anjaneyamati pāTalānanam kānchanādri kamaneeya vigraham

Pārijāta taru moola vāsinam, bhāvayāmi pavamāna nandanam)

("எங்கெல்லாம் ராமரைத் துதித்துப் பாடப் படுகிறதோ அங்கெல்லாம் கூப்பிய கரங்களோடும், ஆனந்தக் கண்ணீர் சொரியும் கண்களோடும் இருப்பார் ஹனுமார், ராட்சசர்களுக்கு முடிவு கட்டும் அந்த மாருதியை வணங்குகிறேன். ஆழ்ந்த சிவப்பு நிற முகம் கொண்டவரும், பொன் மலை போன்ற அழகிய உடம்பு கொண்டவரும், பாரிஜாத மரத்தின் வேரில் வசிப்பவரும், வாயுவின் மகனுமான ஹனுமாரைப் போற்றி வணங்குகிறேன்.")

மங்களம் கௌசலேந்த்ராய மகனீய குணாத்மனே

சக்ரவர்த்தி தனூஜாய ஸார்வபௌமாய மங்களம்

(maṃgalaṃ kauśaleṃdrāya mahanīya guṇātmane

cakravarti tanūjāya sārvabhaumāya maṃgalam)

(கோசல நாட்டின் மன்னனும், மகா குணவானும், தசரத சக்ரவர்த்தியின் குமாரனும், சகல லோகங்களுக்கும் அதிபதியுமான ராமருக்கு மங்களம்.)

ஜய் ஸ்ரீ ராம்!

-=()=-

முடிவுரை

தமது திருவருளால் என்னை எழுத வைத்த அம்மாவின் திருப்பாதங்களில் எனது பணிவான நமஸ்காரங்கள்.

இரண்டு நூல்களாக, 99 அத்தியாயங்கள் விரிந்த இந்த வால்மீகி ராமாயணத்தைப் பொறுமையுடன் வாசித்த பிள்ளைகளுக்கும், பெற்றோர், பெரியவர்களுக்கும் எனது நன்றியைத் தெரிவித்துக் கொள்கிறேன்.

வால்மீகி ராமாயணத்தின் யுத்த காண்டம் வரை ஆறு காண்டங்களின் சம்ஸ்கிருத மூல ஸ்லோகங்களோடு, ஆங்கிலத்தில் பதவுரையும் பொருளும் தந்து விளக்கிய https://www.valmikiramayan.net/ மற்றும் https://sanskritdocuments.org/ இணைய தளங்களுக்கு என் நன்றியைத் தெரிவித்துக் கொள்கிறேன். எனது தமிழ் மொழிபெயர்ப்புக்கு நான் பெரிதும் ஆதாரமாய்க் கொண்டது இந்த இணைய தளமே.

அவ்வாறே, உத்தர ராமாயணத்துக்கு ஆதார நூலாய் அமைந்தது, மன்மத நாத் தத் அவர்கள் வழங்கிய நேரடி ஆங்கில மொழிபெயர்ப்பு நூலான The Ramayana – Uttara Kandam ஆகும். இது இணையத்தில் இலவசமாய் பதிவிறக்கம் செய்யக் கிடைக்கிறது. அதற்கான இணைய தளம்: https://archive.org/details/TheRamayanaUttaraKandam. இதற்கும் என் நன்றி.

குழந்தைகளுக்கு வாய் வழி சொல்ல ராமாயணத்தை எழுதித் தரவேண்டும் என்று என்னை நச்சரித்து எழுதவைத்து, ஒலி வடிவில் அதை முதலில் யூடியூபில் வெளியிட்ட எனது மகள் 'கதை ஓசை' தீபிகா அருணுக்கு என் நன்றியைத் தெரிவித்துக்கொள்கிறேன்.

தாமே இளம் பிள்ளைகளுக்கு ராமாயணக் கதையைச் சொன்ன அனுபவம் நிறைந்தவர் சுவாமி த்ருவானந்த புரி அவர்கள். தமது முதிர்ந்த வயதில், ஒரு சிறு குழந்தையின் ஆர்வத்துடன் இந்தக் கதையை ஒலி வடிவில் தொடர்ந்து கேட்டு, மிகவும் ரசித்து, மனமாறப் பாராட்டி, என்னைப் பெரிதும் ஊக்குவித்தவர் அவர். இந்த நூலுக்கு அவர் அணிந்துரையும்

எழுதித் தந்து தமது ஆசிகளை வழங்கியதற்காக அவருக்கு எனது இதயப் பூர்வமான நன்றியும் வணக்கங்களும்.

தமது கடுமையான பணிகளுக்கிடையில் நேரம் ஒதுக்கி, படித்துப் பார்த்து, ஒலி வடிவிலும் கேட்டு, இது புத்தகமாக வெளிவரவேண்டும் என்று பெரிதும் ஊக்கம் தந்த பிரம்மசாரி ஆத்ம பிரகாஷ் சைதன்யாவுக்கு எனது மனமார்ந்த நன்றி. மின் நூல் வடிவில் வருவதற்கு முன் அதைப் படித்துப் பிழைத் திருத்தம் செய்து உதவிய திருமதி பவ்யா கீர்த்திவாசன் அவர்களுக்கு என் நன்றி.

24000 சுலோகங்கள் கொண்ட ராமாயணத்தை குழந்தைகள் படித்து ரசிக்கும் விதத்தில் எழுதுகையில், பல விஷயங்களை சுருக்கியும் நாசூக்காகவும் எழுத வேண்டி வந்தது. அதனால் ஆங்காங்கே சில உப கதைகளை சொல்லாமல் விட்டிருக்கிறேன்.

முடிந்த அளவுக்கு மூலத்துக்கு மாறுபடாமலும், எனது சொந்த வியாக்கியானங்களை ஸ்லோகங்களின் பொருட்களில் திணிக்காமலும், அவற்றின் நேரடிப் பொருளையே சுருக்கித் தரும் விதத்திலும் எழுதியிருக்கிறேன்.

என் கண்ணோட்டங்களையும், குழந்தைகள் புரிந்து கொள்வதற்காக வேண்டி நான் தந்துள்ள விளக்கங்களையும் தனியாக அடையாளம் காண இயலும் விதத்திலேயே எழுதியுள்ளேன். அவ்வாறே வால்மீகி ராமாயணத்தில் இல்லாத, மற்ற ராமாயணங்களில் சொல்லியவற்றை அடையாளம் காட்டியுள்ளதோடு, வேறு ராமாயணத்தில் உள்ளவைகளை வால்மீகி ராமாயணத்தோடு கலக்காமலும் எழுதியுள்ளேன்.

இந்த நூலில் நான் உருவாக்கி சேர்த்துள்ள படங்கள், என்னைத் தவிர வேறு யாருக்கும் உரிமம் உள்ளவை அல்ல என்பதையும் தெரிவித்துக் கொள்கிறேன்

இதில் குற்றம் குறைகள் ஏதேனும் இருந்தால் பண்டிதர்கள் மன்னிப்பார்களாக. பிழைகள் ஏதேனும் தென்பட்டால், rajan.chakra@gmail.com எனும் என் மின்னஞ்சல் முகவரியில் தெரிவிக்க வேண்டுகிறேன். நன்றி, வணக்கம்.

சி.வி. ராஜன்

About the Author

(நூலாசிரியரைப் பற்றித் தமிழில் அறிய, முதல் பாக இறுதிப் பகுதியைக் காண்க)

C.V. Rajan is a retired Mechanical Engineer and ex-design consultant. He is now living with his wife at the Ashram at Amritapuri, Kerala, spending his retired life in the quest of spirituality under the holy feet of Amma, Sadguru Mata Amritanandamayi.

His interest in writing as a hobby began at the age of twenty, and he became a regular short story writer in popular Tamil magazines during the seventies to nineties. He wrote under the pen name *Sandeepika*.

As his interest turned to spirituality in his late thirties, he became an avid reader of the lives and teachings of Kanchi Maha Swamigal, Swami Chinmayananda, Sri Ramakrishna Paramahamsa, Bhagavan Ramana Maharshi, Swami Sivananda Saraswati, Papa Ramdas, and his Sadguru, Mata Amritanandamayi (*Amma*).

In his early fifties, his Tamil articles began appearing in *Sri Ramakrishna Vijayam* magazine. He also started writing in English on the web at various blog sites, covering a variety of topics such as Hinduism, spirituality, life and living, personal anecdotes, Indian culture, small business management, and more. He contributed to translation work at Ramakrishna Math (English–Tamil) and currently does similar work at Mata Amritanandamayi Math (Tamil–Malayalam–English).

C.V. Rajan enjoys writing stories for children. Several of his Tamil short stories for children have been released as audiobooks on well-known platforms such as *Kadhai Osai*, *Storytel*, *Apple Podcast,* and *Audible.*

On his website hinduismwayoflife.com, C.V. Rajan has consolidated and shared all his writings on Hinduism under one umbrella.

In the last couple of years, C.V. Rajan has also been actively writing in both English and Tamil on the popular website *Quora.com.*

Almost all of his Tamil books are available as audio books on Storytel, Apple Podcast, Audible, Spotify and so on.

-=()=-

Books by C.V. Rajan available at Amazon

https://www.amazon.com/author/cvrajan.sandeepika

(Also see next page)

Half Pant Memories
Fun-Filled vintage memoirs of a village boy
C.V.Rajan

When Love Waits
A novel of faith, psychology and marital intimacy
C.V. Rajan

C.V. Rajan
How to Survive and Succeed in Office and Home life
A Work-Life Balance Guide for Mid-level Executives

Understanding and handling
Anxiety and Stress
Based on Wisdom from Hinduism
C.V. Rajan

C.V.Rajan
What is Love? Where is True Love?

புத்தம் புது
கனவுகள்
சாந்தீபிகா

ஆழமாய் அறிவோம்
சனாதன தர்மம்
காட்டும் ஆன்மீகம்
சி.வி. ராஜன்
பாகம் 1
(மதமும் ஆன்மீகமும்: இந்துமதத்தின் பன்முகங்கள், நான்கு வேதங்கள்)

வால்மீகி
ராமாயணம்
இளம் பிள்ளைகள் படிக்க,
படித்துக் கேட்க
பாகம் - 1
சி. வி. ராஜன்

துணிவைத் தேடி
சாந்தீபிகா
சிறுகதைத் தொகுப்பு

நீ வேண்டும், 'அது'
வேண்டாமே!
ஒரு தாம்பத்திய
உளவியல் கதை
சாந்தீபிகா

www.ingramcontent.com/pod-product-compliance
Lightning Source LLC
LaVergne TN
LVHW010643051026
849532LV00001B/155
* 9 7 9 8 2 3 2 3 4 2 4 2 5 *